வண்ணம் பூசிய பறவை

வண்ணம் பூசிய பறவை

ஜெர்ஸி கோஸின்ஸ்கி

தமிழில்:
பெரு.முருகன்

வானவில் புத்தகாலயம்

10/2 (8/2) போலீஸ் குவார்ட்டர்ஸ் சாலை (முதல் தளம்)
(தியாகராயநகர் பேருந்து நிலையத்திற்கும்
காவல் நிலையத்திற்கும் இடைப்பட்ட சாலை)
தியாகராயநகர், சென்னை 600 017
தொலைபேசி : 2986 0070, கைபேசி : 72000 50073

Sixthsense Publications 6 th sense_karthi
e-mail : sixthsensepub@yahoo.com
Website: www.sixthsensepublications.com

Publisher
Karthikeyan Pugalendi

Managing Editor
P. Karthikeyan

Layout
Mcreative

No part of this book may be reproduced or transmitted in any form without permission in writing from the author or publisher

நீங்கள் Smart Phone உபயோகிப்பவராக இருந்தால் QR Code Reader Application மூலம் இதை Scan செய்தால் நேரடியாக எமது இணையதளத்திற்கு சென்று மேலும் எங்கள் வெளியீடுகள் பற்றிய விவரங்களைப் பெறலாம்.

ISBN : 978-93-93699-05-3

Title:
Vannam Poosiya Paravai
Jerzy Kosiński
Novel

Translated by:
Peru.Murugan

Address:
Vanavil Puthakalayam
10/2(8/2) Police Quarters Road(1st Floor),
(Between Thiyagaraya Nagar Bus Stop & Police Station)
Thiyagaraya Nagar, Chennai - 600 017
Phone: 2986 0070, 2434 2771
Cell: **72**000 **50**0**73**

Vanavil Puthakalayam
6 th sense_karthi
e-mail : vanavilputhakalayam@gmail.com
Website: www.sixthsensepublications.com

Pages : 280
Price : Rs. 377/-
© Peru.Murugan

தலைப்பு:
வண்ணம் பூசிய பறவை
ஜெர்ஸி கோஸின்ஸ்கி
நாவல்

தமிழில்:
பெரு.முருகன்

பக்கங்கள்: 280

விலை: ரூ. 377/-

முதற்பதிப்பு: ஜனவரி, 2023

வானவில் புத்தகாலயம்
10/2 (8/2) போலீஸ் குவார்ட்டர்ஸ் சாலை (முதல் தளம்) (தியாகராயநகர் பேருந்து நிலையத்திற்கும் காவல் நிலையத்திற்கும் இடைப்பட்ட சாலை)
தியாகராயநகர், சென்னை 600 017
தொலைபேசி : 2986 0070, 2434 2771
கைபேசி: 72000 50073
மின்னஞ்சல்: vanavilputhakalayam@gmail.com

இந்தப் புத்தகத்திலுள்ள எந்த ஒரு பகுதியையும் பதிப்பாளர் மற்றும் எழுத்தாளர் அனுமதியை எழுத்து மூலம் பெறாமல் பதிப்பிக்கக் கூடாது.

அவர்கள் பாலூட்டிகளில் முற்றிலும்
வேறுபட்ட இனம் என்பதை
சர்வசக்திமிகு கடவுள் மட்டுமே அறிவார்

- *மயாகோவன்ஸ்கி*

மொழிபெயர்ப்பாளர் குறிப்பு

மகாபாரதத்து அர்ஜுனன், போர்க்களத்தில் தம் உறவினரைப் பார்த்தவுடன் வில்லைக் கீழே போட்டுவிட்டு உடல்நடுங்க நின்றான். அவனைத் திரும்பவும் போர்க்களத்திற்குக் கொண்டுவரவே கிருஷ்ணர் கீதையை உபதேசம் செய்தார். உபதேசம் கேட்ட அர்ஜுனன், பின்பு காண்டீபத்தை எடுத்துக்கொண்டு போர்புரியப் புறப்படுகிறான். எல்லாம் சரிதான், அர்ஜுனன் குருகுலத்தில் வேதம், உபநிடதம் முதலான ஆன்மிகம், நீதி, சட்டதிட்டங்களை எல்லாம் கற்றுத் தேர்ந்தவனாயிற்றே... இதுபோன்ற நெருக்கடிகளில் அவனுக்கு என்னசெய்வதென்று தெரியாதா? ஆன்மிகம், சட்டதிட்டம் போன்றவை போக்குவரத்து விதிகள்போல, திருவல்லிக்கேணியிலிருந்து ஆழ்வார்பேட்டை போகவேண்டுமெனில், இந்த இந்த வழியாகப் போகவேண்டும்; குடித்துவிட்டு வண்டியை ஓட்டாதே, ஹெல்மெட் அணியாமல் போகாதே! போலீஸ்காரன் பிடிப்பான்! என்றெல்லாம் சொல்வது. ஆனால் சுனாமி, பூகம்பம் என்று வந்துவிட்டால் போக்குவரத்து விதிகளெல்லாம் பயனபடாது. அந்நேரத்தில், அதை நம்புபவன் தொலைந்தே போவான். இது, பகவத் கீதை முதல் அத்தியாத்தில் ஓஷோ சொன்னது.

இதற்கும் மேலாக ஒருவன், அன்றாடம் தன் வாழ்வில் சுனாமியையும் பூகம்பத்தையும் கலவரத்தையும் சந்திக்கிறான் என்றால், அப்போது அவன் என்னசெய்வான்? அதுவும் இரண்டாம் உலகப்போரின்போது தன்னந்தனிமையில் உழலும் ஐந்து வயதுச் சிறுவன் என்ன செய்வான்? மேற்கு ஐரோப்பாவின் பின்தங்கிய கிராமங்களில் மாட்டிக்கொள்ளும் அவன், ஊர்ஊராகச் செல்கிறான்; உதை வாங்குகிறான்; உதையும் கொடுக்கிறான். எண்ணற்ற தடவை சாவின் விளிம்பிலிருந்து தப்பிக்கிறான். இடையில், தன் பேச்சையும் இழக்கிறான். இறுதியில், தன் பெற்றோரை அடைவதற்குள் குரல் வளத்தையும் திரும்பப் பெறுகிறான். இதுதான், இந்நாவலின் கதையம்சம்.

இந்நாவலில் வரும் ஒரு கதாபாத்திரத்தின் பெயர் லேக். அவனுக்கு பறவைகளைப் பிடிப்பதே தொழில். ஒருநாள், ஒரு பறவையை

எடுத்து அதன்மீது வர்ணக் கலவையைப் பூசி பின் பறக்க விட்டுவிடுவான். விடுதலையான சந்தோஷத்தில் அது, வானில் தன் கூட்டத்தோடு சேரமுயலும். ஆனால் மற்ற பறவைகள், அது ஏதோ வேற்றுஇனத்தைச் சேர்ந்தது என நினைத்து அதைக் கொத்திக்குதறி மண்ணில் வீழ்த்திவிடும். இப்படித்தான் ஜெர்மானியரிடமும் இதர ஆட்களிடமிருந்தும் தப்பியோடும் பெயரில்லா அச்சிறுவனிடம் பிறர் தம் குணங்களைத் திணித்து அவனையும் ஒரு வண்ணப் பறவையாக்கிவிடுகின்றனர். நம்மூர்க் கடற்கரையில், டீக்கடைகளில், மெக்கானிக் ஷெட்டுகளில் வேலைசெய்யும் சிறுவர்கள் யாவரும் இதுபோன்ற வண்ணப் பறவைகளே. யோசித்துப் பார்த்தால் நாமும்கூட ஒருவகையில் வண்ணப் பறவைகளே.

இந்நூலின் ஆசிரியரான ஜெர்ஸி கோஸின்ஸ்கி, மேற்கு ஐரோப்பாவின் போலந்தில் பிறந்த யூதர். நிஜத்தில் அவரே இக்கதையில் வரும் சிறுவன். ஆம். அவரது பெற்றோரே ஜெர்ஸி கோஸின்ஸ்கியை ஜெர்மனியிடமிருந்து காப்பாற்ற அவரை தத்துக்கொடுத்து விடுகின்றனர். அவர் இதை மறுத்தாலும் அதுதான் உண்மை.

இப்புத்தகத்தை வெளியிடும் வானவில் புத்தகாலயத்திற்கு எனது நன்றிகள். இந்நாவலை மொழிபெயர்க்கத் தூண்டிய வாசகர் பாலாஜிக்கும் (சுட்டிவிகடன்), தமிழ்நாடு திரைப்பட இயக்கத்தின் செயலாளரான ராஜேந்திரனுக்கும் எனது நன்றிகள்.

பெரு.முருகன்
99402 56596

1

*1939*ஆம் ஆண்டின் கடைசியில், இரண்டாம் உலகப்போர் துவங்கிய முதல் வாரத்தில் கிழக்கத்திய ஐரோப்பாவின் பெரிய நகரமொன்றிலிருந்து ஆறுவயதுச் சிறுவன் ஒருவன், பிற ஆயிரக்கணக்கான சிறுவர்களைப் போல், தூரத்துக் கிராமம் ஒன்றிற்குப் புகலிடந்தேடி அனுப்பப்பட்டான்.

கிழக்குத் திசையில் பயணம் செய்துகொண்டிருந்த ஆள் ஒருவன், கணிசமான தொகையைப் பெற்றோரிடமிருந்து பெற்றுக்கொண்டு, தற்காலிகமாக ஒரு தத்துப் பெற்றோரிடம் அப்பையனைச் சேர்ப்பதற்கு ஒப்புக்கொண்டான்; வேறுவழியின்றி அந்தத் தாய், தந்தை, சிறுவனை அந்த ஆளிடம் ஒப்படைத்தனர்.

தன் மகனை அனுப்புவதே, நடந்துகொண்டிருக்கின்ற போரிலிருந்து அவனை உயிர்தப்பச் செய்யும் ஒரேவழி என்பதை அந்தப் பெற்றோர் அழுத்தமாக நம்பினர். ஏனெனில், போர் தொடங்கும் முன்னர், அச் சிறுவனின் தந்தை நாஜிகளுக்கு எதிராகச் செயல்பட்டுக் கொண்டிருந்தார்.

மேலும் ஜெர்மானியில் பலவந்தமான வேலை, சிறைச்சாலை அல்லது கொலைக்களம் இவற்றிலிருந்து தப்புவதற்காக அத் தாய், தந்தையரே மறைவிடங்களில் பதுங்க வேண்டியிருந்தது. இந்த இன்னல்களிலிருந்து சிறுவனைக் காப்பாற்றவே அவனை அனுப்பிவைத்தனர். பிற்பாடு எல்லோரும் ஒன்றிணைந்துவிடலாம் என்பது அவர்களின் நம்பிக்கை.

ஆனால் பல்வேறு நிகழ்வுகள் அவர்களின் நம்பிக்கையைப் பாழடித்துவிட்டன; போர், வேலை, பெருமளவு மக்களின் இடப்பெயர்ச்சி போன்ற குழப்பங்களால், தூரத்துக் கிராமத்திற்குச் சிறுவனை அழைத்துச்சென்ற மனிதனுடனான தொடர்பை இழந்து, தம் மகனைத் திரும்பவும் காணவே முடியாது என்ற நிலைமைக்கு வந்துவிட்டனர்.

இதற்கிடையில், சிறுவன் கிராமத்திற்கு வந்த இரண்டு மாதத்தில், தத்தெடுத்த தாயார் இறந்துவிடவே, தனித்து அனாதையான அவன் கிராமம் கிராமமாக அலைய நேர்ந்தது; சிலசமயங்களில் புகலிடம் கிடைக்கும்; சில இடங்களில் துரத்தல்கள் நிகழும்.

அடுத்த நான்கு வருடங்களில், அவன் காலம் கழித்த கிராமங்கள் யாவும், கலாச்சாரரீதியாக அவன் பிறந்த இடத்திலிருந்து முற்றிலும் வேறுபட்டிருந்தன.

உள்ளூர்க் குடியானவர்கள் வெளியுலகிலிருந்து தனித்தும் பண்படாமலும் இருந்தனர். அவர்கள், வெளுப்பான தோலும் பொன்னிறத் தலைமுடியும் நீலம் அல்லது சாம்பல்நிறக் கண்களையும் கொண்டிருக்க பையனோ, ஆலிவ் நிறமும் கறுத்த முடியும் கண்களும் கொண்டிருந்தான். அவன் பேசுவதோ, உயர்தரக் கல்விமூலம் வந்த பாஷை, கிழக்கத்திய கிராமத்தவர்கள் சட்டென்று புரிந்துகொள்ள முடியாதது.

அவன் நாடோடியாக அல்லது வழிதவறிய யூதனாக அவர்களால் அடையாளம் காணப்பட்டான். யூதர் இடங்களிலோ அல்லது கொலைக்களங்களிலோ இருக்கவேண்டிய இதுபோன்ற ஆட்களுக்குத் தஞ்சம் தரும் நபரோ அல்லது சமுதாயமோ, ஜெர்மானியரிடம் கடும் தண்டனையை அனுபவிக்கவேண்டி வரும்.

அப்பிரதேசத்து கிராமங்கள் நூற்றாண்டுகளாக வெளியுலகால் புறக்கணிக்கப்பட்டு வந்தன; நகரங்களிலிருந்து இவ்விடங்களுக்கு வருவது கடினம். கிழக்கு ஐரோப்பாவிலேயே இவை மிகவும் பின்தங்கிய பகுதிகளாக இருந்தன; கொஞ்சம் நல்ல சாலைகளையும் சில பாலங்களையும் தவிர பள்ளிக்கூடங்களோ, மருத்துவமனைகளோ, மின்சாரமோ கிடையாது. மக்கள், தங்களின் மூதாதையர் வாழ்ந்த வாழ்க்கையை மட்டுமே பழகிவந்தனர். கிராமத்தவர்கள் ஆறு, ஏரி, காடு போன்றவற்றின் மீது தங்களின் உரிமையை நிலைநாட்டத் தங்களுக்குள் சண்டையிட்டுக் கொண்டனர். அவர்களுக்கிடையே நிலவிவந்த ஒரே சட்டம், எளியோனை வலியோனும் ஏழையைச் செல்வந்தனும் ஆள்வது ஆகும்; வழிவழியாக வரும் மத நம்பிக்கைகளிலும் ரோமன் கத்தோலிக மதத்திலும் இரண்டாகப் பிரிவுற்றிருந்த அவர்கள், அதீத மூடநம்பிக்கைகளைக் கடைப்பிடிப்பதிலும் மனிதர்களையும் விலங்குகளையும் ஒன்றுபோல் தாக்கிய எண்ணற்ற நோய்களினால் பாதிப்படைவதிலும் மட்டுமே ஒன்றாக இருந்தனர்.

வேறுபாடின்றி, எல்லோருமே அறியாமையிலும் முரட்டுத்தனத்திலும் உழன்றனர். மண் வளமோ குறைவு; பருவநிலையோ மோசம்; மீன் வளமற்ற ஆறுகள், மேய்ச்சல் நிலங்களையும் வயல் வெளிகளையும் சதுப்புக்காடாக மாற்றிவிட்டிருந்தன. அந்தப் பிரதேசம் எங்கிலும் சதுப்பு நிலங்களே ஊடுருவியிருக்க அடர்த்திமிகு காடுகளோ புரட்சிக்காரர்களின், சட்டத்திற்கு எதிரானவர்களின் புகலிடமாக இருந்தன.

அப்பகுதியை ஜெர்மானியர்கள் ஆக்கிரமித்தது, அவர்களின் துன்பங்களையும் பின்தங்கிய நிலைமையையும் இன்னும் மோசமாக்கியது. குடியானவர்களின் கொஞ்ச நஞ்ச தானியங்களும் அடிக்கடி வரும் ராணுவத்தினருக்கும் அவர்களின் கட்சி ஆதரவாளர்களுக்கும் சென்றுவிடும்; தர மறுத்தால், கிராமங்களில் அதிரடி சோதனை நடத்தப்படும், கடும் தண்டனை தரப்படும்; பின்னர் யாவுமே தீயிடப்பட்டுச் சிதிலமாக்கப்படும்.

என்னுடைய பெற்றோர், எந்தச் சமயத்திலும் வருவார்களென எதிர்பார்த்துக் கொண்டிருந்த நான், மார்த்தாவின் குடிசையில் வசித்துவந்தேன். என்னுடைய அழுகையால் பலனேதுமில்லை, மார்த்தாவும் இதைக் கண்டுகொள்வதில்லை.

மார்த்தா வயதானவள், தன்னைத்தானே ஒடித்துக்கொள்ள முயல்வதுபோல் உடலை முன்னோக்கி வளைத்திருப்பாள். ஆனால் அதுபோல் நிகழாது. அவளின் நீண்ட, எப்போதுமே வாரப்படாத தலைமுடி, எண்ணற்ற முடிச்சுகளால் நிரம்பிச் சிக்கெடுக்க முடியாதளவுக்குக் காட்சியளிக்கும். இதற்குப் பெயர்தான் ஜடாமுடி என்று மார்த்தா கூறுவாள். இந்த ஜடாமுடியில் துஷ்ட ஆவிகள் குடியேறி, அதனை மேலும் சிக்கலாக்கி, முதுமையை மெல்ல மெல்ல வரவழைக்குமாம்.

அவள் கணுக்கள் நிறைந்த கொம்பொன்றை ஊன்றி, எனக்குப் புரியாத மொழியில் ஏதேதோ முனகிக்கொண்டு, நொண்டி நொண்டி நடப்பாள். அவளின் சிறிய முகம், வாடிச் சுருக்கமுற்றுக் காணப்படும். உடல் தோலோ, தீய்ந்துபோன ஆப்பிள்போல் சிவந்த பிரவுன் நிறத்தில் இருக்கும். அவளின் கிழட்டு உடல், உள்ளுக்குள் ஏதோ ஒரு சக்தியால் ஆட்டப்படுவதைப்போல் உதறிக் கொண்டிருக்கும். எலும்பான கை விரல்கள், வியாதியால் திருகிக்கொண்டு நடுங்கிக் கொண்டிருக்கும். கோணலான கழுத்தோ தன்னிச்சையாக, எல்லாப் பக்கங்களிலும் திரும்பும். அவளுக்குப் பார்வையும்

குறைவு; அடர்த்தியான புருவங்களுக்குக் கீழேயுள்ள விழி எனப்படும் சிறு பிளவூடே கூர்ந்து பார்ப்பாள். இமைகளோ, நிலத்தில் உழப்பட்ட ஆழமான பள்ளம்போல் அழுந்தியிருக்கும்; விழியோரங்களில் வழிந்து, கண்ணீர் மூக்கிலிருந்து வரும் அழுக்குடன் சேர்ந்து, பின்னர் கடைவாயிலிருந்து ஒழுகும் எச்சிலோடு சேர்ந்து நூலாம்படைபோலத் தொங்கும். பழைய காற்றுப்போன பலூன்போல் காட்சியளித்த அவள், தன் மூச்சைவிடுவதற்கான நாட்களை எண்ணிக் கொண்டிருந்தாள்.

துவக்கத்தில் அவளைப் பார்த்து பயந்த நான், என்னிடம் அவள் வரும்போதெல்லாம் கண்களை மூடிக்கொள்வேன். ஒன்றை மட்டும் உணர்ந்துகொள்வேன் அது, அவளின் உடல்நாற்றம். தூங்கும்போதுகூட அவள், தன்னுடைய உடைகளை அவிழ்க்கமாட்டாள். வீசுகிற காற்றில் மிதந்து அறைக்குள் நுழையும் பல்வித நோய்க் கிருமிகளைத் தடுப்பதற்கான ஒரேவழி இதுதான் என்பது அவளுடைய வாதம்.

உடல்நலத்தைப் பேணுவதற்கான ஒரேவழி கிறிஸ்துமஸ், ஈஸ்டர் என வருடத்திற்கு இரண்டு நாட்களுக்கு மட்டுமே உடலைக் கழுவுதல்தான் என மார்த்தா கூறுவாள். அதுகூட, ஆடைகளைக் களையாமல் அங்கே கொஞ்சம், இங்கே கொஞ்சம் கழுவுதல் வேண்டும், கால் ஆணி, கால் விரல் வீக்கம், விரலில் வளர்ந்திருக்கும் நகங்கள் இவற்றின் வலியைப் போக்குவதற்காக, வாரத்திற்கு இருமுறை தன்னுடைய கால்களைச் சுடுநீரில் கழுவுவாள்.

தோட்டத்துக் குப்பைகளை அள்ள உதவும் பெரிய முட்கரண்டிபோன்ற தன் கைவிரல்களால், என் தலையை அடிக்கடி கோதுவாள்; வேலியருகே விளையாடும்படியும் வீட்டு விலங்குகளிடம் பழகும்படியும் உற்சாகப்படுத்துவாள்.

பார்ப்பதற்கு அவ்விலங்குகள் அச்சமூட்டுபவையாக இருந்தாலும், அவை அதுபோல் இல்லை என்று பின்னர் உணர்ந்தேன். என்னுடைய தாதி, படங்கள் நிறைந்த புத்தகமொன்றிலிருந்து அவற்றைப் பற்றி படித்துக்காட்டியது ஞாபகத்திற்கு வரும். இவற்றுக்குத் தனிப்பட்ட வாழ்க்கை, காதல், மோதலெல்லாம் உண்டு. தங்களுக்கென்று உள்ள தனிப்பட்ட மொழியில் இவை பேசிக்கொள்ளும்.

நான் எறியும் தானியங்களுக்காக எல்லாக் கோழிகள் கூண்டில் கூடும்; சில ஜோடியாக உலாவும்; சில பலவீனமாக அவற்றைக் கொத்தும்; சில மழைநீரில் குளிக்கும்; சில முட்டைகளின் மீதமர்ந்து சிறகுகளைக் கோதிக்கொண்டு சட்டென்று உறங்கிவிடும்.

ஒருசமயம், வீட்டு வேலியருகே விசித்திரமான சம்பவங்கள் நிகழ்ந்தன. முட்டைக்குக் கால்முளைத்தாற்போல் மஞ்சள் கருப்பு நிறத்தில் குஞ்சுகள் பொரிந்து வந்தன. ஒருமுறை, புறாவொன்று இந்தக் கோழிக்கூட்டத்தில் இணைய வந்தது; ஆனால் வரவேற்பு கிடைக்கவில்லை. அது 'சர்'ரென்று காற்றைக் கிழித்துக்கொண்டு, அங்கே வந்தபோது கோழிக்குஞ் சுகளெல்லாம் சிதறி ஓடின. சமாதானம் செய்வதுபோல் தொண்டையில் ஒலியெழுப்பி, மெல்ல நடந்தபோதும் கோழிக்குஞ்சுகள் அந்தப் புறாவை வெறுப்பாகப் பார்த்தன; அது அருகில் வந்தால், இவையெல்லாம் எட்டி ஓடின.

ஒருநாள், புறாவானது வழக்கம்போல கோழிக்கூட்டத்தைத் தேடி வந்தபோது, கறுப்பு வடிவத்தில் ஒன்று மேகத்தில் இருந்து பாய்ந்துவந்தது. கோழிகளும் அதன் குஞ்சுகளும் கூவிக்கொண்டே தானியக் களஞ்சியத்திலும் கூண்டிலும் ஓடோடி ஒளிந்துகொண்டன. அந்தக் கறுப்புப் பருந்து அவ்விடத்தில் ஒரு கல்லைப் போல வந்து விழுந்தது. புறாவுக்கு மட்டும் புகலிடம் இல்லை. அது, தன் சிறகை விரிக்கும் முன்னரே, அந்தக் கறுப்புப் பருந்து, தன் சக்திமிகு அலகினால் அதனைத் தரையோடு அழுத்தித் தாக்க, புறாவின் இறகுகள் ரத்தக் களரியானது. மார்த்தா, கொம்பொன்றைச் சுழற்றிக்கொண்டே வந்தாள்; ஆனால் பருந்து செத்துப்போன புறாவை அலகில் கவ்வி, மெல்லப் பறந்துபோனது. மார்த்தா கற்களினாலான அவற்றைப் பற்றி பொந்தொன்றில் ஒரு பாம்பை வைத்திருந்தாள்; அதற்குண்டான வேலியையும் வெகு ஜாக்கிரதையாக அமைத்திருந்தாள். அந்தப் பாம்பு, இலைதழைகளின்மீது வளைந்து நெளிந்து செல்லும்போது, ராணுவ அணிவகுப்பில் கொண்டுவரப்படும் துணி பேனர்போல், தன் பிளவுற்ற நாக்கை அடிக்கடி துருத்தும். அப்பிராணி இவ்வுலகத்திற்கே அந்நியமானதுபோல் தோன்றும்.

ஒருசமயம் அந்தப் பாம்பு, தன்னுடைய கல்வீட்டின் பாசியூடே போய் ஒளிந்துகொண்டு, நீரும் உணவுமின்றிச் சிலநாட்களுக்கு வெளியில் வராமல் இருந்தது. அது, உள்ளுக்குள்ளேயே ஏதேதோ மர்மங்களை நிகழ்த்துகிறதுபோலும். கடைசியில் வெளியில் வந்தபோது, அதன் தலை எண்ணெய் பூசிய ப்ளம் பழம்போல் பளபளக்க, அந்நேரம் ஓர் அற்புதமான விஷயம் நடந்தது. பாம்பின் சுருண்ட உடல் எங்கேயும் நகராமல் மெல்ல உதறிக்கொண்டே இருக்க, சட்டென்று அது தன்னுடைய தோலை உரித்து வெளியில் வந்து, முன்பைவிட இளமையாகவும் மெலிதாகவும் தோற்றமளித்தது. அது நாக்கைத் துருத்தாமல் தன்னுடைய புதிய தோல் கடினமடைவதற்காகக்

காத்திருப்பதுபோல் தெரிந்தது. உரிக்கப்பட்டுக் கிடந்த தோலோ, ஒளி ஊடுருவ ஈக்களால் மொய்க்கப்பட்டுக் கொண்டிருந்தது. மார்த்தா, தோலை பத்திரமாக எடுத்து மறைத்துவைத்தாள். அது மதிப்புடையது என்றும், ஆனால் அதன் உண்மையான தன்மையை அறிந்துகொள்ளும் வயது எனக்கில்லை என்றும் கூறிவிட்டாள்.

தோலுரிந்த இக் காட்சியை மார்த்தாவும் நானும் பெரும் வியப்புடன் கவனித்திருந்தோம். மனித ஆத்மாவும் இதுபோலவே தன்னுடைய உடலைக் கழற்றிவிட்டு, பறந்து கடவுளின் பாதங்களைச் சேரும் என்று அவள் கூறினாள். நீண்ட பயணத்தின் முடிவில், கடவுள் தன்னுடைய மென்மையான கரங்களால் அதனைத் தூக்கி, தன் மூச்சுக்காற்றால் புத்துயிர் தந்து, பிற்பாடு அதனை சொர்க்கத்து தேவதைகளிடம் ஒப்படைப்பார் அல்லது நரகத்தின் முடிவுறாத நெருப்பில் போட்டுவிடுவார்.

ஒரு சின்ன, உடல் சிவந்த அணில் அடிக்கடி குடிசைக்கு வரும். கொஞ்சம் உணவிட்டால்போதும், உண்டுவிட்டு வேலியருகே வாலை அடித்துக்கொண்டு நடனம் ஆடும்; ஒலி எழுப்பிக்கொண்டே உருளும், எகிறும், பிறகு கோழிகளையும் புறாக்களையும் ரகளை செய்யும்.

அந்த அணில் தினமும் வந்து, என் தோளின் மீது அமரும். காது, கழுத்து, கன்னம் என முத்தமிடும். கால்களினால் என் தலைமுடியை மென்மையாகக் கோதும்; விளையாட்டு முடிந்தபின், வயல்வெளியைத் தாண்டியிருக்கும் காட்டினுள் ஓடி மறையும்.

ஒருநாள் வெளியே கூக்குரல்கள் கேட்கவே, ஆற்றருகே ஓடி பக்கத்திலிருந்த புதரினுள் ஒளிந்து, என்ன நடக்கிறதென்று கவனித்தேன். வயல்வெளியில் ஓடிக்கொண்டிருந்த அணிலை கிராமத்துப் பையன்கள் துரத்தியது கண்டு திகிலடைந்தேன். அணில் காட்டை நோக்கித் தப்பித்துக் கொண்டிருந்தது; ஆனால் பையன்கள் எறிந்த கற்களால் ஓட்டம் மந்தப்பட்டது. கடைசியில், பையன்கள் அணிலைப் பிடித்துவிட்டாலும், அது கடுமையாகப் போராடி, கடிக்கவும் செய்தது. கூட்டத்திலிருந்த ஒருவன் ஏதோவொரு திரவத்தை அதன்மீது ஊற்றினான். பயங்கரமாக ஏதோ ஒன்று நிகழப்போவதை யூகித்த நான், அதனை தப்புவிக்கச் செய்யும் வழியை யோசித்துக் கொண்டிருக்கும்போதே விஷயம் நடந்தேறிவிட்டது.

பையன் ஒருவன், தன் தோள்மீது தொங்கிக்கொண்டிருந்த கொள்ளிக்கட்டையொன்றை எடுத்து அணிலைத் தொட்டு

தரையில் போட்டான். அணில் தீப்பிடித்து எரியத் துவங்கியது. கிறீச்சென்று சப்தமிட்டு, நெருப்பிலிருந்து வெளியேறித் தப்பிக்க முயல்வதுபோல் அது துள்ளியது கண்டு, என்னுடைய மூச்சு கணநேரம் நின்றுவிட்டது. ஆனால் தீ கொழுந்துவிட்டெரிந்தது. அணிலின் வால் மட்டும் சிறிதுநேரம் ஆடி, கருத்த உடல் தரையில் உருண்டோடி, பின் சலனமற்றுக் கிடந்தது. பையன்கள் அதைக்கண்டு சிரித்தவாறே ஒரு குச்சியால் அதனை சிலுப்பிவிட்டனர்.

என்னுடைய நண்பன் இறந்துவிட்டான். காலை வேளைகளில் இனி, நான் யாருக்காகக் காத்திருப்பது? நடந்ததை மார்த்தாவிடம் சொன்னபோது, அவள் புரிந்துகொண்டதாகத் தெரியவில்லை. வழக்கம்போல், தனக்குள் ஏதோ முனகிக்கொண்டு, செத்துப்போன அணிலின் ஆவி வீட்டினுள் நுழைந்துவிடும் என்றுகூறி, அதனை விரட்டுவதற்காக ஏதேதோ மந்திரங்களை உச்சரித்தாள்.

மார்த்தா உடல் நலிவடைந்தாள். இதயம் துடித்துக்கொண்டிருக்கும் கூடான விலா எலும்புகளில் கடும்வலி ஏற்படுவதாகப் புலம்பினாள். கடவுளோ அல்லது சாத்தானோ, வேறொரு உயிரை பூமிக்கு அனுப்புவதற்காக, தன்னுடைய உயிரை எடுக்கும்பொருட்டு நோயைத் தந்திருப்பதாகவும் கூறினாள். அந்தப் பாம்பைப் போல், மார்த்தாவும் தன் தோலை உரித்துவிட்டு, புதிதான வாழ்க்கையை ஏன் தொடங்கவில்லை என்பது எனக்குப் புரியவில்லை.

இந்த யோசனையை நான் மார்த்தாவிடம் சொன்னபோது, கடுங்கோபங்கொண்ட அவள், கேவலமான நாடோடித் தேவடியாள் மகன், சாத்தானுக்குச் சொந்தக்காரன் என்றெல்லாம் என்னை சபிக்கத் துவங்கினாள். அஜாக்கிரதையாக இருக்கும் வேளையில்தான் ஒருவனை நோய் தாக்குகிறது; வண்டியில் ஒருவன் பயணம் செய்யும்போது, அவன்பின்னே அது ஒளிந்திருக்கும்; காட்டில் பழம் பொறுக்கக் குனியும்போது தோளின் மேலே ஏறிக்கொள்ளும்; படகில் ஆற்றைக் கடக்கும்போது நீரிலிருந்து வெளிப்படும் என்றெல்லாம் அவள் கூறினாள். நோயானது கண்ணுக்குத் தெரியாமல் தந்திரமாக, காற்றின்மூலம், நீரின்மூலம், நாம் தொடும் விலங்கிடமிருந்து, சகமனிதனிடமிருந்து அல்லது இவ்விடத்தில் மார்த்தா என்னை எச்சரிக்கையாகப் பார்த்தாள். பருந்தின் மூக்கின் மேலே அமைந்திருக்கும் விழிகளைப் போன்றவற்றிலிருந்து நம்மைத் தாக்கும். இதுபோன்ற கண்கள், நாடோடிக்கு அல்லது சூனியக்காரிக்குச் சொந்தமானவையாகும். இவை முடம், பிளேக் மற்றும் மரணத்தையே வரவழைக்கும். இந்தக்

காரணத்தால்தான் மார்த்தாவின் விழிகளை, வீட்டுவாழ் விலங்குகளின் விழிகளை நான் நேருக்குநேர் பார்ப்பதற்கு அவள் தடைவிதித்திருந்தாள். எதிர்பாராதவிதமாக அவளுடைய அல்லது விலங்குகளின் கண்களை நேருக்குநேர் நான் பார்க்க நேர்ந்துவிட்டால், மூன்றுமுறை எச்சில் துப்பி, எனக்குநானே சிலுவைக்குறி இட்டுக்கொள்ள வேண்டுமெனக் கட்டளை பிறப்பித்திருந்தாள்.

சிலசமயங்களில், பிசைந்த மாவு புளித்துவிடும். உடனே மார்த்தா கோபமடைவாள். நான்தான் ஏதோ மாயம் செய்துவிட்டேன் என்று குற்றஞ்சாட்டி, தண்டனையாக இரண்டு நாட்களுக்குப் பட்டினி போட்டுவிடுவாள். மார்த்தாவின் விழிகளை நேர்கொண்டு பார்க்காமலிருப்பதற்காகவும் அவளைச் சாந்தம் அடையச் செய்வதற்காகவும், நான் கண்களை மூடிக்கொண்டு, திடீரென ஏற்படும் வெளிச்சத்தால் தடுமாறும் விட்டில்பூச்சிபோல், குடிசையின் உள்ளே மரச்சாமான்களை இடித்துக்கொண்டும், படிக்கட்டுகளைத் தட்டிக்கொண்டும், வெளியிலிருக்கும் மலர்ச்செடிகளை மிதித்துக்கொண்டும் நடப்பேன். இச்சமயத்தில் மார்த்தா, வாத்தின் கழிவுகளைச் சேகரித்து, கனன்றுகொண்டிருக்கும் கரிகளின் மீது தூவுவாள். வெளிப்படும் புகையைக் குடிசை முழுவதும் ஊதிவிடுவாள். இது, உள்ளிருக்கும் துஷ்டசக்தியை ஓட்டுவதற்கான சாங்கியமாகும்.

கடைசியாக, துஷ்டசக்தி நீக்கப்பட்டுவிட்டது என்று அறிவிப்பாள். அவள் கூறுவது சரியாகவே இருக்கும். எப்படியெனில், அடுத்தமுறை சுடப்படும் ரொட்டி மிக நன்றாகத் தயாராகிவரும்.

மார்த்தா, நோய்க்கும் அதன் வலிக்கும் அடிபணியாமல் கடுமையாகப் போராடினாள். ஒவ்வொருமுறையும் வலி வரும்போது, பெரியதொரு இறைச்சித் துண்டை அழகாக வெட்டி அதை மண்ஜாடியில் வைப்பாள். சூரிய உதயத்திற்கு முன்னர் கிணற்றிலிருந்து கொண்டுவந்த நீரை, அம் மண்ஜாடியில் ஊற்றுவாள். பின்னர் ஜாடியானது, குடிசையின் ஒரு மூலையில் ஆழமாகப் புதைக்கப்படும். ஜாடியில் இருக்கும் இறைச்சித் துண்டு கெடாத வரைக்கும், சில நாட்களுக்கு வலி வராமல் இருக்கும் என்று அவள் கூறுவாள். பிற்பாடு திரும்பவும் நோயின் வலி தாக்கும்; பழையபடி, அச்சிக்கலான காரியத்தைத் திரும்பவும் செய்வாள்.

மார்த்தா, என் கண்முன்பாக எந்தவொரு பானத்தையும் அருந்தியதுமில்லை, சிரித்ததுமில்லை. அப்படிச் செய்தால், அவளின் பற்களை நான் எண்ணிவிடுவேனாம். எண்ணப்படுகிற

ஒவ்வொரு பல்லும் அவளின் ஆயுளில் ஒவ்வொரு வருடத்தைக் குறைத்துவிடுமாம். அவளுக்கு நிறையப் பற்கள் கிடையாது என்பதுதான் உண்மை. இருப்பினும் அவளின் இந்தக் கிழவயதில் ஒவ்வொரு வருடமும் மிக முக்கியம் என்பதை நான் உணர்ந்துகொண்டேன்.

நான்கூட, பற்களைக் காட்டாமல் உண்ணவும் பருகவும் முயற்சித்தேன்; கிணற்றில் தெரியும் கருநீலக் கண்ணாடியில் என்னை நானே பார்த்து, வாய் திறக்காமல் சிரிக்கவும் பழகிக்கொண்டேன்.

மார்த்தாவின் தலையிலிருந்து தரையில் உதிரும் முடியை நான் எடுப்பதற்கும் அனுமதி கிடையாது; உதிர்ந்து விழுவது ஒரே ஒரு மயிரானாலும் அது, துஷ்டக் கண்களால் பார்க்கப்பட்டால் சம்பந்தப்பட்ட நபருக்குத் தொண்டையில் பிரச்சினை ஏற்படும் என்பது எல்லோரும் அறிந்த சங்கதியாகும்.

மாலை வேளைகளில் மார்த்தா, அடுப்பருகே அமர்ந்துகொண்டு, தலையை ஆட்டிக்கொண்டு மௌனமாகப் பிரார்த்தனை செய்வாள். அங்கே நானும் அமர்ந்துகொள்வேன். பெற்றோரை நினைத்துக்கொள்வேன்; என்னுடைய விளையாட்டுப் பொம்மைகளும் ஞாபகத்திற்கு வரும். இந்நேரம் அவை, வேறு சிறுவர்களுக்குச் சொந்தமாகி இருக்கக்கூடும். கண்ணாடிக் கண்களையுடைய பெரிய கறுப்புக் கரடி, விசிறிகள் சுழலும் விமானம் அதன் கண்ணாடி ஜன்னலூடே தெரியும் பயணிகளின் முகம், அழகாக நகரும் சின்ன டாங்கி, நீள்கின்ற ஏணிகொண்ட தீயணைக்கும் வண்டி யாவற்றையும் நினைத்துக்கொள்வேன்.

இந்தக் காட்சிகள் இன்னும் துல்லியமாகவும் தத்ரூபமாகவும் தெரியும் அதேவேளையில், மார்த்தாவின் குடிசை, திடீரென கதகதப்பாக ஆகும். பியானோ அருகில் என் அம்மா அமர்ந்திருப்பதை என்னால் பார்க்கமுடிகிறது. அவளின் குரலையும் கேட்கமுடிகிறது. நான் நான்கு வயதில் இருக்கும்போது, எனக்கு நடக்கவிருந்த அறுவைசிகிச்சை பற்றிய பயத்தையும் கண்ணாடிபோல் மின்னிய மருத்துவமனையின் தரைகளையும், பத்து எண்ணுவதற்குள் என்னை மயக்கத்திலாழ்த்திய மருத்துவர்கள் முகத்தில் வைத்து அழுத்திய கண்ணாடி மாஸ்கையும் நினைவுகூர்வேன்.

ஆனால் இந்தக் கடந்தகால நினைவுகளானது, என்னுடைய பாட்டி சொன்ன பழைய கதைகளைப் போல பிரமையாக மாறிக்கொண்டிருந்தது. பெற்றோர் என்னைத் திரும்பவும் கண்டுபிடித்துவிடுவார்களோ என்பதை

யோசித்துப் பார்ப்பேன். பற்களை எண்ணிவிடும், துஷ்டக்கண் உடையவர்களின் எதிரில் உண்ணுவதோ, பருகுவதோ கூடாது என்பது அவர்களுக்குத் தெரியுமா? என் தந்தையின் அகலமான முகமும் எல்லாப் பற்களும் தெரியும் சிரிப்பும் ஞாபகத்திற்கு வரவே கவலைப்படத் தொடங்கினேன். எல்லாப் பற்களையும் அவர் காட்டிவிட்டால்?

துஷ்டக்கண் அவற்றை எண்ணிவிட்டால்? விரைவில் அவர் இறந்துவிடுவாரே?

ஒருநாள் காலையில் நான் எழுந்தபோது, குடிசையினுள் குளிர் அதிகமிருந்தது; அடுப்பும் அணைந்திருந்தது. மார்த்தா, குடிசையின் நடுவில் இன்னும் அமர்ந்திருந்தாள். அவளது பாவாடை உயர்த்தப்பட்டு, வெற்றுப் பாதங்கள் பக்கெட் தண்ணீரில் வைக்கப்பட்டிருந்தன.

நான் அவளிடம் பேசுவதற்கு முயற்சித்தேன், ஆனால் பதில் இல்லை. அவளின் விறைத்துப்போன, குளிர்ச்சியான கைகளைச் சீண்டினேன்; ஆனால் முடிச்சுமுடிச்சான விரல்கூட அசையவில்லை. ஈரத் துணிபோல, அவளின் கையானது நாற்காலியின் கைப்பிடியிலிருந்து தொங்கிக்கொண்டிருந்தது. அவளின் தலையைத் தூக்கிப் பார்த்தபோது, நீர் நிரம்பிய விழிகள் என்னை முறைத்தன. ஒருமுறை, இதுபோன்று நான் பார்த்துள்ளேன். செத்த மீன்கள்; ஆற்றிலிருந்து வந்தது; விழும்போது, அவை இப்படித்தான் இருக்கும்.

ஒரு முடிவுக்குவந்தேன்; அதாவது மார்த்தா, பாம்பைப்போல் தன் தோலை உரிக்கக் காத்திருக்கிறாள். அவளை நான் தொந்தரவு செய்யக்கூடாது. இந்த நேரத்தில் என்ன செய்வது என்று நிச்சயமாகத் தெரியவில்லை, எனினும் பொறுமையாக இருக்க முயன்றேன்.

அது குளிர்காலத்தின் இறுதி நாட்கள்; காற்று சிறுசிறு சுள்ளிகளைப் பட்பட்டென்று ஒடித்துக்கொண்டிருந்தது; கிளையிலிருந்த கடைசி இலையைக்கூடப் பிய்த்து வானத்தில் விட்டெறிந்து கொண்டிருந்தது. கோழிகள், சேவலின் அருகே குந்திக்கொண்டு, உறங்கியவாறு, சோம்பலாக ஒற்றைக் கண்களால் ஆந்தையென முழித்துக் கொண்டிருந்தன.

குளிரோ அதிகம்; நெருப்பை எப்படி உருவாக்குவது என்பதும் தெரியாது. மார்த்தாவிடம் பேசிப் பார்த்தும் பதிலேதுமில்லை. அவள் சலனமின்றி அமர்ந்து, என்னால் பார்க்கமுடியாத ஏதோ ஒன்றை வெறித்துக்கொண்டிருந்தாள்.

காரியம் எதுவும் செய்வதற்கின்றி, திரும்பவும் எழுந்து வரும் வேளையில் மார்த்தா, பழையபடி பிரார்த்தனை

செய்துகொண்டு சமையலறை அருகே சுற்றிக்கொண்டிருப்பாள் என்ற நம்பிக்கையில் மீண்டும் உறங்கத் துவங்கினேன். ஆனால் மாலையில் நான் எழுந்து பார்த்தபோது, மார்த்தா முன்பு கண்டதுபோல், கால்களை நீரில் நனைத்தபடி அமர்ந்திருந்தாள், பசியெடுக்கத் துவங்கிவிட்டது, இருட்டோ அச்சமூட்டியது.

விளக்கை ஏற்ற முடிவுசெய்து, மார்த்தா ஒளித்துவைத்திருந்த தீப்பெட்டியைத் தேடினேன். அலமாரியிலிருந்த விளக்கை ஜாக்கிரதையாக எடுத்தும், கொஞ்சம் மண்ணெண்ணெய் கைதவறி தரையில் கொட்டிவிட்டது.

தீக்குச்சியோ பற்றவில்லை; அது பற்றியவேளையில் குச்சி இரண்டாக உடைந்து, சிந்தியிருந்த மண்ணெண்ணையில் விழுந்துவிட்டது. துவக்கத்தில் நெருப்பு பற்றினாலும், பரவாமல் புகையை மட்டும் கக்கியது. பிறகு பெரிதாகிக் குடிசையின் மத்தியப் பகுதிக்குப் பரவியது.

இதனால் இருட்டு காணாமல்போய், மார்த்தாவை என்னால் தெளிவாகப் பார்க்கமுடிந்தது. என்ன நடந்து கொண்டிருக்கிறது என்பதை அவள் கவனித்ததாகத் தெரியவில்லை. அவளின் மீதும், அவள் அமர்ந்திருந்த பிரம்பு நாற்காலியின் மீதும் பரவத்தொடங்கிய தீயைப்பற்றி அவள் கவலைகொண்டதாகத் தெரியவில்லை.

இப்போது குளிர் போயேவிட்டது. மார்த்தா, தன் கால்களை அமிழ்த்தியிருந்த பாத்திரம் வரை தீ பரவிவிட்டது. வெப்பத்தை அவள் நிச்சயம் உணர்ந்திருக்க வேண்டும், ஆனாலும் மார்த்தா அசையவில்லை, அவளின் மனஉறுதியைக் கண்டு வியப்படைந்துபோனேன். ஓர் இரவு, ஒரு பகல் முழுவதும் அமர்ந்திருந்தும், ஒரு சின்ன அசைவைக்கூட அவள் ஏற்படுத்தவில்லை.

இப்போது அறையின் வெப்பம் அதிகமானது. தீச்சுவாலைகள் மலர்க்கொடிகள்போல் சுவரின் மீது படர்ந்தன. அவை, காலுக்கடியில் சருகு நொறுங்குவதினால் உண்டாகும் ஓசையை, முக்கியமாகக் கழிவுநீர் உள்ளேவர முயன்றுகொண்டிருந்த ஜன்னலருகே அதிக ஓசையை எழுப்பின. நான் கதவருகே நின்று, மார்த்தா அசைவாள் என்று நம்பிக்கொண்டு அதேசமயம், ஓடவும் தயாராக இருந்தேன். எதையும் உணராததுபோல் அவள் இன்னமும் சலனமின்றி அமர்ந்திருந்தாள், அது, அவளின் கைகளின் மீது செந்நிற அடையாளத்தை ஏற்படுத்திக்கொண்டு, மங்கிப்போன தலைமுடியில் ஏறியது.

இப்போது நெருப்பானது, கிறிஸ்துமஸ் மரம்போல் ஒளிவீசி, மார்த்தாவின் தலையில் தொப்பிபோல ஆகி

கொழுந்துவிட்டு எரிந்தது. மார்த்தா தீப்பந்தம்போல் ஆகிவிட்டாள். அவளின் எல்லாப் பக்கங்களையும் சுவாலைகள் தழுவிக்கொள்ள, அணிந்திருந்த முயல்தோல் ஆடைகள் பாத்திரத்து நீரில் விழுந்தபோது, 'உஸ்'ஸென்ற சப்தம் எழுந்தது. நெருப்பின் ஊடே அவளின் சுருங்கிய தோலையும், எலும்பு விரல்களையும் என்னால் காணமுடிந்தது.

கடைசியாக, வாசலை நோக்கி நான் ஓடியபோது, அவளைக் கூப்பிட்டுப் பார்த்துவிட்டேன். குடிசையோடு ஒட்டியிருந்த கூண்டில், கோழிகள் தங்கள் சிறகுகளை அடித்துக்கொண்டு கத்தின. சாதாரணமாக அமைதியுடன் இருக்கும் பசு, கத்தியபடியே தானியக் களஞ்சியத்தின் கதவைத் தலையால் முட்டியது. மார்த்தாவின் அனுமதி தேவையில்லை என்று முடிவு கட்டிக்கொண்ட நான் கூண்டைத் திறந்துவிட்டதும், கோழிகள் சிறகுகளை அடித்துக்கொண்டும் பைத்தியம் பிடித்தாற்போல் ஓடின. பசுவோ, தானியக் களஞ்சியத்தை முட்டித் திறந்து, நெருப்பிலிருந்து தூர ஓடி, அமைதியாக நின்று அசை போட்டது.

குடிசையின் உட்பகுதி உலைக்களம்போல் காட்சியளிக்க, சுவாலைகள் ஜன்னல் மற்றும் ஓட்டைகளின் வழியாக வெளிப்பட்டன. வேயப்பட்ட கூரையானது, உட்பக்கம் பிடித்த தீயால் புகை கக்கி அச்சுறுத்தியது.

மார்த்தா என்னை ஆச்சரியம் அடையச்செய்துவிட்டாள். உண்மையில், அவள் எல்லாவற்றிலிருந்தும் மாறுபட்டிருந்தாள். எல்லாவற்றையும் சாம்பலாக்கும் தீயிலிருந்து, மார்த்தாவின் மாந்தரீகம் அவளைத் தப்புவித்துவிட்டதோ?

இன்னும் அவள் வெளியே வரவில்லை. வெப்பத்தின் கொடுமை பொறுக்கமுடியாத அளவில் அதிகரிக்கவே, வேலியிலிருந்து வெகுதூரம் நகர்ந்து வந்துவிட்டேன். கோழிக்கூண்டும், தானிய அறையும் எரியத் துவங்கிவிட்டன. வெப்பத்தால், சில எலிகள் வேலியைத் தாண்டி வேகமாக ஓடின. வயல்வெளியில் இருளான பகுதியில் நின்றிருந்த பூனையொன்று, தன் மஞ்சள்நிறக் கண்களால் தீயைப் பிரதிபலித்தபடி முறைத்துக் கொண்டிருந்தது.

மார்த்தாவை இன்னும் காணோம். இருந்தாலும் காயம்படாமல் அவள் திரும்பிவருவாள் என நம்பிக் கொண்டிருந்தேன். ஆனால் சுவரொன்று இடிந்து, கருகிக் கொண்டிருந்த குடிசையினுள் விழுந்ததும், என் நம்பிக்கை கலைந்து, அவளைத் திரும்பவும் காண்பேனா என்று ஐயங்கொள்ள ஆரம்பித்தேன்.

வான்நோக்கி எழும்பிய புகையூடே, நீள்சதுர வடிவத்தில் உருவமொன்று போனதுபோல் உணர்ந்தேன். என்ன அது? ஒருவேளை, மார்த்தாவின் ஆவிதான் சொர்க்கம் நோக்கித் தப்பித்துப்போகிறதா அல்லது என் அம்மா சொன்ன கதையில், சூனியக்காரி துடைப்பத்தின் பிடிமீது அமர்ந்து பறப்பதுபோல் மார்த்தாவும், தன் பழைய தோலை உரித்துவிட்டு, முழு உடலோடு பறந்துபோகிறாளா?

நெருப்பு சுவாலையை உற்றுப் பார்த்துக்கொண்டு பிரமையில் ஆழ்ந்திருந்த என்னை, மனிதர்களின் குரலோசையும் நாய்களின் குரைப்பொலிகளும் உலுக்கின. முன்னமே இவர்களைப் பற்றி மார்த்தா என்னை எச்சரித்திருந்தாள். இவர்களிடம் நான் தனியாக மாட்டிக்கொண்டுவிட்டால், குட்டிப்பூனையைப் போல் நீரில் அமிழ்த்தியோ அல்லது கோடாரி கொண்டு வெட்டியோ என்னைக் கொன்றுவிடுவார்கள் என்றும் கூறியிருந்தாள்.

சூரியன் உதிக்கும் முன்பு கண்விழித்தேன்; உடல் கொஞ்சம் விறைத்திருந்தது. மலை இடுக்கின்வழியாகப் பனியானது சிலந்தி வலைபோலத் தொங்கியது. கொஞ்சம் கொஞ்சமாக மலையின் உச்சியை அடைந்தேன். தூரத்தில், மார்த்தாவின் குடிசை இருந்த இடத்தில் சாம்பலும் கொஞ்சம் புகையும் அவ்வப்போது கிளம்பிய நெருப்பும் தெரிந்தன.

சுற்றிலும் ஒரே நிசப்தம், இவ்விடத்தில் என் பெற்றோரைச் சந்திப்பேன் என்ற நம்பிக்கை வந்தது. தூரத்தில் இருந்தாலும் எனக்கு நடந்தது யாவும் அவர்களுக்குத் தெரிந்திருக்கும் என்பதையும் நம்பினேன். நான் அவர்களின் குழந்தை அல்லவா?

குழந்தைக்கு அபாயம் நேர்கையில், அருகில் இல்லாமல்போன இவர்கள் என்னமாதிரி பெற்றோர்களோ? ஒருவேளை, அவர்கள் அருகாமையில் எங்கேனும் இருந்தால்? உரக்க அழைத்துப் பார்த்தேன்; ஆனால் பதிலேதுமில்லை.

நான் பலவீனமடைந்து குளிராலும் பசியாலும் துன்பப்பட்டேன். எங்கே போவது, என்ன செய்வது என்பதும் தெரியவில்லை. என்னுடைய பெற்றோரையும் இன்னும் காணோம்.

உடல் நடுக்கமுற்றது; வாந்திவேறு எடுத்தேன். நான் மனிதர்களைச் சந்திக்க வேண்டும், கிராமத்திற்குச் செல்ல வேண்டும்.

சிராய்ந்துபோன கால் மற்றும் பாதங்களால் நொண்டிக்கொண்டே மஞ்சள் வெயில்போல் இருந்த புற்களின் ஊடே, தூரத்து கிராமத்தை நோக்கி எச்சரிக்கையாக நடந்தேன்.

2

என்னுடைய பெற்றோர் எங்குமே தென்படவில்லை; நான் குடியானவர்களின் குடிசையை நோக்கி, வயல்வெளியின் குறுக்காக ஓடத் துவங்கினேன். சாலைகளின் சந்திப்பில், மங்கிய நீலவர்ணத்தில் சிதிலமான சிலுவை ஒன்று நடப்பட்டிருந்தது. அதன்மேல், புனித இயேசுவின் படம் தொங்கிக்கொண்டிருந்தது. படத்தில், நீர்வழியும் கண்கள் வெற்று நிலத்தையும் உதயமாகிக் கொண்டிருந்த சூரியனையும் வெறித்துக் கொண்டிருந்தன. சிலுவை குறுக்குக்கட்டையில் அமர்ந்திருந்த ஒரு சாம்பல் நிறப் பறவை, என் பார்வையை உணர்ந்ததும், சிறகு விரித்து வானில் மறைந்தது.

மார்த்தாவின் எரிந்த குடிசையின் கருகிய வாசத்தைக் காற்று கொண்டுவந்தது. சிதிலமாகி, குளிர்ந்துகொண்டிருந்த இடிபாடுகளிலிருந்து மெல்லிய புகைமூட்டம் வான்நோக்கிச் சென்றுகொண்டிருந்தது.

விறைத்தும் பயந்துமிருந்த நான் கிராமத்திற்குள் நுழைந்தேன். அழுக்கான சாலையின் இருபக்கங்களிலும், தாழவேய்ந்த கூரைகளையும் ஒழுங்கற்ற ஜன்னல்களையும் கொண்டு, பூமியில் பாதி புதைந்த நிலையில் குடிசைகள் இருந்தன.

என்னைக் கண்டதும், வேலிகளில் கட்டப்பட்டிருந்த நாய்கள் சங்கிலியைத் தெறித்துக்கொண்டு ஊளையிட்டன; நாய்களில் ஒன்று, சங்கிலியை அறுத்துக்கொண்டு பாயும் என்ற எதிர்பார்ப்பிலும் பயத்திலும், சாலையின் மத்தியில் அப்படியே நின்றுவிட்டேன்.

என் பெற்றோர் இவ்விடத்தில் இல்லை; இனியும் வரமாட்டார்கள் என்ற பீதி மனதில் ஊடுருவவே, தரையில் அமர்ந்து என் தாய் தந்தையரையும் பாட்டியையும் கூவி அழைத்து அழத் துவங்கினேன்.

இப்போது என்னைச்சுற்றி ஆண்களும் பெண்களுமாகக் கூட்டம் சேரத் துவங்கியது. அவர்கள் பேசிக்கொண்ட புரியாத பாஷையும், சந்தேகமான பார்வையும், நடவடிக்கைகளும் எனக்குள் பயத்தைத் தோற்றுவித்தன. சங்கிலிகளில் பிணைக்கப் பட்டிருந்த நாய்கள் பற்களைக் காட்டி உறுமி, என்மீது பாய

முயற்சித்துக் கொண்டிருந்தன. கூட்டத்தில் ஒருவன், குப்பை வாரும் முட்கரண்டியால், என் பின்பகுதியில் குத்தினான். இன்னொருவன், முன்பக்கமிருந்து குத்தினான். நான் துள்ளிக் குதித்து, இன்னும் பெரிதாக அழத் துவங்கினேன்.

இப்போது கூட்டத்தின் துடிப்பு அதிகமாகி, கல் ஒன்று என்மீது வந்து விழுந்தது; அடுத்து என்ன நிகழப்போகிறது என்பதை அறிய விரும்பாதவனாகத் தரைமீது குப்புறப்படுத்து, முகத்தை அழுத்திக்கொண்டேன். சிறுகற்கள், மாட்டுச் சாணம், மண்ணோடு உருளைக்கிழங்கு, புழுதி, அழுகிய ஆப்பிள் இவை யாவும் குண்டுகளாகத் தலைமீது பொழியப்பட்டன. நான் சாலையின் புழுதியில் கைகளால் முகம் பொதித்து, பெருங்குரலில் கத்தத் துவங்கினேன்.

ஒருவன், தரையிலிருந்து என்னை வாரி எடுத்தான். உயரமான செந்தலையுடனிருந்த இன்னொரு குடியானவன், என் தலைமுடியைப் பற்றி அவன்பக்கம் இழுத்து, காது இரண்டையும் திருக ஆரம்பித்தான். நான் முடிந்தும் முடியாமலும் தடுக்க முயன்றதும், கூட்டம் சிரிப்பால் வெடித்தது. அவன் என்னைக் கீழே தள்ளி, கட்டையால் ஆன அடிப்பாகம் கொண்ட ஷு காலால் என்னை உதைக்க, கூட்டமானது ஆரவாரத்துடன் அடிவயிற்றைப் பிடித்துக்கொண்டு சிரிக்க, நாய்களோ இன்னும் கொஞ்சம் வேகமாக என்னிடம் எகிறின.

ஒரு குடியானவன், கரடுமுரடான கோணிப்பையுடன் கூட்டத்தை விலக்கிக் கொண்டு வந்து, என் தலைமீது அதன் வாயைக் கவிழ்த்தி, பிறகு முழு உடலையும் அதற்குள் திணிக்கத் துவங்கினான்.

நான் கைகளாலும் கால்களாலும், பலங்கொண்டு அடித்தும் பற்களால் கடித்தும் எதிர்த்து நின்றேன். ஆனால் புறங்கழுத்தில் பலமான அடி விழவே மயக்கமாகிவிட்டேன்.

வலி அதிகமாகி மயக்கந் தெளிந்த நான், சாக்கு மூட்டைக்குள் திணிக்கப்பட்டு, யாரோ ஒருவனால் முதுகில் சுமந்து செல்லப்பட்டுக் கொண்டிருந்ததை உணர்ந்தேன். அவனுடைய வியர்வை கலந்த உடற்சூடு, சாக்கினூடே எனக்கு உறைத்தது. நான் அதிலிருந்து விடுபட முயற்சித்தபோது, சாக்கைச் சுமந்திருந்தவன், அதைத் தரையில்போட்டு, என் மூச்சு நின்றுவிடுமளவுக்கு உதைத்தான். அசைவதற்கும் பயந்த நான், உணர்விழந்தவன்போல், உள்ளுக்குள்ளேயே கூனிக் குறுகி அமர்ந்துகொண்டேன்.

நாங்கள் ஒரு பண்ணைக்கு வந்து சேர்ந்தோம்; உரத்தின் வாசம் அடித்தது; ஆடுகள் மற்றும் பசுவின் கத்தல்கள்

கேட்டன. சாக்குடன் குப்பையெனத் தரைமீது வீசப்பட்ட என்னை, யாரோ ஒருவன் சவுக்கு கொண்டு பலமாக அடித்தான். உடனே தீயைத் தொட்டாற்போல், சாக்கின் வாயைப் பிளந்துகொண்டு வெளியில் வந்து விழுந்தேன். கையில் சாட்டையுடன் நின்றுகொண்டிருந்த அக் குடியானவன், அதனைத் தொடர்ந்து என் கால்களின்மீது விளாச, நான் அணில்போல் துள்ளித்துள்ளி சுற்றிவரத் துவங்கினேன். கறை நிரம்பி, தூக்கலான கவுன் அணிந்த பெண்மணி, அடுப்பின் பின்னிருந்தும் மெத்தையிலிருந்தும் குடியானவர்களின் கைகளிலிருந்தும் கரப்பான்பூச்சிகள்போல் தவழ்ந்த குழந்தைகள் எனக் கூட்டம் சேரத் துவங்கியது.

அவர்கள் என்னைச் சுற்றி நின்றுகொள்ள, ஒருவன் என் தலையைத் தொட முயற்சித்தான். நான் அவன் பக்கமாய்த் திரும்பியவுடன், கையை வெடுக்கென்று இழுத்துக் கொண்டான். என்னைப் பற்றிய கருத்துப் பரிமாற்றம் அவ்விடத்தில் நிகழ்ந்துகொண்டிருந்தது. அவர்கள் பேசியது புரியவில்லை என்றாலும், நாடோடி என்ற வார்த்தையை அதிக முறை கேட்டேன். நான் ஏதாவது பேச முயன்றாலும், என் புரியாத பாஷையும் பேசியவிதமும் அவர்களிடத்தில் வெற்று இளிப்பையே வரவழைத்தது. என்னைக் கொண்டுவந்தவன், திரும்பவும் பலங்கொண்டு என் கால் ஆடுசதையில் அடிக்க, நான் வலிமிகுந்து உயர உயரக் குதிக்க, குழந்தைகளும் ஆண்களும் பெண்களும் ஊளையிட்டாற்போல் பெருங்குரலில் சிரிக்கத் துவங்கினர்.

பின்னர் ரொட்டித் துண்டு தரப்பட்டு, விறகுகள் வைக்கப்படும் அறையொன்றில் பூட்டப்பட்டேன். சவுக்கடிகளால் உடல் எரிச்சல் அதிகமிருந்ததால் தூங்கமுடியவில்லை. அறை இருளாக இருந்தது; எலிகளின் நடமாட்டத்தையும் உணரமுடிந்தது. அவை, என்னுடைய கால்களைத் தொட்டபோது நான் கூச்சலிட்டு, சுவருக்குப் பின்னிருந்த கோழிகளின் உறக்கத்தைக் கலைத்துவிட்டேன்.

அடுத்த சிலநாட்கள் வரை, குடியானவர்களும் அவர்களின் குடும்பங்களும் என்னைப் பார்க்க குடிசைக்கு வருகைதரத் துவங்கினர். முதலாளி, என் கால்களிரண்டையும் கட்டிப்போட்டு சவுக்கால் அடிக்க, நான் தவளைபோல் துள்ளுவேன். என் உடலில் ஆடை எதுவுமில்லை. ஆனால் சாக்கின் கீழ்ப்புறம் இரண்டு ஓட்டைகளிட்டு, அதன்வழியே கால்களை நுழைத்துக்கொண்டு, சட்டையாக்கிக் கொண்டிருந்தேன். நான் துள்ளும்போது சாக்கு நழுவும்; உடனே என் மறைவிடத்தைக் கைகளால் பொத்திக்கொள்வதைக் கண்டு, ஆண்கள் 'ஓ'வென்று

சிரிப்பார்கள். பெண்களோ, வாய்திறக்காமல் விஷமமாக இளிப்பார்கள். சிலரின் கண்களை நேர்கொண்டு முறைப்பேன். உடனே அவர்கள், பார்வையைத் தாழ்த்தி மூன்றுமுறை எச்சில் உமிழ்வார்கள். மறுபடியும் அவர்கள் என்னைப் பார்க்க முயலமாட்டார்கள்.

ஒருநாள், அறிவாளி ஓல்கா என்ற பெண்மணி நான் இருந்த குடிசைக்கு வந்தாள். முதலாளி, அவளை மரியாதையாக வரவேற்று உபசரித்தார். அப்பெண்மணி என்னை ஆராயத் துவங்கினாள். என் கண்களையும் பற்களையும் உன்னிப்பாகக் கவனித்தாள்; எலும்பைத் தொட்டுப் பார்த்தாள். பிறகு ஜாடி ஒன்றில் சிறுநீர் கழிக்க உத்தரவிட்டு, பிறகு அதனையும் பரிசோதித்தாள்.

பிறகு, அறுவை சிகிச்சையால் ஏற்பட்ட வயிற்றுத் தழும்பை நெடுநேரம் பரிசோதித்தவள், என் வயிற்றையும் பிசைந்து பார்த்தாள். சோதனையெல்லாம் முடிந்த பிற்பாடு, குடியானவனிடம் ஏதோ வாதம் புரிந்துவிட்டு, கயிறொன்றை என் கழுத்தில் கட்டி அழைத்துச்செல்லத் துவங்கினாள். ஆம், நான் விலைக்கு வாங்கப்பட்டு விட்டேன்.

இப்போது அவளுடைய குடிசையில் வாழத் துவங்கினேன். அது, இரண்டாகத் தடுக்கப்பட்டிருந்தது. எங்கு பார்த்தாலும் உலர்ந்த புற்களும், இலைகளும், மூலிகைகளும், சின்னஞ்சிறு குத்துச் செடிகளும், விநோத வடிவத்தில் வண்ணக் கற்களும், பாசிகளும், தவளைகளும், மூஞ்சூறு எலிகளும், பானைகள் நிறைய நெளிந்துகொண்டிருக்கிற பல்லிகளும், புழுக்களும் அங்கிருந்தன. குடிசையின் நடுவில் எரியும் நெருப்பின் மேல் பெரிய அண்டாக்கள் தொங்கவிடப்பட்டிருந்தன.

எல்லாவற்றையும் ஓல்கா காண்பித்தாள். இனிமேல், நெருப்பை அணையாமல் பார்த்துக்கொள்வதும், காட்டிலிருந்து விறகுகள் கொண்டுவருவதும், விலங்குகளின் வசிப்பிடத்தைச் சுத்தமாக வைத்துக்கொள்வதும் என்னுடைய பொறுப்பாகும். குடிசையில் பல்வேறுவகையான சூரணங்களும் இருந்தன. ஓல்கா, குழிஉரலில் எதையெதையோ போட்டு அரைத்து இவற்றையெல்லாம் தயாரிப்பாள். இதற்கும் நான் உதவ வேண்டும்.

ஒவ்வொருநாள் காலையிலும், நோயாளிகளுக்கு வைத்தியம் பார்க்க, என்னையும் அழைத்துக்கொண்டு குடிசைகளுக்குச் செல்வாள். ஆண்களும் பெண்களும் எங்களைக் கண்டவுடன் சிலுவைக்குறி இட்டுக்கொண்டாலும், மற்றபடி மரியாதையாகவே நடந்துகொள்வார்கள்.

ஒரு குடிசையின் உள்ளே பெண்மணி ஒருத்தி வயிற்றைப் பிடித்து முனகிக் கொண்டிருந்தாள். ஓல்கா, அப்பெண்ணின் ஈரமான வயிற்றைப் பிசைந்தவாறே, அவ்விடத்தை இமைக்காமல் உற்றுப் பார்க்கும்படி எனக்கு உத்தரவிட்டு, ஏதேதோ வார்த்தைகளை உச்சரித்து, தலைக்குமேல் ஏதேதோ வடிவங்களைக் கைகளால் காற்றில் வரைந்தாள். ஒருமுறை, குழந்தை ஒன்றுக்குச் சிகிச்சை தந்தோம். அக்குழந்தையின் ஒரு கால் அழுகிப்போய், காயத்தின் மேல் பழுப்பு நிறத்தில் ஓடுபோல் தோல் மூடியிருக்க, மஞ்சள் நிறத்தில் சீழானது, ரத்தங்கலந்து வெளியே வந்துகொண்டிருந்தது. புண்ணின் துர்வாடை அதிகமாக இருக்க, ஓல்காவே அதைத் தாக்குப்பிடிக்க முடியாமல், குடிசையின் கதவை அடிக்கடி திறந்து, வெளிக்காற்றை சுவாசித்தாள்.

நாள் முழுவதும் துர்வாடை வீசிக்கொண்டிருந்த காலின் காயத்தை நான் உற்றுப் பார்த்துக் கொண்டிருந்தேன். குழந்தை, அழுவதும் மயக்கத்திலாழ்வதுமாக இருந்தது. பயந்துபோயிருந்த குழந்தையின் குடும்பம், குடிசைக்கு வெளியில் சத்தமாக பிரார்த்தித்துக் கொண்டிருந்தது. குழந்தை மயங்கியதும், பழுக்கக் காய்ந்துகொண்டிருந்த கம்பியை எடுத்த ஓல்கா, காலின் காயத்தை முழுவதுமாகத் தீய்த்துவிட்டாள். மயக்க நிலையிலிருந்து மீண்ட குழந்தை, நாலாபக்கமும் துள்ளிக்கொண்டே கூச்சலிடத் துவங்கியது. கருகிப்போன சதையின் மணம் குடிசை முழுவதும் பரவ, வாணலியில் பன்றிக்கறி வறுக்கப்படும்போது எழும் 'உஸ்' என்ற ஒலி, காயத்திலிருந்து வந்தது. காயம் தீய்க்கப்பட்ட பிறகு, பாசிகளையும் அப்போதுதான் சேகரிக்கப்பட்ட சிலந்தி வலையையும் பிசைந்திருந்த ரொட்டியையும் ஒன்றுசேர்த்து, காயத்தின் மீது வைத்து ஓல்கா கட்டுப் போட்டாள். பெரும்பாலும் எல்லா வியாதிகளுக்குமே ஓல்கா மருத்துவம் பார்த்தாள். மக்கள், தங்கள் பல்வித சிக்கல்களைத் தீர்க்கவேண்டி அவளிடம் வருவார்கள்; ஓல்காவும் உதவுவாள். ஒருமுறை, காதுகளில் காயம்பட்ட ஒருவன் வந்தான். ஓல்கா, அவன் காதுகளை மலர்களிலிருந்து தயாரிக்கப்பட்ட எண்ணெய் கொண்டு கழுவினாள். பிறகு சூடான மெழுகில் தேய்த்தெடுக்கப்பட்ட லினன் துணிகளைக் கூம்புவடிவில் சுருட்டி, அவனது இரு காதுகளிலும் சொருகிப் பற்றவைத்தாள். மேஜைமீது படுக்க வைக்கப்பட்டு, கட்டப்பட்டிருந்த அந்த ஆள் வலியால் கத்தக்கத்த, காதுகளின் உட்பக்கம் வரை நீண்டிருந்த துணி எரிந்து முடிந்தது. பிறகு எரிந்ததின் மிச்சமான சாம்பலை, அதை மரத்தூள் என்பாள்; ஊதிச் சுத்தம் செய்துவிட்டு

26 • பெரு. முருகன்

வெங்காயச்சாறு, ஆடு அல்லது முயலின் பித்தநீர் மற்றும் வோட்கா மது இவற்றை சேர்த்துச் செய்த மருந்துக் கலவையை, தீக்காயத்தின் மீது தடவி விட்டாள்.

கட்டி, கொப்புளம், வீக்கம், சொத்தைப் பல் முதலானவற்றை அறுவை சிகிச்சையின் வாயிலாக நீக்குவதையும் ஓல்கா செய்வாள். வெட்டி எடுக்கப்பட்ட பகுதியை வினிகரில் போட்டு, ஊறுகாய் என மாறுமளவுக்கு ஊறவைப்பாள்; பிற்பாடு இவை மருந்தாகப் பயன்படும். காயத்திலிருந்து வழியும் சீழை, பிரத்யேகமான கிண்ணங்களில் வடித்தெடுத்து, அவை புளிக்கும்வரை சில நாட்களுக்கு விட்டுவைப்பாள். பிடுங்கப்பட்ட பற்களைப் பொறுத்தவரை, நான் அவற்றை உரலில் போட்டரைத்து, அடுப்பின்மீது சூடாகும் மரத்துண்டுகளின்மேல் போட்டு உலர்த்திவைத்துக் கொள்வேன்.

சிலசமயம் இருட்டுவேளையில், யாராவது குடியானவன் பயந்தும் நடுங்கியபடியும் ஓல்காவைத் தேடிவருவான். தூக்கமிழந்து, போர்வையால் தன்னைப் போர்த்திக்கொண்டு, குளிரில் நடுங்கியபடியே ஓல்காவும் அவனுடன் பிரசவம் பார்ப்பதற்காகச் சென்றுவிடுவாள். ஒருசமயம், பக்கத்துக் கிராமங்களில் ஒன்றிற்குச் சென்ற ஓல்கா சிலநாட்கள் வரை திரும்பவேயில்லை. அதுவரை நான், குடிசையைப் பார்த்துக்கொண்டும் விலங்குகளுக்கு இரையிட்டுக்கொண்டும் தீயை அணையாமலும் கவனித்துக் கொண்டிருந்தேன்.

ஓல்காவின் மொழி எனக்கு அந்நியமாக இருந்தாலும், வெகுவிரைவில் நாங்கள் இருவரும் ஒருவருக்கொருவர் பேசிக் கொள்வதைப் புரிந்துகொள்ளுமளவுக்கு வந்துவிட்டோம். ஒருசமயம் குளிர்காலத்துப் பொழுதில், புயலும் கடும்பனியும் கிராமத்தைச் சூழ்ந்திருந்தபோது, நாங்கள் இருவரும் கதகதப்பான அக்குடிசையில் அருகருகே அமர்ந்துகொண்டோம். அப்போது ஓல்கா, எல்லாக் கடவுளரின் குழந்தைகளைப் பற்றியும், சாத்தானின் துஷ்ட ஆவிகளைப் பற்றியும் கூறினாள்.

அவள் என்னை துஷ்டசக்தி என்று அழைத்தாள். பொந்தில் மெல்ல நுழையும் மூஞ்சூறு எலிபோல், என்னுள்ளே துஷ்டஆவி ஏறியிருப்பதாகவும் அதனை நான் உணரமுடியாது என்றும் அவள் சொல்லத் தெரிந்துகொண்டேன். துஷ்டஆவியால் பீடிக்கப்பட்டிருப்பதை என்னுடைய கருமையான சூனியக்காரக் கண்களின் வாயிலாகக் கண்டுபிடித்துவிடலாம். இதுபோன்ற கண்கள், வேற்றுநபரின் நல்ல கண்களை வெறிக்கும்போது இமைக்காதாம். ஆகவே, மற்றவர்களின் கண்களை வெறித்து,

என்னையறியாமலேயே அவர்களைச் சபித்துவிடலாம் என்று மேலும் எடுத்துரைத்தாள், ஓல்கா.

சூனியக்காரக் கண்கள் துஷ்டத்தை மட்டும்தான் தரும் என்பதில்லை, அவற்றை நீக்கவும் வல்லமை கொண்டது என விளக்கினாள். எனவே மனிதர்களை, விலங்குகளை அல்லது தானியங்களை நான் வெறிக்கும்போது, அவற்றின் வியாதியைத் தவிர்த்து, மற்ற எதனையும் நினைக்காமல் எச்சரிக்கையாக இருந்து ஓல்காவுக்கு உதவவேண்டும். ஏனெனில், சூனியக்காரக் கண்கள் வெறித்தால், ஆரோக்கியமான குழந்தை நோய்வாய்ப்படும். கன்றுக்குட்டியை வெறித்தால் அது, நோய் தாக்கப்பட்டு இறந்துவிடும். கதிர்களை வெறித்தால், அறுவடைக்குப் பின்பு தானியங்கள் கெட்டுப் போய்விடும்.

என்னுள் இருந்த இந்த துஷ்ட ஆவியின் இயல்பான சக்தியால், மர்மமான விஷயங்கள் என்னைச் சுற்றி நிகழ்ந்தன. ஆவி உருவங்கள் என்னருகே மிதந்தன. ஆவி உரு என்பது அமைதியானது, அதிகம் பேசாதது, அபூர்வமாகத் தென்படுவது ஆனால் விடாப்பிடியானது. வயல்வெளிகளிலும் காடுகளிலும் மனிதர்களைப் பின்தொடரும், குடிசைக்குள் எட்டிப் பார்க்கும், அசிங்கமிகு பூனையாகவோ, மூர்க்கமிகு நாயாகவோ அதனால் உருமாற இயலும். கோபம் வந்தால் முனகும், நடு இரவில் சூடான தாராக மாறிவிடும்.

துஷ்ட சக்தியானது பூதங்களை ஈர்க்கும். நெடுங்காலத்திற்கு முன் இறந்துபோனவர்களே இப்போது பூதங்களாக வந்திருக்கிறார்கள். அவை, மீளா நரகத்தில் தள்ளப்பட்டவை; பௌர்ணமி நாளில் மட்டும் உயிர்த்தெழுபவை. அதீத சக்திகொண்ட அவற்றின் கண்கள் எப்போதும் கிழக்குமுகமாகப் பார்த்துக்கொண்டு, வருத்தப்பட்டுக் கொண்டிருக்கும்.

கைகளால் தொட்டுணர முடியாத இவற்றில், மிகவும் அபாயகரமானது ரத்தக் காட்டேரிகள். இவை, மனிதஉரு எடுக்கும் வல்லமையும், துஷ்டசக்தி பீடிக்கப்பட்ட நபர்களால் ஈர்க்கப்படும் இயல்பும் உடையன. புனித தீட்சை பெறாதவர்கள், தம் தாயால் கைவிடப்பட்டவர்கள் தண்ணீரில் மூழ்கிச் செத்தால், அவர்களே ரத்தக் காட்டேரிகளாகக் காடுகளில் வளர்வார்கள், மனித உருவை எடுத்து பிறகு நிலையற்றுத் திரிந்து, கத்தோலிக்க அல்லது மற்ற பிரிவைச் சார்ந்த தேவாலயங்களுக்குள் புக முயற்சிப்பார்கள். முயற்சி வெற்றிபெற்றால் அமைதியற்று மதப்பீடத்தைச் சுற்றியலையும் இந்தக் காட்டேரிகள், புனித குருமார்களின் உருவப் படங்களைக் கறைப்படுத்தவோ, கடிக்கவோ அல்லது உடைக்கவோ செய்யும்; புனிதப்

பொருட்களை நாசமாக்கும். முடிந்தால் தூங்கும் மனிதர்களின் குருதியை உறிஞ்சியெடுக்கும்.

நான்கூட ஒரு ரத்தக் காட்டேரிதான் என்று ஓல்கா சந்தேகப்பட்டு, அதை அடிக்கடி சொல்லியும் வந்தாள். என்னுள்ளிருக்கும் துஷ்ட சக்தியின் தகாத ஆசைகளைக் கட்டுப்படுத்துவதற்காகவும் அது, பூதமாகவோ அல்லது பேயாகவோ உரு மாறாமல் இருப்பதற்காகவும் தினமும் காலையில் கசப்பான மூலிகை மருந்தை ஓல்கா தருவாள்.

பூண்டுச்சாறில் தோய்த்தெடுத்த பெரிய நிலக்கரித் துண்டுடன் நான் அதை உட்கொள்ள வேண்டும். மற்ற மனிதர்களும் என்னைக் கண்டு பயந்தனர். நான் தன்னந்தனியாக கிராமத்தில் நடந்துவரும்போது, என்னைக் காண்பவர்கள் முகத்தைத் திருப்பிக்கொண்டு, சிலுவைக் குறியிட்டுக் கொள்வர். இதற்கும் மேலாக, கர்ப்பிணிப் பெண்கள் என்னைப் பார்த்துவிட்டாலோ, பீதியில் அப்பால் ஓடிவிடுவார்கள். சில தைரியமான குடியானவர்கள் மட்டும், அவர்களின் நாயை என்மீது ஏவுவார்கள். நான் மட்டும் வேகமாக ஓடுவதற்குப் பழகியிராவிட்டாலோ, பெரும்பாலான நேரங்களில் ஓல்காவின் குடிசைக்கு அருகாமையில் இருந்திராவிட்டாலோ, இதுபோன்ற சமயங்களிலிருந்து உயிருடன் மீண்டிருக்க மாட்டேன்.

பெரும்பாலும் குடிசையிலேயே இருப்பேன். குடிசையில் இயற்கைக்கு மாறான வண்ணங்கொண்டு பூனையொன்று இருந்தது. அந்தப் பூனை, கூண்டிலிருக்கும் கோழியைக் கொல்லாமல் தடுத்துக் கொண்டிருப்பேன். அது, கருமையானதும் அபூர்வமானதும் ஓல்காவால் மிகவும் மதிக்கப்படுவதும் ஆகும்.

மேலும் நீள்வடிவப் பானைக்குள் துள்ளிக்கொண்டிருக்கிற தேரைகளின் வெற்றுக்கண்களைப் பார்த்துக்கொண்டும், அடுப்பு நெருப்பை அணையவிடாமலும், கொதிகலவையைக் கிளறிக்கொண்டும், பச்சைநிறக் களிம்பை ஜாக்கிரதையாக கிண்ணத்தில் சேகரித்துக் கொண்டும் இருப்பேன். ஓல்கா, இந்தக் களிம்பை காயங்களுக்கும் சிராய்ப்புகளுக்கும் மருந்தாக உபயோகிப்பாள்.

அந்தக் கிராமத்தில் ஓல்கா மிகவும் மதிக்கப்பட்டாள், அவளுடன் இருக்கும்வரை, நான் யாருக்கும் அஞ்சத் தேவையில்லை. கால்நடைகளின் விழிகள்மேல் தீர்த்தம் தெளிப்பதற்காக அவளுக்கு அடிக்கடி அழைப்புவரும். இதனால் சந்தைக்கு ஓட்டிச் செல்லப்படும்போது அவை திருஷ்டிகளிலிருந்து பாதுகாக்கப்படும். பன்றியை விலைக்கு வாங்கும்போது, எவ்வாறு மும்முறை எச்சில் துப்புவது,

கருத்தரிக்க வைக்கக் காளையிடம் சேரவிடும் முன்னர், தூய மூலிகையை ரொட்டியில் வைத்து எவ்வாறு பசுவிற்குத் தரவேண்டும் என்பதையெல்லாம் ஓல்கா குடியானவர்களுக்கு விளக்கிக் கூறுவாள். கிராமத்தில் எந்தவொரு நபரும், 'அது ஆரோக்கியமானது' என்று ஓல்கா அறிவிக்கும் வரை குதிரையையோ, பசுவையோ வாங்கமாட்டார்கள். அவள், விலைக்கு வாங்கப்போகும் விலங்கின்மீது நீரை ஊற்றி, அது உடல் சிலிர்க்கிற விதத்தைப் பார்த்து விலையை நிர்ணயம் செய்வாள். பெரும்பாலும் அந்த விலைதான் இறுதியானதாக இருக்கும்.

இளவேனிற் பருவம் வந்துகொண்டிருந்தது. ஆற்றில் பனி உருக, பொங்கிவரும் நீரின் வழுவழுப்பான சுழல்களை சூரியக்கதிர்கள் ஊடுருவின, நீலநிறப் பூச்சிகள், திடீர் குளிரிலும் ஈரக்காற்றிலும் போராடிக்கொண்டே நீரின்மேல் அலைந்தன. ஏரியின்மீது பட்ட சூரிய ஒளியால் ஏற்பட்ட நீராவி சுழற்காற்றால் பிடிக்கப்பட்டு, கம்பளி நூலென நெளிந்து அடுத்துவந்த கடுங்காற்றின் உள்ளிழுக்கப்பட்டது.

கடைசியில், ஆவலாக எதிர்பார்க்கப்பட்ட கோடையும் வந்தது. கூடவே அது, பிளேக் நோயையும் கொண்டுவந்தது. அது யாரையெல்லாம் தாக்கியதோ அவர்கள், குத்தப்பட்ட மண்புழு போல் உடலை முறுக்கிக்கொண்டு கோரமாகச் சில்லிட்டு, நினைவு திரும்பாமலேயே இறந்துபோனார்கள். நான் ஓல்காவுடன் குடிசை குடிசையாகச் சென்று, நோயை விரட்டும்பொருட்டு அவர்களை வெறித்துப் பார்ப்பேன்; ஆனால் பயனேதுமில்லை. பிளேக் நோய் வலிமையானது என்பது நிரூபணம் ஆனது.

அழுத்திச் சாத்தப்பட்ட ஜன்னல்களுக்குள், பாதியிருளான குடிசையில், உயிர் பிரிந்துகொண்டிருக்கிறவர்களின் முனகல்களும் அழுகையும் கேட்டன. பெண்கள், உயிர் பிரிகின்ற தங்களின் குழந்தைகளை மார்போடு இறுக்கிக் கொண்டிருந்தனர். ஆண்களோ, ஒன்றும் செய்யத் தோன்றாமல், மெத்தையாலும் ஆட்டுத் தோலாலும் தங்களின் மனைவிமார்களை இறுக்கி மூடினர். குழந்தைகளோ, கண்ணீருடன் நீலம் பாய்ந்திருந்த பெற்றோர்களின் முகங்களைப் பார்த்துக் கொண்டிருந்தனர். பிளேக் நோய் விடாப்பிடியாக இருந்தது.

கிராமத்தவர்கள் குடிசை வாயிலிலிருந்து வெளியேவந்து, பூமியிலிருந்து பார்வையை வான்நோக்கித் திருப்பி கடவுளைத் தேடினர். அவர் மட்டுமே, இந்தக் கசப்பான துன்பத்தை தணிக்கமுடியும்; அவர் மட்டுமே, வதையுண்ட இவ்வுடல்களுக்கு

30 ♦ பெரு. முருகன்

அமைதியான தூக்கத்தை வழங்கமுடியும். அவர் மட்டுமே, இப் புதிரான வியாதியை ஆரோக்கியமாக மாற்றமுடியும், அவர் மட்டுமே, குழந்தையை இழந்து அழும் தாயின் வேதனையைத் தீர்க்கமுடியும்.

ஆனால் வெல்லவொணா அறிவுகொண்ட கடவுளோ பொறுமையுடன் இருந்தார். குடிசைகளைச் சுற்றி தீ மூட்டப்பட்டது; பாதைகளிலும் தோட்டங்களிலும் வேலிகள் அருகிலும் காற்றைத் தூய்மையாக்கப் புகை எழுப்பப்பட்டது. தீயைத் தொடர்ந்து மூட்டுவதற்காக பக்கத்துக் காடுகளில், கோடரியால் மனிதர்கள், மரங்களை வெட்டுகின்ற ஓசை தொடர்ந்து கேட்டது. அமைதியான காற்றினூடே, கோடரிகள் மரங்களின்மீது மோதும் சப்தத்தை என்னால் கேட்கமுடிந்தது. அந்தச் சப்தம், மேய்ச்சல் நிலத்தைக் கடந்து கிராமத்திற்குள் வந்தபோது, உள்ளுக்குள் அமுங்கி பலவீனமானது, விநோதமாக இருந்தது.

ஒருநாள் மாலை, என்னுடைய முகம் எரிச்சலடைந்து, கட்டுப்படுத்தமுடியாத அளவுக்கு உடல் உதறத் துவங்கியது. ஓல்கா, ஒருகணம் என் கண்களை உற்றுப் பார்த்து, தன் குளிர்ந்த கைகளை என் நெற்றியின் மீது வைத்துப் பார்த்தாள். பிறகு எதுவும் சொல்லாமல், தனியான இடம் நோக்கி, வேகவேகமாக என்னை இழுத்துச்சென்றாள். அவ்விடத்தில் குழி தோண்டிவிட்டு, என்னை ஆடைகளை அவிழ்த்துவிட்டு அதனுள் இறங்குமாறு கட்டளையிட்டாள்.

நான் குளிராலும் காய்ச்சலாலும் நடுங்கியபடியே நிற்க, கழுத்துவரை மண்ணைத் தள்ளி மூடினாள், ஓல்கா. பின், தன் கால்களால் என் கழுத்தைச் சுற்றி வேகமாக மிதித்து, மண் வாரும் கருவியால் ஓங்கி அடித்து நிலத்தைச் சமன்படுத்தினாள். அருகாமையில் எறும்புப் புற்று ஏதுமில்லை என்பதை நிச்சயப்படுத்திக்கொண்ட பின், என்னைச் சுற்றி மூன்று இடங்களில் சருகுகளைக் கொண்டு புகை கக்கும்படி தீ மூட்டினாள்.

இவ்வாறு சில்லென்ற பூமிக்குள் புதைக்கப்பட்ட நான், களைச்செடியின் வேர்போல், சிலவிநாடிகளில் குளிர்ந்துபோனேன். என்னுடைய உணர்வு மரத்துப்போய், நான் பூமியின் ஒரு பகுதியாகி, தனித்து விடப்பட்ட முட்டைக்கோஸின் தலைபோல் ஆகிவிட்டேன்.

ஓல்கா என்னை மறந்துவிடாமல், அடிக்கடி வந்து என் வாயில் குளிர்ந்த நீரை ஊற்றுவாள். அது, என் உடலில் பயணம் செய்து பூமிக்குள் இறங்கிவிடுவதுபோல் தோன்றும். அவள்

பச்சைப்பாசியை நெருப்பில் போடும்போது, அதில் கிளம்பும் புகை கண்களையும் தொண்டையையும் ஊசிபோல் குத்தும். சிலசமயம், காற்று வீசி புகையைக் கலைக்கும். அச்சமயம், பூமியின் மட்டத்திலிருந்து பார்க்கும்போது, இவ்வுலகமே கரடுமுரடான கம்பளிபோல் தெரியும். சிறுசெடிகள், பெரும் மரங்களாகத் தோன்றும். ஓல்கா அருகில் வரும்போது, பெரியதொரு பூதமெனத் தன் நிழலை வீசுவாள்.

கடைசி முறையாக மாலையில் உணவு தந்தபின், கொஞ்சம் சருகுகளைத் தீயிட்டு விட்டு ஓல்கா, தன் குடிசைக்கு உறங்கச் சென்றுவிட்டாள். நான் தன்னந்தனியாக, என்னை உள்ளுக்குள் மென்மேலும் இழுப்பதைப்போல் தோன்றிய மண்ணுக்குள் புதைந்து கிடந்தேன்.

நெருப்பு, மெதுவான கதியில் எரிய, தீப்பொறிகள் மின்னும் புழுக்களென முடிவற்ற இருளுக்குள் தாவிக்கொண்டிருந்தன. நான், சூரியனை நோக்கிப் பாய முயற்சித்தும், தன் கிளைகளை நிமிர்த்த முடியாமல் பூமியால் தடுக்கப்பட்ட தாவரமென என்னை உணர்ந்தேன் அல்லது என் தலைக்கு மட்டும் உயிர்வந்து வட்டத்தட்டைப் போன்ற சூரியனை நோக்கி, எண்ணமுடியா வேகத்தில் உருண்டு சென்று, கதகதப்பாக ஆவதைப்போலவும் உணர்ந்தேன்.

சிலநேரங்களில், காற்றை என் நெற்றியின்மேல் உணர்ந்தபோது, உணர்ச்சி குறைந்து பீதியடைந்தேன். எறும்புகளும் கரப்பான்பூச்சிகளும் வரிசையாக அணிவகுத்தும், ஒன்றையொன்று அழைத்துக்கொண்டும், என் மண்டை ஓட்டுக்குள் அவற்றின் புற்றுக்களைப் புதிதாக அமைப்பதுபோல் கற்பனை செய்தேன். அவை பன்மடங்காகப் பெருகி, என் எண்ணங்களையெல்லாம் ஒவ்வொன்றாகத் தின்றுவிட, உட்சதையாகவும் நீக்கப்பட்ட பூசணிக்காய்போல் என் மண்டை ஓடு காலியாகிவிடுவதாகவும் எண்ணிக்கொண்டேன்.

திடீரென, ஏதோ ஓசைகள் என்னைக் கலைத்தன. சுற்றுப்புறத்தைச் சரியாக உணரமுடியாது பூமியில் புதைந்திருந்த நான் கண்களைத் திறந்து பார்த்தேன். எண்ணங்கள் உள்ளுக்குள் ஓடிக்கொண்டிருந்தன. உலகமே கருமையாகிக் கொண்டிருந்தது. நெருப்பு அணைந்திருந்தது. பனித்துளிகளின் குளுமையை உதடுகளின்மேல் உணர்ந்தேன். அவை, முகத்திலும் தலையிலும் விழுந்திருந்தன.

ஓசை திரும்பவும் வந்தது. காகம்போன்ற கறுப்புநிற ரேவன் பறவைகள் என் தலைக்குமேல் வட்டமடித்துக் கொண்டிருந்தன.

அதிலொன்று, சலசலத்த பெரிய இறக்கைகளுடன் என்னருகே இறங்கியது. அது, என் தலைக்கருகே மெதுவாக நகர்ந்து வர, மற்ற பறவைகள் தரையில் இறங்கத் துவங்கின.

பீதியடைந்த நான், அவற்றின் மின்னுகிற கறுத்த வாலையும் உருண்டுகொண்டிருந்த கண்களையும் கவனித்தேன். அவை என்னைச்சுற்றி நடந்து, அருகே நெருங்கி, நான் உயிருடன் இருக்கிறேனா, இல்லையா என்று நிச்சயமாகத் தெரியாமல் தங்களின் தலைகளை விசுக் விசுக்கென்று திருப்பின.

அடுத்த நிகழ்வுக்காகக் காத்திராமல் கிறீச்சென்று கத்தினேன். அதிர்ச்சியடைந்த ரேவன்கள் பின்னுக்கு நகர, அவற்றில் சில காற்றில் எழும்பி, சிலஅடி தூரத்திலேயே திரும்பவும் தரையிறங்கின. பிறகு சந்தேகமாக என்னைப் பார்த்துக்கொண்டே, திரும்பவும் தங்களின் வட்ட நடையைத் துவக்கின.

நான் திரும்பவும் கூச்சலிட்டேன், ஆனால் இம்முறை அவை அஞ்சாமல், தைரியத்துடன் இன்னும் கொஞ்சம் நெருங்கிவந்தன. இதயம் வேகமாக அடித்துக்கொள்ள, எனக்கு என்னசெய்வதென்று தெரியவில்லை. திரும்பவும் கத்தினேன். ஆனால் அவை, அஞ்சாமல் இப்போது இரண்டடி தூரத்தில் நின்றிருந்தன. அவற்றின் உருவம் பெரிதாக, அலகுகள் இன்னும் தெளிவாக என் கண்களுக்குத் தெரிந்தன. பறவைகளின் வளைந்த கால் நகங்கள், தோட்டத்தில் குப்பை வாரும் பெரிய முட்கருவிபோல் இருந்தன.

ரேவன் பறவைகளிலொன்று, என் மூக்கிற்கு சிலஅங்குலத் தொலைவில் வந்து நின்றது. நான் அதன் முகத்தை நோக்கிக் கத்தினேன். ஆனால் அது சற்றே சிலிர்க்க மட்டும் செய்து, தன் அலகைத் திறந்தது. நான் திரும்பவும் கூச்சலிடும் முன்னர் அது, என் தலையைக் கொத்தியதில் கொஞ்சம் தலைமுடி அலகில் மாட்டியது. அது திரும்பவும் கொத்தி, இன்னும் கொஞ்சம் மயிர்க்கற்றையைப் பிய்த்தது.

நான் தலையை இருபக்கமும் அசைத்து, மண்ணை நெகிழவைக்க முயன்றேன். ஆனால் என் அசைவு, பறவைகளிடத்தில் ஆர்வமூட்ட, அவை என்னைச் சுற்றிக்கொண்டு கண்ட இடத்திலெல்லாம் கொத்தின. நான் பலமாகக் கூக்குரலிட்டும் பலனில்லை. அது, பலவீனமாக ஓல்காவின் குடிசையைச் சென்றடையாமல், திரும்பவும் மண்ணுக்குள்ளேயே அழுந்திற்று.

இப்போது, பறவைகள் சுதந்திரமாக விளையாடத் துவங்கின. நான் எந்தளவுக்கு மூர்க்கத்தனமாக தலையைப்

பக்கவாட்டில் அசைத்தேனோ, அந்தளவுக்கு அவை தைரியமும் உணர்வும் கொண்டன. என் முகத்திற்கு நேரே வர விரும்பாததுபோல் தலையின் பின்புறம் கொத்தின.

என்னுடைய பலம் குன்றிப்போனது. ஒவ்வொருமுறையும் தலையை அசைப்பது, சாக்கு தானியத்தை ஓரிடத்திலிருந்து மற்றொரு இடத்தில் தூக்கிவைப்பதுபோல் கடினம் ஆனது. நான் பித்துப்பிடித்தவன் போலாகி, காட்சிகள் யாவும் புகைமூட்டத்தூடே தெரிவதுபோல் உணர்ந்தேன்.

முயற்சிகளைக் கைவிட்டு, நானே ஒரு பறவையாக மாறினேன்.

குளிர்ந்துபோன என் இறக்கைகள் பூமியிலிருந்து விடுபட முயற்சித்தன. என் கை, கால்களை விரித்து, ரேவன்களின் கூட்டத்தோடு இணைந்துகொண்டேன். சில்லென்ற புதிதான காற்றில், தொடுவானத்துத் தளராத சூரியனை நோக்கி, இழுக்கப்பட்ட வில்லின் நாண்போல் விரைந்து பறந்து காகம்போல் கரைந்தேன். என்போலவே, இறக்கைகொண்ட ரேவன் நண்பர்களும் சப்தமிட்டன.

பெருமளவில் திரண்டிருந்த ரேவன்களின் நடுவில், ஓல்கா என்னைக் கண்டுவிட்டாள். நான் ஏறத்தாழ உறைந்து போயிருந்தேன். என் தலையோ, பறவைகளால் ஆழமாகக் காயப்படுத்தப்பட்டிருந்தது. ஓல்கா, விரைவாக என்னைத் தோண்டி எடுத்துவிட்டாள்.

சிலநாட்களில் நான் பூரண நலமடைந்தேன். குளிர்ச்சியான பூமி என்னுடைய நோயை விரட்டிவிட்டது என ஓல்கா கூறினாள். பூதங்கள், நானும் அவர்களில் ஒருவன் என்பதை ரேவன் பறவைகளின் வடிவத்தில் வந்து என் ரத்தத்தை சுவைத்து நிச்சயப்படுத்திக் கொண்ட பின்னர், என் நோயை எடுத்துவிட்டது என்றும் அவள் விளக்கினாள். இந்த ஒரேயொரு காரணத்தால்தான் அவை, என் கண்களைப் பிடுங்கவில்லை என்று உறுதிபடக் கூறினாள்.

வாரங்கள் கடந்தன. பிளேக் விலகி, இறந்தவர் கல்லறைகளின் மேல் புதிதான புற்கள் முளைத்தன. அவற்றை யாரும் தொடக்கூடாது. ஏனெனில், செத்துப்போனவர்களின் பிளேக் விஷம் அவற்றிலும் பரவியிருக்கும் என்பது நிச்சயமாகும்.

ஒருநாள், நல்லதொரு காலைவேளையில் ஓல்கா, ஆற்றங்கரைக்கு வருமாறு அழைக்கப்பட்டாள். ஆங்கே, மூக்கிலிருந்து பெரிய மீசைகள் நீட்டிக்கொண்டிருந்த கெளுத்தி மீன் ஒன்றைக் குடியானவர்கள் கரைக்கு இழுத்துக் கொண்டிருந்தனர். அது ராட்சஸத்தனமாகவும் அப்பிரதேசத்தில்

பிடிக்கப்பட்ட பெரிய மீன்களில் ஒன்றாகவும் இருந்தது. ஓல்கா, அம் மீனவனின் கையில் பெருகிவந்த ரத்தத்தை நிறுத்த மருந்திட்டுக் கொண்டிருந்தவேளையில், மற்றவர்கள் மீனின் குடலை வெளியே எடுத்தனர். அதன் இரைப்பை சேதமுறாமல் இருந்தது கண்டு மகிழ்ச்சியடைந்தனர்.

திடீரென நான் எச்சரிக்கையின்றி அஜாக்கிரதையாக, சூழ்நிலையோடு ஒன்றியிருந்தபோது தடியன் ஒருவன், என்னைத் தலைக்குமேல் தூக்கி மற்றவர்களைப் பார்த்து ஏதோ கத்தினான். கூட்டம் கை தட்ட, நான் ஒவ்வொரு கையாக மாற்றப்பட்டேன். நிலைமையை உணரும்முன், மீனின் இரைப்பை நீரில் போடப்பட்டு அதன்மேல் நான் தூக்கி எறியப்பட்டேன். இரைப்பை சற்றே நீரில் மூழ்கியது. ஒருவன் அதைக் காலால் உந்திவிட்டான். நான் ஜுரம் வந்தவன்போல், கை, கால்களால் இரைப்பையை இறுக்கிப் பற்றிக்கொண்டும், குளிர்ந்த பிரவுன்நிற நீரில் மூழ்கியும், மீண்டும் அவர்களை கருணை காட்டும்படி கூக்குரலிட்டுக் கொண்டும், கரையிலிருந்து விலகி மிதக்கத் துவங்கினேன்.

ஆனால் நான் விலகிக்கொண்டே வர ஆரம்பித்தேன். கூட்டத்தினர் கரையில் எனக்கு இணையாக ஓடிக்கொண்டே வந்து கைகளை அசைத்தனர். சிலர் வீசிய கற்கள், என்னருகே விழுந்து நீரைத் தெளித்தன. கல்லிலொன்று இரைப்பையை தாக்கிவிட்டது என்றே சொல்லவேண்டும். நீரோட்டம் படுவேகமாக என்னை ஆற்றின் நடுவில் கொண்டுவந்துவிட, இரு கரைகளும் தொடமுடியாத தூரத்திற்குப் போயின. கூட்டம் ஒரு மலைக்குப் பின்னே மறைந்துவிட்டது.

நிலத்தில் இதுவரை உணரப்படாத சில்லென்ற காற்று நீரில் சலனத்தைத் தோற்றுவிக்க, நான் சீராக நீரோட்டத்துடன் சென்றுகொண்டிருந்தேன். சிலசமயம், இரைப்பை சிறுசிறு அலைகளில் முழுவதுமாக மூழ்கும், ஆனால் திரும்பவும் மேல்கிளம்பி, கம்பீரமாகப் பயணிக்கும். பிறகு சுழலொன்றில் மாட்டிக்கொள்ள நேர்ந்துவிட்டது. வட்டவட்டமாக அச்சுழல் சுழன்றதில், நான் விலகுவதும் பிறகு அதே இடத்திற்கு இழுக்கப்படுவதுமாய் இருந்தேன்.

நான் உடலை அசைத்து, சுழலில் இருந்து விடுபட முயற்சித்தேன். இதேபோல், இரவு முழுவதும் சுழன்றபடியே இருக்கவேண்டும் என்ற எண்ணம் என்னைக் கஷ்டப்படுத்தியது. என்னால் நீந்த இயலாது, எனவே, இரைப்பை வெடித்துவிட்டால் மூழ்கவேண்டியதுதான் என்பது எனக்குத் தெரியும்.

சூரியன் அமிழ்ந்துகொண்டிருந்தது; ஒவ்வொருமுறையும் இரைப்பை சுழன்று திரும்பும்போது, சூரிய வெளிச்சம் என் கண்களிலும் மங்கிய நீர்ப்பரப்பிலும் மின்னியது. இப்போது சீதோஷ்ணம் சில்லென்றாகி, காற்று மென்மேலும் வலிமையுடன் வீச, இரைப்பையானது சுழலிலிருந்து விடுபட்டுவிட்டது.

நான் ஓல்காவின் கிராமத்திற்குப் பல மைல் தொலைவில் இருந்தேன். நீரோட்டம் நிழலான கரைநோக்கி, என்னைக் கொண்டுசென்றது. சதுப்புநிலங்களையும் அசைகிற நெடிய மரங்களையும் வாத்துக்களின் மறைவான கூடுகளையும் தெளிவாக பார்க்கத் துவங்கினேன். இரைப்பை சிதறிக்கிடந்த புற்கற்றைகளின் ஊடே மெதுவாக நகர்ந்தது. நீர்ப்பூச்சிகள் என்னைச் சுற்றி சிதறலாகப் பறந்துகொண்டிருந்தன. மதுக்கிண்ணமென மஞ்சள்நிற அல்லிப் பூக்கள் ஆடின. தவளை ஒன்று பயந்துபோய் குழியிலிருந்து தாவியது. திடீரென்று நாணற்புல்லொன்று இரைப்பையை குத்திக் கிழித்தது. நான் சதுப்பான பகுதிக்கு வந்துவிட்டேன்.

எங்கும் சலனத்தைக் காணோம். மங்கிய குரலோசைகளை என்னால் கேட்கமுடிந்தது. அவை மிருகங்களுடையதா? அல்லது மனிதர்களுடையதா? பூச்ச மரச் சோலைகளிலிருந்தோ அல்லது ஈரமான சதுப்புநிலங்களிலிருந்தோ அவை கேட்டன. என் உடல் சுளுக்குகளால் வீங்கி, முட்செடி பழுங்கள் என் தேகம் முழுவதும் பூசிக்கொண்டிருந்தது. நான் காதைத் தீட்டிக்கொண்டு உற்றுக் கவனித்தேன்: ஆனால் எவ்விடத்திலும் நிசப்தம்தான் இருந்தது.

3

நான் யாருமின்றித் தனியாக இருப்பதை உணர்ந்து பயந்து போய்விட்டேன். மனித உதவியின்றி உயிர்வாழ இரண்டு விஷயங்கள் தேவை என ஓல்கா சொன்னதை நினைவுகூர்ந்தேன். ஒன்று, தாவரங்கள் மற்றும் மிருகங்கள் பற்றிய அறிவு, விஷங்கள், மருத்துவ மூலிகைகள் பற்றிய ஞானம். மற்றொன்று, நெருப்பை வைத்துக்கொண்டிருத்தல் அல்லது காமெட் அடுப்பைக் கொண்டிருத்தல். முதலாவது சொல்லப்பட்டது மிகவும் கடினம்; நீண்ட அனுபவத்திற்குப் பிறகே பெறக்கூடியது. இரண்டாவது சொல்லப்பட்ட காமெட் என்பது, ஒரு தகரக்கேனின் ஒருபுறம் திறப்புடனிருக்க, பக்கவாட்டுப் பக்கங்களில் எண்ணற்ற ஆணித் துளைகள் அடிக்கப்பட்டிருக்கும் ஒரு மூன்றடி ஒயரின் இரு நுனிகளையும், கேனின் இரு விளிம்புகளில் இணைத்தால், அதுவே கைப்பிடியாகிவிடும். எனவே அதனை, சுருக்குக்கயிறு போலவோ அல்லது தேவாலயத்து தூபக்கலசம் போலவோ சுழற்றலாம்.

சுலபமாக எடுத்துச் செல்லப்படக்கூடிய இந்தச் சின்னஞ் சிறு அடுப்பானது, தீயைத் தக்கவைக்கவும் சமையல் செய்யவும் பயன்படும். எரியக்கூடிய பொருள் எதுவானாலும் அதில் போட்டுக்கொண்டேயிருந்தால், அடியில் சிறிதளவு தீயாவது தொடர்ந்து எரியும். ஆற்றலுடன் கேனைக் சுழற்றினால், கருமான் துருத்தியில் காற்றை ஊதுவதுபோல், பக்கவாட்டுத் துளைகளுக்குள் காற்று புகுந்து, பெருந்தீயை மூட்டும். மைய விலகு விசையால், எரிபொருட்கள் கீழே விழாமல் இருக்கும். தக்க எரிபொருட்கள் மற்றும் தேவையான அளவு கேனை சுழற்றல், இவை இரண்டும் பல்வேறு உபயோகங்களுக்காக நெருப்பைச் சிறியதாகவோ, பெரியதாகவோ மூட்டும். உதாரணமாக உருளைக் கிழங்கு, முள்ளங்கி அல்லது மீன் இவற்றை வேகவைக்க, சிறிதளவு தீயும், ஈரமான இலைகளும் தேவை. அதேசமயம், ஒரு பறவையை வறுக்க வேண்டுமெனில், காய்ந்த சுள்ளிகளையும் வைக்கோலையும் போட்டு பெருந்தீயை வளர்க்க வேண்டும். புதிதாகக் கண்டெடுக்கப்படும் பறவை முட்டைகளை வேகவைக்க இது சிறந்ததாகும்.

இரவு முழுவதும் நெருப்பு அணையாமல் இருக்க, உயரமான மரங்களிலிருந்து பசுமையான பாசிகளைச் சேகரித்து கேன் முழுவதும் நிரப்பவேண்டும். இந்தப் பாசி, மிதமான தீயில் எரிந்து புகையைக் கக்கி பூச்சிகளையும் பாம்புகளையும் நெருங்கவிடாது துரத்தும். ஏதேனும் அபாயமெனில், இரண்டு மூன்று சுழற்றல்களில் பெருந்தீயை உருவாக்கிவிடலாம். ஈரமான பனிநாட்களில், பிசின் வழிந்து காய்ந்த மரங்களையும் சுள்ளிகளையும் போட்டு, எண்ணற்ற முறை சுழற்றவேண்டும். வெப்பமான நாட்களில் அதிகமுறை சுழற்றவேண்டியதில்லை; மாறாக, எரியும் தீயை ஈரமான இலைகளை இடுவதனாலோ, தண்ணீர் தெளிப்பதன்வாயிலாகவோ தணித்துவைக்கலாம்.

இந்தச் சாதனம், நாய்களிடமிருந்தும் மனிதர்களிடமிருந்தும் பாதுகாப்பைத் தருவதாகும். கொடூரமான நாய்கூட, வேகமாகச் சுழற்றப்பட்டு தீப்பொறிகளைச் சிதறடிக்கும் காமெட்டைக் கண்டு, தன்னுடல் ரோமங்கள் பற்றாமலிருக்கும் பொருட்டு விலகி நிற்கும். ஒரு தைரியமான மனிதன்கூட, தன் பார்வையை இழக்காமலிருப்பதற்காகவும், முகம் தீயால் கருகாமல் இருப்பதற்காகவும் தள்ளியே நிற்பான். போதுமான எரிபொருட்கள் நிரம்பிய ஒரு காமெட் அடுப்பை உடையவன், கோட்டைக்கு நிகரானவன்; அவனை நீண்ட கழி அல்லது கல் கொண்டு மட்டுமே தாக்கமுடியும்.

இதனால்தான், காமெட் தீயை அணையாமல் பாதுகாப்பது முக்கியமாகிறது. அஜாக்கிரதை, நீண்ட தூக்கம், எரிபொருள் பற்றாக்குறை இக்காரணங்களால் தீ அணைந்துவிடும். இவ்விடங்களில் தீப்பெட்டி அபூர்வமானது. விலை அதிகமானது; பெறுவதற்கும் கடினமானது. தீப்பெட்டியை வைத்திருப்பவர்கூட சிக்கனம் கருதி, அதை இரண்டாகப் பிரித்துவைத்திருப்பார்கள்.

இக்காரணங்களால்தான், எல்லா வீட்டுச் சமையலறைகளிலும் நெருப்பானது அணைந்துவிடாமல் பாதுகாக்கப்படுகிறது. பெண்கள் தூங்கச்செல்லும் முன், சாம்பலை கோபுரமாய்க் குவித்து, நீறுபூத்த நெருப்பை அணையவிடாமல் செய்வர். காலையில் எழுந்தவுடன் பயபக்தியுடன் சிலுவைக் குறியிட்டு அதன்பின்னரே, வாயால் ஊதி நெருப்பை வளர்ப்பார்கள். அதைப்பற்றி அவர்கள் சொல்வது என்னவெனில், 'நெருப்பு மனிதனுக்கு இயற்கை நண்பன் இல்லை, அதனால் அதைப் பார்த்துச் சிரிக்கவேண்டும்' என்பதுதான். தீயைப் பங்கிட்டுக்கொள்வது, முக்கியமாக அதைக் கடன் வாங்குவது துரதிர்ஷ்டத்தைக் கொண்டுவரும் என்பது நம்பிக்கையாகும். இம்மண்ணில், யாரெல்லாம் நெருப்பைக் கடன் வாங்குகிறார்களோ, அவரெல்லாம் அதை நரகத்தில்

திருப்பியளிக்க வேண்டும். வீட்டிலிருந்து நெருப்பை வெளியே கொண்டுசென்றால், பசுக்கள் வற்றிப்போய் மலடாகிவிடும். குழந்தை பிறப்பின்போது நெருப்பு அணைந்துபோனால் தொடர்ச்சியான நாசகார விளைவுகள் ஏற்படும்.

காமெட்டுக்கு நெருப்பென்பது எவ்வளவு அவசியமோ அதேபோல், காமெட் என்பது வாழ்க்கைக்கு அவசியமாகும். ஆக்ரோஷமான நாய்களால் கண்காணிக்கப்படும், மனிதர்களின் வீடுகளை நெருங்குவதற்கும் காமெட் தேவையாகும். பனிக்காலத்தில் அது அணைந்துவிட்டால், பனியால் ஏற்படும் வீக்கம் வந்துவிடும்; சமைத்த உணவும் கிட்டாது.

காமெட்டிற்கு எரிபொருட்களைச் சேகரிப்பதற்காக, தங்கள் தோள்மீது சாக்குப் பையை அல்லது இடுப்புக் கச்சையை எப்போதுமே எல்லாரும் வைத்திருப்பார்கள். பகல் வேளையில், நிலத்தில் வேலைசெய்யும் குடியானவர்கள், காய்கறி, மீன், பறவை முதலானவற்றை இதில் வேகவைப்பார்கள். இரவில் வீடு திரும்பிக்கொண்டிருக்கும் ஆண்களும் சிறுவர்களும், ஆற்றலுடன் அதைச் சுழற்றி வட்டமான நெருப்புத் தட்டுபோல் ஆக்குவார்கள். காமெட்டை சுழற்றும்போது, அதன்பின்னே தீயானது வால் வடிவில் ஒளிரும். அதனாலேயே இதற்கு வால் நட்சத்திரம் எனப் பெயர் ஏற்பட்டது. வானில் தோன்றும்போது போர், பிளேக், மரணம் ஆகியவை ஏற்படும் என ஓல்கா கூறுவாள்.

ஒரு காமெட்டிற்கான தகரக் கேனை பெறுவதென்பது கடினமான காரியமாகும். ராணுவத்தினர் பயணம்செய்யும் ரயில் தண்டவாளங்களின் அருகில் இவை கிடைக்கும். உள்ளூர்க் குடியானவர்கள், வெளி ஆட்கள் யாரும் அதை எடுத்துவிடாமல், தாங்களே எடுத்து கணிசமான விலைக்கு விற்றுவிடுவார்கள். தண்டவாளங்களின் இருபுறமும் வசிக்கும் இனங்களுக்கிடையே, இக் கேன்களுக்காக சண்டை மூளும். தினந்தோறும் ஆண்கள், சிறுவர்கள்கொண்ட குழுக்களை சாக்குப் பைகளுடன், கேன்களைச் சேகரிப்பதற்காக அனுப்பிவைப்பார்கள்; போட்டியாளர்களைத் தடுப்பதற்காக அவர்கள் கூடவே கோடரிகளுடன் வருவார்கள்.

ஒரு நோயாளிக்குச் சிகிச்சையளித்ததற்காக விலையாகத் தரப்பட்டதை ஓல்கா திருப்பித் தந்ததே எனக்குக் கிடைத்த முதல் காமெட்டாகும். நான் அதை ஜாக்கிரதையாகப் பாதுகாத்து, ஓட்டைகள் பெரிதாகாமல் சுத்தியலால் சரிசெய்து, சொட்டைகளைச் சமன்செய்து, மெருகேற்றிப் பாதுகாத்திருந்தேன். என்னுடைய ஒரே சொத்தான அது

பறிபோய்விடாமல் இருக்க, கைப்பிடியுடன் கூடுதலாக ஒயரைக் கட்டி, என் மணிக்கட்டில் சுற்றிக்கொண்டு, என்னுடனே வைத்திருந்தேன். சுறுசுறுவென பொறி பறந்த நெருப்பையுடைய அந்தக் காமெட், எனக்குப் பாதுகாப்பான உணர்வையும் பெருமையையும் தந்தது; எரிபொருட்கள் கிடைக்கின்ற சந்தர்ப்பங்களைத் தவறவிடாமல், அவற்றை சாக்கில் நிரப்பிக்கொள்வேன். அடிக்கடி ஓல்கா சொல்கிறபடி, மருந்துச் செடிகளையும் மூலிகைகளையும் சேகரிக்கக் காட்டுக்குள் செல்லும்போது அந்தக் காமெட், என்னோடு இருக்கும்வரை பாதுகாப்பாக உணர்ந்திருந்தேன்.

ஆனால் இப்போது ஓல்கா வெகுதொலைவில் இருக்கிறாள். காமெட்டும் கைவசம் இல்லை. நான் பயத்திலும் குளிரிலும் நடுங்க, நீர் நாணல்களால் அறுக்கப்பட்ட குடியானவர்களின் பாதங்கள் ரத்தத்தை வழியவிட்டுக் கொண்டிருந்தன. தொடைகளிலும் கால்களிலும், ஒட்டிக்கொண்டு ரத்தத்தை உறிஞ்சி வீக்கம்தந்த அட்டைகளைத் துடைத்தெறிந்தேன். உயர்ந்தும், குறுகலாயிருந்ததுமான நிழல்கள் ஆற்றின்மீது விழுந்திருந்தன. அமுங்கிய ஓசைகள் இருளடர்ந்த ஆற்றங்கரையில் கேட்டுக்கொண்டிருந்தன. தடித்த புங்க மரங்களின் கிளைகள் நிழலை ஏற்படுத்திக்கொண்டும், மெல்லிய மரங்கள் தங்களின் இலைகளை ஆற்றுநீரில் விட்டெறிந்துகொண்டும் இருந்தன. அங்கே ஓல்கா சொல்லியிருந்தபடி, அமானுஷ்யத்தை உணர்ந்தேன். அவை விநோதமாக, கூம்பிய முகத்தையும் வெளவாலின் தலையையும் பாம்பின் முகத்தையும் கொண்டிருக்கும். அவை மனிதனின் காலைச் சுற்றிக்கொண்டு, அவன் தரையில் அமர்ந்து மீளமுடியாத தூக்கத்தில் ஆழும் அளவுக்குச் சக்தியை உறிந்துகொள்ளும்.

சிலசமயம், தானியக் களஞ்சியத்தில் இதுபோன்ற விநோத வடிவங்கொண்ட பாம்புகளைப் பார்த்திருக்கிறேன். அவை, பசுக்களை பயமுறுத்தி மிரளச் செய்யும். மேலும் பசுக்களின் மடியிலிருந்து பாலை உறிஞ்சிவிடும் என்றும் சொல்லப்படுகிறது. இதைவிட பயங்கரமானது என்னவெனில், விலங்குகளின் உடலுக்குள் அவை புகுந்துகொண்டு, உணவையெல்லாம் உட்கொள்ள, கடைசியில் பசு பட்டினியால் இறக்கநேரிடும்.

நான், நாணல்களையும் நெடிய புற்களையும் விலக்கியபடி, ஆற்றங்கரையிலிருந்து விலகி ஓடத் துவங்கினேன். குப்பைபோல் வழியடைத்துக் குத்திய களைச்செடிகளை விலக்கிக்கொண்டும் தரைக்கருகே தொங்கிக்கொண்டிருந்த கிளைகளை வளைத்துக்கொண்டும், நாணல்களாலும் முட்களாலும் காயப்படுத்திக்கொண்டு நடந்தேன்.

தூரத்தில் ஒரு பசு கத்திய ஓசை கேட்டது. சுறுசுறுப்பாக ஒரு மரத்தின் மீதேறி, தொலைவில் கவனித்ததில், காமெட்டுகளின் ஒளி தெரிந்தது. மனிதர்கள், மேய்ச்சல் நிலத்திலிருந்து வீடு திரும்பிக் கொண்டிருக்கிறார்கள். மிகுந்த எச்சரிக்கையுடன் அப்பக்கம் நோக்கி, அவர்களுடன் இருக்கும் நாய்களின் சப்தத்திற்காக காதைத் தீட்டிக்கொண்டு கவனமாக நடந்தேன்.

அருகில் பேச்சொலி கேட்டது. அடர்த்தியான இலைகளுக்குப் பின்னே பாதை ஒன்று நிச்சயம் இருக்கவேண்டும்; பசுக்களின் மெல்லிய காலடி ஓசையையும் இளவயது இடையர்களின் பேச்சொலிகளையும் கேட்டேன். அவர்கள் வைத்திருந்த காமெட்டுகளிலிருந்து, தீப்பொறிகள் வான்நோக்கி வளைந்து வளைந்து பறந்து பின்னர், மறதியில் பூமியில் வந்து விழுந்துகொண்டிருந்தன. அவர்களுக்கு இணையாகப் புதர்களுக்குள் நடந்துகொண்டிருந்த நான், தாக்குதல் தொடுத்து காமெட் ஒன்றைப் பறித்துவிடுவது என உறுதிகொண்டேன்.

அவர்களின் நாய்கள், என் வாசத்தை மோப்பம் பிடித்து புதர்களுக்குள் எட்டிப் பார்த்தன. ஆனால் அப்போது கும்மிருட்டாக இருந்ததால் பயந்துபோயின; நான் பாம்பைப்போல் சீறியதும், அவை பின்வாங்கி ஊளையிட்டன; இடையர்கள் ஆபத்தை உணர்ந்து, அமைதியாகி காட்டிலிருந்து ஏதேனும் சப்தம் வருகிறதா எனக் கவனிக்கத் துவங்கினர்.

இப்போது பாதையை அடைத்துவிட்டேன்; நான் ஒளிந்திருந்த புதர்களைப் பசுக்கள் உராய்ந்து செல்ல, அவற்றின் உடல் வாசத்தை என்னால் நுகர முடிந்தது. நாய்கள் மீண்டும் தாக்க முயற்சித்தன. ஆனால் என் சீறல் திரும்பவும் அவற்றைப் பின் வாங்கச் செய்தது.

பசுக்கள் நெருங்கியதும், அவற்றில் இரண்டின் உடல்கள்மீது கூரான குச்சியால் குத்த, நாய்கள் பின்தொடர அவை, துரிதமாக நடக்கத் துவங்கின. பிறகு உதறலான நீண்ட கிறீச்சொலியுடன் பயங்கரமாக ஓலமிட்டுக்கொண்டே, அருகில் வந்த இடையன் முகத்தைத் தாக்கினேன். அவன் என்ன நடக்கிறது என்று உணரும் முன், கையிலிருந்த காமெட்டை பறித்துக்கொண்டு, புதருக்குள் தாவி மறைந்து கொண்டேன்.

பேய்த்தனமான ஓலத்தால் பசுக்கள் பீதியடைந்திருந்ததாலும், பயந்துபோய், அதிர்ச்சியடைந்திருந்த அந்த இடையனை இழுத்துக்கொண்டு மற்ற சிறுவர்கள் கிராமத்தை நோக்கி ஓடத் துவங்கினர். நான் காட்டிற்குள் சென்று, பச்சை இலைகளை காமெட்டில் போட்டுத் தீயைத் தணித்தேன்.

நெடுந்தூரம் சென்றபின், காமெட்டை ஊதி தீயை வளர்த்தேன். அதன் வெளிச்சம், விநோதமான பூச்சிகளைத் தன்பால் கவர்ந்தது. மரக்கிளைகளில் சூனியக்காரிகள் தொங்கிக் கொண்டிருப்பதைக் கவனித்தேன். அவர்கள் வெறித்துப் பார்த்து, என்னைக் குழப்பிவிடவும், பயனற்றவனாகவும் ஆக்க முயற்சித்தனர். பாவப்பட்ட உடல்களிலிருந்து வெளியேறிய ஆத்மாக்களின் நடுக்கத்தை, நடமாட்டத்தை தெளிவாக உணர்ந்தேன்; காமெட்டின் ஒளியில் மரங்கள் என்னை நோக்கி அடிமைபோலப் பணிந்து வளைவதைக் கண்டேன். அடிமரத்திலிருந்து வெளிவரத் துடிக்கும் ஆவிகளின், பிணந்தின்னிப் பேய்களின் சோகமான குரல்களையும் விநோதமான அசைவுகளின் ஓசையையும் கேட்டேன்.

மரங்கள் எங்கும் கோடரி வெட்டுகளைக் கண்டேன். இந்த வெட்டுகள், எதிரிகள்மீது ஏவல் செய்வதற்காக குடியானவர்களால் வெட்டப்பட்டதாகும். பச்சை மரத்தின் மீது கோடரியால் வெட்டும் வேளை, விரோதியின் பெயரை உச்சரித்து, அவன் முகத்தை நினைவில் இருத்தவேண்டும். அவ் வெட்டு, எதிரிக்கு நோயையும் மரணத்தையும் கொண்டுவரும். அங்கிருந்த மரங்களில் எண்ணற்ற வெட்டுகள் தென்பட்டன. இவ்விடத்து மக்களுக்கு எதிரிகள் அதிகம்போலும். மரத்தில் வெட்டுகள் உருவாக்குவதே அவர்களின் முழுநேர வேலைபோலும்.

நான் அச்சமுற்று காமெட்டை படுவேகமாகச் சுழற்றினேன். முடிவுறா வரிசையில் நின்றிருந்த மரங்கள் என்னிடம் பணிந்து, காட்டின் அடர்த்தியான பகுதிக்கு வர அழைப்புவிடுத்தன.

இப்போதோ அல்லது எப்போதோ, அவற்றின் அழைப்பை நான் ஏற்றுத்தான் ஆகவேண்டும்; நான் ஆற்றங்கரை கிராமங்களிலிருந்து விலகியே இருக்கவேண்டும்.

ஓல்காவின் மந்திரம் என்னை அவளிடம் திரும்பவும் சேர்த்துவிடும் என்பதில் உறுதியுடனிருந்த நான், எட்டி நடைபோட்டேன். தப்பிக்க முயற்சிசெய்தால் அவளின் சக்தி, என் கால்களைக் கட்டி அவளிடம் கொண்டுபோய்ச் சேர்க்கும் என அவள் சொல்லவில்லை? வெளியிலோ அல்லது எனக்குள்ளோ, ஏதோ ஒரு சக்தி, வயதுமுதிர்ந்த ஓல்காவிடம் என்னைத் திருப்பிக்கொண்டிருந்தது.

4

இப்போது நான், மாவு ஆலை முதலாளியோடு வசிக்கத் துவங்கினேன். அவனுக்கு, பொறாமை எனக் கிராமத்தவர்கள் பெயர் சூட்டியிருந்தனர். அந்த இடத்திலேயே அவன் மட்டும்தான் அதிகமாகப் பேசாதவன். அக்கம்பக்கத்தில் இருப்பவர், அவன் இருப்பிடத்திற்கு வந்தாலும் வெறுமனே அமர்ந்திருந்து, அவ்வப்போது வோட்கா மது குடித்துக்கொண்டு, எப்போதாவது இரண்டொரு வார்த்தைகளை இழுத்து இழுத்துப் பேசுவான். பின், சிந்தனையில் மூழ்கிவிடுவான் அல்லது நெருப்பையோ, செத்துக் காய்ந்துபோய் சுவரில் ஒட்டிக்கொண்டிருக்கும் பூச்சிகளையோ முறைத்துக் கொண்டிருப்பான்.

மனைவி உள்ளே வரும்போது மட்டுமே, அவன் போக்கு மாறும்; அவளும் இவனைப் போலவே அதிகம் பேசாது, பின்புறமாக அமர்ந்திருப்பாள். வேற்று ஆண்கள் உள்ளே வந்து, இவளை ரகசியமாக வெறித்துப் பார்த்தால், வெட்கத்தால் பார்வையை தாழ்த்திக் கொள்வாள்.

அவர்களின் கட்டிலுக்கு நேர்மேலேயிருந்த பரணில்தான் தூங்குவேன். நள்ளிரவில் அவர்களின் சண்டையால் விழித்துக்கொள்வேன். அவள் மிகுந்த காமத்தால், இளவயது உழவனொருவனிடம், வயல்வெளியிலும் ஆலையிலும் தன் உடலை வெளிச்சம்போட்டுக் காட்டுகிறாள் என்ற சந்தேகம் அவனுக்கு இருந்தது. அவளும் இதை மறுக்காமல் அமைதியாக அமர்ந்திருப்பாள். சிலசமயம், சண்டை முடிவுறாமல் தொடரும்.

கோபமுறும் அவன், மெழுகுவர்த்திகளை ஏற்றுவான். அப்போது நான், பரண் இடைவெளியில் முகத்தை அழுத்திக்கொண்டு, அவன் நிர்வாணமான தன் மனைவியை குதிரைச் சவுக்கால் அடிப்பதைக் காண்பேன். அந்தப் பெண், கட்டிலிலிருந்து இறக்கைகளாலான படுக்கையை இழுத்து, அதனுள் கூனிக்குறுகிக் கொள்வாள். அவனோ, அதை தரையில் புரட்டிப்போட்டு, அவளின் இருபுறமும் கால்களை அகற்றி வைத்துக்கொண்டு, உருண்டுதிரண்டிருக்கும் அவளின்

உடலை தொடர்ந்து சவுக்கால் விளாசுவான். ஒவ்வொரு வீச்சுக்கும் அவளின் மென்மையான தோலில் ரத்தக்கோடுடன் வீக்கம் உண்டாகும்.

அவன், கருணையென்பதே இல்லாதவனாய், கைகளை வேகமாக வீசி, அத் தோல் சவுக்கால் பிருஷ்டம், தொடைகள், மார்பகங்கள், கழுத்து, தோள்கள், கால்கள் என எல்லா இடத்திலும் அடிப்பான். அவள் பலவீனமாகிக் குட்டிநாய்போல் புலம்புவாள். பிறகு அவன் கால்களைப் பிடித்துகொண்டு மன்னிக்கும்படி கெஞ்சுவாள்.

முடிவில், அவன் சவுக்கை கீழே வீசிவிட்டு, மெழுகுவர்த்திகளை அணைத்துவிட்ட பின்னர் தூங்கச் செல்வான். அவளோ, முனகிக்கொண்டே இருப்பாள். அடுத்தநாள், தன் காயங்களை மூடிக்கொண்டு கஷ்டப்பட்டு நகர்வாள்; காயம்பட்ட தன் கைகளால் கண்ணீரைத் துடைத்துக் கொள்வாள்.

அந்தக் குடிசையில் இன்னொரு ஜீவனும் இருந்தது. உண்டு கொழுத்த டேபி என்ற பெண் பூனைதான், அது. ஒருநாள், அதற்கு வெறி பிடித்துவிட்டது. கத்துவதற்குப் பதிலாக மூச்சுத் திணறலுடன் நீண்ட கிறீச்சொலிகளை ஏற்படுத்தியது. அது பாம்புபோல் நெளிந்து சுவரை உரசிக்கொண்டு, வேகமாக அடித்துக் கொண்டிருந்த தன் உடலை முறுக்கிக்கொண்டு, மாவாலை முதலாளி மனைவியின் பாவாடையைத் தன் காலால் இழுத்தது. அது, விநோதமான சப்தங்களை வெளிப்படுத்தி முனக, கரகரப்பான கீறீச்சொலி எல்லோரையும் சங்கடப்படுத்தியது. சூரியன் மறையும்வேளையில், டேபி பித்துப்பிடித்ததுபோல் கத்த, அதன் வால் இரு பக்கங்களிலும் அடித்துக்கொள்ள, மூக்கோ துருத்தி வெளியே வந்துவிட்டது.

உஷ்ணத்துடனிருந்த பெண் பூனையை நிலவறையில் போட்டு மூடிய கணவன், இரவு உணவுக்கு உழவனும் வருவான் என்று மனைவியிடம் கூறிவிட்டு ஆலைக்குச் சென்றுவிட்டான். பதில் வார்த்தை சொல்லாமல் அவள், உணவு தயாரிப்பதிலும் மேஜையை சீர்செய்வதிலும் கவனத்தைச் செலுத்தத் துவங்கினாள்.

உழவன் ஒரு அனாதை; முதலாளியின் நிலத்தில் இப்போதுதான் வேலைக்குச் சேர்ந்திருந்தான். அவன் உயரமாகவும் மெலிந்தும் சணல்நார் போன்ற கேசத்தையும் கொண்டிருந்தான். அக் கேசம், வேர்வை அரும்பிய புருவங்களின் மீது விழும்போது, அதைத் தள்ளித்தள்ளி விடுவான்.

தன் மனைவியுடன் உழவனை இணைத்து, விதவிதமாக ஊரார் பேசுவதை அவன் அறிவான். உழவனின் நீலநிற விழிகளைக் காணும்போது, அவளுக்குள் ஏதோ மாற்றம் ஏற்படும் என்றும் பேசப்படுகிறது. தன் கணவன் பார்த்தாலும் பரவாயில்லை என்றரீதியில், அவள் அப் பையனின் நீலநிற விழிகளை உற்றுப் பார்த்துக்கொண்டே, உணர்ச்சிவயப்பட்ட நிலையில் ஒரு கையால், முழங்கால் வரை ஆடையை உயர்த்துவாள். மற்றொரு கையால், ரவிக்கையைக் கீழ்ப்புறம் இழுத்து மார்பகங்களைக் காட்டுவாள்.

மாவு ஆலை முதலாளி அப்பையனுடன் வந்தான். கூடவே பக்கத்துக் குடிசையிலிருந்து கடன் கேட்டு வாங்கிய 'டாம்' என்ற ஆண் பூனையை சாக்கில் போட்டுத் தோளில் சுமந்துவந்தான். அந்த ஆண் பூனைக்குப் பெரிய கிழங்குபோன்ற முகமும், நீண்ட வலிமையான வாலும் இருந்தன. டேபி நிலவறையில் மோகத்துடன் கத்திக்கொண்டிருந்தது. முதலாளி, டேபியை விடுவித்ததும் அது துள்ளிக்கொண்டு அறையின் மத்திக்கு வந்தது. இப்போதும் இரண்டு பூனைகளும் திணறலாக ஒன்றையொன்று சுற்றியபடியே நெருங்க ஆரம்பித்தன.

மனைவி உணவைப் பரிமாறினாள். மேஜையின் நடுவில் கணவன் அமர, ஒருபக்கம் அவளும் மறுபக்கம் உழவனும் அமர, எல்லோரும் அமைதியாக உணவருந்தத் துவங்கினர். நான் அடுப்பருகே அமர்ந்து, என்னுடைய பங்கை தின்றுகொண்டிருந்தேன். அச்சமயம், அவர்களின் பசியைக் கண்டு ஆச்சரியப்பட்டுப் போனேன். பெரிய கறித்துண்டுகளும் ரொட்டியும் வோட்கா மதுவோடு, காட்டுச்செடி கொட்டைகள்போல், தொண்டைக்குள் காணாமல் போய்க்கொண்டிருந்தன.

அந்த இடத்தில் மெதுவாக உணவை மென்று தின்றுகொண்டிருந்தது, அப் பெண்மணி மட்டுமே. அவள் உணவுக் கிண்ணம் நோக்கிக் குனியும்போது, உழவன் மின்னலைவிட வேகமாக, அவளின் கொழுத்த உடலை நோக்கி பார்வைக் கணைகளை வீசினான்.

அறையின் நடுவில் டேபி, சட்டென்று தன்னுடலை வளைத்து, பற்களையும் நகங்களையும் நீட்டி டாமின் மீது பாய்ந்தது. டாம் அப்படியே நின்று, தன் பின்பகுதியை உயர்த்தி, டேபியின் உஷ்ணமான விழிகளில் எச்சில் உமிழ்ந்தது. டேபி, டாமை வட்டமிட்டபடி முன்னோக்கிப் பாய்ந்து, தன்னுடலை முறுக்கியபடி அதன் முகத்தில் அடித்தது. இப்போது டாம் பூனை, டேபியை எச்சரிக்கையுடன் சுற்றிச்சுற்றி வந்து,

மயக்கந்தரும் அதன் உடல் மணத்தை முகர்ந்து பார்த்தது. டாம், தன் வாலை உயர்த்தியபடி டேபியின் பின்புறம் வர முயற்சித்தது. ஆனால் டேபி ஒப்புக்கொள்ளாமல், தரையோடு தன்னுடலை அழுத்தி, மைல்கல் போல் கடினமாகி, டாமின் மூக்கை நகம்நீண்ட காலால் அடித்தது.

முதலாளியும் மற்றவர்களும் ஆர்வத்துடன் இதையெல்லாம் பார்த்துக் கொண்டிருந்தனர். அப் பெண்மணி, சிவந்த முகத்துடன் அமர்ந்திருந்தாள், அவளின் கழுத்துகூட சிவந்துவிட்டது. உழவன் அதைப் பார்ப்பதற்கு மட்டுமே கண்களை உயர்த்தினான். அவன் குட்டையான கேசத்தில் வியர்வை அரும்ப, அதைச் சூடான புருவங்களின்மேல் விழாமல் தள்ளிவிட்டுக்கொண்டே இருந்தான். முதலாளி மட்டும் அமைதியாக உணவு உட்கொண்டபடி, பூனைகளையும் மனைவியையும் வந்த விருந்தாளியையும் மாறிமாறி பார்த்துக் கொண்டிருந்தான்.

டாம், ஒரு முடிவுக்கு வந்தாற்போல் தோன்றியது. அதன் அசைவுகள் மென்மையாக மாற, அது முன்னேறியது. டேபி, விளையாட்டாக பின்புறமாக நகர்வதுபோல் போக்குக் காட்ட, டாமோ உயரத் தாவி, நான்கு கால்களையும் அகற்றியபடி டேபியின் மீது விழுந்தது. பிறகு, தன் பற்களை அதன் கழுத்தில் புதைத்து, ஆர்வத்துடனும் விறைப்புடனும் டேபியின் உள்ளுக்குள் இறங்கியது. காரியம் முடிந்தவுடன் டாம் தளர்ந்துபோக, தரையுடன் அழுந்தியிருந்த டேபி கத்திக்கொண்டே அடியிலிருந்து பாய்ந்தது. பிறகு அடுப்பின் மீது தாவி, மீனைப்போல் புரண்டு, கால் நகங்களால் கழுத்தைப் பிறாண்டிக் கொண்டு, சூடான சுவர்மீது தலையைத் தேய்த்தது.

முதலாளியின் மனைவியும் உழவனும் சாப்பிடுவதை நிறுத்திவிட்டனர். வாய் முழுவதும் உணவை வைத்துக்கொண்டு ஒருவரை ஒருவர் வெறித்தனர். அப் பெண்மணி மூச்சிரைக்க, கைகளால் மார்பகங்களை தன்னையறியாமலேயே அமுக்கிவிட்டுக் கொண்டாள். உழவன், பூனைகளையும் அவளையும் மாறிமாறி பார்த்துக்கொண்டு, தன் காய்ந்த உதடுகளை ஈரப்படுத்திக்கொண்டு, கஷ்டப்பட்டு உணவை உண்டுகொண்டிருந்தான்.

மாவு ஆலை முதலாளி, உணவின் கடைசிப் பகுதியை உண்டான். பின்னர் தலையைப் பின்னுக்குச் சாய்த்து ஒரு தம்ளர் வோட்காவை ஒரே மடக்கில் குடித்தான். குடித்திருந்தாலும் எழுந்து நின்று, இரும்புத் தேக்கரண்டியைக் கையில் எடுத்து, தட்டிக்கொண்டே உழவன் அருகில் போனான். உழவன் திகைப்புடன் அமர்ந்திருந்தான். அப் பெண்மணி பாவாடையை

உயர்த்தியபடி, அடுப்பருகே ஏதோ செய்வதுபோல் பாவனை செய்தாள்.

முதலாளி, உழவனின் சிவந்திருந்த காதில் குனிந்தபடி ஏதோ சொன்னான். இளைஞன் கத்தியால் குத்தப்பட்டவனாய்த் துள்ளி அதை மறுத்தான். முதலாளி "என் மனைவிமீது மோகம் கொண்டிருக்கிறாயா, இல்லையா?" என உரக்கக் கேட்டான். மனைவி திரும்பிக்கொண்டு பானைகளைச் சுத்தம் செய்வதைத் தொடர்ந்து செய்தாள். மாவு ஆலை முதலாளி, அங்கே சுற்றிக்கொண்டிருந்த ஆண் பூனையைச் சுட்டிக் காட்டியபடி உழவன் காதில் ஏதோ முணுமுணுத்தான். உழவன் மேஜையிலிருந்து எழுந்து தட்டிவிட்டு முன்புறம் பாய்ந்தான். ஆனால் நிலைமையை உழவன் உணரும் முன், முதலாளி அவனைச் சுவரோடு அழுத்தி, ஒரு கையால் தொண்டையைப் பிடித்துக்கொண்டு, கால் முட்டியால் வயிற்றில் எத்தினான். பையன் ஸ்தம்பித்து, பீதியடைந்துபோய், சப்தமாக மூச்சிரைத்தபடி, தெளிவின்றி ஏதோ சொன்னான்.

அப் பெண்மணி பாய்ந்து வந்து, கணவனிடம் புலம்பி மன்றாடினாள். அடுப்பின் மீது படுத்திருந்த பெண் பூனை இக் காட்சியைக் காண, ஆண் பூனையோ பயந்து மேஜைமீது பாய்ந்தோடியது.

ஒரே உதையில் அவளை அப்புறப்படுத்திய கணவன், பெண்கள் உருளைக்கிழங்கை உரிக்கும்போது, சொத்தை ஏதேனும் தென்பட்டால் சட்டென கிள்ளி எறிவதுபோல், இரும்புத் தேக்கரண்டியைப் பையனின் கண்ணுக்குள் குத்தித் திருகி எடுத்தான்.

முட்டையிலிருந்து மஞ்சள் கரு வெளியேறுவதுபோல், உழவனின் கண் முதலாளியின் கைமீது விழுந்து தரையில் உருண்டது. உழவன் சப்தமாக ஓலமிட்டாலும், முதலாளி அவனைச் சுவரோடு சேர்த்து அழுத்திக்கொண்டதை விட்டுவிடவில்லை. ரத்தக்கறை படிந்த கரண்டி, இன்னும் வேகமாக மறுகண்ணிலும் பாய்ந்தது. சில வினாடிகள் என்னசெய்வது என்று புரியாததுபோல், அந்தக் கண் இளைஞனின் முகத்தில் ஒட்டிக்கொண்டு முடிவில், அவன் சட்டைமீது விழுந்து தரையில் உருண்டது.

ஒருசில விநாடிகளுக்குள் நடந்து முடிந்த சம்பவத்தை என்னால் நம்பமுடியவில்லை. கண்களைப் பழைய இடத்தில் பொருத்திவிடலாம் என்ற நம்பிக்கை, சிறு ஒளியாக என்னுள் தோன்றியது. முதலாளியின் மனைவி ஓலமிட்டு, அரற்றிக்கொண்டு, பக்கத்து அறைக்கு ஓடி, ஏற்கெனவே பயத்தில்

அழுதுகொண்டிருந்த குழந்தைகளை எழுப்பிவிட்டாள். உழவன் கிறீச்சிட்டு, பின்னர் அமைதியடைந்து, கைகளால் முகத்தை மூடிக்கொண்டான். ரத்தம் சிற்றாறாக விரல்களிடையே வழிந்து, உடையில் சொட்டியது.

கோபம் தணியாத ஆலை முதலாளி, உழவனுக்குப் பார்வை போய்விட்டது என்பதை அறியாதவன்போல், அவனை ஜன்னலை நோக்கித் தள்ளிவிட்டான். உழவன் தடுமாறி, அழுதுகொண்டே ஏறத்தாழ மேஜையால் தடுக்கப்பட்டான். முதலாளி, அவன் தோள்களைப் பிடித்து, கதவை காலாலேயே திறந்து, உழவனை உதைத்து வெளியே தள்ளினான். பையன் திரும்பவும் கூக்குரலிட்டு, வாசற்படியில் தடுக்கி, வேலியருகே போய் விழுந்தான். என்ன நடந்தது என்று தெரியாவிட்டாலும், நாய்கள் குரைக்கத் தொடங்கின.

கண்கள் தரையில் கிடந்தன. நான் அவற்றைச் சுற்றி நடந்து, அவை என்னைப் பார்ப்பதை உணர்ந்தேன். பூனைகள் மெதுவாக அறைக்கு நடுவில் வந்து, நூலுருண்டையோடு விளையாடுவதுபோல், அவ்விழிகளோடு விளையாடத் துவங்கின. பூனைகளின் கண்கள் எண்ணெய் விளக்கின் ஒளியில் குறுகித் தென்பட்டன. பூனைகள், அவ் விழிகளைச் சுற்றிலும் உருட்டுவதும் நக்குவதும் பிறகு, தங்களின் பாதங்களால் மாற்றிமாற்றி தட்டிவிடுவதுமாய் இருந்தன. அக் கண்கள் புத்துயிர் பெற்றாற்போல், அறையின் எல்லா மூலையிலிருந்தும் என்னையே பார்ப்பதுபோல் தோன்றின.

அவற்றை வியப்புடன் கவனித்தேன். முதலாளி மட்டும் அவ்விடத்தில் இல்லையெனில் நானே எடுத்துக்கொண்டிருப்பேன். அவற்றுள் நிச்சயம் பார்வை இருக்கும். அவற்றை என் சட்டைப் பைகளில் வைத்துக்கொண்டு, தேவைப்படும்போது வெளியில் எடுத்து என் கண்களின் மேல் வைத்துக்கொள்வேன். பிறகு என்னால் இரு மடங்காகவும் அதைவிட அதிகமாகவும் பார்க்க முடியும். இல்லையெனில், அவற்றை என் தலையின் பின்புறம் வைத்துக்கொள்வேன். எவ்வாறு இது சாத்தியம் என்று நிச்சயமாகச் சொல்லமுடியவில்லை எனினும், என் பின்புறம் நடப்பதையெல்லாம் என்னால் பார்க்கமுடியும் என்பது மட்டும் தெளிவாகும். இதைவிட மேன்மையானது என்னவெனில், அவற்றை எங்காவது வைத்துவிட்டு வந்துவிடலாம், பிற்பாடு நான் இல்லாத சமயத்தில் அவ்விடத்தில் நிகழ்ந்தவற்றை அவை எனக்குச் சொல்லக்கூடும்.

ஒருக்கால், யாருக்கும் சேவை செய்யக்கூடிய எண்ணம் இக் கண்களுக்கு இல்லாமலிருக்கலாம். அவை பூனைகளிடமிருந்து

சுலபமாகத் தப்பித்துக் கதவுவழியாக வெளியே உருண்டு ஓடிவிடக்கூடும். பிறகு கூண்டிலிருந்து விடுபட்ட பறவையென நிலங்கள், ஏரிகள், காடுகள் என யாவற்றையும் அவை சுற்றிப் பார்க்கலாம். அவை சுதந்திரமடைந்துவிட்டால் மரணம் என்பதே கிடையாது. அவை சிறியதாக இருப்பதால் ஒளிந்துகொண்டு, மனிதர்களை ரகசியமாகக் கவனிக்கலாம். உணர்ச்சிவசப்பட்ட நான், கதவை மெதுவாகச் சாத்திவிட்டு கண்களை எடுத்துக்கொள்ளலாம் என முடிவு செய்தேன்.

முதலாளி, பூனைகளின் சேட்டையால் எரிச்சலடைந்தது நன்றாகத் தெரிந்தது. அவர் அவற்றை உதைத்துத் துரத்திவிட்டு, தன் கனமான பூட்சுகளால் அவ் விழிகளை நசுக்கிவிட்டார். பூட்சுக்கு அடியிலிருந்து என்னமோ பிதுங்கி வெளியேவந்தது. இவ்வுலகத்தையே பிரதிபலிக்கக்கூடிய அற்புதமான கண்ணாடியொன்று உடைக்கப்பட்டுவிட்டது. தரையில் அங்கே கூழ்போல் ஏதோ கொஞ்சம் மீதமிருந்தது. நான் மாபெரும் இழப்பை உணர்ந்தேன்.

முதலாளி என்னைக் கண்டுகொள்ளாமல், கட்டை நாற்காலியில் அமர்ந்து ஆடிக்கொண்டே உறங்க ஆரம்பித்தான். நான் ஜாக்கிரதையாக, ரத்தக்கறையுடன் இருந்த கரண்டியையும் தட்டுகளையும் எடுக்க ஆரம்பித்தேன். அறையைச் சுத்தமாகப் பெருக்கி வைத்திருப்பது என்னுடைய வேலையாகும். நான் சுத்தப்படுத்தும்போது, விழிகள் இருந்த இடத்திலிருந்து கொஞ்சம் தூரமாகவே நின்றேன். அவற்றை என்ன செய்வது என்றும் தெரியவில்லை. கடைசியாக மண் அள்ளிப்போட்டு, பாத்திரத்தில் வாரி அடுப்பில் போட்டுவிட்டேன்.

மறுநாள், விடியற்காலையிலேயே எழுந்துவிட்டேன். பரணுக்குக் கீழே முதலாளியும் அவர் மனைவியும் குறட்டைவிடுவது கேட்டது. எச்சரிக்கையுடன், ஒரு சாக்கு நிறைய உணவை எடுத்துக்கொண்டு, காமெட்டில் நெருப்பைப் போட்டுக்கொண்டு, வேலியிலிருந்த நாய்க்குக் கொஞ்சம் உணவை லஞ்சமாகத் தந்துவிட்டு, அக் குடிசையிலிருந்து தப்பித்து ஓடத் துவங்கினேன்.

தானியக் களஞ்சியத்தை அடுத்திருந்த மாவு ஆலையின் சுவர் அருகே உழவன் கிடந்தான். அவனை விரைவாகக் கடந்துவிடுவது என்று நினைத்த நான், அவனுக்குப் பார்வை கிடையாது என்பதை உணர்ந்தவுடன் சட்டென்று நின்றேன். அவன் இன்னும்கூட ஸ்தம்பித்துப்போய் கைகளால் முகத்தை மூடி, முனகிக்கொண்டும், தேம்பிக்கொண்டுமிருந்தான். அவன் ஆடைகளில் ரத்தம் கட்டிகட்டியாக உறைந்துபோயிருந்தது.

வண்ணம் பூசிய பறவை ♦ 49

எனக்கு அவனிடம் ஏதாவது சொல்ல வேண்டுமென்று தோன்றியது. ஆனால் அவன், தன் விழிகளைப் பற்றி கேட்டால், அவற்றை முதலாளி நசுக்கிவிட்டதால் அதைப்பற்றி மறந்துவிடு என்று, நான் சொல்லவேண்டும் என்ற சங்கடத்தால் அமைதியாகி அவனுக்காக மிகவும் வருத்தப்பட்டேன்.

ஒருவனின் பார்வை பறிபோனால் அவனுடைய நினைவுகளும் பறிபோய்விடுமா என்று சிந்தித்துப் பார்த்தேன். அப்படியெனில், கனவில்கூட காட்சிகளைக் காணமுடியாது. அப்படி இல்லையெனில், விழியற்றும் அவனுக்கு நினைவுகள் இருக்குமெனில், அது ஒன்றும் மோசமான நிலைமையில்லை. உலகமானது எல்லா இடங்களிலும் இன்னும் அப்படியேதான் இருக்கிறது. மரங்களும் விலங்குகளும் ஒன்றுக்கொன்று எப்படி வேறுபடுகின்றனவோ அதேபோல், மனிதர்களும் ஒருவருக்கொருவர் வேறுபடுகின்றனர்; இருந்தாலும் அவர்களைப் பார்த்து வருடங்கள் பல ஆனாலும் பிற்பாடு, அவர்கள் எப்படித் தோன்றுவார்கள் என்பது ஒருவனுக்குத் தெரியும். நான் பிறந்து ஏழு வருடங்கள்தான் ஆகின்றன. இருப்பினும் விஷயங்கள் பலவற்றை நினைவில் கொண்டுள்ளேன். விழிகளை மூடினால் எண்ணற்ற விவரங்களைத் தெளிவாக நினைக்க என்னால் முடியும். யாருக்குத் தெரியும்? ஒருவேளை, அந்த உழவன் கண்களை இழந்ததினால், முற்றிலும் வேறுபட்ட அதிசய உலகத்தைக் காணக்கூடும். கிராமத்திலிருந்து ஏதோ சப்தங்கள் கேட்டன. முதலாளி விழித்துக்கொள்ளக்கூடும் என்ற பயத்தில், என் கண்களை அடிக்கடி தொட்டுப் பார்த்துக்கொண்டே வேகமாக நடக்கத் துவங்கினேன். கண்களின் வேரானது வலிமையாக இல்லை என்ற காரணத்தால் மிகமிக ஜாக்கிரதையாக நடந்தேன். ஒருவன் கீழே குனியும்போது, மரத்திலிருந்து ஆப்பிள் தொங்குவதுபோல், அவை சுலபமாகக் கீழே விழுந்துவிடக்கூடும். வேலிகளைத் தாண்டும்போது தலையை நிமிர்த்தியே வைத்துக்கொள்வது எனத் தீர்மானித்தேன். ஆனால் கண்களைத் தொட்டுப் பார்த்து அவை விழுந்துவிட்டனவா எனப் பார்த்தேன். அவை நன்றாகவே இருக்கின்றன என அறிந்துகொண்டதும், சந்தோஷப்பெருக்குடன் கௌதாரிகளையும் வானம்பாடிகளையும் பார்த்தேன். அவைபோல் சிறிது மேகத்திற்குள் மறைந்தாலும் அதையும் அதற்கப்பாலும் என்னால் பார்க்கமுடிகிறது. இனிமேல், காண்பதை எல்லாம் நினைவில் வைத்துக்கொள்வது எனத் தீர்மானித்துக் கொண்டேன். யாராவது என் கண்களைப் பிடுங்கிவிட்டாலும்கூட, நான் வாழ்கின்ற காலம்வரை பார்த்த காட்சிகளெல்லாம் ஞாபகத்தில் இருக்கும் அல்லவா!

5

பக்கத்துக் கிராமங்களில், பறவைகள் விற்பதைத் தொழிலாகக் கொண்ட லேக் என்பவனிடத்தில், கண்ணிகள் வைக்கும் வேலைக்குச் சேர்ந்துவிட்டேன். இத்தொழிலில் லேக்கிற்கு ஈடு இணை யாருமில்லை. இந்த வேலையில் அவன் தனியாகத்தான் ஈடுபடுவான். என்னை எதற்காக வேலைக்கு வைத்துக்கொண்டான் என்றால் நான் குட்டையாக, மெலிந்து எடைகுறைவாக இருந்தேன். இதனால் மெல்லிய மரக்கிளைகள், அடர்த்தியான புதர்கள், அரிப்புச் செடிகள், முட்புதர்கள், நீரால் சூழப்பட்டிருக்கும் சிறுதிட்டுகள் மற்றும் சதுப்புநிலங்கள் என அவனால் போகமுடியாத இடங்களில் எல்லாம் என்னால் கண்ணிகளை வைக்கமுடியும்.

லேக்கிற்குக் குடும்பமேதும் கிடையாது. அவன் குடிசை, சாதாரண குருவியிலிருந்து அறிவுமிகு ஆந்தை வரை எல்லாவகையான பறவைகளாலும் நிரம்பியிருந்தன. குடியானவர்கள், பலவிதப் பொருட்களைப் பண்டமாற்றம் செய்து பறவைகளை வாங்கிச் செல்வார்கள். எனவே, அத்தியாவசிய பொருட்களைப் பற்றி லேக்கிற்குக் கவலை இல்லை. பால், வெண்ணெய், பாலேடு, பாலாடைக்கட்டி, ரொட்டி, சட்னி, பழங்கள், வோட்கா மது தவிர ஆடைகளும் கிடைக்கும். பக்கத்துக் கிராமங்களில் கூண்டுப் பறவைகளைச் சுமந்தபடி, அவற்றின் அழகையும் பாடும் திறமைகளைப் பற்றியும் கூவிக்கூவி விற்பதன்மூலம் இப் பொருட்களைப் பெற்றுவிடுவான்.

லேக்கின் முகம், பருக்களோடு புள்ளிப்புள்ளியாகக் காணப்படும். தூக்கணாங்குருவிக் கூட்டிலிருந்து முட்டைகளைத் திருடுபவர் முகம்தான் இப்படி மாறிவிடும் எனக் குடியானவர்கள் கூறுவார்கள். ஆனால் சிறுவயதில், அஜாக்கிரதையாக நெருப்பில் எச்சில் உமிழ்ந்ததால்தான் இப்படியாகிவிட்டது என லேக் அடித்துச் சொல்வான். அவனுடைய தந்தை, கிராமமொன்றில் எழுத்தராக இருந்தார். லேக், ஒரு மதகுருவாக வேண்டுமென விரும்பினார். ஆனால் இவனுக்கோ, காட்டின்மேல்தான் கவனம் சென்றது. அவன்

பறவைகளை ஆராயத் தொடங்கினான். அவற்றின் பறக்கின்ற திறமைகளைக் கண்டு பொறாமைப்பட்டான்.

ஒருநாள், தன் தந்தையின் குடிசையிலிருந்து தப்பியோடி கைவிடப்பட்ட பறவைபோல கிராமம் கிராமமாக, காடு காடாகச் சஞ்சரித்தான். கொஞ்சகாலத்திலேயே பறவைகளைப் பிடிக்கப் பழகிக்கொண்டான். கௌதாரிகளின், வானம்பாடிகளின் பழக்கவழக்கங்களை உணர்ந்து கொண்டான். குயிலின் சுதந்திரமான கூவலையும், சலசலவென ஒலி உண்டாக்கும் மேக்பை பறவையின் கிறீச்சொலியையும், ஆந்தையின் அலறலையும் போல் அவனால் ஒலி உண்டாக்க முடியும். சிவப்பான நெஞ்சுகொண்ட புல்புல் பறவையின் காமக் களியாட்டங்களைப் பற்றியும் அறிவான். பெண் பறவையால் கைவிடப்பட்ட கூட்டை பொறாமையும் கோபமும் கொண்டு சுற்றும் லேண்ட்ரையல் பறவை, குறும்புத்தனம் கொண்ட சிறுவர்கள் கூட்டைப் பிரித்துவிடுவதால் ஏற்படும் ஸ்வேலோ பறவையின் சோகம் ஆகியவற்றையும் அறிவான். பருந்தின் பறக்கும் வித்தையைப் பாராட்டுவான். நைட்டிங்கேலின் பாடும் திறமையைக் கண்டு பொறாமைப்படுவான்.

இவ்வாறு இளமைப்பருவத்தை பறவைகள், மரங்களின் மத்தியில் கழித்துவிட்டான். இப்போது காலங்கழிந்து, தலை வழுக்கையாகி, பற்கள் சொத்தை விழுந்து, முகத்துத் தசைகள் தொங்கிச் சுருக்கமாகி, பார்வைத்திறனும் குறைந்துவிட்டது. எனவே, தானே கட்டிக்கொண்ட குடிசையின் ஒரு மூலையில் அவன் வசிக்க, மற்றொரு மூலையில் பறவைகள் அடைக்கப்பட்ட கூண்டுகள் இருந்தன. இந்தக் கூண்டுகளுக்கிடையே நான் தங்குவதற்கு ஒரு இடம் ஒதுக்கப்பட்டது.

லேக் பறவைகளைப் பற்றி அடிக்கடி பேசுவான். நான் ஆர்வத்துடன் அவன் சொல்வதையெல்லாம் கேட்பேன். செயிண்ட் ஜோசப் தினத்தில், தொலைவிலுள்ள கடற்பகுதிகளிலிருந்து நீண்ட கழுத்தும் கால்களும்கொண்ட ஸ்டார்க் பறவைகளின் கூட்டம் வரும். செயிண்ட் பார்த்தலாமோல் தினம் வரை கிராமத்தில் தங்கும் இவற்றின் வருகையால், தவளைகள் யாவும் சேற்றுக்குழிகளுக்குள் சென்றுவிடும். சேறு, தவளையின் வாயை அடைத்துவிடும். எனவே, அவை சுத்தமுடியாது; ஸ்டார்க் பறவைகளால் அவற்றைப் பிடிக்கமுடியாது; பிறகு அவை திரும்பிச் செல்லவேண்டியதுதான். ஸ்டார்க் பறவைகளின் கூடுகள் இருக்கும் வீடுகளுக்கு அதிர்ஷ்டம் அடிக்கும்.

52 • பெரு. முருகன்

ஸ்டார்க் பறவையின் கூட்டை அமைக்கும் முறை, அந்தப் பகுதியிலேயே லேக்குக்கு மட்டும்தான் தெரியும். அவன் அமைக்கிற கூட்டில் ஸ்டார்க் தங்கவருவது நிச்சயமாகும். கூடுகளை அமைப்பதற்கு அவன் கணிசமான தொகையை வாங்குவான். எனவே, செல்வமிக்க விவசாயிகளால் மட்டுமே அதை வாங்கமுடியும்.

அவன் கூடுகளை அமைப்பதற்கு மிக்க சிரத்தை கொள்வான்.

குறிப்பிட்ட வீட்டுக் கூரையின்மேலே, கொஞ்சம்தள்ளி ஆரம்பகட்டமாக நிலத்தில் மண் கட்டிகளை உடைக்கப் பயன்படும் உருளையை வைப்பான். எப்போதுமே, மேற்குப் பக்கமாக அது கொஞ்சம் சாய்த்துவைக்கப்படும். எனவே, கடும் காற்றால் அது சேதமுறாது. பிறகு அவ்வுருளையில் நீண்ட ஆணிகளைப் பாதிவழி ஏறும்வரை அடிப்பான். இந்த ஆணிகள், ஸ்டார்க் பறவை கொண்டுவந்து போடும் சுள்ளிகளுக்கும் வைக்கோல்களுக்கும் நங்கூரமாக அமையும். அவற்றின் வருகையின்போது, அவற்றை கவர்வதற்காக, உருளையின் நடுவில் சிவப்புத் துணி ஒன்றையும் வைத்துவிடுவான்.

வசந்தகாலத்தில் முதன்முதலாகத் தோன்றும் ஸ்டார்க் பறந்துகொண்டிருந்ததால், அது அதிர்ஷடத்தைக் கொண்டுவரும் என்பது எல்லோருக்கும் தெரிந்தது. அதுவே, வசந்தகாலத்தில் தோன்றும் முதல் ஸ்டார்க் பறவை அமர்ந்துகொண்டிருந்தால் அவ்வருடம் சிக்கல்களையும் துரதிர்ஷடத்தையும் சந்திக்கவேண்டிவரும். அந்தக் கிராமத்தில் நடக்கும் சம்பவங்கள் பற்றியும் ஸ்டார்க் துப்புக் கொடுக்கும். அவை இல்லாதபோது, தகாத செயல்கள் நடைபெறும் குடிசைகளில் உள்ள கூடுகளுக்கு அவை திரும்பிவராது அல்லது பாவப்பட்டவர்களின் இருப்பிடங்களுக்கும் அவை வராது.

அவை கொஞ்சம் விநோதமானவை. பெண் பறவை ஒன்று அடைகாத்துக் கொண்டிருந்தபோது, கூட்டைச் சரிசெய்ய முயல்கையில், அப்பறவையால், தான் எவ்வாறு கொத்தப்பட்டேன் என்பதை லேக் விளக்கினான். பழிக்குப்பழியாக ஸ்டார்க் முட்டைகளின் நடுவில், வாத்து முட்டையொன்றை லேக் வைத்துவிட்டனாம். குஞ்சுகள் பொரிந்தபோது அவற்றுக்கிடையே வேறுபட்ட ஒன்றைக் கண்ட ஸ்டார்க்குகள் திகைப்படைந்துவிட்டன. குட்டைக்கால்களும் தட்டையான அலகுமாக ஒன்றுமட்டும் தப்பிப் பிறந்துவிட்டது. தந்தை ஸ்டார்க், தாய் ஸ்டார்க்கை, சோரம் போனவளென்று கடிந்துகொண்டது. முறைதவறிப் பிறந்த வாத்துக்குஞ்சை

அவ்விடத்திலேயே கொல்லவேண்டுமென்றது. தாயோ, வாத்துக்குஞ்சு கூட்டிலேயே இருக்கவேண்டுமென விரும்பியது. இவ்வாறு குடும்பக் குழப்பம் நெடுநாட்கள் நீடித்தது. முடிவில் பெண் பறவை, வாத்துக்குஞ்சின் உயிரைக் காப்பாற்றும்பொருட்டு மிகவும் ஜாக்கிரதையாக வேயப்பட்ட கூரையின்மீது உருட்டிவிட வாத்துக்குஞ்சு, வைக்கோல் போரின்மீது விழுந்து காயமின்றித் தப்பித்துவிட்டது.

இந்த விஷயம் இதோடு முடிந்து, குடும்பச் சிக்கல் சரியானதுபோல் தோன்றும். ஆனால் வேறிடம் நோக்கிப் பறப்பதற்கான வேளை வந்தபோது, வழக்கம்போல எல்லா ஸ்டார்க் பறவைகளும் கூட்டம் போட்டன. நீண்ட வாதங்களுக்குப் பிறகு, பெண் பறவை சோரம்போனது என முடிவுகட்டப்பட்டு, ஆண் பறவையோடு சேர்ந்து வாழ்வதற்கான தகுதி அதற்கில்லை எனத் தீர்ப்புக் கூறப்பட்டது. தண்டனையும் நிறைவேற்றப்பட்டது. பறவைகள் கிளம்பும் முன்னர், நன்றிகெட்ட மனைவியை இறக்கைகளாலும், அலகுகளாலும் தாக்கின. அது, தன் கணவனோடு வசித்துவந்த, கூரை வீட்டருகே செத்து விழுந்தது. அதன் உடலருகே, அசிங்கமான வாத்துக் குஞ்சொன்று கண்ணீர் வடித்துக்கொண்டிருந்ததை குடியானவர்கள் பார்த்தனர். தூக்கணாம் பறவைகளின் வாழ்க்கைமுறையும் அற்புதமானதாகும். கன்னிமேரிக்கு மிகவும் பிடித்தமானவையான இவை, வசந்தத்தின் சந்தோஷ வருகையை அறிவிப்பதாகும். பனிக்காலத்தில், மனித சஞ்சாரங்களிலிருந்து தொலைவாகப் பறந்து, தூரத்து சதுப்புநிலத்து நாணல் புற்களின்மேல் களைப்பாலும் தூக்கத்தாலும் அமருமாம். நாணல் புல் எடை தாங்காமல் உடைந்து நீரில் மூழ்கும்வரை அவற்றின் மேலேயே அவை அமர்ந்திருக்கும் என லேக் கூறினான். பிறகு நீரில்மூழ்கிய அவை, மழைக்காலம் முழுவதும் உறைந்துபோகும் பனி வீட்டில் பாதுகாப்பாக இருக்குமாம்.

குயிலின் கூவல் பல்வித அர்த்தங்களைக் கூறும். பருவகாலத்தில் முதன்முறையாக அதன் கூவலைக் கேட்கும் ஒருவன், உடனடியாக தன் பையிலிருக்கும் சில்லறைகளை கைகளால் துழாவி சப்தமெழுப்பி, எல்லாப் பணத்தையும் எண்ணிவிட வேண்டும். இதனால் குறைந்தபட்சம் அப்போதைய கையிருப்பே அவ்வருடம் முழுவதும் நிலைக்கும். அவ்வருடத்தில், முதன்முறையாக குயிலின் கூவலைக் கேட்கும் திருடர்கள் ஒரு விஷயத்தை எச்சரிக்கையுடன் நினைவுகூர வேண்டும். மரங்களில் இலைகள் இருப்பதற்குமுன்னரே, அக்கூவல் ஒலித்தால், தங்களின் வழிப்பறி முயற்சியைக் கைவிட்டுவிட வேண்டும். ஏனெனில், அது வெற்றி பெறாது. லேக்கிற்குக்

குயில்களின்மேல் அலாதியான பிரியம். மேன்மக்களே குயிலாக மாறி, திரும்பவும் தங்களை மனித உருவுக்கு மாற்றும்படி இறைவனை இறைஞ்சுகின்றனர். அவை, உயர் குடும்பங்களைச் சார்ந்தவை என்பதை நிச்சயப்படுத்தும் தகவல் ஒன்றையும் சொன்னான். பிரபுக் குடும்பங்களைப் போல குயில்கள், தங்களின் குஞ்சுகளுக்கு இரை புகட்டவும் பிற பணிவிடைகள் செய்யவும் மேலும்கீழும் வாலாட்டும் வேக்டெயில்ஸ் பறவைகளை வேலைக்கு அமர்த்திவிட்டு, தாங்கள் மட்டும் காடெங்கும் சஞ்சரித்துக்கொண்டு, தங்களை மீண்டும் மேன்மக்களாக மாற்றும்படி இறைவனை வேண்டும்.

லேக், வௌவால்களை இழிபிறவிகளாகக் கருதினான். பறவை பாதி, எலி பாதி என்றவற்றை வர்ணிப்பான். அவை துஷ்ட சக்தியின் தூதுவர்கள்; புதிதுபுதிதாக நபர்களைத் தேடி, மண்டையோட்டின் மீதமர்ந்து, பாவகரமான எண்ணங்களை அந்நபர்களின் மூளைக்குள் அவை புகுத்திவிடும். எனினும் அவற்றாலும் பயனுண்டு. ஒருமுறை, பரணிலிருந்து வௌவால் ஒன்றைப் பிடித்த லேக், வலையுடன் அதை வீட்டின் வெளியேயிருந்த எறும்புப்புற்றின்மீது வைத்துவிட்டான். மறுநாள், வெண்ணிற எலும்புக்கூடு மட்டுமே மீதமிருந்தது. அதைக் கவனமாகக் கையில் எடுத்து, அதிலிருந்த அதிர்ஷ்ட எலும்பைத் தன் மார்பின்மீது அணிந்துகொண்ட லேக், மற்ற எலும்புகளைத் தூளாக்கி வோட்காவில் கலந்து, அவன் காதலிக்கும் பெண்ணுக்குக் குடிக்கத் தந்துவிட்டான். இதனால் அப்பெண்ணுக்கு, அவன் மீதிருக்கும் காதல் மென்மேலும் வளருமாம்.

பறவைகளை எப்பொழுதுமே கவனித்துக்கொண்டு, அவற்றின் நடவடிக்கைகளிலிருந்து விஷயங்களைத் தெரிந்துகொள்ள வேண்டுமென, லேக் எனக்குக் கற்பித்தான். சிவந்த சூரிய அஸ்தமனப் பொழுதில், பல்வேறு வகையைச் சேர்ந்த பறவைகள், கூட்டமாகப் பறந்துசென்றால், அவற்றின் இறக்கைகளில் பயணம் செய்யும் ஆத்மாக்களை துஷ்டசக்திகள் தேடுகிறது என்று பொருள். காக்கைகள், ரூக்குகள், ஜேக்டாசுகள் நிலத்தின்மேல் கூடினால், அக்கூட்டம் சாத்தானை வரவழைத்து, மற்ற பறவைகளின்மேல் இவை வெறுப்புக்கொள்ளும் நிலைமை உருவாகும். நீண்ட இறக்கைகளுடைய வெண்ணிறக் காக்கைகள் தோன்றினால், மேகம் இடிக்கப் போகிறது; வசந்தகாலத்தில் காட்டு வாத்துகள் தாழப் பறந்தால், கோடை மழை மற்றும் குறைந்த விளைச்சல் என்று பொருள்.

விடியும் வேளையில், பறவைகள் தூங்கிக் கொண்டிருக்கும்போது, நாங்கள் அவற்றின் கூடுகளை நோக்கி நடப்போம்.

லேக், குத்துச்செடிகளை ஜாக்கிரதையாகக் கடந்துசெல்ல, நான் அவனை நேர்பின்னே தொடர்வேன். பிற்பாடு, சூரியவொளி நிழலடர்ந்த காட்டுப்பகுதிகளை நிலங்களைக் கூட, ஊடுருவும்வேளையில், முந்தையநாள் வைத்த கண்ணிகளில் அகப்பட்டு பயந்துபோயிருக்கும் பறவைகளைப் பிடிப்போம். லேக், அவற்றை ஜாக்கிரதையாகக் கையிலெடுத்து, அவற்றிடம் மென்மையாகப் பேசுவான் அல்லது கொன்றுவிடப்போவதாக மிரட்டுவான். பிறகு, தன் தோள்மீதிருக்கும் சாக்குப் பைக்குள் போட்டுக் கொள்வான்.

பைக்குள் போடப்பட்ட பறவைகள் படபடவென அடித்து பின்னர், படிப்படியாக அமைதிகொள்ளும். ஒவ்வொருமுறையும் புதுப்பறவையை உள்ளே போடும்போது, சாக்குப்பைக்கு உயிர்வந்தாற்போல், லேக்கின் தோள்மேலே துள்ளும். எங்களின் தலைக்குமேலே, நாங்கள் சிறைப்பிடித்திருக்கும் பறவைகளின் குடும்பங்களும் நண்பர்களும் பறந்தபடி சாபமிடும். லேக், தன்னுடைய சாம்பல்நிறப் புருவங்களுக்குமேல், கண்களை உயர்த்தி அவற்றை திருப்பித் திட்டுவான். பறவைகள் தொடர்ந்து கண்டனம் செய்யும். உடனே, சாக்குப் பையைக் கீழே வைத்துவிட்டு, கவண் ஒன்றில் கூரான கல் வைத்து பறவைக் கூட்டத்தில் எய்வான். லேக்கின் குறி தப்பாது. அசைவை நிறுத்திக்கொண்ட பறவையொன்று வானிலிருந்து சட்டெனக் கீழே விழும். செத்த பறவையை லேக் திரும்பிக்கூட பார்க்கமாட்டான். மதியவேளை நெருங்கும்போது லேக், எட்டி நடைபோட்டு, புருவத்து வேர்வையை அடிக்கடி துடைத்துவிட்டுக் கொள்வான். அந்நாளின் அதிமுக்கியமான நேரம் நெருங்கிக் கொண்டிருக்கிறது. உள்ளூரைச் சேர்ந்த முட்டாள் லூட்மிளா என்பவள், காட்டின் கொஞ்சதூரத்தில் அவர்கள் இருவருக்கும் மட்டுமே தெரிந்த இடத்தில், அவனுக்காகக் காத்துக்கொண்டிருக்கிறாள். நான், பறவைகள் அசைந்துகொண்டிருந்த சாக்கைத் தோளில் சுமந்தபடி, லேக்கின் பின்னே பெருமைபொங்க நடந்தேன்.

அந்தக் காடு, மிக அடர்த்தியாக, ஆளரவமற்றுக் காணப்பட்டது. வழவழப்பாகவும் கோடுகளைக் கொண்டும், பாம்பு நிறத்திலிருந்த ஹார்ன் பீம் மரங்கள் மேகத்தைக் கிழித்துக்கொண்டு நின்றிருந்தன. லேக்கின் அறிவுக்கு எட்டியவரை, லிண்டன் மரங்களானது மனித குலத்தின் ஆரம்பக் கட்டத்திலிருந்தே இருக்கின்றன. அம்மரங்கள் கிளைகளை அகலப் பரப்பி நின்றிருந்தன. அவற்றின் அடிப்பாகமானது, பசுமையான பாசிகளால் களிம்புபோல் பூசப்பட்டு, அலங்கரிக்கப்பட்டாற்போல் இருந்தன. பட்டினியால்

இரைதேடும் பறவையின் கழுத்துபோல், அடியிலிருந்து நெடுக உயர்ந்த ஓக் மரங்கள், அடர்த்தியான கிளைகளால் சூரியனையும் இருளடையச் செய்து, நெட்டிலிங்க, பைன் மற்றும் லிண்டன் மரங்களின்மீது நிழலை வீசிக்கொண்டிருந்தன. சில நேரம் லேக், சட்டென நின்று பட்டுப்போன அடிமரங்களின் பொந்தில், விலங்குகள் ஏற்படுத்திச்சென்ற தடங்களை அமைதியாகப் பார்த்தான். நாங்கள் கொழுந்து இலைகளையும் உடைந்துவிடுமளவுக்குக் காணப்படும் மெல்லிய கிளைகளையுடைய பூச்ச மரங்களையும் கடந்துபோனோம்.

மெல்லிய துணிபோல் இருந்த இலைக்கொத்துகளினூடே, எங்களைக் கண்டுகொண்ட பறவைகள் சட்டெனப் பயந்துபோய், இறக்கைகளை அடித்துக்கொண்டு பறந்துபோயின. அவற்றின் கிறீச்சொலிகளுடன் வண்டுகளின் ஒலிகளும் சேர்ந்துகொண்டு, மெல்லிய மேகமென எங்களைச் சுற்றின. லேக், தன் கைகளால் முகம் பொத்தி, வண்டுகளிடமிருந்து தன்னைப் பாதுகாத்துக்கொள்ள, அடர்த்தியான பகுதிக்குள் ஓடினான். கண்ணிகள் இருந்த கூடையையும் பறவைகள் இருந்த சாக்குப்பையையும் சுமந்தபடி, கைகளால் வண்டுகளை ஓட்டிக்கொண்டு அவன்பின்னே நானும் ஓடினேன்.

முட்டாள் லூட்மிளா ஒரு வித்தியாசமான பெண். அவளிடம் எனக்கிருந்த பயம் நாளுக்குநாள் வளர்ந்துகொண்டே வந்தது. அவள் ஆஜானுபாகுவாகவும் மற்ற பெண்களைக் காட்டிலும் உயரமாகவும் இருப்பாள். எப்போதுமே வெட்டப்படாததுபோல் தோன்றும் அவளின் கூந்தல், தோளின்மேலே அருவியெனப் புரளும். அவளுக்கு, ஏறத்தாழ வயிறு வரை தொங்கும் மார்பகங்களும், தசைப்பிடிப்பான கால்களும் இருந்தன.

கோடைக்காலத்தில், ஒரு மங்கிப்போன சாக்கை மட்டுமே ஆடையாக அணிந்திருப்பதால், மார்பகங்களும் அல்குல்லின் செந்நிற முடிகளும் தெளிவாகத் தெரியும். அவள் காமவயப்பட்டிருக்கும்போது, அவளிடம் ஆடிய களியாட்டங்களைப் பற்றி ஆண்களும் பையன்களும் பேசிக்கொள்வார்கள். கிராமத்துப் பெண்கள் அவளைப் பிடிப்பதற்குப் பல தடவை முயற்சித்தும் முடியவில்லை. அவள், ஒரு சூறாவளி. அவளின் இஷ்டத்திற்கு விரோதமாக அவளைத் தொடக்கூட முடியாது என லேக் பெருமையுடன் சொல்வான். ஸ்டார்லிங் பறவைபோல் பூமிக்கடியில் மறைந்து, யாருமில்லா வேளையில் அவள் வெளியே வருவாளாம்.

அவளின் வசிப்பிடத்தை அறிந்தவர் எவருமில்லை. கதிர் அறுக்கும் அரிவாள்களைத் தோளில் சுமந்துகொண்டு

வயல்வெளி நோக்கி விவசாயிகள் செல்லும்போது சிலசமயங்களில், தொலைவாக நின்றபடி, காமத்துடன் லூட்மிளா கையசைப்பதைக் காண்பார்கள். உடனே விவசாயிகளின் மனம்மாறி அவர்களின் உடல் சுறுசுறுப்பிலிருந்து சோம்பேறித்தனமாக ஆகிவிட, இவர்களும் கை அசைப்பார்கள். அரிவாள், மண்வெட்டிகளோடு பின்னால் வந்துகொண்டிருக்கும் தாய்மார்களின், மனைவிகளின் குரல்களைக் கேட்டபின்னர்தான் அவர்களுக்குச் சுயநினைவு திரும்பும். சிலசமயம் கிராமத்துப் பெண்கள், நாய்களை லூட்மிளாவின் மீது ஏவிவிடுவார்கள். ஒருமுறை, இருப்பதிலேயே பெரிய உருவம் கொண்டதும், அதிபயங்கரமானதுமான நாய் ஒன்று அவள்மீது ஏவப்பட்டது. போனதுபோனதுதான் திரும்பிவராமல் அவளிடமே தங்கிவிட்டது. அதன்பிறகு லூட்மிளா வந்தால், அந்நாயைக் கயிற்றால் இழுத்தபடிதான் வருவாள். அவ்வேளையில் மற்ற நாய்களெல்லாம், வாலை கால்களுக்கிடையில் சுருட்டியபடி பயந்தோடிவிடும்.

ஒரு பெண் ஆணோடு வாழ்வதுபோல், முட்டாள் லூட்மிளா இந்த நாயோடு வாழ்கிறாள் எனச் சொல்லப்படுகிறது. பிற்காலத்தில், மேனியில் ரோமங்களும் ஓநாய்க் காதுகளும் நான்கு கால்களும் கொண்டு குழந்தைகளை அவள் பெற்றெடுப்பாள் என்றும், அவை அடர்ந்த காட்டினுள் எங்கோ ஓரிடத்தில் இருக்கும் எனவும் சிலர் அனுமானித்தனர்.

ஆனால் இதுபோல லேக் சொன்னதில்லை. அவன் அவளைப்பற்றி சொன்னது ஒரேஒரு விஷயம்தான். அதுவும் ஒரே ஒரு முறைதான். அதாவது, அவள் சிறுவயதில் அறியாப் பருவத்தில் இருந்தபோது, கிராமத்து மதப் பாடகனின் மகனை மணந்துகொள்ள அவளின் பெற்றோர்கள் வற்புறுத்தினர். அவனோ, கொடுமைக்காரனாகவும் குரூபியாகவும் இருந்ததால் இவள் மறுத்துவிட்டாள். கோபங்கொண்ட மணமகன், அவளை ஊருக்குவெளியே கடத்திக் கொண்டுபோய், அவ்விடத்தில் போதையிலிருந்த குடியானவர்களுடன் சேர்ந்து அவள் நினைவிழக்கும் வரை வல்லுறவு கொண்டான். அதிலிருந்து அவளின் குடும்பம்பற்றி யாருக்கும் தெரியாமல்போக அவளோ, மூளை குழம்பித் திரிந்தாள். இதனால்தான் அவளுக்கு முட்டாள் லூட்மிளா என்ற பெயர் வந்தது.

அவள் காட்டில் வசித்து, அங்கே வரும் ஆண்களை மயக்கித் தன் கட்டுடலால் அவர்களுக்குச் சுகம் தருவாள். பிறகு அந்த ஆண்கள், குண்டாக நாற்றமடித்துக் கொண்டிருக்கும் தங்கள் மனைவிகளின் உடல்களை ஏறெடுத்தும் பார்க்கமாட்டார்கள். ஒற்றை ஆளால் அவளைத் திருப்திப்படுத்திவிட முடியாது.

ஒருவர்பின் ஒருவராக அவளுக்குப் பல ஆண்கள் வேண்டும். அப்படியிருந்தும் அவள் லேக்கின் உன்னதமான காதலை உடையவளாயிருந்தாள். அவன், அவள்மீது மென்மையான பாடல்களை இயற்றுவான். அவளைப் பொறுத்தவரை, அப் பாடல்களானது விந்தையான, சுதந்திரமான, துறுதுறுப்பான, மற்றெல்லா உயிரினங்களைக் காட்டிலும் அழகான, தூரத்து உலகங்களை நோக்கிப் பறப்பதான, பறவைகளுக்கு ஒப்பானதாகும். அவனைப் பொறுத்தமட்டில், எல்லையற்ற வளங்களையுடைய காடுகளில் வாழ்ந்துகொண்டு, இடைவிடாமல் பிறப்பிலும் இறப்பிலும் உழன்றுகொண்டு, மனிதர்களோடு போராட்டம் நடத்திக்கொண்டிருக்கும் பறவைகளின் ராஜ்ஜியத்தைச் சேர்ந்தவளாக அவள் தென்பட்டாள்.

தினந்தோறும் மதிய வேளையில், நானும் லேக்கும் அவள் இருக்கும் இடத்திற்குச் செல்வோம். குறிப்பிட்ட இடம் வந்தவுடன் ஆந்தைபோல லேக் குரலெழுப்புவான். உடனே, நீலம் மற்றும் பாப்பி மலர்களைத் தன் கேசத்தில் செருகியபடி, உயரமான புற்களுக்கிடையே இருந்து லூட்மிளா எழுந்து கொள்வாள்.

லேக் ஆசையுடன் பாய்ந்து செல்ல, இருவரும் புற்களோடு இழைந்து, ஒரே வேரிலிருந்து புறப்பட்ட இரண்டு மரங்களைப் போல பின்னிப் பிணைந்துகொள்வார்கள்.

நான் பெரிய இலைகளைக் கொண்ட செடிக்குப் பின்னே மறைந்துகொண்டு அவர்களை கவனிக்கத் தொடங்கினேன். சாக்குப் பைக்குள்ளிருந்த பறவைகள் திடீரென ஏற்பட்ட அசைவின்மையை உணர்ந்து, இறக்கைகளை அடித்துக்கொண்டு கிறீச்சிட்டன. இருவரும் கேசத்திலும் கண்களிலும் முத்தமிட்டபடி கன்னத்தோடு கன்னத்தை இழைத்தனர். தொடுஉணர்வாலும் உடல் மணத்தாலும் மயக்கங்கொண்ட அவர்களின் கைகள், மெல்ல மெல்ல விளையாட்டைத் துவங்கின. கடின உழைப்பால் காய்த்துப்போன தன்னுடைய கைகளால், அவளின் மென்மையான கைகளை லேக் தடவ அவளோ, அவன் முகத்தைத் தன்னை நோக்கி இழுத்துக் கொண்டாள். அவர்கள் கீழே படுத்துக்கொண்டபிறகு, நெட்டையான புற்கள் அசையத் துவங்கின. பாதி மறைத்த புற்களினூடே அவர்களின் உடல்கள் உருளத் துவங்கின. அவர்கள் இருவரும் படுத்திருந்தபோது, தன் வாழ்க்கைத் துக்கங்களை அவள் சொன்னதாக பிற்பாடு லேக் சொல்வான். அவளின் பண்படாத உணர்ச்சிகளின் திடீர்த் திருப்பங்கள், மனக்கோட்டைகள், ரகசிய எண்ணங்கள் யாவற்றையும் கூறுவான்.

வெயில் அனல் வீசியது; காற்று கொஞ்சமுமின்றி, மரங்களின் உச்சிக்கிளைகள்கூட அசைவற்றிருந்தன. வெட்டுக்கிளிகளும் டிராகன் பூச்சிகளும் ரீங்காரமிட்டன. பட்டாம்பூச்சி ஒன்று, வெளுத்த வானில் பறந்துபோனது. குயிலும் அமைதியாகப் போனது. நானும்கூட கல்லாய்ச் சமைந்துபோனேன். திடீரெனக் கேட்ட குரல்களால் சுயஉணர்வு மீண்டேன். அந்த ஆணும் பெண்ணும், பூமியிலிருந்து முளைத்துவந்தாற்போல் ஒருவரையொருவர் இறுக்கி அணைத்தபடி, எனக்குப் புரியாத வார்த்தைகளைச் சொல்லிக்கொண்டனர். பிறகு தயக்கத்துடன் பிரிந்தனர்; முட்டாள் லூட்மிளா, கையசைத்து விடைதந்தாள்.

லேக், திரும்பித் திரும்பி பார்த்துக்கொண்டே என்னருகே வந்தான். அவன் உதடுகளில் விஷமச் சிரிப்பு தவழ்ந்தது.

வீடு திரும்பும் வழியில் நிறையக் கண்ணிகளை வைத்தோம்.

லேக், களைப்படைந்து போய்விட்டான். அன்று மாலை, பறவைகள் கூண்டில் தூங்கிப்போன பின்னர், லேக்குக்கு புத்துணர்ச்சி வந்தது. லூட்மிளாவைப் பற்றி ஓயாமல் பேசினான். உடல் நடுங்க, கண்களை மூடிக்கொண்டு அசட்டுத்தனமாகச் சிரித்தான். பருக்கள் நிரம்பிய வெண்ணிறக் கன்னங்கள் சிவந்துபோயின.

சிலநாட்கள் கடந்தன. முட்டாள் லூட்மிளா காட்டிற்கு வரவில்லை. லேக்குக்கு உள்ளுக்குள் உன்மத்தம் பிடிக்கத் தொடங்கியது. அவன் கூண்டுப் பறவைகளை வெறித்துக்கொண்டு ஏதோ முனகினான். ஆழ்ந்த ஆராய்ச்சிக்குப் பிறகு, இருப்பதிலேயே வலிமையான பறவையொன்றை வெளியில் எடுத்துத் தன் மணிக்கட்டில் கட்டிக்கொண்டான், அவனே தயாரித்த மட்டமான பல்வேறு வர்ணங்கள்கொண்ட கலவையை எடுத்துக் கலக்கினான். அக் கலவையில் திருப்தி அடைந்ததும், காட்டுப்பூக்களின் நிறத்தைக் காட்டிலும் பளிச்சென அப்பறவையின் தலை, இறக்கை, கழுத்து என எல்லா இடங்களிலும் வானவில்போல் வர்ணத்தைப் பூசினான். பிறகு அவன் காட்டின் அடர்ந்த பகுதிக்குச் சென்றான். அவ்விடத்தில், வண்ணம் பூசப்பட்ட அந்தப் பறவையைப் பிடித்துக்கொள்ளச் சொல்லி, அதன் உடலை மெதுவாக அழுத்தும்படி எனக்கு உத்தரவிட்டான், உடனே அது கிறீச்சிட்டு, மேலே பறந்துகொண்டிருந்த அதன் இனத்தின் கவனத்தைக் கவர்ந்தது. அவற்றின் சப்தங்களைக் கேட்டபடி சிறைப்பறவை ஓங்கிக் குரல் தர, வர்ணம் பூசப்பட்ட மார்புக்குள் அடைபட்டிருந்த அதன் சின்ன இதயம் வேகமாக அடித்துக்கொண்டது.

பறவைகளின் எண்ணிக்கை போதுமான எண்ணிக்கையில் கூடியதும் லேக், கையிலிருந்த பறவையை விட்டுவிட சமிக்ஞை செய்தான். அப் பறவை, கறுப்பான மேகங்களின் பின்னணியில் புள்ளியாகிப்போன வானவில்போல், சந்தோஷமாக சிறகடித்துத் தன் கூட்டத்தோடு சேர்ந்துகொள்ள, அடுத்த வினாடி மற்ற பறவைகள் யாவும் சிதறின. வண்ணம் பூசப்பட்ட அப்பறவைக் கூட்டத்தின் ஒரு முனைக்கும் மறுமுனைக்கும் பறந்து, தானும் அவற்றில் ஒருவன்தான் என்பதை நிரூபிக்க முயன்றது. ஆனால் கண்ணைப்பறிக்கும் அதனுடைய நிறங்களால் மற்ற பறவைகள் சமாதானம் அடையாமல் விலகிப் பறந்து, கூட்டத்தோடு ஒட்டி உறவாட முயன்ற வண்ணப் பறவையை அப்பால் விரட்டின. பிறகு ஒவ்வொரு பறவையாக மாற்றிமாற்றி அதனைத் தாக்கிய காட்சியைக் கண்டோம். வெகுவிரைவில் அந்த வண்ணக் குவியல் மண்மீது வந்து விழுந்து, வழக்கம்போல செத்துப்போனது. லேக், எத்தனைமுறை அது கொத்தப்பட்டது என்றறிய அதன் உடலை ஆராய்ந்தான். அப்பறவையின் வண்ணமிகு இறக்கைகளில் ரத்தம் வழிந்து, வர்ணத்தை அழித்து, லேக்கின் கைகளில் கறையாகப் படிந்தது.

முட்டாள் லூட்மிளா வரவேயில்லை. பிணக்கமும் வாட்டமும்கொண்ட லேக், ஒவ்வொரு பறவையாகக் கூண்டிலிருந்து எடுத்து, முன்பைவிட பளிச்சென வர்ணக் கலவையைப் பூசி, அது வானத்தில் கொல்லப்பட விடத் தொடங்கினான். ஒருநாள், லேக் பெரியதொரு ரேவன் பறவையைப் பிடித்து அதன் இறக்கைகளில் சிவப்பு, நெஞ்சில் பச்சை வாலில் நீலம் என வர்ணங்களைப் பூசினான். குடிசைக்கு மேலாக, ரேவன் கூட்டத்தோடு போய்ச் சேர்ந்ததுதான் தாமதம். உடனே போராட்டம் துவங்கியது. வேறுநிறத்திலிருந்த அப்பறவை எல்லாப் பக்கங்களிலிருந்தும் தாக்கப்பட, கறுப்பு, சிவப்பு, பச்சை, நீலமென இறகுகள் கீழே விழத் துவங்கின. ரேவன் பறவைகள் கொலை வெறியோடு வானில் சுழல, வண்ண ரேவன் சட்டென நிலத்தில் விழுந்தது. அது, இன்னமும் உயிரோடு இருந்து. தன் அலகுகளைத் திறந்து மூடியபடி, இறக்கைகளை விரிக்க முயன்றது. அதன் கண்கள் வெளியே வந்துவிட்டிருந்தன. ரத்தம் வர்ணமயமான இறக்கைகளில் வழிந்துகொண்டிருந்தது. தரையோடு ஒட்டிக்கொண்டிருந்த ரேவன், மீண்டுமொரு முறை தன் இறக்கைகளை அடிக்க முயன்றது; ஆனால் பலம்தான் இல்லை.

இப்போதெல்லாம் லேக், குடிசையிலேயே இருந்துகொண்டு, வீட்டிலேயே தயாரித்த வோட்காவை குடித்துக்கொண்டு, லூட்மிளாவைப் பற்றிய பாடல்களைப்

பாடலானான். அந்நேரங்களில் அழுக்கான மண்தரையில் படுத்தபடி, கால்களைக் கட்டில்மேல் வைத்துக்கொண்டு, நீண்ட குச்சியால் தரைமீது எதையோ வரைவான். அவன் வரைவது என்னவென்று தெளிவாகவே தெரியும். பெரிய கொங்கைகளையும் நீண்ட கூந்தலையும் கொண்ட பெண்ணின் உருவம் அது.

வண்ணம் பூசுவதற்குப் பறவைகள் எதுவுமில்லையாதலால், தன் சட்டைப் பைக்குள் வோட்கா மதுப் பாட்டிலை எடுத்துக்கொண்டு, காடுமேடெல்லாம் அவன் சஞ் சரிக்கத் துவங்கினான். சதுப்புப் பிரதேசத்தில் அவனுக்கு ஏதேனும் ஆகியிருக்கக்கூடும் என்ற அச்சத்தில் நான் நெருங்கிப்போகும்போது அவனுடைய பாட்டொலி கேட்கும். அவனது சோகமான பாடல், குளிர்கால மூடுபனிபோல் சதுப்பு நிலமெங்கும் பரவும். அப்பாடல், வேற்றிடம் நோக்கிப் பறக்கும் பறவைகளுடன் சேர்ந்து பயணப்படும், ஆனால் காட்டினுள் நுழைந்ததும் தனியாகப் பிரிந்து தரையோடு அமுங்கிவிடும்.

கிராமத்தில், மக்கள் எல்லோரும் லேக்கைக் கண்டு நகைத்தனர். முட்டாள் லூட்மிளா, அவனுக்குச் செய்வினை வைத்துவிட்டாளென்றும், அவன் மர்மஉறுப்பில் தீயை வைத்துவிட்டாள், அது அவனைப் பித்தனாக்கிவிட்டதென்றும் பலவாறு பேசத் துவங்கினர். லேக், இதையெல்லாம் மறுத்து பதிலுக்கு அவர்களைத் திட்டுவான். பறவைகளை ஏவி, அவர்களின் கண்களைப் பிடுங்கிவிடுவதாக மிரட்டுவான். ஒருமுறை, என்னை முகத்தில் அடித்துவிட்டான். என்னுடைய இருப்பும் நாடோடிக் கண்களும் அவளை அச்சமுறச் செய்து ஓடக் காரணமாகிவிட்டன என்று கூறினான். அடுத்த இரண்டு நாட்கள் நலமின்றிப் படுத்துவிட்டான். பிறகு பயணச் சாக்கில் கொஞ்சம் ரொட்டியை எடுத்துக்கொண்டு, கண்ணிகளை அமைத்து பறவைகளைப் பிடிக்கும்படி எனக்கு உத்தரவு இட்டுவிட்டு காட்டுக்குள் சென்றுவிட்டான்.

வாரங்கள் கடந்தன; லேக்கின் உத்தரவுப்படி, நான் வைத்த கண்ணிகளில் மெல்லிய சிலந்திக் கூடுகள் மட்டுமே வந்து விழுந்தன. ஸ்டார்க், ஸ்வேலோ பறவைகள் வேற்றிடம் பறந்துவிட்டிருந்தன. அந்தக் காடே வெறிச்சிட்டுவிட, பாம்புகளும் பல்லிகளும் மட்டுமே பல்கிப் பெருகின. கூண்டுப் பறவைகள்கூட அமைதியாகி, அவற்றின் இறக்கைகள் சலனமற்றுக் காணப்பட்டன.

பருவம் மாறியது; தெளிவான வடிவமில்லா மேகங்கள் உருவாகி சூரியனை மறைத்தன. கடுங்காற்று வயல்வெளிகளில்

வீசி நாற்றங்கால்களை அழித்தது. குடிசைகள் யாவும் பூஞ்சைக் காளான்களாலும் உமி தூசிகளாலும் மூடப்பட்டன. ஒருகாலத்தில், பறவைகள் கொத்திக்கொண்டிருந்த தானியமயமான நிலத்தில், காற்றானது பேயாட்டம் ஆடி, முட்களையும் அழுகிய உருளைக்கிழங்குச் செடிகளையும் ஓரிடத்திலிருந்து இன்னொரு இடத்திற்குத் தூக்கிச்சென்று வீசியது.

திடீரென ஒருநாள், முட்டாள் லூட்மிளா, ராட்சஸ நாயைக் கயிற்றால் பிணைத்தபடி தோன்றினாள். அவளின் நடவடிக்கைகள் வித்தியாசமாக இருந்தன. லேக்கைப் பற்றியே அவள் கேட்டுக்கொண்டு வந்தாள். நெடுநாட்களுக்குமுன்பு போனவன் இன்னும் திரும்பவில்லை; அவன் எங்கிருக்கிறான் என்பதும் தெரியாது என்று நான் சொன்னவுடன், நாயும் பறவைகளும் பார்த்துக்கொண்டிருக்க, சிரிப்பதும் அழுவதுமாகக் குடிசையின் ஒருமுனைக்கும் மறுமுனைக்குமாக அவள் நடந்தாள். அப்போது லேக்கின் பழைய தொப்பியைக் கண்டெடுத்து அதைத் தன் கன்னத்தோடு வைத்து அதை அழுத்தியபடி கண்ணீர் சிந்தினாள். பிறகு அந்தத் தொப்பியைத் தரையில் வீசி, காலால் தேய்த்து நசுக்கினாள். பிறகு படுக்கைக்கடியில் லேக் விட்டுப்போயிருந்த பாட்டில் வோட்காவைக் கண்டெடுத்து குடித்துமுடித்து, என்பக்கம் விறைப்புடன் திரும்பி, அவளுடன் மேய்ச்சல் நிலத்திற்கு வரும்படி கட்டளையிட்டாள். நான் தப்பிக்க முயன்றேன். ஆனால் அவள், நாயை ஏவியதால் முடியாமல் போனது.

மேய்ச்சல் நிலம் இடுகாட்டுக்கு அப்பால் நேரெதிரே பரந்திருந்தது. கொஞ்சதூரத்தில் பசுக்கள் அசைபோட்டுக்கொண்டிருக்க, குடியானவர்கள் சிலர் நெருப்பில் குளிர்காய்ந்து கொண்டிருந்தனர். அவர்களின் பார்வையில் பட்டுவிடாமலிருக்கும் பொருட்டு, இடுகாட்டை சட்டெனக் கடந்து உயரமான சுவரின் மீதேறினோம். சுவரின் மறுபக்கத்தில் எங்களை யாராலும் பார்க்க முடியாது. நாயை மரமொன்றில் கட்டிப்போட்ட லூட்மிளா, என் கால்சட்டையை அவிழ்க்கும்படி பெல்ட்டை காட்டிப் பயமுறுத்தினாள். அவளும் சாக்கிலிருந்து வெளிவந்து, நிர்வாணமாகி என்னை அவளுக்காய் இழுத்துக்கொண்டாள்.

கொஞ்சம் போராட்டம், நெளிதல்களுக்குப் பின்னர் அவள், என் முகத்தைத் தன்னை நோக்கி இழுத்துக்கொண்டு, அவளின் தொடைகளுக்கு நடுவே படுக்கும்படி உத்தரவிட்டாள். நான் தப்பிக்க முயற்சிக்க, அவள் பெல்ட்டால் அடித்தாள்.

அப்போது நான் போட்ட கூச்சல் இடையர்களின் கவனத்தைக் கவர்ந்தது.

முட்டாள் லூட்மிளா, நெருங்கி வந்துகொண்டிருந்த கூட்டத்தைக் கவனித்ததும் கால்களை இன்னும் அகலமாக அகட்டினாள். அந்த நபர்கள் மெதுவாக நடந்துவந்து அவளின் உடலை வெறித்தனர்.

பிறகு மறுவார்த்தையின்றி அவளைச் சுற்றி நின்றுகொள்ள, அவர்களில் இரண்டுபேர் தங்களின் கால்சட்டைகளை அவசரமாக கழற்றிப் போட்டனர். மற்றவர்கள் என்ன செய்வதென்று புரியாமல் அப்படியே நின்றனர். என்னை யாருமே கவனிக்கவில்லை. லூட்மிளாவின் நாயானது கல்லொன்றால் தாக்கப்பட்டு, தன் காயம்பட்ட முதுகை நாக்கால் நக்கிக்கொண்டிருந்தது. உயரமான இடையன் ஒருவன் அவள்மீது படுத்து அசையத் துவங்க, அவனுடைய ஒவ்வொரு அசைவுக்கும் லூட்மிளா கூச்சலிட்டாள். அவன், அவளுடைய மார்பகங்களில் கையால் அடித்தான், காம்புகளைக் கடித்தான், அடிவயிற்றைப் பிசைந்தான். அவன் முடித்ததும், இன்னொருவன் வந்து படுத்துக்கொண்டான். முட்டாள் லூட்மிளா முனகியபடி, உதறியபடி அவனைக் கைகளாலும் கால்களாலும் வாரி இறுக்கிக் கொண்டாள். மற்றவர்கள் அவர்களைக் கவனித்தபடி, அசிங்கமாகப் பேசிக்கொண்டும் இளித்துக்கொண்டும் இருந்தனர்.

திடீரென, இடுகாட்டின் பின்புறத்தில், குப்பை வாரும் முட்கருவிகளும் மண்வெட்டிகளும் கொண்ட பெண்களின் கூட்டம் தோன்றியது. அவர்களை சில இளம்பெண்கள் வழிநடத்தி வர, அவர்கள் கைகளை ஆட்டியபடி ஆவேசமாகக் கத்திக்கொண்டே வந்தனர். இடையர்கள், தங்கள் கால்சட்டைகளை சட்டென அணிந்துகொண்டனர். ஆனால் அவ்விடத்திலிருந்து ஓடவில்லை. மாறாக, முட்டாள் லூட்மிளாவைத் தரையோடு அழுத்திப் பிடித்துக்கொண்டனர். நாய், தோல்வாரின் பிடியிலிருந்து எகிறி உறுமியது. ஆனால் வலிமையான அக்கயிறு நெகிழவில்லை. பெண்கள் நெருங்கிவிட, நானோ பாதுகாப்பான தூரத்தில் இடுகாட்டுச் சுவரின் மீது அமர்ந்திருந்தேன். அப்போதுதான் மேய்ச்சல் நிலத்தின் குறுக்கே லேக் ஓடிவருதைக் கண்டேன். அவன் கிராமத்திற்குள் நுழைந்ததும், நடந்துகொண்டிருந்த சம்பவம் பற்றி அறிந்திருக்க வேண்டும். பெண்களின் கூட்டம் மிக அருகில் வந்துவிட்டது. முட்டாள் லூட்மிளா வருவதற்குள், அவளைப் பிடித்திருந்த கடைசி ஆளும் இடுகாட்டின் சுவர்நோக்கி ஓடிவிட்டான். அப்பெண்கள், லூட்மிளாவைப் பிடித்துக்கொண்டனர்.

லேக்கோ, மிகத் தொலைவில் இருந்தான். அவன் பலம் தீர்ந்துபோய், ஓட முடியாமல் அவ்வப்போது தடுக்கிவேறு விழுந்துகொண்டிருந்தான்.

பெண்களின் கூட்டம், லூட்மிளாவை புல்தரையின்மீது அழுத்திப் பிடித்து அவளின் கை, கால்களின் மீது அமர்ந்தபடி, முட்கருவிகளால் அடித்தும் நகங்களால் உடற்தோலைக் கிழித்தும் தலைமயிரைப் பிடுங்கியும் முகத்தில் எச்சில் உமிழ்ந்தும் தாக்கினர். அப்போது அங்கு வந்து சேர்ந்த லேக், அவர்களைத் தடுக்க முயன்றான், ஆனால் அப்பால் விலக்கப்பட்டான். உடனே அவன் தாக்க முயற்சித்தான். ஆனால் அப்பெண்கள், அவனை வீழ்த்தி காட்டுத்தனமாக உதைத்தனர். முயற்சியைக் கைவிட்ட லேக்கை குப்புறப் புரட்டிப்போட்டு, அவன் முதுகில் அமர்ந்து, குதிரை ஓட்டுவதுபோல் அசைந்தனர். பிறகு மண்வெட்டிகளால் பன்முறை தாக்கி லூட்மிளாவின் நாயைச் சாகடித்தனர். குடியானவர்கள் சுவரின் மீது அமர்ந்திருந்தனர். அவர்கள் என்னை நெருங்க முயற்சித்தபோது, நான் சுவரின் விளிம்புக்கு நகர்ந்து, இடுகாட்டின் சமாதிகளுக்கிடையே ஓட ஆயத்தமானேன். அவர்கள் அந்த இடத்திற்கெல்லாம் வரமாட்டார்கள். ஏனெனில், அங்கே வசிப்பதாகச் சொல்லப்படும் பேய்கள், ஆவிகளென்றால் அவர்களுக்கு ரொம்பவும் பயம்.

முட்டாள் லூட்மிளா ரத்தம் சிந்தியபடி கிடக்க, சிதிலமான உடலின்மேல் நீலநிறக் காயங்கள் தோன்றின. அவள் பலமாகக் கூக்குரலிட்டபடி, உடல் உதற, கஷ்டப்பட்டவாறே தப்பிக்க முயற்சித்தாள். பெண்களில் ஒருத்தி, விலங்குகளின் கறுப்புநிறக் கழிவுகள் நிரம்பிய பாட்டிலுடன் லூட்மிளாவை நெருங்கினாள். எல்லோரும் காட்டுமிராண்டித்தனமாகச் சிரித்தபடி அவளை உற்சாகப்படுத்த அந்தப் பெண், லூட்மிளாவின் கால்களுக்கிடையே அமர்ந்து, அவளின் காயம்பட்ட மர்ம உறுப்பின் பிளவுக்குள் பாட்டிலை நுழைத்துவிட்டாள். லூட்மிளா மிருகம்போல் ஓலமிட்டாள். இப்போது எல்லாப் பெண்களும் அமைதியாகினர். திடீரென அப்பெண்களில் ஒருத்தி, தன் பூட்சு காலால் துருத்திக்கொண்டிருந்த பாட்டிலை ஓங்கி உதைக்க, மர்ம உறுப்பின் உள்ளே பாட்டில் நொறுங்கி அமுங்கிய ஓசை கேட்டது. உடனே எல்லாப் பெண்களும் உதைக்கத் தொடங்கினர். அவர்களின் பூட்சுகளிலும் முழங்கால்களிலும் ரத்தம் தெறித்தது.

கடைசியாக ஒரு பெண் உதைத்து முடித்தபோது, லூட்மிளா செத்துப் போயிருந்தாள். அவர்களின் கோபம் தணிந்துவிட, எல்லாப் பெண்களும் சத்தமாகப் பேசிக்கொண்டே கிராமம்

நோக்கி நடந்தனர். முகத்தில் ரத்தம்சொட்ட, தள்ளாடியபடி லேக் எழுந்துவந்து எச்சில் உமிழ்ந்தான். துப்பிய எச்சிலோடு பற்கள் வந்து விழுந்தன. தேம்பிக்கொண்டே அவள்மீது விழுந்த லேக், நாராகிப்போயிருந்த அவ்வுடலைத் தொட்டு சிலுவைக் குறியிட்டவாறே, வீங்கிப்போயிருந்த உதடுகளுக்குள் ஏதோ முணுமுணுத்தான்.

நான் இடுகாட்டுச் சுவரின்மீது குத்துக்காலிட்டு அமர்ந்திருந்தேன். உடல் சில்லிட்டு, நகர்வதற்குக்கூட முடியாமல் பயந்துபோயிருந்தேன். வானம் கறுத்து இருள் சூழத் தொடங்கியது. செத்துப்போனவர்கள் முட்டாள் லூட்மிளாவின் அலைகின்ற ஆத்மாவைப் பற்றி முணுமுணுத்தனர். அவளுடைய ஆவி, தன்னுடைய பாவங்களுக்கெல்லாம் மன்னிப்புக் கேட்கின்றது. வானில் நிலவு தோன்றியது. அது குளிர்ச்சியாக வெளுத்துப்போய், மண்டிபோட்டிருந்த மனிதன்மீதும், செத்துப்போயிருந்தவளின் கூந்தல்மீதும் தன் ஒளியை வீசியது.

நான் தூங்குவதும் விழிப்பதுமாய் இருந்தேன். காற்று சமாதிகளின்மேல் பலங்கொண்டு வீசி, இலைகளையெல்லாம் சிலுவைகளின் மீது தொங்கவிட்டது. ஆவிகள் முணுமுணுத்தன. நாய்கள் ஊளையிடும் ஓசை கிராமத்திலிருந்து கேட்டது.

எனக்கு விழிப்புத் தட்டியபோது, லேக் இன்னும்கூட மண்டியிட்டு அமர்ந்திருந்தான். வளைந்திருந்த அவன் முதுகு, தேம்பல்களால் குலுங்கியது. நான் பேசிப் பார்த்தேன். ஆனாலும் அவன் கவனிக்கவில்லை. குடிசைக்குத் திரும்பிச் செல்லவும் அச்சமாக இருந்தது. எனவே, வேறிடம் போக முடிவுசெய்தேன். எங்களின் தலைக்கு மேலே கூட்டமாகப் பறந்துகொண்டிருந்த பறவைகள், எல்லாத் திசைகளிலும் கூவி மற்ற பறவைகளையும் அழைத்தன.

6

அந்தத் தச்சனும் அவனுடைய மனைவியும், என்னுடைய கருத்த கேசம் மின்னலை ஈர்த்து அவர்களின் பண்ணையின்மேல் வீசச் செய்யும் என அழுத்தந்திருத்தமாக நம்பினர். ஒன்று மட்டும் உண்மை. அதாவது, வறட்சியான வெப்பமிகு இரவு நேரங்களில், அந்தத் தச்சன் சிக்கிமுக்கிக் கல் அல்லது எலும்பாலான சீப்பால் என் தலைமுடியைத் தொடும்போது, நீல மஞ்சளில் நெருப்புப் பொறிகளானது சாத்தானின் பேன்கள்போல் துள்ளும்.

அக் கிராமத்தில் திடீர் திடீர் எனப் புயல்வீசி, தீ விபத்தை ஏற்படுத்தி, கால்நடைகளையும் மனிதர்களையும் கொல்வதென்பது வழக்கமான நிகழ்வு. மின்னல் என்பது சொர்க்கத்திலிருந்து வீசியெறியப்படும் ஆயுதம் எனச் சொல்லப்படுகிறது. எனவேதான், மின்னலால் உண்டாகும் தீயை அணைக்க அவர்கள் முயற்சிப்பதில்லை. ஏனெனில், மின்னலால் தாக்குண்டவன் எப்படிப் பிழைப்பதில்லையோ அதேபோல், அதனால் ஏற்படும் நெருப்பையும் அணைக்கமுடியாது என அவர்கள் நம்பினர். ஒரு வீட்டைத் தாக்கும் மின்னல், அப்படியே பூமிக்கடியில் சென்று சக்தியைச் சேகரித்துக்கொண்டு, ஏழு வருடங்களுக்கு ஒருமுறை புதியதொரு மின்னலை அதே இடத்திற்கு வீசவைக்கும் எனச் சொல்லப்படுகிறது. அதேபோல், மின்னலால் தாக்குண்டு எரியும் வீட்டிலிருந்து எடுக்கப்படும் பொருளும், இதேபோன்று சக்திகொண்டு புதிய மின்னலை ஈர்க்கும்.

அந்திப்பொழுதில், மெழுகுவர்த்திகளும் மண்ணெண்ணெய் விளக்குகளும் மங்கலாக, குடிசைகளில் எரியும் அவ்வேளைகளில், வானம் மேகங்களின் போர்வையால் போர்த்தப்படும்; அம்மேகங்கள் கூரைகளின் மேல் சாய்வாக மிதக்கும். கிராமத்தவர்கள் பேச்சுமூச்சின்றித் தொடர்ந்து ஒலிக்கின்ற இடி முழக்கங்களை ஜன்னல் வழியாகக் கவனித்தபடி இருப்பார்கள். வயதான பெண்கள் உடைந்திருக்கும் அடுப்பருகே அமர்ந்து, பிரார்த்தனை செய்வதை நிறுத்திவிட்டு, சர்வ வல்லமை

பொருந்திய கடவுளின் அருள், இந்தமுறை யாருக்குக் கிடைக்கும் என்றோ அல்லது தீயை இடுபவனும் நாசத்தை விளைவிப்பவனும் பயனற்றுப்போகச் செய்பவனுமான சாத்தானால் தண்டிக்கப்படப்போவது யார் என்றோ சிந்தித்தவண்ணம் இருப்பார்கள். நரகத்தில் வதைக்கப்படுகிற அல்லது முடிவுறாத நெருப்பில் புரட்டி எடுக்கப்படுகின்ற என்றோ செத்துப்போன பாவிகளின் சாபங்கள்போல், கிறீச்சிடும் கதவின் ஓசையும் புயலால் வளைக்கப்படும் மரங்களின் ஓசையும் ஊதல்சப்தம் போன்று காற்று வீசும் ஓசையும் அவர்களின் காதுகளில் கேட்டபடி இருக்கும்.

இதுபோன்ற சமயங்களில் சட்டென, தச்சன் கனமான ஆடையை மேலே போர்த்திக்கொண்டு, பன்முறை சிலுவைக் குறியிட்டவாறே, தாழ்ப்பாளுடன்கூடிய சங்கிலியை என் காலில் பிணைத்து, அதன் மறுமுனையைக் கனமான குதிரைச் சேனத்துடன் பிணைத்துவிடுவான். கடுங்காற்றும் இடையிடையே பயங்கரமான மின்னலும் அடிக்கும் அந்நேரத்தில், என்னைக் கட்டை வண்டியில் போட்டு, காளையைச் சவுக்கால் அடித்து ஓட்டி, கிராமத்திற்கு வெளியே நெடுந்தொலைவில் என்னை விட்டுவிடுவான். மரங்களிலிருந்தும் மனித வாசங்களிலிருந்தும் நான் தொலைவில் இருப்பேன். கனமான சங்கிலியும் சேனமும் என்னைக் குடிசைக்குத் திரும்பவிடாமல் செய்யும் என்பதைத் தச்சன் அறிவான்.

நான் தன்னந்தனிமையில், திரும்பிச்செல்லும் வண்டியின் ஓசையைக் கேட்டவாறு பயந்துபோயிருப்பேன். என் அருகாமையில் திடீரென மின்னல் மின்னி தூரத்துக் குடிசைகளின் விளிம்புகளைக் காண்பிக்கும். அடுத்த நொடி, அக் குடிசைகள் எப்போதுமே இருந்ததில்லை எனும்படி மறைந்துபோகும்.

திடீரென எங்கும் அமைதி நிலவும். தாவரங்களும் விலங்குகளும் சலனமற்றுக் காணப்படும்; இருந்தும் பாழான நிலங்களிலுள்ள அடிமரங்களின் முனகல்களையும் பசும்புல் தரையின் உறுமல்களையும் கேட்கமுடியும்; காட்டினுள் இருக்கும் ஓநாய்கள் என்னைச் சுற்றிலும் நகர்ந்து வந்துகொண்டிருக்கும்; நீராவி பறக்கும், சதுப்பு நிலங்களிலிருந்து ஒளிபொருந்திய பூதங்கள் இறக்கைகளை அடித்தபடி பறக்கும். உபயோகமில்லாக் கல்லறைகளிலிருந்து, ஆவிகள் எலும்புகள் மோதக் காற்றைக் கிழித்துக்கொண்டு வரும். அவற்றின் வறண்ட தொடுகையையும் குளிர்ச்சியான இறக்கைகளின் உரசல்களையும் நான் உணர்வேன். உடனே பயந்துபோய் என்னுடைய சிந்தனையை நிறுத்தி, சங்கிலியை இழுத்துக்கொண்டே, தேங்கியிருக்கும் குட்டை நீரில்

தொப்பென்று விழுவேன். எனக்கு மேலே கடவுள் எங்கும் பரந்து, ஆகாசத்தில் விரிந்து, தன்னுடைய நிலையான காலக் கருவியின் மூலம் பயங்கரமான அக்காட்சியைத் தொடர்ந்து நடத்துவார். எனக்கும் அவருக்கும் இடையே ஆழ்ந்த இருள் நீடிக்கும்.

இருள் மேலும் அடர்த்தியாகி, தொட்டுவிட முடியும் எனுமளவுக்கு ஆகும். உறைந்து கட்டிப்போன ரத்தம் போலிருக்க, அதை முகத்திலும் உடலிலும் பூசிக்கொள்ள முடியும் என்பதுபோலிருக்கும். நான் அவ்விருளைக் குடித்து, விழுங்கி, அடக்குவேன். அது என்னைச்சுற்றி புதிதான சாலைகளைக் கோடிட்டுக் காட்டும், நிலங்களை முடிவே இல்லாத பாதாளங்களாக மாற்றும்; அது கடந்து செல்லமுடியாத மலைகளை உருவாக்கும்; சிகரங்களை அழுத்தும்; ஆறுகளையும் பள்ளத்தாக்குகளையும் தனக்குள் மூழ்கடிக்கும்; அதன் அணைப்பில், கிராமங்கள், காடுகள், சாலையோர தேவாலயங்கள், மனித உடல்கள் யாவும் அழிந்துபோகும். அதன் தூரத்து எல்லைகளில் சாத்தான் அமர்ந்திருந்து, மஞ்சள்நிற மின்னல்களை வீசிக்கொண்டும், மேகங்களின் பின்னாலிருந்து எதிரொலிக்கின்ற இடிகளை இறக்கிக்கொண்டும் இருப்பான். இடியானது ஒவ்வொருமுறையும் இடிக்கும்போது, பூமியின் அடி வேரையே அசைக்கும். மேகங்களை இன்னும் கீழே இறக்கி, அடைமழை வருமளவுசெய்து, எல்லா இடங்களையும் ஒரேஒரு குட்டையாக உருமாற்றிவிடும்.

நேரம் கடந்து விடியல் வரும் எலும்புநிற நிலவு விலகி, மங்கலான சூரியனுக்கு வழிவிடும்போது, தச்சன் காளைபூட்டிய வண்டியில் வந்து, என்னைத் திரும்பவும் குடிசைக்குக் கொண்டுசெல்வான்.

ஒரு புயல்கால நாளின் மதியம், அந்தத் தச்சன் நலமில்லாமல் படுத்துவிட்டான். அவன் மனைவி ஷாயம் தயாரிப்பதற்காக அங்குமிங்கும் நடந்துகொண்டிருந்தாள்; என்னைக் கிராமத்திற்கு வெளியே கொண்டுசெல்ல வேண்டும் என்ற நினைப்பும் அவளுக்கில்லை. அன்று முதல் இடி இடித்தபோது, நான் தானியக் களஞ்சியத்திற்கு ஓடோடிச்சென்று வைக்கோல்போருக்கு அடியில் ஒளிந்துகொண்டேன்.

அடுத்தகணம், கரகரவென விநோத ஒலியுடன் இறங்கிய இடியால் தானியக் களஞ்சியமே குலுங்கியது. கொஞ்சநேரத்தில் சுவரொன்று நெருப்பால் வெடித்து, நீள்கின்ற தீ, மரப்பிசின் பிடித்த, பலகைகளூடே ஒளிர்ந்தது. காற்று விசிறிவிட, ஜோதி பெருமளவு வளர்ந்து, அதன் நாக்கானது குடிசைக்கும் பசுத் தொழுவத்திற்கும் எட்டியது.

வண்ணம் பூசிய பறவை

பெருங்குழப்பமடைந்த நான், முற்றத்தில் துள்ளிக் குதித்தேன். சுற்றியிருந்த குடிசை மக்கள், இருட்டில் அங்குமிங்கும் ஓடிக் கொண்டிருந்தனர். மொத்தக் கிராமமே இயக்கத்தில் இருக்க அவர்களின் கூச்சல் எல்லாத் திசைகளிலிருந்தும் கேட்டது. கொஞ்சம்பேர் கூட்டமாக கோடாரிகள், குப்பை வாரும் முட்கருவிகள் சகிதமாக, தச்சனின் எரிந்துகொண்டிருந்த தானியக் களஞ்சியத்தை நோக்கி ஓடிவந்தனர். நாய்கள் ஊளையிட்டன.

கைகளில் குழந்தைகளை வைத்திருந்த பெண்கள், வெட்கமில்லா காற்றானது அவர்களின் முகம் நோக்கி, பாவாடையை உயர்த்த, அதைத் தடுக்கப் போராடிக் கொண்டிருந்தனர். வால்களை உயர்த்தியபடி எல்லா ஜீவன்களும் வெளியேறி ஓடின.

கோடாரிக் காம்புகளாலும் மண்வெட்டிகளாலும் தட்டப்பட்டுப் பசுக்கள் ஓட, அவற்றின் மடியை எட்டிப் பிடிக்க, கால்கள் பின்னியபடி கன்றுகளும் அவற்றின் பின்னே ஓடின. வேலிகளை முரட்டுத்தனமாக மிதித்தபடி, தானியக் களஞ்சியத்தின் கதவை உடைத்தபடி, கண்ணுக்குத் தெரியாத சுவரில் முட்டியபடி, எருதுகள் ஓடிவந்து நின்றன. கோழிகள் கட்டுக்கடங்காமல் காற்று வெளியில் பறந்தன.

சில வினாடிகள் நான் ஓட்டத்தைத் தொடங்கிவிட்டேன். என்னுடைய கருத்த கேசமே, குடிசைக்கும் தானியக் களஞ் சியத்திற்கும் மின்னலை வரவழைத்துவிட்டது என்பதை அழுத்தந்திருத்தமாக நம்பினேன். எனவே, அக்கூட்டம் என்னைப் பார்த்துவிட்டால், நிச்சயமாகக் கொன்றுபோட்டுவிடும்.

கிறீச்சிட்ட கடுங்காற்றோடு போராட்டம் நிகழ்த்தியபடி, கற்களால் தடுக்கப்பட்டும், நீர் நிரம்பிய குழிகளிலும் குட்டைகளிலும் விழுந்து எழுந்தபடியும் காட்டை அடைந்தேன்.

முடிந்த வேகத்தில் ஓடி காட்டின் உட்பக்கமாகச் செல்லும் ரயில்பாதையை அடைந்த வேளை, புயல் நின்றுவிட்டிருக்கக் கடும் மழையால் அவ்விரவு நிரம்பியது. அங்கிருந்த மரங்களில் ஒன்றில் பாதுகாப்பாகத் தோன்றிய பொந்தில் தவழ்ந்து சென்றமர்ந்த நான், மரப்பாசிகளின் முணுமுணுப்பைக் கேட்டபடி இரவு விடியக் காத்திருந்தேன்.

விடியற்காலையில் இப்பக்கமாக ரயில் ஒன்று போகும். மைல்கணக்கில் இடைவெளியில் இருந்த ஒரு நிறுத்தத்திற்கும் மற்றொரு நிறுத்தத்திற்கும் மரக்கட்டைகளைக் கொண்டுசெல்ல, இப்பாதை உள்ளது. மரக்கட்டைகளைச் சுமந்திருந்த பெட்டிகள்,

70 ♦ பெரு. முருகன்

மெதுவாக இழுக்கும். சின்னதான நீராவி இன்ஜினால் இழுக்கப்பட்டுவந்தது.

ரயில் நெருங்கியதும் அதன் கடைசிப் பெட்டியுடன் கொஞ்ச தூரம் ஓடி, தாழ இருந்த படிக்கட்டில் தொற்றிக்கொண்டேன். இப்போது காட்டின் உள்ளே பாதுகாப்பான தூரத்திற்கு நான் கொண்டு செல்லப்பட்டுக் கொண்டிருந்தேன். பிறகு சமதளமான கரை ஒன்றைப் பார்த்தவுடன், அவ்விடத்தில் குதித்து, இன்ஜினிலிருந்த ஆளின் பார்வையில் படாதவண்ணம் புதரொன்றில் மறைந்துகொண்டேன்.

காட்டினுள் நடந்துகொண்டிருந்தபோது, நாணற்புற்களால் மறைக்கப்பட்ட, பயன்படுத்தப்படாத சாலை ஒன்றைக் கண்டேன். அப்பாதையின் முடிவில், ஆளில்லா ராணுவ பங்க்கர் ஒன்று ராட்சசத்தனமான காங்கிரீட் சுவர்களால் ஆக்கப்பட்டு நின்றிருந்தது.

எங்கும் அமைதி நிலவ, நான் ஒரு மரத்தின் பின்னே ஒளிந்துகொண்டு, மூடியிருந்த கதவின்மேல் கல்லொன்றை எறிந்தேன். கல் பட்டு எகிறி, எதிரொலி கிளம்பியது. பிறகு மீண்டும் அமைதி நிலவியது. நான் அந்த பங்க்கரைச் சுற்றிக் குவிந்திருந்த வெடிமருந்துப் பெட்டிகள்மீதும் இரும்புச் சாமான்களின் சிதறல்கள் மற்றும் வெற்றுக் கேன்கள்மீதும் மிதித்தபடி நடந்தேன். இன்னும் கொஞ்சம் மேலேறிப் பார்த்தபோது, கொஞ்சம் அழுகலான ஈரமான நாற்றம் நாசியைத் துளைத்தது.

மேலும் அமுங்கலான கிறீச்சொலிகளையும் கேட்டேன். உடனே பழைய ஹெல்மெட்டை எடுத்து உள்ளே போட்டேன். உடனே கிறீச்சொலிகள் பன்மடங்காகியது. உடனே மண் பெட்டிகளைப் பிணைக்கும் இரும்பு வளையங்கள் காங்கிரிட் கட்டிகள் எனத் தொடர்ந்து உள்ளே போட்டபோது, அவ்வொலிகள் இன்னும் சப்தமாக கேட்டது. உள்ளே ஏதோ உயிரினங்கள் உள்ளன.

வழவழப்பான தகரமொன்றை எடுத்து, சூரியவொளியை உட்பக்கமாகப் பிரதிபலித்தபோது, உள்ளிருப்பதைத் தெளிவாகப் பார்த்தேன். திறப்பிலிருந்து சில அடிகளுக்குக்கீழே, ஓடிக்கொண்டும் பாய்ந்துகொண்டும், கறுப்பான கடல்போல் எலிகள் தென்பட்டன. அவற்றின் மேல்பரப்பு இடைவிடாமல் நெளிய, எண்ணற்ற கண்கள் பளிச்சிட்டுக் கொண்டிருந்தன. சூரியவொளி ஈரமான முதுகுகளையும் மயிரற்ற வால்களையும் காட்டியது. மெலிந்திருந்த அவ்வெலிகள், கன்னாபின்னாவெனப்

பாய்ந்து பங்கரின் வழவழப்பான சுவரின் மீதேறும், ஆனால் அம்முயற்சியில் தோற்று மற்றவற்றின் முதுகின் மேலே விழும்.

சிற்றலைகள் போன்ற இவ்வெலிகள் ஒன்றையொன்று கொன்று தின்பதையும் ஒன்றின்மேல் ஒன்று குதிப்பதையும் ஆவேசமாகச் சதைத் திரள்களைக் கடித்துக் குதறுவதையும் வெறித்துப் பார்த்தேன். பொங்கிவந்த ரத்தம் மற்ற எலிகளுக்கும் கொலை வெறி ஊட்டியது. ஒவ்வொரு எலியும் கும்பலிலிருந்து விடுபட்டு, சுவரின் மீது தாவும், உடனே கீழே விழும்; அடுத்த நொடி கிழிபடும்.

நான் அவசரஅவசரமாக தகரங்கொண்டு அத்திறப்பை மூடிவிட்டுக் காட்டினுள் என் பயணத்தைத் தொடர்ந்தேன். வழியில் பெர்ரி பழங்களைத் தின்று வயிற்றை நிரப்பிக் கொண்டேன். மாலை வேளைக்குள் ஏதேனும் ஒரு கிராமத்தை அடைந்துவிடலாம் என்பதென் நம்பிக்கை.

மதியம் கழிந்து கொஞ்சம் நேரம்போய்ச் சூரியன் அமரும்வேளையில் விவசாயக் கட்டடங்கள் தென்பட்டன. நான் அவற்றை நெருங்கியபோது, வேலிக்குப் பின்னாலிருந்து, சில நாய்கள் குரைத்தபடி என்மீது பாய்ந்துவந்தன. உடனே நான் வேலியருகே மண்டிபோட்டமர்ந்து, கைகளை வேகமாக ஆட்டி, தவளைபோல் குதித்து, ஊளையிட்டவாறே கற்களை வீசினேன். நாய்கள் ஸ்தம்பித்தன. நான் யார்? என்ன மாதிரியானவன், என்னிடம் எப்படி நடந்து கொள்வது என்பதெல்லாம் அவற்றுக்குத் தெரியவில்லை. மனித உயிரொன்று, அவற்றுக்குப் புரியாத அளவில் பரிணாம வளர்ச்சியை அடைந்துவிட்டிருந்தது. அவை ஸ்தம்பித்துப்போய் என்னை வெறித்தன. அவற்றின் நீண்ட மூக்கு பக்கவாட்டில் திருகிக்கொண்டன. நான் வேலியைத் தாண்டிக் குதித்தேன்.

நாய்களின் குரைப்பொலிகளும் என்னுடைய கிறீச்சொலியும் குடிசையின் சொந்தக்காரனை வெளியே வரவழைத்துவிட்டது. அவனை நான் கண்டவுடன், நேற்றிரவு எந்தக் கிராமத்திலிருந்து தப்பித்தேனோ, என்னுடைய போதாத வேளை, அதே கிராமத்திற்குத் திரும்பி வந்துவிட்டேன் என்பதை உணர்ந்துகொண்டேன். அந்தக் குடியானவனின் முகம் மிகமிகப் பரிச்சயமானது. அவன் தச்சனின் குடிசைக்கு அடிக்கடி வருபவன்.

முதல் பார்வையிலேயே என்னை அடையாளம் கண்டுகொண்ட அவன், கூலியாளிடம் ஏதோ கத்திச் சொல்ல, அக்கூலியாள் தச்சனின் குடிசையிருந்த திசைநோக்கி ஓட, மற்றொரு கூலியாள் கயிற்றால் பிணைக்கப்பட்ட நாயுடன்

என்னைக் கண்காணித்தான். பிறகு தச்சன், தன் மனைவி பின்தொடர வந்துசேர்ந்தான்.

முதல் குத்து, வேலியிருந்து என்னைக் கீழே சாய்த்து அவன் காலில் விழவைத்தது. பிறகு என்னை விழாமலிருக்கத் தூக்கிப் பிடித்துக்கொண்டு மாறிமாறிக் கன்னங்களில் அறைந்தான். அதன் பின்னர் பூனையைப் பிடிப்பதுபோல் என் கழுத்தைப் பிடித்தவாறே பண்ணைக்கு நடந்தான். அவ்விடத்தில் அழுகிய நாற்றம் அடித்துக் கொண்டிருந்த தானியக் களஞ்சியத்திற்கு இழுத்துச்சென்று சாணக் குவியலின் மீது போட்டான். அப்போது அவன், என் தலைமீது அடித்த மற்றொரு அடியில் பலவீனமடைந்துபோனேன்.

திரும்பவும் கண்விழித்துப் பார்த்தபோது, அவன் பெரியதொரு சாக்கைத் தயார்செய்வதில் முனைந்திருப்பதைக் கண்டேன். நோய்வாய்ப்பட்ட பூனைகளை நீரில் மூழ்கடித்துச் சாகடிப்பதற்காக மட்டுமே அவன், இதுபோன்ற சாக்கைத் தயார்செய்வான் என்பது ஞாபகத்திற்கு வந்தது. உடனே தொப்பென அவன் கால்களில் விழுந்தேன். உடனே என்னை ஒரே உதையில் அப்புறப்படுத்தி விட்டு அமைதியாக சாக்கைத் தயாரிப்பதில் தொடர்ந்து ஈடுபட்டான். போரில் கிடைக்கும் பரிசுகளையும் இன்னபிற பொருட்களையும் பழைய பங்க்கர்களில் பதுக்கிவைத்திருக்கும் புரட்சிக்காரர்களைப்பற்றி ஒருமுறை தச்சன், தன் மனைவியிடம் சொன்னது நினைவுக்கு வந்தது. உடனே அவனை நோக்கித் தவழ்ந்துசென்று, அவன் என்னை மூழ்கடிக்காமல் இருந்தால், நான் தப்பித்திருந்தபோது கண்டுபிடித்த, பழைய பூட்சுகள், சீருடைகள், ராணுவ பெல்ட்டுகள் அடங்கிய பெட்டியைக் காண்பிப்பதாகச் சத்தியம் செய்தேன்.

அவன் உஷார் அடைந்தான், ஆனாலும் நான் சொல்வதை நம்பாதவன்போல் பாசாங்கு செய்தவாறே, என்னருகே குத்துக்காலிட்டமர்ந்து முரட்டுத்தனமாகப் பற்றினான். நான், அப்பொருட்களின் அளவில்லா மதிப்பைத் திரும்பவும் விளக்கிக் கூறினேன்.

விடியலின்போது, அந்தக் குடியானவன் காளையின்மேல் சேணத்தை வைத்து அதை வண்டியோடு பிணைத்தான். பிறகு என்னிருகைகளில் கயிறைக்கட்டி அதன் மறுமுனையைத் தன் கையில் கட்டிக்கொண்டான். நீண்டதொரு கோடாரியை எடுத்துக்கொண்டு, மனைவியுடன் அக்கம்பக்கத்தவருடன் ஏதும் சொல்லாமல் கிளம்பிவிட்டான்.

வழியில் எப்படித் தப்பிப்பது என்ற சிந்தனையில் மூளையைக் கசக்கினேன். கயிற்றின் முடிச்சு மிக வலிமையாக இருந்தது.

குறிப்பிட்ட இடம் வந்ததும் வண்டியை நிறுத்த, நானும் அவனும் பங்க்கரை நோக்கி நடந்தோம். பிறகு உஷ்ணமான குவியலின் மீதேறினோம். சிறிதுநேரம், திறப்பிருந்த திசையை மறந்துபோனவன் போல் நடித்தேன். முடிவில் அதனை அடைந்தோம். தச்சன் ஆர்வம் மேலிடத் தகரத்தை நீக்கினான். நாற்றம் நாசியை அறுக்க, சூரியவொளிபட்டதால் எலிகள் கிறீச்சிட்டன. அவன் திறப்பினுள் எட்டிப்பார்த்தான், அவன் கண்கள் இருட்டுக்குப் பழக்கப்படாததால் ஒன்றும் தெரியவில்லை.

நான் மெல்ல மெல்ல எதிர்ப்பக்கமாக வந்துவிட்டேன். இப்போது இருவருக்கும் இடையே திறப்பிருந்தது. முடிச்சை அவிழ்க்க முயற்சித்தேன். அடுத்த சில வினாடிகளுக்குள் நான் வெற்றியடையாவிட்டால், அவன் என்னைக் கொன்று உள்ளே போட்டுவிடுவான் என்பதெனக்குத் தெரியும்.

பய உணர்வு மேலிட, என் மணிக்கட்டு எலும்புவரை ஊடுருவி அறுக்குமளவு கயிற்றைப் பலமாகச் சுண்டினேன். அதேசமயம் கயிறு சுண்டப்பட்டதால், தச்சன் தடுமாறி முன்பக்கம் சாய்ந்து, எழுவதற்கு முயற்சித்தான். பிறகு கத்திக்கொண்டே, கைகளை ஆட்டியபடி திறப்புக்குள் விழுந்தான். நான் கான்கிரிட் தளத்தின்மீது கால்களை அழுத்திப்பிடிக்க, கயிறானது திறப்பின் கூரான விளிம்பில் அழுத்தத்துடன் உராய்ந்து பட்டென அறுந்தது. அதேசமயம், பங்க்கரின் உள்ளே அம்மனிதனின் பலமான கூக்குரல் ஒலிக்க, பக்கச் சுவர்கள் குலுங்கின. நான் அச்சத்துடன் தகரத்தின்மூலம் சூரியவொளியை உள்ளே பாய்ச்சினேன்.

தச்சனின் குண்டான உடல் கொஞ்சம்தான் தெரிந்தது. அவனுடைய முகமும் பாதிக் கைகளும் கடலெனத் திரண்ட எலிகளின் அடியில் மறைந்துபோயின. மீண்டும் மீண்டும் அடிக்கும் அலைபோலத் திரண்டு வந்த எலிகள் வயிற்றிலும் கால்களிலும் பாய்ந்தன. அவன் இப்பொழுது முழுவதும் மறைந்துபோக, எண்ணற்ற எலிகள் முன்னைவிட வன்மையாகச் சுழன்றன. இயக்கத்திலிருந்து எலிகளின் மூக்கு பிரவுன் நிற ரத்தக்கறை படிய, அவை அவ்வுடலுக்காகக் கடுமையாகப் போராடின. தட்டுவதும், வால்களை முறுக்குவதும் பாதித் திறந்த மூக்கின்வழியே பற்கள் பளிச்சிடுவதும், அவற்றின் கண்கள் சூரியவொளியில் ஜபமாலை மணிகளென மின்னுவதுமாய் இருந்தன.

நான் இக்காட்சியை உறைந்துபோனதுபோல் பார்த்துக் கொண்டிருந்தேன். திறப்பின் விளிம்பிலிருந்து நகரவோ, தகரத்தால் அதை மூடவோ எனக்குச் சக்தி இல்லாமல் போனது. திடீரென ஏராளமான எலிகள் விலக, மெதுவாகவும் சீராகவும் நீந்தும் மனிதனின் கைபோல, விரிந்த எலும்பு விரல்களும் அதைத் தொடர்ந்து முழுக்கையும் தெரிந்தன. ஒரு கணம் அந்தக் கை வேகமாக இயங்கிய எலிகளின் மேல் அசையாமல் இருந்தது. மறுகணம் சாம்பல்நிற ஆடையூடே, ஆங்காங்கே ரத்தக்களறியுடன் சதைத் துணுக்குகள் ஒட்டிக்கொண்டிருந்த, வெண்நீல எலும்புக் கூட்டின்மேல் அவை திரும்பவும் பாய்ந்தன. விலா எலும்புகளுக்குள், அக்குளுக்குள், வயிறு இருந்த இடத்தில், மெலிந்த அந்த ஜந்துக்கள், மீதமிருந்த சதைக்கும் குடலுக்கும் போராட்டத்தை நிகழ்த்தின. வெறிகொண்ட அவை துணி, தோல் மற்றும் வடிவமற்ற சதையைக் குதறி எடுத்தன. அவை அம்மனிதனின் நடுஉடல் பகுதிக்குள் குதித்து மறுபக்கமாய் வெளிவந்தன. அச்சவம் எலிகளின் குதியாட்டங்களுக்குள் மூழ்கிப்போனது. மறுமுறை அது தெரிந்தபோது, முற்றிலும் ரத்தச்சேறான எலும்புக்கூடாக மாறிவிட்டிருந்தது.

பெரும் உணர்ச்சிவசப்பட்டவனாய், தச்சனின் கோடாரியை எடுத்துக்கொண்டு ஓடி, பலமாக மூச்சுவாங்கியவாறே வண்டியை அடைந்தேன். வண்டிக்காளை எவ்விதச் சந்தேகமுமின்றி மேய்ந்து கொண்டிருந்தது. நான் வண்டியோட்டி ஆசனத்தின் மீதமர்ந்து கயிற்றைச் சுண்டினேன். ஆனால் அதுவோ, முதலாளி இல்லாமல் நகரமாட்டேன் என்பதுபோல் நின்றது. பின்பக்கமாய்ப் பார்த்த நான், அவ்வெலிகள் எந்நேரத்திலும் படையெடுக்கக்கூடும் என்ற உணர்வில், சவுக்கால் மாட்டை விளாசினேன். அது அப்போதும் நகராமல் சுற்றி வந்து தயங்கி நின்றது. ஆனால் அடுத்து விழுந்த சில அடிகளில், தச்சனுக்காகக் காத்திருக்கத் தேவையில்லை என்ற முடிவுக்கு வந்து நகர்ந்தது.

வண்டி, உபயோகப்படுத்தப்படாத பாதையில் பாய்ந்துசெல்ல, சக்கரங்கள் புதர்களையும் நாணற் புற்களையும் நசுக்கிக் கிழித்தவாறு சென்றது. அது எனக்குப் பழக்கமில்லாத பாதையாகும். நான் பங்க்கரிலிருந்தும் தச்சனின் கிராமத்திலிருந்தும் வெகுதூரத்திற்கு விலகிச்சென்றுவிட முயற்சித்தேன். வண்டிகள் போகும் பழக்கப்பட்ட பாதைகளை விலக்கிக் காடுகளிலும் மேடுகளிலும் பயணப்பட்டேன். இரவானதும் வண்டியைப் புதர்களில் மறைத்துவிட்டு, ஆசனப் பெட்டியில் அமர்ந்து உறங்கினேன்.

இவ்வாறு அடுத்து இரண்டுநாளும் பயணம் செய்தேன். ஒரே ஒருமுறை, மரமறுக்கும் ஆலையருகே இருந்த ராணுவச் சோதனைச் சாவடியிலிருந்து மயிரிழையில் தப்பித்தேன். காளை மெலிந்து அதன் விலாப் பக்கங்கள் உள்ளடங்கிப்போயின. ஆனால் நெடுந்தொலைவு வந்துவிட்டோம் என்று நிச்சயமாகும் வரை அதைத் தொடர்ந்து ஓட்டினேன்.

நாங்கள் ஒரு சிறிய கிராமத்தை நெருங்கினோம். நான் அமைதியாக வண்டியை ஓட்டிசென்று, முதல் குடிசைக்கு அருகே நிறுத்தினேன். அங்கே சிலுவைக்குறி இட்டபடி குடியானவன் ஒருவன் என்னைப் பற்றிக்கொண்டான். புகலிடமும் உணவும் தந்தால் வண்டியோடு மாட்டைத் தருவதாகக் கூறினேன். அவன் தன் தலையைச் சொறிந்துகொண்டே, தன் மனைவி மற்றும் அண்டைவீட்டார்களுடன் ஆலோசித்தான். பிறகு காளையின் பற்களையும் என்னுடைய பற்களையும் சந்தேகத்துடன் உற்றுப் பார்த்தவாறு ஒப்புக்கொண்டான்.

7

அந்தக் கிராமம் இருப்புப் பாதையிலிருந்தும் ஆற்றங்கரையிலிருந்தும் தூர விலகியமைந்திருந்தது. வருடத்திற்கு மூன்றுமுறை, ஜெர்மானிய ராணுவப் பிரிவுகள் அக்கிராமத்திற்கு விஜயம் செய்து, குடியானவர்கள் கட்டாயம் தரவேண்டிய உணவு தானியங்களையும் இன்னபிற பொருட்களையும் கொண்டுசெல்லும்.

அக்கிராமத்து கருமானும் தலைவனுமான குடியானவனிடத்தில் எனக்குப் புகலிடம் கிடைத்திருந்தது. அவன் கிராமத்தவர்களால் உயர்வாக மதிக்கப்பட்டான். எனவே, எனக்குத் துன்பம் இல்லை. இருப்பினும் அவ்வப்போது, குடியானவர்கள் ஒன்றுகூடி மதுவருந்தும்போது, நான் கிராமத்திற்குப் போதாத காலத்தை வரவழைத்துவிடுவேன் என்றும் ஜெர்மானிய ராணுவத்தினர் நாடோடி இழிமகனான என்னைப் பார்த்துவிட்டால் மொத்த கிராமத்தையும் தண்டித்துவிடுவார்கள் என்றும் பேசிக்கொண்டார்கள். ஆனால் இவ் வார்த்தைகளைக் கருமானின் எதிரே சொல்ல எவருக்கும் துணிவில்லை. மேலும் என் இருப்பைப் பற்றி யாருமே கவலைப்படவும் இல்லை. கருமான் போதையிலிருக்கும்போது, நான் அவன் வழியில் குறுக்கிட்டால் மட்டுமே என் முகத்தில் அடிப்பான். மற்றபடி பெரிதான கஷ்டங்கள் ஏதும் கிடையாது. அவனுடைய ஒரே மகனோ, அந்த இடத்திலேயே காமக் களியாட்டங்களுக்குப் பேர்போனவன். அவன் பண்ணைப் பக்கமே வரமாட்டான்.

ஒவ்வொருநாள் காலையிலும், கருமானின் மனைவி ஒரு தம்ளர் சூப்பும் பழைய ரொட்டித் துண்டும் தருவாள். ரொட்டியைச் சூப்பில் போட்டதும் அது எல்லாவற்றையும் உறிஞ்சி மணமணக்கும். பிறகு காமெட்டில் நெருப்பிட்டுக்கொண்டு, மற்ற மந்தைகளுக்கெல்லாம் முன்பாக, ஆடுமாடுகளை மேய்ச்சல் நிலம் நோக்கி ஓட்டிச் செல்வேன்.

மாலைவேளைகளில் மனைவி பிரார்த்தனை செய்வாள். கருமானோ, அடுப்பருகே குறட்டைவிடுவான். கூலியாட்கள் ஆடு,

மாடுகளைக் கவனிக்க, மகனோ பெண்களைத் தேடித்திரிவான். கருமானின் மனைவி கணவனின் மேல்கோட்டை என்னிடம் தருவாள். அதிலிருந்து பேன்களை நீக்கவேண்டும். அந்த அறையில் இருப்பதிலேயே வெளிச்சமான இடமாகப் பார்த்தமர்ந்து, கோட்டின் இண்டுஇடுக்குகளில் சோம்பலாக, ரத்தம் நிரம்பித் திரியும் வெண்ணிறப் பேன்களைப் பிடித்து, மேஜைமேல் போட்டு, விரல் நகத்தால் நசுக்குவேன். எண்ணற்ற பேன்களைப் பிடித்து மேஜைமேல் போட்டால், கருமானின் மனைவி ஒரு பாட்டிலை எடுத்து அவற்றின் மேல் உருட்டித் தேய்ப்பாள். அப் பேன்கள், பச்சக்கென்ற ஓசையோடு நசுங்கி, அவற்றின் சவங்கள் தட்டையாக ரத்தத்தில் ஒட்டிக்கொள்ளும். அழுக்கான தரைமீது அவை விழுந்துவிட்டால் நாலாபுறமும் சிதறி ஓடும். அவற்றைக் கால்களால்கூட நசுக்குவது கடினம்.

எல்லாப் பேன்களையும் மூட்டைப்பூச்சிகளையும் கொல்ல அவள் என்னை அனுமதிப்பதில்லை. பெரிதாகவும் வெடுக்வெடுக்கென ஓடும் பேன் தென்பட்டால் பிரத்யேகமான கிண்ணத்தில் அதைப் போடுவாள். வழக்கம்போல், பத்து எண்ணிக்கைக்குமேல் அவை சேர்ந்துவிட்டால், எல்லாவற்றையும் ஒன்று சேர்த்து மாவாகப் பிசைவாள். இந்த மாவுடன் மனித மற்றும் குதிரையின் சிறுநீரையும், அதைவிடக் கொஞ்சம் அதிகமான அளவில் விலங்குகளின் கழிவு உரத்தையும் செத்த ஒரு சிலந்தி, கொஞ்சம் பூனையின் மலத்தையும் சேர்ப்பாள். இந்தக் கலவை வயிற்று வலிக்குத் தலைசிறந்த மருந்தாகக் கருதப்பட்டது. வழக்கமாக வரும் வயிற்றுவலியால் கருமான் அவதிப்படும்போது, பல கலவை உருண்டைகளை அவன் உண்ணவேண்டும். இதனால் வாந்திவரும். வாந்தியோடு வயிற்று நோயும் உடலைவிட்டு வெளியேறும் என அவன் மனைவி உறுதியுடன் கூறுவாள். அந்தக் கருமான், வாந்தியால் சக்தி தீர்ந்துபோய், நாணல்போல் நடுங்கியபடி, தரைவிரிப்பின் மீது படுத்துக்கொண்டு, துருத்திபோல் மூச்சிரைப்பான். பிறகு தேனும் சுடுநீரும் தரப்பட அமைதியடைவான். ஆனால் வலி விடாப்பிடியாக இருந்தால், அவள் இன்னும் அதிகளவு மருந்தைத் தயாரிப்பாள். குதிரை எலும்பை மாவாக அரைத்து, அத்துடன் ஒரு கிண்ணம் நிறைய மூட்டைப்பூச்சிகளையும் எறும்புகளையும் சேர்ப்பாள். அவை ஒன்றுடன் ஒன்று சண்டையிட்டுக்கொள்ளும். பிறகு கோழி முட்டைகளைக் கலந்து அக்கலவையின் மேல் கொஞ்சம் மண்ணெண்ணையைத் தெளிப்பாள். நோயாளி இக்கலவையை ஒரே விழுங்கில் உண்ண வேண்டும். பிறகு அவனுக்கு ஒரு தம்ளர் வோட்காவும் கொத்துக்கறியும் தரப்படும்.

ரைபிள், கைத்துப்பாக்கிகள் சகிதமாக மர்மமான விருந்தாளிகள் குதிரைகள்மீது சவாரி செய்தபடி, கருமானின் குடிசைக்கு அடிக்கடி விஜயம் செய்வார்கள். அவர்கள் வீட்டை நன்றாகச் சோதனையிட்டபிறகு கருமானுடன் மேஜையருகே அமர்வார்கள். சமையலறையில் நானும் கருமானின் மனைவியும் பாட்டில் பாட்டிலாக வோட்காவையும் கொத்துக்கறியையும் பாலாடைக் கட்டிகளையும் வேகவைத்த முட்டைகளையும் பன்றியின் பக்கவாட்டு வறுத்த இறைச்சியையும் தயார்செய்வோம்.

ஆயுதம் தாங்கிய அவர்கள் புரட்சியாளர்களாம். அவர்கள் அடிக்கடி எவ்வித முன்னறிவிப்புமின்றி, கிராமத்திற்கு விஜயம் செய்வார்கள். இதைவிட வேடிக்கை என்னவெனில், அவர்கள் தங்களுக்குள்ளேயே சண்டையிட்டுக் கொள்வார்கள். அவர்கள் இரண்டாகப் பிரிந்துவிட்டனர் எனக் கருமான் தன் மனைவியிடம் விளக்கினான். வெள்ளைப் புரட்சியாளர்களைப் பொறுத்தவரை ஜெர்மன், ரஷ்யன் இருவரையும் எதிர்க்க வேண்டும். சிவப்புப் புரட்சியாளர்களோ, செம்படைக்கு உதவிவந்தனர்.

வதந்திகள் பல கிராமத்திற்குள் நிலவின. வெள்ளைப் புரட்சியாளர்கள், நிலப்பிரபுத்துவ முறைக்கும் சொத்துடைமை முறைக்கும் போராடினர். சிவப்புப் புரட்சியாளர்களோ, ரஷ்யர்களால் ஆதரிக்கப்பட்டு நிலச் சீர்திருத்தத்திற்காகப் போராடினர். இரண்டு பிரிவினரும் கிராமத்தினரின் ஆதரவைக் கட்டாயப்படுத்தினர்.

வெள்ளையர் நிலப்பிரபுக்களுக்கு உதவினர், சிவப்பர்களுக்கு யாராவது உதவுவதாக ஐயம் வந்தால், சம்பந்தப்பட்டவரை வதைத்தனர். சிவப்பர்களோ, ஏழைகளுக்கு ஆதரவாகவும் வெள்ளையருக்கு உதவிசெய்பவருக்குத் தண்டனை தந்தும் செயல்பட்டனர். செல்வந்தக் குடும்பங்களுக்குத் தொடர்ந்து இன்னல்களும் செய்தனர்.

இக்கிராமத்திற்கு ஜெர்மானிய ராணுவமும் அடிக்கடி வரும். புரட்சியாளர்களைப் பற்றி விசாரணை செய்யும். எச்சரிக்கும்விதமாக ஒன்றிரண்டு குடியானவர்களை சுட்டுத்தள்ளும். இதுபோன்ற சமயங்களில் கருமான், உருளைக் கிழங்குகள் போட்டு வைக்கும் நிலவறையில் என்னைப் பதுக்கிவிட்டு, ஜெர்மானியத் தளபதிகளிடம் கெஞ்சிக் கூத்தாடுவான். குறிப்பிட்ட நேரத்தில் உணவுப் பொருட்களை அனுப்பிவைப்பதாகவும் தானியங்களைக் கூடுதலாகத் தருவதாகவும் உறுதி கூறுவான்.

சிலசமயம், புரட்சிப் பிரிவுகள் கிராமத்தைத் தாக்கும்போது, அவர்களுக்குள் மோதல் வெடித்து, ஒருவரையொருவர் கொன்று

கொள்வார்கள். அந்நேரம், அந்த இடமே ஒரு போர்க்களமாக மாறிப்போகும். இயந்திரத் துப்பாக்கிகள் சீற, வெடிகுண்டுகள் வெடிக்க குடிசைகள் பற்றி எரியும். ஆதரவற்ற கால்நடைகளும் குதிரைகளும் கத்தும்; அரை நிர்வாணக் குழந்தைகள் ஓலமிடும்.

குடியானவர்கள் நிலவறையில் பதுங்கிக்கொண்டு, பிரார்த்தனை செய்யும் தங்களின் பெண்களை அணைத்தபடி இருப்பார்கள். அரைக்குருடும், செவிடுமான பல்லில்லாக் கிழவிகள், நடுங்கும் குரலில் பிரார்த்தனை செய்தபடியும் மூட்டுவலி வந்த கைகளால் சிலுவைக் குறியிட்டவாறும் இயந்திரத் துப்பாக்கிகளின் சீறுகின்ற குண்டுகளுக்கு நேரே விழுந்து, கலகக்காரர்களைச் சபிப்பார்கள், பழிக்குப்பழி வாங்கும்படி ஆண்டவனை வேண்டுவார்கள். சண்டைக்குப்பின் அக்கிராமம் மெல்லமெல்ல இயல்பு நிலைக்குத் திரும்பும். ஆனால் குடியானவர்களுக்கிடையேயும் பையன்களுக்கிடையும் புரட்சியாளர்கள் போட்டுவிட்டுப்போன ஆயுதங்களுக்காக, சீருடைகளுக்காக, பூட்சுகளுக்காகத் தகராறு நடக்கும். பிணங்களை எங்கே புதைப்பது, குழியை யார் தோண்டுவது என்பதற்காகவும் சச்சரவு நடக்கும். வாதம் தொடரும், நாட்கள் கழியும், பிணங்கள் அழுகி நாற்றமெடுக்கும். பகலில் நாய்களால் முகரப்படும். இரவில் எலிகளால் குதறப்படும்.

ஒருநாள் இரவு, கருமானின் மனைவியால் நான் எழுப்பப்பட்டு, தப்பித்துப் போகும்படி அறிவுறுத்தப்பட்டேன். நான் படுக்கையிலிருந்து எழக்கூட இல்லை, அதற்குள் குடிசையைச் சுற்றி ஆயுதங்களின் ஓசையும் ஆண்களின் குரலும் கேட்டன. உடனே பரணில் ஒளிந்துகொண்டு, என்மீது போர்த்தப்பட்ட சாக்கைச் சுற்றிக்கொண்டு, பலகைகளின் இடுக்குவழியாகப் பார்வையை வீசினேன். அங்கிருந்து பார்த்தால் பண்ணை மொத்தமும் தெரியும்.

அதிகாரமான ஆண் குரலொன்று கருமானை வெளியே வரும்படி உத்திரவிட்டது. ஆயுதமுடன் இருந்த இரண்டு புரட்சியாளர்கள், அரைநிர்வாணமாக இருந்த அவனை தரதரவென குடிசைக்கு வெளியே இழுத்து வந்தனர். அங்கே அவன் குளிரில் நடுங்கியபடியும் தன் தொளதொள கால்சட்டையை இழுத்துவிட்டுக் கொண்டும் நின்றான். பளபளவெனத் தகடு அடிக்கப்பட்டிருந்த தொப்பியும் தோள்களில் சின்னமும் அணிந்திருந்த, அந்த அணிக்குத் தலைவனான, உயரமாய் இருந்த ஒருவன் கருமானை நெருங்கிவந்து ஏதோ கேட்டான். அவன் சொன்னதில் கொஞ்சம் என் காதில் விழுந்தது "தந்தை நாட்டின் எதிரிகளுக்கு நீ உதவியுள்ளாய்".

கருமான் கைகளை உயர்த்தி, கர்த்தரின் மகன்மீதும், புனித மூவர் மீதும் சத்தியம் செய்தான். முதல் அடி அவனைக் கீழே விழவைத்தது. அவன் தொடர்ந்து மறுத்தவாறே மெல்ல எழுந்தான். புரட்சியாளர்களில் ஒருவன் வேலிக் கொம்பொன்றை உருவி, காற்றில் சுழற்றி கருமானின் முகத்தில் அடித்தான். அவன் கீழேவிழ, அவர்கள் கனமான பூட்சுக் கால்களால் அவனைத் தொடர்ந்து உதைத்தனர். அவன் வலியால் நெளிந்து முனகினான். ஆனால் அவர்கள் நிறுத்தவில்லை. அவன் காதுகளை முறுக்கி, மர்மஸ்தானத்தை மிதித்து, விரல்களைக் கால்களால் நொறுக்கினார்கள்.

கருமான் முனகுவதை நிறுத்திவிட்டான். அவன் உடலும் தொங்கிப்போனது. புரட்சியாளர்கள், கூலியாட்கள் இருவரையும் கருமானின் மனைவி மற்றும் எதிர்த்துப் போராடிய மகனையும் இழுத்துவந்தனர். தானியக் களஞ் சியத்தின் கதவை அகலத் திறந்து, நால்வரையும் தூக்கி, வண்டி நுகத்தடிக் கட்டையின்மீது போட்டனர். அவர்களின் உடல் குப்புறப்படுத்தநிலையில், வாய்பிளந்து தானியங்கள் கொட்டப்பட்ட நிலையில் ஒரு சாக்கானது எப்படி இருக்குமோ அதுபோல நைந்து தொங்கின. அவர்களின் ஆடைகளைக் கிழித்துக் கைகளையும் கால்களையும் ஒன்றாகக் கட்டினர். பிறகு அவர்கள் சட்டைகளை மடித்துவிட்டுக்கொண்டு, சிக்னல் கம்பி ஒயரால், அவ்வுடல்கள் துடிக்கத் துடிக்க விளாசினர்.

பிருஷ்டங்களில் விழுந்த ஒவ்வொரு அடியும் சப்தமாகக் கேட்க, அவர்கள் உடலை முறுக்கி, குறுக்கி, அடிபட்ட நாயென ஊளையிட்டனர். நான் கூனிக்குறுகி பயத்தில் வேர்வை சிந்தினேன்.

ஒவ்வொரு அடியும், மழைபோலத் தொடர்ச்சியாக இறங்கியது. கருமானின் மனைவி மட்டும் தொடர்ந்து அழுதுகொண்டிருந்தாள். அவளின் மெல்லிய, குறுகிய தொடைகளைப் பார்த்து, அப்புரட்சியாளர்கள் அசிங்கமாகப் பேசிக் கொண்டனர். மனைவி அழுவதை நிறுத்தாமற்போகவே, மல்லாக்க புரட்டிப் போடப்பட்டாள்; அவளின் வெண்மையான முலைகள் இரண்டு பக்கங்களிலும் தொங்கின. அவர்கள் கொஞ்சங் கொஞ்சமாகத் தங்களின் பலத்தை ஏற்றி, அவளின் உடலிலும் வயிற்றிலும் அடிக்க, அப்பெண்ணின் உடல் ரத்தத்தால் கருத்தது. நுகத்தடி கட்டைமேல் இருந்த உடல்கள் பலவீனமடைந்து போக, அவர்கள் தங்களின் சட்டைகளைப் போட்டுக்கொண்டு குடிசைக்குள் நுழைந்து, மரச்சாமான்களை நொறுக்கினர். கண்ணில்பட்ட பொருட்களை எல்லாம் கொள்ளை அடித்தனர்.

பிறகு அவர்கள் பரண் மேலேறி என்னைக் கண்டுபிடித்துவிட்டனர். என் கழுத்தைத் திருகி முகத்தில் குத்தி, தலைமயிரை இழுத்தனர். முதல் பார்வையிலேயே நான் ஒரு நாடோடித் தேவடியாள் மகன் என்பதை அவர்கள் கண்டுபிடித்துவிட்டனர். என்னை என்னசெய்வதென்று, வேண்டுமென்றே சப்தமாகப் பேசிக் கொண்டனர். அவர்களில் ஒருவன், அக்குடிசையிலிருந்து சில டஜன் மைல்கள் தள்ளியுள்ள ஜெர்மானியச் சோதனைச் சாவடியில் என்னை ஒப்படைக்க வேண்டும் என முடிவு கூறினான். என்னை ஒப்படைப்பதன் வாயிலாக, சொன்னபடி பொருட்களைத் தராமல் மெத்தனமாய் இருக்கிற இக்கிராமத்தின் மேல், ஜெர்மானியத் தளபதியின் சந்தேகம் குறையும் என்றும் கூறினான். மற்றவனும் இதை ஒப்புக்கொண்டான். இந்த ஒற்றை நாடோடித் தேவடியாள் மகனால் இக்கிராமத்தையே சாம்பலாக்க வேண்டும் எனவும் கூறினான். என்னுடைய கைகளும் கால்களும் கட்டப்பட்டு நான் வெளியே தூக்கிச்செல்லப்பட்டேன். புரட்சியாளர்கள் இரண்டு குடியானவர்களை அழைத்து ஏதோ சொல்ல, அவர்களும் அடிமைபோல பணிவுடன் தலையாட்டிக் கேட்டனர். நான் வண்டியில் போடப்பட, குடியானவர்கள் அதை ஓட்டத் துவங்கினார்கள்.

சில மைல் தூரம்வரை, வண்டிக்குக் காவலாக புரட்சியாளர்கள் குதிரையின்மீது வந்தனர்; கருமானுடைய உணவைப் பங்கிட்டுக் கொண்டனர். காட்டின் அடர்த்தியான பகுதி வந்ததும், அவர்கள் குடியானவர்களிடம் மீண்டும் ஏதோ சொல்லிவிட்டு, தங்களின் குதிரைகளை உதைத்து அடர்த்தியான காட்டுக்குள் மறைந்துபோயினர்.

சூரியனால் சுட்டெரிக்கப்பட்டதாலும் இட வசதியின்மையாலும் நான் களைப்படைந்துபோய், அரை மயக்கத்தில் ஊசலாடினேன். நான் ஒரு அணிலாக மாறிப் போவதாகக் கனவுகண்டேன். இருட்டான மரப்பொந்துக்குள் தவழ்ந்துசென்று கீழே தெரியும் உலகை வெறுப்புடன் பார்க்கின்றேன். சட்டென, நீண்ட கால்களுடைய வெட்டுக்கிளியாக உருமாறி, நீண்ட நிலத்தைக் கடக்கின்றேன். அவ்வப்போது பனிமூட்டத்தில் தெளிவற்றுத் தெரிவதுபோல், வண்டியோட்டிகளின் குரலையும் குதிரையின் கனைப்பொலியும் வண்டிச்சக்கரங்களின் கிரீச்சொலியும் காதில் விழுந்தன.

அந்த ரயில்வே ஸ்டேஷனை அடைந்தபோது, மங்கிப்போன சீருடையும் தேய்ந்துபோன பூட்சுகளும் அணிந்திருந்த ஜெர்மானிய ராணுவத்தினரால் நாங்கள் சுற்றிவளைக்கப்பட்டோம்.

குடியானவர்கள் பணிவுடன் வணக்கம் தெரிவித்து, புரட்சியாளர்கள் தந்த குறிப்பை அவர்களிடம் ஒப்படைத்தனர். ஒரு ராணுவ வீரன், உயரதிகாரியை அழைப்பதற்காகச் சென்றுவிட, சில ராணுவத்தினர் வண்டியை நெருங்கி என்னை உற்றுப் பார்த்து, தங்களுக்குள் ஏதோ கருத்துப் பரிமாற்றம் செய்துகொண்டனர். அவர்களில் கொஞ்சம் மூத்தவன், வெப்பமான சூழ்நிலையால் எரிச்சலடைந்துபோயிருந்தது தெரிந்தது. வேர்வையால் நனைந்திருந்த மூக்குக்கண்ணாடி யொன்றை அவன் அணிந்திருந்தான். அவன் கண்களின் மூலம் என்னை ஆராய்ந்தான். நான் அவனைப் பார்த்துச் சிரித்தேன். ஆனால் அவனிடம் மாற்றமேதும் ஏற்படவில்லை. நான் அவன் கண்களுக்குள் உற்றுப்பார்த்து, இதனால் அவனுக்குச் சாபம் ஏதேனும் விளையுமா என்று யோசித்துப் பார்த்தேன். அவன் நோயில் வீழ்ந்து விடுவான் என்று நினைத்தேன். உடனே வருத்தங் கொண்டு, பார்வையைத் தாழ்த்திவிட்டேன். ஓர் இளம் அதிகாரி, ஸ்டேஷன் கட்டடத்தில் இருந்து வெளியே வந்து வண்டியை நெருங்கினான். மற்ற வீரர்கள் தங்கள் உடைகளைச் சரிசெய்து, அட்டென்ஷனில் நின்றார்கள். குடியானவர்களுக்கு அப்போது என்ன செய்வது என்று நிச்சயமாகத் தெரியாமல், அப்போர் வீரர்கள் செய்வதுபோல் விறைப்புடன் நின்றனர். அதேசமயம் பணிவையும் காட்டினர்.

வரிசையிலிருந்து வெளியே வந்த ஒரு வீரனிடம் அந்த அதிகாரி சீரான வார்த்தைகளில் எதையோ சொல்ல அவன் என்னை அணுகி, என் தலைமுடியை முரட்டுத்தனமாகக் கோதினான். இமைகளை மேலே தூக்கிக் கண்ணுக்குள் உற்றுப்பார்த்தான், முட்டியிலும் முழங்காலிலும் இருந்த தழும்புகளை ஆராய்ந்தான். பிறகு தன் முடிவை அதிகாரியிடம் சொன்னான். அந்த அதிகாரி வயதான கண்ணாடி வீரனிடம் ஏதோ உத்திரவு பிறப்பித்துவிட்டு உள்ளே சென்றுவிட்டான்.

ராணுவ வீரர்கள் அப்பால் நகர்ந்தனர். ஸ்டேஷன் கட்டடத்திலிருந்து மெல்லிய இசை கேட்டது. உயரமான கண்காணிப்புக் கோபுரத்தின் உச்சியில் இயந்திரத் துப்பாக்கிகளுடனிருந்த காவலாளிகள் ஹெல்மெட்டுக்களைச் சரிசெய்துகொண்டனர். கண்ணாடி அணிந்திருந்த அவன் என்னிடம் வந்து, ஏதும் பேசாமல் வண்டியோடு கட்டப்பட்டிருந்த கயிற்றை அவிழ்த்து, அந்த முனையைத் தன் மணிக்கட்டில் சுற்றிக் கொண்டான். பிறகு தன்னைப் பின் தொடரும்படி சைகை செய்தான். நான் குடியானவர்களைத் திரும்பிப் பார்த்தேன். அவர்கள் முன்னமே தங்களின் சவாரியைத் தொடங்கியிருந்தனர்.

வண்ணம் பூசிய பறவை ♦ 83

நாங்கள் ஸ்டேஷனைக் கடந்துபோனோம். வழியில் கிடங்கு ஒன்றில் நின்றோம். அவ்விடத்தில் ஒரு சின்ன கேன் நிறைய பெட்ரோல், அவனிடம் தரப்பட்டது. நாங்கள் இருப்புப் பாதையின் மேல், தூரத்தில் தெளிவில்லாமல் தெரிந்த காட்டை நோக்கி நடந்தோம்.

என்னைச் சுட்டுக்கொன்றுவிட்டு, பிறகு பெட்ரோல் ஊற்றி எரித்துவிட அவனுக்கு உத்திரவு பிறப்பிக்கப்பட்டுள்ளது என்பது எனக்கு நிச்சயமாகத் தெரியும். இதுபோன்ற சம்பவங்களை அதிகமுறை பார்த்துள்ளேன். காட்டிக்கொடுக்கும் துரோகியென குற்றஞ்சாட்டப்பட்ட ஒரு குடியானவனைப் புரட்சிக்காரர்கள் சுட்டுக்கொன்றதை நினைத்துப் பார்த்தேன். இதுபோன்ற விஷயங்களில் பாதிக்கப்படுபவனே குழியைத் தோண்டவேண்டும். பிறகு அக்குழியிலேயே அவனுடைய உடல் தள்ளப்படும். காயம்பட்ட புரட்சியாளன் ஒருவன் காட்டை நோக்கித் தப்பிக்க முயன்றபோது, ஜெர்மானிய ராணுவத்தினர் அவனைச் சுட்டுக்கொன்றதையும் பிறகு அவன் உடல் நெருப்பில் பற்றியெரிந்ததையும் நினைத்துப் பார்த்தேன்.

வலி என்றால் எனக்கு மிகவும் பயம். துப்பாக்கிச் சூடு மிகவும் வலி தரக்கூடியது. பெட்ரோல் ஊற்றி எரிக்கப்படுவது அதைவிட அதிக வலி தருவதாகும். ஆனால் என்னால் ஒன்றும் செய்யமுடியாது. என் காலில் முடிச்சிடப்பட்டிருந்த கயிறின் மறுமுனை அவன் மணிக்கட்டில் கட்டப்பட்டிருந்தது.

நான் வெற்றுக் கால்களோடு இருக்க தண்டவாளக் குறுக்குக் கட்டைகள் சூரியனால் வெப்பமாகிப் பாதத்தைச் சுட்டெரித்தது. நான் குறுக்குக் கட்டைகளுக்கு இடையிலிருந்த, கூரான சரளைக் கற்களின் மேல் கால்களை வைக்காமல் தாவித் தாவி நடந்தேன். சிலநேரம் தண்டவாளத்தின்மேல் நடக்க முயற்சிப்பேன். ஆனால் கயிற்றால் கால் கட்டப்பட்டிருந்ததால் சீராக நடக்கமுடியாது. அவ்வீரனின் அகலமான நடைக்கு இணையாக, என்னுடைய சின்னத் தப்படிகள் பொருந்தாதது வேறு கஷ்டம் தந்தது.

தண்டவாளத்தின் மீதான என் கழைக்கூத்தாடி வித்தையைக் கண்டு அவன் புன்னகை பூத்தான்; அப்புன்னகை ஒரு வினாடியில் மறைந்துபோனதால் அதன் அர்த்தம் விளங்காமல் போனது; ஆம், அவன் என்னைக் கொல்லத்தான் போகின்றான்.

நாங்கள் முன்னமே ஸ்டேஷன் பகுதியைக் கடந்து விட்டிருந்தோம்; இப்போது கடைசி ஸ்விட்ச் பாயிண்டையும் கடந்துபோனோம். இருள் வரும் அறிகுறி தெரிய நாங்கள்

காட்டை நெருங்கும் வேளையில், சூரியன் மரங்களின் உச்சிகளுக்குப் பின்னே அஸ்தமனம் ஆகிக்கொண்டிருந்தது. அவன் நடப்பதை நிறுத்தி, பெட்ரோல் கேனை கீழே வைத்துவிட்டு, ரைபிளை இடது கைக்கு மாற்றிக்கொண்டான். பிறகு தண்டவாளத்தின் விளிம்பில் அமர்ந்து, ஆழமாக மூச்சுவிட்டபடி, மண்மேட்டின் மீது கால்களை நீட்டிக்கொண்டு, மூக்குக்கண்ணாடியைச் சுழற்றி, அடர்ந்த புருவங்களில் அரும்பியிருந்த வேர்வையை கைக்குட்டையால் துடைத்தான். அதன்பின்னர், தன் பெல்ட்டில் தொங்கிக்கொண்டிருந்த சிறு மண்வெட்டியை ஓரமாகக் கழற்றிவைத்துவிட்டுத் தன் சட்டைப் பையிலிருந்த சிகரெட் ஒன்றை எடுத்துத் தீப்பெட்டி கொண்டு ஜாக்கிரதையாகப் பற்றவைத்தான்.

காலின் தோலை அரித்துக்கொண்டிருந்த கயிற்று முடிச்சை அவிழ்க்க, நான் செய்துகொண்டிருந்த முயற்சியை, அமைதியாகக் கவனித்த அவன், தன் கால்சட்டையிலிருந்து ஒரு பேனாக்கத்தியை எடுத்துப் பிரித்து, என்னருகே வந்து, ஒரு கையால் என் காலைப் பற்றித் தூக்கி மறுகையால் அக்கயிற்றை சர்வ ஜாக்கிரதையுடன் துண்டித்த பிறகு, அதை நன்றாகச் சுருட்டி அப்பால் எறிந்தான்.

என்னுடைய நன்றியைக் காட்டும்விதமாக அவனைப் பார்த்துச் சிரித்தேன். ஆனால் பதிலுக்கு அவன் சிரிக்கவில்லை. இப்போது இருவருமே அமர்ந்திருக்க, அவன் சிகரெட்டை ஆழ வலித்து, சுருள்சுருளாகச் சென்ற நீலப் புகையைக் கவனித்தபடி இருந்தான்.

நான், இறந்துபோவதற்கான பல்வேறு வழிகளைப் பற்றிச் சிந்திக்கத் தொடங்கினேன். இதுநாள்வரை, அவற்றில் இரண்டே இரண்டு வழிகள் மட்டும் என்னைக் கவர்ந்திருக்கின்றன.

போர் தொடங்கிய ஆரம்ப நாட்களில் என்னுடைய பெற்றோர் இருந்த வீட்டின் எதிர்வீட்டில் குண்டு விழுந்தது. எனக்கு நன்றாக நினைவிருக்கிறது. எங்கள் வீட்டு ஜன்னல்கள் பிய்த்துக்கொண்டு போயின. சுவர்கள் விழுந்தன, பூமி நடுங்கியது. இறந்து கொண்டிருந்த முகம், தெரியாத ஜனங்களின் கூக்குரல்கள் கேட்டன; இவற்றால் நாங்கள் நடுநடுங்கிப் போனோம். பிரவுன் நிறக் கதவுகள், தளங்கள், புகைப்படங்கள் தொங்கிக்கொண்டிருந்த சுவர்கள் யாவும் வெறுமையில் விழுந்ததை நான் கண்டேன். பனிப்பாறைச் சரிவுபோல், ஒரு பெரிய பியானோ தெருவில் வந்துவிழ அதன் மூடி திறப்பதும் மூடுவதுமாக இருந்தது;

கைப்பிடிகள் கொண்ட பெரிய நாற்காலிகளின் திண்டுகள்கூட வந்து விழுந்தன. அதைத் தொடர்ந்து நொறுங்குகின்ற ஓசையுடன் சரவிளக்குகளும் மெருகிடப்பட்ட சமையலறைப் பானைகள், கெட்டில்கள் மற்றும் பளபளத்த அலுமினியப் பாத்திரங்களும் வந்து விழுந்தன. தீப்பட்டு நாசமான புத்தகப் பக்கங்கள், பயங்கொண்ட பறவையென அடித்துக் கொண்டன.

குழாயிலிருந்து பிடுங்கிக்கொண்ட குளியலறைத் தொட்டி ஒன்று, மாடிப்படி கைப்பிடியின் மேல் சறுக்கிக்கொண்டே வந்து விழுந்தது.

தூசி அடங்கியதும், சிதிலமான அவ்வீட்டில், உடல்களின் சிதறிய பாகங்கள் தெரிந்தன; நைந்துபோன பிரேதங்கள், உடைந்த தரைமீதும் தளத்தின் மீது கந்தல் துணிபோலப் பிளவுகளை மூடிக்கிடந்தன. அவை அப்போதுதான் ரத்தத்தில் நனையத் துவங்கியிருந்தன. பேப்பர் துணுக்குகள், பிளாஸ்டர்கள் மற்றும் வர்ணங்கள் யாவும் ஈக்கள்போல் அவற்றின் மேலே ஒட்டிக்கொண்டிருந்தன. எல்லாமே இயக்கத்திலிருப்பதுபோல் தெரிய மனித உடல்கள் மட்டும் சலனமின்றிக் கிடந்தன.

அதன்பிறகு விழுந்த தூண்களுக்கு அடியில் மாட்டிக்கொண்டதில், கூரான இரும்புக் கம்பிகள் மற்றும் குழாய்களால் குத்தப்பட்டதில், குப்பலான சுவர்களுக்கு அடியில் மாட்டிக்கொண்டு நசுங்கியதில் எழுந்த மக்களின் முனகல்களும் ஓலங்களும் கேட்டன. அந்த இருளடர்ந்த இடத்திலிருந்து ஒரேஒரு கிழவி மட்டுமே எழுந்து வந்தாள். அவள் மிகவும் கஷ்டப்பட்டு செங்கல்களைப் பிடித்தெழுந்து தன் பல்லில்லா வாயால் ஏதோ பேச முயற்சித்தபோது, சிறுசப்தம்கூட எழும்பவில்லை. அரை நிர்வாணமாய் இருந்த அவளின் எலும்பு தெரிந்த மார்பிலிருந்து இரண்டு முலைகள் தொங்கிக் கொண்டிருந்தன. அவள் குண்டு விழுந்து குழியாகிப்போன அவ்விடத்து இடிபாடுகளுக்கும் தெருவுக்கும் இடையே ஒருகணம் விறைத்து நின்றாள். மறுகணம், தடுமாறி அந்த இடிபாடுகளுக்குள் விழுந்து மறைந்துபோனாள்.

ஒருவன் மற்றவன் கைகளால் சாவதென்பது அந்த அளவுக்குச் சிறப்பானதாகத் தோன்றவில்லை. கொஞ்ச நாட்களுக்கு முன்பு நான் லேக்குடன் வசித்து வந்தபோது, ஒரு திருமண நிகழ்ச்சியில் இரண்டு குடியானவர்கள் சண்டையிட்டுக்கொண்டனர். ஒருவர் கழுத்தை மற்றவர் பற்றியபடி அழுக்கான தரைமீது கட்டிப்புரண்டு வெறிபிடித்த நாய்களென ஆடைகளையும் தோல்களையும் கிழித்தபடி,

பற்களால் கடித்தபடி யுத்தம் நடத்தினர். அவர்களின் காய்ப்பேறிப்போன கைகளுக்கும் கால்களுக்கும் தோள்களுக்கும் முட்டிகளுக்கும் தனியே உயிர்வந்தாற்போல் தோன்றின. காட்டு மிராண்டிகளின் நடனமென, பிடித்து, அடித்து சீறிக்கொண்ட அவர்களின் வெறுமையான முஷ்டிகள் மண்டைகளின் மேல் மோத, அழுத்தமான பிடிகளில் எலும்புகள் நொறுங்கின. உடன் வந்திருந்த விருந்தாளிகள் சுற்றி நின்றுகொண்டு வேடிக்கை பார்க்க, இருவரில் ஒருவன் முன்னேறி மற்றவன் மேலேறி அமர்ந்து விட்டான். தோற்றுப்போனவன் மூச்சுத்திணற பலவீனமாகி விட்டதுபோல் தோன்றினாலும் அவன் தன் தலையை உயர்த்தி முன்னவன் முகத்தில் காறி உமிழ்ந்தான். வெற்றிபெற்றவன் இந்த அவமானத்தைப் பொறுக்காமல் காளைபோல் கோபத்துடன் மூச்சிரைத்து, தன் கையைப் படுவேகமாகச் சுழற்றி, பின்னவன் மண்டையில் குத்தினான். உடனே தலை ரத்தத்தில் நனைய அவன் செத்துப்போய்விட்டான்.

ஒருமுறை, புரட்சியாளர்கள் கொன்றுபோட்ட நாயைப் போல என்னை நானே உணர்ந்தேன். அவர்கள் முதலில் அந்நாயின் தலையைத் தடவி, காதின் பின்புறம் கோதிவிட்டனர். உடனே அது சந்தோஷங்கொண்டு, நன்றிப்பெருக்கால் செல்லமாகக் குரைத்தது. பிறகு அவர்கள் ஓர் எலும்புத் துண்டைச் சுண்டி எறிய, அந்த நாய் தன்னுடைய அழுக்கான வாலை ஆட்டியபடி, பட்டாம்பூச்சியென சிதறடித்துக்கொண்டும், மலர்களை மிதித்துக்கொண்டும் ஓடி, அந்த எலும்பை பெருமையுடன் கவ்வியபோது, அவர்கள் அதைச் சுட்டுவீழ்த்தினர்.

ராணுவ வீரன், தன் பெல்ட்டை சரிசெய்துகொள்ள, அவனுடைய அசைவினால் என்னுடைய எண்ண ஓட்டம் சிதற, நான் ஒரு கணம் சிந்திப்பதை நிறுத்திவிட்டேன்.

பிறகு தப்பிப்பதைப் பற்றி யோசிக்கத் தொடங்கினேன். எனக்கும் காட்டுக்கும் இடையே உள்ள தூரம், எவ்வளவு நேரத்திற்குள் அதை அடையமுடியும். அதேசமயம், இவன் ரைபிளை உயர்த்திச் சுட்டுவிடக்கூடிய சாத்தியம். இவை எல்லாவற்றையும் கணக்குப்போட்டுப் பார்த்தேன். காடு மிகுந்த தூரத்தில் இருந்தது, மணல் வெளிவரை ஓடலாம். அதற்குள் சாகடிக்கப்பட்டுவிடுவேன், அதிகபட்சம் நாணற் புற்கள் வளர்ந்திருக்கும் இடத்தை அடையலாம். எனினும் அவ்விடத்திலும் என்னைத் தெளிவாகப் பார்க்க முடியும், தவிர என்னால் வேகமாகவும் ஓட முடியாது.

அவன் எழுந்து நின்று உறுமியபடி திமிர் முறித்தான். எங்கும் அமைதி நிலவ, மெல்லிய காற்று பெட்ரோல் மணத்தை அப்பால் விரட்டி, மென்மையான மார்ஜோராம் மற்றும் மரப்பிசின் மணத்தைக் கொண்டுவந்தது.

ஒருவேளை அவன் என்னை முதுகுப்புறத்தில் சுடக்கூடும்; யாராக இருப்பினும் அவர்கள், ஒருவனின் கண்களை நேருக்குநேர் பார்க்காமலேதான் சுட விரும்புவார்கள்.

அவன், என் பக்கமாய்த் திரும்பி, காட்டைச் சுட்டிக்காட்டி ‘ஓடு’ என்பதுபோல் சைகை செய்தான். ஆக முடிவு நெருங்கிவிட்டது; நான் அவன் சொன்னது புரியாததுபோல் அவனை நெருங்க, நான் தொட்டுவிடுவேனோ என்று பயந்தாற்போல், சரேலென்று பின்நகர்ந்து, கோபத்துடன் ஒரு கையால் காட்டைச் சுட்டிக் காட்டினான், மறு கையால் கண்களை மறைத்துக்கொண்டான்.

அவன் செய்கின்ற தந்திரம் எனக்குப் புரிந்துபோனது, என் கண்களைப் பார்க்காதவன்போல் பாசாங்கு செய்கிறான். நான் அந்த இடத்திலேயே உறுதியாக நின்றுவிட, அவன் முரட்டுத்தனமான பாஷையில் ஏதோ சொன்னான். பதிலுக்கு நான் இளிக்க, அது அவனை இன்னும் எரிச்சலடைய வைத்தது. மீண்டுமொருமுறை அவன் காட்டை நோக்கிக் கை காட்டியும், நான் அசையாமல் நின்றிருந்தேன். பிறகு அவன் இருப்புப் பாதையில் ரைபிளைப் போட்டுவிட்டு அதன்மேலே படுத்துக்கொண்டான்.

இந்தமுறை, தூரத்தைக் கணக்கிட்டுப் பார்த்ததில் அபாயம் கொஞ்சமாகத் தெரிய, நான் நகரத் தொடங்கினேன். உடனே அவன் தோழமையுடன் சிரிக்க, நான் மண்மேட்டின் விளிம்பை அடைந்து திரும்பிப் பார்த்தபோது, அவன் கொஞ்சம்கூட அசையாமல் சூரிய வொளியில் காய்ந்துகொண்டிருந்தான்.

உடனே நான் படுவேகமாகக் கைகளை வீசியபடி, ஒரு முயலைப் போல மண்மேட்டிலிருந்து கீழிறங்கிக் குளிரும் நிழலுமான காட்டை நோக்கிப் பாய்ந்து, பெரிய பெரிய இலைகளைக் கொண்ட செடிகளில் என் தோல் கிழிபட, வெகுதூரம் ஓடி, கடைசியில் மூச்சுக்கூட விடமுடியாமல் மெத்தென்றிருந்த பாசிகளின் மேல் விழுந்தேன்.

நான் காட்டின் ஓசைகளைக் கவனித்துக் கொண்டிருந்தபோது, இருப்புப் பாதையிலிருந்து துப்பாக்கியால் சுடும் ஓசை இரண்டு முறை கேட்டது. ஆக அவ்வீரன் என்னைக் கொன்று விட்டாற் போல் நாடகமாடுகிறான்.

88 ♦ பெரு. முருகன்

அடர்த்தியான இலைகளுக்குப் பின்னாலிருந்த பறவைகள் விழித்துக்கொண்டு, தங்களின் இறக்கைகளைப் படபடவென அடித்துக்கொண்டன. எனக்கு வலப்பக்கமிருந்த ஒரு மரப்பொந்திலிருந்து, ஒரு சின்ன பல்லி கிளம்பிவந்து என்னையே விடாமல் முறைத்துப் பார்த்தது; காய்ப்பேறிப்போன கைகளால் அதை நசுக்கிப் போட்டிருப்பேன். அச்சமயம். மிகவும் களைப்படைந்து போயிருந்ததால் முடியவில்லை.

8

பருவம் தப்பிய கோடையால் பயிர்கள் கொஞ்சம் அழிந்தன. பிறகு குளிர்காலம் தொடங்கி கொஞ்ச நாட்களுக்குப் பனிபெய்தது; மக்களுக்கு அக்கால நிலையைப் பற்றி நன்கு தெரியுமாதலால், வீட்டினுள் தென்பட்ட இடங்களிலெல்லாம் குழிதோண்டி உணவைப் புதைத்துவைத்தும் கடுங்காற்றுக்கெதிராகக் கூரைகளையும் புகைபோக்கிகளையும் பாதுகாப்பாக வைத்தும் முன்னேற்பாடு செய்தனர். பிறகு உறைபனி தொடங்கி எல்லாவற்றையும் பனிக் கட்டிகளாக உறையவைத்தது.

உணவு அரிதாகி, எல்லோரும் பட்டினியால் துடிக்க, எனக்குப் புகலிடந்தர யாருமே முன்வரவில்லை! செய்வதற்கு வேலையும் கிடைக்கவில்லை. தானியக்களஞ்சியத்தில் குவிந்துகிடந்த, மிருகங்களின் கழிவுகளைக் கூட யாரும் சுத்தம் செய்யவில்லை.

கோழிகள், கன்றுக்குட்டிகள், முயல்கள், பன்றிகள், ஆடுகள், மற்றும் குதிரைகளுடன் ஜனங்களும் ஒட்டிக்கொண்டு உடற் சூட்டை உருவாக்கிக்கொண்டு, குடிசைக்குள் இருந்தனர், ஆனால் எனக்கு மட்டும் தங்குவதற்கு இடம் கிடைக்கவில்லை. குளிர்காலம் தன் பிடியை விடாமல் இறுக்க, வானம் அடர்ந்து, இருளான மேகங்கள் குடிசைகளின்மேல் வேயப்பட்ட, கூரைகளின் மீது மிதப்பதுபோல் தோன்றின. சிலசமயம், எல்லாவற்றையும்விட கருத்த மேகமொன்று பலூன்போல் மிதந்தபடி, பாவிகளை துஷ்டசக்திகள் பின்தொடருவதுபோல், மற்றவற்றை துரத்தும். ஜனங்கள் உறைந்துபோன ஜன்னலின் வழியே சுவாசிப்பார்கள்; கிராமத்தை இருள் சூழும்போது, அவர்கள் சிலுவைக் குறியிட்டவாறு மௌனமாகப் பிரார்த்தனை செய்வார்கள்; அந்தப் பிரதேசத்தையே சாத்தான் சுற்றிக் கொண்டிருக்கிறான் என்பதை எல்லாரும் அறிவார்கள்; அவனிருக்கும் வரை மோசமான சம்பவங்கள் மட்டுமே நிகழும்.

அவ்வேளையில் கந்தல்கள், முயல் மற்றும் குதிரைத் தோல்களை உடல்மேலே சுற்றிக்கொண்டு, ரயில் பாதையருகே கண்டெடுத்த ஒரு கேனில் செய்த காமெட்டின் மூலம் கதகதப்பை உண்டு பண்ணிக்கொண்டு, கிராமம் கிராமமாக நான் சஞ்சரித்துக் கொண்டிருந்தேன். என் தோளின் மேலே, எரிபொருட்கள் நிரம்பிய பையொன்று இருந்தது. அது தீர்ந்துபோய்விடுமோ என்ற கவலையில், சந்தர்ப்பம் கிடைக்கும் போதெல்லாம் அதை நிரப்பிக் கொள்வேன். பையானது எடைகுறையும் போதெல்லாம் உடனே காட்டினுள் சென்று மரக் கிளைகளை ஒடித்தும், மக்கிய செடிகளைத் தோண்டியெடுத்தும் பாசிகளை வாரியெடுத்தும் பையை நிரப்பிக் கொள்வேன். பிறகு திருப்தியும் பாதுகாப்பையும் உணர்ந்தவனாய், காமெட்டை வேகமாகச் சுழற்றி அதன் வெப்பத்தில் புத்துணர்வு அடைந்து பயணத்தைத் தொடருவேன்.

முடிவில்லாமல் பொழிந்துகொண்டிருந்த பனியால், எல்லா ஜனங்களும் குடிசைக்குள் முடங்கிக்கிடக்க, உணவு தேடுவதில் சிக்கல் ஒன்றும் ஏற்படவில்லை. தானியக் களஞ் சியத்தின் மேல் குவிந்திருக்கும் பனியூடே குழிதோண்டி, இருப்பதிலேயே நல்லதான உருளைக் கிழங்குகள் மற்றும் பீட்ரூட்களை எடுத்து, பின்னர் அவற்றை காமெட்டில் வேகவைத்து உண்பேன். யாரேனும் பார்த்துவிட்டாலும்கூட, பனிப்பொழிவூடே மெதுவாகச் செல்லும் என்னை, ஏதோ ஆவி என்று நினைத்துக்கொண்டு நாய்களை ஏவிவிடுவார்கள். அந்த நாய்கள், கதகதப்பான குடிசையிலிருந்து வேண்டாவெறுப்பாக வெளியேறி என்னைப் பின்தொடர்ந்து நெருங்கிவரும்போது நான் காமெட்டைச் சுழற்றி அச்சுறுத்த, அவை திரும்பிப் போய்விடும்.

நான் பெரிய கட்டையாலான ஷூக்களை, துணிக் கிழிசல்களைக் கொண்டு கால்களில் கட்டியிருந்தேன், அவற்றின் அகலமும், உடலின் குறைவான எடையும் குவிந்திருந்த பனியில் இடுப்புவரை புதையாமல் காக்க, கண்களுக்குச் சற்றுமேலே துணியால் மறைப்புக் கட்டிக்கொண்டு, அப்பிரதேசத்தையே சுற்றிவந்தேன். அவ்வேளைகளில், ரேவன் பறவைகளைத் தவிர, வேறெந்த ஜீவன்களையும் நான் பார்க்கவில்லை.

இரவில் காட்டுக்குள் சென்று, மரவேர்களுக்கு அடியில் படுத்துக்கொள்வேன். மேலே பனி உறைந்து கூரைபோலிருக்க, காமெட்டின் உள்ளே ஈரமான மக்கல்களைப் போட்டு அமுக்கிவிடுவேன். இதனால் இரவு முழுவதும் சுகந்தமான மணத்துடன் புகை எழும்ப, கதகதப்பான வெப்பமும் இருக்கும்.

முடிவில், சில வாரங்கள் கழித்து காற்றின் வேகம் குறைய, பனி உருக, குடியானவர்கள் வெளியே நடமாடத் தொடங்க, என்பாடு திண்டாட்டம் ஆகிவிட்டது. நெடுநாள் ஓய்விற்குப் பிறகு, நாய்கள் புத்துணர்வுடன் ரோந்துவர, விவசாயக் கட்டங்களைகூட நெருங்கமுடியாமல், ஒவ்வொரு நிமிடமும் என்னையே பாதுகாத்துக்கொள்ள வேண்டியிருந்தது. எனவே, ஜெர்மானிய எல்லைச் சாவடிகளிலிருந்து, தொலைவாகவும் ஒதுக்குப்புறமாகவும் உள்ள கிராமம் ஒன்றிற்கு சென்றுவிடுவது என முடிவுசெய்தேன்.

ஒருநாள், காட்டின் வழியே நடந்துகொண்டிருந்தபோது கரைந்துகொண்டிருந்த பனி, என்மீதும் காமெட்மீதும் விழுந்து நெருப்பு அணைந்துவிடும் அபாயம் தோன்றியது. இரண்டாவது நாளன்று, அக்காட்டில் ஏதோ கத்துகின்ற ஓசை கேட்டு நின்றேன், பிறகு நகரக்கூட பயந்துபோய்ச் சட்டென ஒரு புதரினுள் ஒளிந்துகொண்டு, இலைகளின் சலசலப்பை உன்னிப்புடன் கவனித்துக் கொண்டிருந்தபோது, அதே ஓசை திரும்பவும் கேட்டது. மரங்களின்மேல், எதனாலோ பயந்துபோன காகங்கள் சிறகுகளைப் படபடவென அடித்துக்கொண்டன. நான் ஒவ்வொரு மரமாக மறைந்தபடி நகர்ந்து ஓசை வந்த இடத்தை அடைந்தேன். அங்கே குறுகலான கோணலான பாதையில், கட்டை வண்டியொன்று கவிழ்ந்திருக்க, அதனருகே குதிரையொன்று வீழ்ந்திருந்தது. மற்றபடி மனிதர்கள் யாருமில்லை.

குதிரை என்னைக் கண்டதும், காதுகளை உயர்த்தித் தலையை ஆட்ட, நான் அதனருகே சென்றேன். அது மிகவும் மெலிந்து போயிருக்க, அதனுடைய ஒவ்வொரு எலும்பையும் தெளிவாகப் பார்க்க முடிந்தது. அதனுடைய தசைகள் ஈரமான கயிறுபோல் தொங்கிக்கொண்டிருக்க, எப்போது வேண்டுமானாலும் மூடிவிடக்கூடும் என்பதுபோல் தோன்றிய, சிவப்பேறிய மங்கலான விழிகளால் அது என்னைப் பார்த்து, தலையை மெதுவாக ஆட்டி, தன் மெல்லிய தொண்டையிலிருந்து தவளைபோல சப்தம் எழுப்பியது.

அதன் காலில் ஒன்று, முட்டியருகே உடைந்து எலும்பு துருத்தியிருக்க, ஒவ்வொரு முறையும் அதை அசைக்கும்போது, அவ்வெலும்பு தோலை இன்னும் கொஞ்சம் கிழித்தது.

வானில், ரேவன் பறவைகளானது விடாப்பிடியாக வட்டமடித்துக் கொண்டிருந்தன. அவ்வப்போது, அவற்றில் ஒன்று, மரத்தின் மீதமர்ந்து, வாணலியில் உருளைக் கிழங்குகளைப் போடும்போது எழும் தொப்பென்ற ஓசைபோல,

பனிக்கட்டிகளைக் கீழே தள்ளி சப்தமெழுப்பும், ஒவ்வொரு தடவையும் ஓசை கேட்கும்போது, அவ்விலங்கு தலையை உயர்த்தி என்ன நடக்கிறதென்பதைப் பார்க்கும்.

நான் வண்டியை சுற்றிப் பார்ப்பதைக் கண்ட அக்குதிரை, என்னை வரவேற்பதைப்போல் தன் வாலை ஆட்டியது. நான் நெருங்கி வந்ததும் தன் கனமான தலையை என் தோளில் சாய்த்து, கன்னத்தில் இழைத்தது. நான் அதன் வறண்ட மூக்கை மெதுவாகத் தடவிக்கொடுக்க, அது தன் வாயை என் முகத்திற்காய்த் திருப்பியது.

நான் அதன் காலைப் பரிசோதிக்கக் குனிந்ததும், என் முடிவுக்காகக் காத்திருப்பதுபோல், தலை ஆட்டியது. அதை நடக்கவைக்க முயற்சித்தபோது அது எழுந்து முடியாமற்போய்த் தடுக்கிவிழுந்து, கனைத்து தோல்வியினால் வெட்கப்பட்டுத் தலைகுனிந்து போய்விட்டது. நான் அதன் கழுத்தைப் பிடித்து, நாடி பார்த்து என்னைப் பின்தொடரும்படி வற்புறுத்தினேன். காட்டில் இருப்பது மரணத்திற்கு சமமானதென்று கூறி பிறகு கதகதப்பான லாயத்தைப் பற்றியும் வைக்கோலின் வாசனை பற்றியும் அதனிடம் மென்மையாகக் கூறி, ஊருக்குள் சென்றுவிட்டால், யாரேனும் கால் எலும்பைச் சரிசெய்து, மூலிகைகளின் மூலம் குணப்படுத்தி விடுவார்கள் என உறுதி சொன்னேன்.

வசந்தத்தை எதிர்நோக்கி, பனியின் அடியிலிருக்கும் பசுமையான புல் தரையைப் பற்றியும் கூறினேன். நான் மட்டும் வெற்றிகரமாக உன்னைக் கொண்டுசென்று ஊருக்குள் சேர்ப்பித்துவிட்டால், அவ்விடத்தில் இருப்பவர்க்கும் எனக்கும் இடையே உறவு மலரும் என்றும், அந்த இடத்திலேயே எனக்குப் புகலிடம் கிடைக்கக்கூடும் என்றும் கூறினேன். அது ஓரக்கண்ணால் என்னை அடிக்கடி பார்த்து நான் சொல்வதெல்லாம் உண்மை என்பதை நிச்சயப்படுத்திக் கொண்டது.

நான் சற்றே பின்னுக்கு நகர்ந்து, சிறு சுள்ளியொன்றால் அதைத் தட்ட, அது எழுந்துநின்று நொண்டியது. எனினும் அதை வெற்றிகரமாக நடக்கவைத்துவிட்டேன். ஒவ்வொரு அடியும் மிகமிக மெதுவாக, வலிமிகுந்திருக்க, சிலநேரம் அது சட்டென நிற்கும், உடனே நான் அதன் கழுத்தைக் கட்டிக்கொண்டு, உடைந்த காலை மெல்லத் தூக்குவேன். சிறிதுநேரம் கழித்து, அது எதையோ மறந்துவிட்டதுபோலவும் அது திரும்பவும் நினைவுக்கு வந்து அதனால் உந்தப்பட்டதுபோலவும் மீண்டும் நடக்கும். அதன் ஒவ்வொரு அடியிலும் எலும்பு துருத்தித்

வண்ணம் பூசிய பறவை ♦ 93

தோல் கிழிபட அதன் வேதனையைக் கண்டு கஷ்டப்பட்டேன். என் கால் ஆணிகளின் வலியை மறந்து, நானே அந்தக் குதிரையாக மாறிப்போனவனாய் அதன் நொண்டிக்காலின் வலியை உணர்ந்து முனகினேன். கடைசியாக, சேறும் பனியும் எங்களின் மேலே பூசியிருக்க, பலம் குன்றின நிலையில், நாங்கள் அந்தக் கிராமத்தை அடைந்தபோது, சில நாய்கள் எங்களைச் சுற்றிக்கொண்டன. உடனே நான் காமெட்டைச் சுழற்றி அவற்றின் தோல் ரோமங்களை எரித்துவிட்டேன். என்னுடன் வந்த ஜீவனோ, அசையாமல் நின்றிருந்தது.

அவ்வேளை, பல குடியானவர்கள் குடிசைகளைவிட்டு வெளியே வந்தனர். அவர்களில் ஒருவன் ஆச்சரியப்படத்தக்கவகையில் குதிரைக்குச் சொந்தக்காரனாக இருந்தான். இரண்டு நாட்களுக்குமுன்பு வண்டியோடு சேர்ந்து குதிரையும் காணாமல் போய்விட்டது என்று கூறியவன் அதன் காலை நெடுநேரம் பரிசோதித்துவிட்டு, அதைக் கொன்றுவிட வேண்டும் என்று தன் முடிவை அறிவித்தான். செத்த குதிரையின் பயன் என்னவெனில், மாமிசம் உணவிற்கும் தோல் ஆடைக்கும் எலும்புகள் மருத்துவத்திற்கும் பயன்படும். அப்பிரதேசத்தில் குதிரையின் எலும்பென்பது மிகவும் அபூர்வமான பொருளாகும். மிகவும் கடும் நோய்க்கு மருந்தென்பது மூலிகையுடன் குதிரையின் எலும்பை அரைத்துக் கொடுப்பதாகும். குதிரையின் பற்களையும் தவளையின் தொடையினையும் ஒன்றுசேர்த்து அரைத்த கலவை, பல்வலிக்கு மருந்தாகும். அதன் எரிக்கப்பட்ட குளம்புகள் ஜலதோஷத்தை இரண்டு நாட்களில் குணப்படுத்திவிடும்.

அதேசமயம், அதன் இடுப்பெலும்பு வலிப்பு வந்தவனின் உடலின்மேல் வைக்கப்பட்டால், வலி நின்று போய்விடும்.

குடியானவன் குதிரையைச் சோதித்து முடித்ததும் என் பக்கமாய்த் திரும்பி உன்னிப்புடன் கவனித்து, நான் இதற்கு முன்னர் எங்கிருந்தேன், என்ன செய்துகொண்டிருந்தேன் என்றெல்லாம் வினவினான். நான் முடிந்தமட்டில், அவனுக்குச் சந்தேகத்தை வரவழைக்காத வண்ணம், என்னுடைய கதையை மாற்றிச் சொன்னேன். அதை திரும்பத் திரும்பச் சொல்லும்படி அவன் பணித்தான். நான் உள்ளூர் பாஷையைப் பேச முயற்சித்துத் திணறியது கண்டு சிரிக்கவும் செய்தான். நான் யூதனா அல்லது அனாதையான நாடோடியா என்றும் கேட்டான். நான் ஒரு நல்ல கிருஸ்துவனென்றும் கடுமையான உழைப்பாளி என்றும் கூறி, எண்ணத்தில் என்னென்ன உதித்ததோ அவற்றின் மீதெல்லாம் சத்தியம் செய்தேன். சுற்றி நின்றுகொண்டிருந்தவர்கள் என்னைச் சந்தேகத்துடன்

முறைத்தாலும் அந்த விவசாயி, தன்னுடைய நிலத்தில் என்னைக் கூலியாளாகச் சேர்த்துக்கொள்வதாகக் கூறினான். உடனே நான் மண்டியிட்டு அவன் பாதங்களில் முத்தமிட்டேன்.

அடுத்தநாள் காலை, அந்த விவசாயி லாயத்திலிருந்து இரண்டு பெரிய, வலிமையான குதிரைகளை இழுத்துவந்து, ஏர்க்கலப்பையில் பூட்டி, வேலியருகே நின்றிருந்த நொண்டிக்குதிரையருகே ஓட்டி வந்தான். பிறகு அதன் கழுத்தில் கயிற்றால் சுருக்கிட்டு, மறுமுனையை ஏர்க்கலப்பையில் முடிச்சிட்டான். கலப்பைக் குதிரைகள் தம் காதுகளை உயர்த்தி, நொண்டிக் குதிரையை வித்தியாசமாகப் பார்த்தன. அது பலமாக மூச்சிரைத்து, கயிறு இறுக்கிய தன் கழுத்தைத் திருப்பியது. நானோ ஓரமாக நின்றபடி, அதன் உயிரை எப்படிக் காப்பாற்றுவது அதற்காக முதலாளியை எப்படிச் சம்மதிக்கவைப்பது, இதற்காகவா குதிரையை அழைத்து வந்தேன் என்றெல்லாம் யோசித்துக்கொண்டிருந்தேன். அவன் குதிரையின் கழுத்தைச் சுருக்கைச் சரிபார்ப்பதற்காக அதனருகில் சென்றதும், அந்த ஜீவன் சட்டெனத் தன் தலையைத் திருப்பி அவன் முகத்தை நக்கியது. ஆனால் அவனோ, திரும்பிக்கூடப் பார்க்காமல், தன் உள்ளங்கையால் பட்டென அதன் முகத்தின் மீது அறைய, அது வலியாலும் அவமானத்தாலும் முகத்தைத் திருப்பிக்கொண்டது.

எனக்கோ, குடியானவனின் கால்களில் விழுந்தாவது குதிரையின் உயிரைக் காப்பாற்ற வேண்டும்போல் தோன்றியது. அப்போது அந்த நொண்டி ஜீவன், என்னைக் குற்றஞ் சாட்டுவதுபோல் பார்த்துக் கொண்டிருந்ததை உணர்ந்தேன். ஒரு மனிதனோ அல்லது மிருகமோ சாகும் தறுவாயில் அந்தச் சாவுக்குக் காரணமானவனின் பற்களைப் பார்த்து எண்ணிவிட்டால், அதன் விளைவு என்னவென்பது ஞாபகத்திற்குள் உதித்தது. எனவே, அந்த விலங்கு பார்வையைத் திருப்பும் வரை பேசப்போவதில்லை என நிச்சயம் செய்து கொண்டேன். ஆனால் அதுவோ, என்னையே தொடர்ந்து பார்த்துக் கொண்டிருந்தது.

திடீரென அந்த விவசாயி, தன் கைகளில் எச்சிலைத் துப்பித் தேய்த்துக்கொண்டு, சாட்டையால் கலப்பைக் குதிரைகளை விளாசித்தள்ள, அவை மூர்க்கத்தனமாக முன்னேற, கயிறு விறைத்து, அதன் முடிச்சு இறுக, அந்த பாவப்பட்ட ஜீவன் மூச்சுத் திணறி, புயலால் வீசியெறிப்பட்ட வேலிபோல், கீழே தரையோடு இழுக்கப்பட்டு, தரதரவென இழுத்துச் செல்லப்பட்டது.

வண்ணம் பூசிய பறவை

கலப்பைக் குதிரைகள், நொண்டிக் குதிரையை மேலும் சில அடி தூரம் வரை இழுத்துச் சென்று நின்றதும், குடியானவன் அதன் அருகே சென்று, கால்களிலும் கழுத்திலும் உதைத்துப் பார்த்தான். அது கொஞ்சம்கூட அசையவில்லை. அதனருகே நின்றிருந்த மற்ற இரு குதிரைகள், மரணமொன்று சம்பவித்ததை உணர்ந்ததும், செத்துப்போய் அகலக் கண்திறந்து வெறித்துக் கொண்டிருந்த அந்த ஜீவனின் பார்வையிலிருந்து தப்பிக்க முயற்சிப்பதுபோல், தம் கால்களைத் தரையில் உதைத்தன.

அன்று முழுவதும் செத்த குதிரையின் தோலை உரிப்பதிலும் மாமிசத்தைக் கூறுபோடுவதிலும் விவசாயிக்கு உதவியாக இருந்தேன்.

வாரங்கள் உருண்டோடின; அக்கிராமத்தில் யாருமே என்னைக் கண்டுகொள்ளவில்லை; சில பையன்கள் மட்டும் என்னை ஜெர்மானியப் படையிடம் ஒப்படைக்க வேண்டுமென்றும், இவ்விடத்தில் ஒரு நாடோடித் தேவடியாள் மகன் இருக்கிறானென்று அவர்களிடம் தகவல் தெரிவிக்க வேண்டுமென்றும் கூறுவார்கள். பெண்கள் என்னைக் கண்டதும் தங்கள் குழந்தைகளின் தலையை மூடியபடி அப்பால் நகர்ந்துபோய்விடுவார்கள். ஆண்களோ, மௌனமாக என்னைப் பார்த்தபடி, காறித் துப்புவார்கள்.

அவ்வூரில் வசித்தவர்கள், அதிகம் பேசாத மௌனிகளாக இருந்தனர். உப்பைச் சேகரிப்பதுபோல் வார்த்தைகளைக் குறைவாகப் பயன்படுத்தல் என்பதே அவர்களின் பண்பாடாக இருந்துவந்தது. தேவையில்லாமல் அதிகமாகப் பேசுகிற வாய், ஒருவனுக்கு மோசமான எதிரி என்று கருதப்பட்டது.

வேகமாகப் பேசுபவனை, லொடலொடா வாயென்றும் நேர்மையற்றவனென்றும் யூத அல்லது நாடோடி ஜோசியர்களிடம் பயிற்சி பெற்றவனென்றும், அவர்கள் இழிவுசெய்வார்கள். அவர்கள் ஒன்றுகூடி அமர்ந்திருந்தாலும், ஆழ்ந்த அமைதியுடன் எப்போதாவதுதான் ஒன்றிரண்டு வார்த்தைகளை உதிர்ப்பார்கள். பேசும்போதும், சிரிக்கும்போதும் துஷ்ட நபர்கள் பற்களைப் பார்த்துவிடக்கூடாது என்பதற்காக தங்களின் வாய்களை மூடிக்கொள்வார்கள். அவர்கள் வோட்காவைக் குடித்திருக்கும்போது மட்டுமே, இந்தக் கட்டுப்பாடுகள் தளர்ந்திருக்கும்.

என்னுடைய முதலாளி அவ்விடத்தில் பெரிதாக மதிக்கப்பட்டு, திருமண விழாக்களுக்கும் கொண்டாட்டங்களுக்கும் தவறாது அழைக்கப்பட்டான். சிலசமயம், அவனுடைய குழந்தைகள் உடல் ஆரோக்கியமற்றிருந்தால், மனைவியும்

மாமியாரும் ஆட்சேபிக்காமலிருந்தால், என்னையும் அவனுடன் அழைத்துச் செல்வான். இதுபோன்ற கொண்டாட்டங்களில், வந்திருக்கும் விருந்தாளிகளிடம் என்னுடைய நகரத்து பாஷையைப் பேசிக்காட்டும்படியும் போருக்கு முன்னர் என் அம்மாவிடமும் தாதியிடமும் கேட்டறிந்த கவிதைகளையும் கதைகளையும் சொல்லும்படி உத்திரவிடுவான். அவர்களின் மென்மையான மெதுவான உள்ளூர் பாஷைக்கும் என்னுடைய நகரத்து பாஷைக்கும் பெருமளவு வித்தியாசமிருந்தது. என் மொழி, கடினமான உச்சரிப்புகளுடன் வேகமாகப் பேசும்போது, இயந்திரத் துப்பாக்கி வெடிப்பதுபோலிருக்கும். அது அவர்களுக்குக் கேலியாக இருக்கும் இந்த நிகழ்ச்சியை நான் செய்வதற்கு முன்னர் ஒரு தம்ளர் வோட்கா எனக்கு வலுக்கட்டாயமாகப் புகட்டப்படும். இதனால் நான் நிலைதடுமாறி அறையின் நடுவில் நின்றிருப்பேன்.

பிறகு அங்கிருப்போரின் கண்களையும் பற்களையும் பார்க்காமல் இருப்பதற்காகத் தலைகுனிந்தபடி பேசத் தொடங்குவேன். நான் ஒவ்வொருமுறையும் உச்ச வேகத்தில், கவிதைகளைச் சொல்லும்போது, அவர்களின் கண்கள் வியப்பினில் விரிந்துவிடும். அந்த வேகமான மொழிநடைக்குக் காரணம், என் மனதில் பீடித்துள்ள பித்தம்தான் என அவர்கள் நினைத்துக்கொள்வார்கள். மிருகங்களைப் பற்றி நான் சொல்லும் கதைகளைக் கேட்டு அவர்கள் அஞ்சி நடுங்குவார்கள். ஆடுகளின் நாட்டைத் தேடி உலகம் முழுவதும் பயணிக்கும் ஓர் ஆட்டின் கதை, ஏழு காலணிகள்கொண்ட பூனையின் கதை, பெர்டினாண்ட் காளையின் கதை, ஸ்நோஓயிட், ஏழு குள்ளர்களின் கதை, மற்றும் மிக்கி மவுஸ், பினாக்கியோ கதைகளைக் கேட்டு அவர்கள் வயிறு குலுங்கச் சிரிப்பார்கள். இதனால் புரைக்கேற அவர்களின் வாயிலிருந்து உணவும் வோட்காவும் வெளியே சிதறும்.

நான் சொல்லி முடித்ததும், ஒவ்வொரு மேஜையாக நான் அழைக்கப்பட்டு, சொன்னதை திரும்பச் சொல்லும்படி அவர்கள் வற்புறுத்துவார்கள், மேலும் வோட்காவைக் குடிக்கும்படி கூறுவார்கள். மறுத்தால் வலுக்கட்டாயமாக வாயில் ஊற்றிவிடுவார்கள். இவ்வாறு மாலை வேளை கடப்பதற்குள் நான் நன்றாகக் குடித்திருப்பேன். போதை தலைக்கேறச் சுற்றிலும் நடப்பது எதுவும் விளங்காது. நான் சொன்ன கதைகளில் வரும் விலங்குகளைப் போல சுற்றியிருப்போரின் முகங்கள் மாறிவிடும். பிறகு ஈரம்மிகுந்து, பாசிபிடித்த சுவர்கொண்ட ஆழமான கிணற்றுள் விழுவதைப்போல் உணர்வேன், அதன் அடிப்புறத்தில் தண்ணீருக்குப் பதிலாக, கதகதப்பான

மெத்தையொன்றிருக்க, எல்லாவற்றையும் மறந்துபோய் அதில் படுத்துத் தூங்கிவிடுவேன்.

பனிக்காலம் முடிந்துகொண்டிருக்க, நான் முதலாளியுடன் தினந்தோறும் விறகு கொண்டுவர காட்டிற்குச் செல்வேன். வெப்பமான ஈரப்பதம் காற்றில் நிலவ, மரங்களின் மேல் தொங்கிக்கொண்டிருந்த பாசிகள், முயலின் உரித்த பழைய தோலென, கறுத்துப்போயின. பனி உருகி, சிறுசிறு ஓடைகள் எல்லா திசைகளிலும் ஓடி, மரங்களின் வேர்களுக்கு அடியில் பாய்ந்து, குழந்தைகளின் ஏறுமாறான விளையாட்டுபோலச் சிதறின. ஒருநாள், அண்டைவீட்டுக் குடும்பமொன்று தங்களின் அழகான மகளுக்குத் திருமண ஏற்பாட்டைச்செய்ய, குடியானவர்கள் இருப்பதிலேயே நல்லதான ஆடை உடுத்தி, அவ்விழாவுக்காக சுத்தம் செய்யப்பட்டிருந்த வீட்டின் பெரிய அறையில் நடனமாடினர். மணமகன் வழிவழியாகக் கடைப்பிடிக்கப்படும் சம்பிரதாயத்தின்படி எல்லோரின் வாயிலும் முத்தமிட்டபடி வந்தான். மணமகளோ கொஞ்சம் அதிகம் குடித்துவிட்டதால், அழுவதும் சிரிப்பதுமாக இருந்தாள். மற்ற ஆண்கள் அவளின் பிருஷ்டத்தில் கிள்ளியதையும், மார்பில் கைவைத்ததையும்கூட அவள் கண்டுகொள்ளவில்லை.

பிறகு எல்லோரும் வெளியேறி, நடனமாடத் துவங்கியதும் நான் சட்டென மேஜையருகே ஓடி, என் திறமையின் மூலம் சம்பாதித்த உணவை எடுத்தேன். குடிகாரர்கள் பார்த்தால் ஏளனம் செய்வார்கள் என்ற பயத்தில் அறையின் இருளான மூலைக்குச் சென்று அமர்ந்துகொண்டேன். அப்போது இரண்டு ஆண்கள், நட்புடன் தோள்மீது கைபோட்டவாறு அவ்வறைக்குள் நுழைந்தனர். அவர்களிருவரையும் நானறிவேன். அக்கிராமத்து செல்வந்த விவசாயிகளில் அவர்களும் அடக்கம். இருவரிடமும் சில பசுக்கள், ஜோடி குதிரைகள் மற்றும் கொஞ்சம் நிலம் ஆகியன சொந்தமாக இருந்தன.

நான் உடனே, மூலையிலிருந்த காலி பீப்பாய்களுக்குப் பின்னே நழுவி ஒளிந்துகொண்டேன். அவர்கள் கையில் உணவுத் தட்டை வைத்தபடி, மேஜையருகே அமர்ந்து மெதுவான குரலில் பேசியபடி, ஒருவரின் தட்டிலிருந்த உணவை எடுத்து மற்றவருக்குத் தந்தபடி இருந்தனர். வழக்கம்போல, ஒருவரின் கண்களை மற்றவர் பார்க்காமல் சவக்களையுடன் இருந்தபோது, அவ்விருவரில் ஒருவன், தன் உடைக்குள் இருந்து நீளமான கத்தியை எடுத்து, மற்றவன் முதுகில் ஆழமாகச் சொருகிவிட்டான்.

பிறகு அந்தக் கொலையாளி திரும்பிக்கூடப் பார்க்காமல் உணவைமென்றபடி, அந்த அறையைவிட்டு வெளியேறினான்.

குத்துப்பட்டவன் எழுவதற்கு முயற்சித்தபடி, நீர் நிரம்பிய கண்களால் அறையை அலசினான். அப்போது என்னைப் பார்த்ததும், ஏதோ சொல்வதற்கு முயன்றான். ஆனால் அவன்தன் திறந்த வாயிலிருந்து, மெல்லப்பட்ட உணவுதான் வெளியே வந்து விழுந்தது. மற்றுமொருமுறை எழுவதற்கு முயற்சித்தும், முடியாமற் போய் மேஜைக்கும் நாற்காலிக்கும் இடையே விழுந்துவிட்டான். அங்கே வேறு யாருமில்லை என்பதை நிச்சயப்படுத்திக் கொண்ட பின்னர், உடல் நடுக்கத்தைப் பெரும் சிரமத்துடன் கட்டுப்படுத்தியபடி, பாதித் திறந்தத் கதவின் வழியே, எலிபோல் நழுவித் தானியக் களஞ்சியத்தை நோக்கி ஓடினேன்.

அந்த அந்திமயங்கும் நேரத்தில், கிராமத்துப் பையன்கள், பெண்களைப் பிடித்துத் தானியக் களஞ்சியத்தை நோக்கி இழுத்துச் சென்றுகொண்டிருந்தனர். வைக்கோற் போரின் மீது, ஒரு பெண் மல்லாக்கப் படுத்துக் கால்களை அகல விரித்தப்படி இருக்க, ஒரு ஆண் அவள்மீது படுத்தபடி தன் பிருஷ்டத்தைக் காட்டிக் கொண்டிருந்தான். அவ்வீட்டின் கதிரடிக்கும் இடத்தில் மது அருந்தியிருந்தவர்கள், ஒருவரையொருவர் திட்டிக்கொண்டும் வாந்தியெடுத்துக் கொண்டும், காதலர்களை விரட்டிக்கொண்டும், குறட்டைவிட்டுத் தூங்கிக்கொண்டிருந்தவர்களை எழுப்பிக் கொண்டுமிருந்தனர். நான் களஞ்சியத்தின் பலகைகளில் ஒன்றை நீக்கி, அதன் வழியே என் முதலாளியின் தானியக் களஞ்சியத்து வைக்கோற் போரின் மீதேறிப் படுத்துக்கொண்டேன்.

திருமண நிகழ்ச்சி முடிந்துபோனாலும், செத்தவனின் உடல் அவ்விடத்திலிருந்து உடனடியாக அப்புறப்படுத்தப்படவில்லை. அது, பக்கவாட்டு அறையில் வைக்கப்பட, அக்குடும்பத்தினர் பிராதனமாக இருந்த பெரிய அறையில் குழுமினர். பிறகு, கிராமத்துக் கிழவிகள் சவத்தின் இடது கையை உயர்த்திப் பிடித்து அதை ஒருவித பிரவுன் நிறக் கலவையால் கழுவினர். பிறகு குரல்வளை வீக்கத்தால் அவதிப்பட்டுக்கொண்டிருந்த ஆண், பெண் நோயாளிகள் அவ்வறைக்குள் நுழைந்தனர். அவர்களின் முகவாய் கட்டையிலிருந்து, கழுத்துவரை பைபோல சதைத் திரள்கள் தொங்கிக்கொண்டிருந்தன. அந்தக் கிழவி ஒவ்வொருவராக சவத்தின் அருகே அழைத்து, ஏதேதோ சைகைகளைக் கழுத்துக்கு நேராக செய்தாள். பிறகு சவத்தின் கையைத் தூக்கி நோயுற்ற பகுதியை ஏழு முறை தொட்டாள். அப்போது நோயாளி "இந்தக் கை எங்கே போகிறதோ அவ்விடத்திற்கு இந்த நோயும் போகட்டும்"என அக்கிழவியுடன் சேர்ந்து சொன்னார்கள்.

சிகிச்சைக்குப் பிறகு, நோயாளிகள் இறந்தவனின் குடும்பத்திற்குப் பணம் தந்தனர். பிரேதத்தின் இடது கை அதன் மார்பின் மீது வைக்கப்பட்டிருக்க, உயிரற்ற வலது கையில் புனித மெழுகுவர்த்தி ஏற்பட்டது. நான்காவது நாளன்று, பிணநாற்றம் தாங்க முடியாத அளவுக்கு வீச, ஒரு மதகுரு விளிக்கப்பட்டு, அடக்கத்திற்கான ஏற்பாடுகள் தொடங்கின.

செத்தவன் அடக்கம் செய்யப்பட்டு, நெடுநாட்கள் கழிந்தும், அவனுடைய மனைவி அறையிலிருந்த ரத்தக்கறைகளை சுத்தம்செய்ய மறுத்துவிட்டாள். காட்டில் அடர்ந்து வளர்ந்திருக்கும் காளான்களின் ஆழ்ந்த துருநிறமென, அவை மேஜையிலும் தரையிலும் தெளிவாகக் காணப்பட்டன. அக் கறைகள் குற்றவாளியை அவன் சக்தியை மீறி, அவ்விடத்திற்கு இழுத்துவந்து கொன்றுவிடும் என எல்லோரும் நம்பினர்.

எனினும், என் நினைவில் நன்றாகப் பதிந்துபோன அக்கொலையாளி, தான் கொலைசெய்த இடத்திற்கே அடிக்கடிவந்து, ஏராளமான உணவைத் தாராளமாக உண்டுகொண்டிருந்தான். அந்தக் கறைகளைக் கண்டு, அவன் கொஞ்சம்கூட அச்சப்படாமல் இருந்ததின் சூட்சமம் எனக்கு விளங்கவில்லை. அவன் அதன்மீதே அமைதியுடன் நடப்பதையும், புகைபிடித்தவாறே, வெள்ளரி ஊறுகாயை மென்றபடி, வோட்காவை ஒரே மடக்கில் விழுங்குவதையும் நடுக்கத்துடன் பார்ப்பேன். அதுபோன்ற, அமானுஷ்யமான சம்பவத்தை எதிர்பார்த்து நடுங்கிக்கொண்டிருப்பேன். ஆனால் கொலையாளியோ எவ்வித பயமுமின்றி அதன் மேலேயே நடைபயின்றான். சிலசமயம் இரவில் படுத்திருக்கும்போது, அக் கறைகள் பழிவாங்கும் சக்தியை இழந்துவிட்டனவா என்றும் யோசித்துப் பார்ப்பேன். ஏனெனில், பூனைக்குட்டிகள் அழுக்காக்க அவை மங்கிப் போய்விட்டன. மேலும் செத்தவனின் மனைவியே, சபதத்தை மறந்துபோய் அந்த இடத்தைச் சுத்தம் செய்துவிட்டாள்.

மற்றொருவகையில், நீதி என்பது மிகமிக மெதுவாகச் செயல்படுவது என்பது எனக்குத் தெரியும். அக்கிராமத்து இடுக்காட்டின் கல்லறையிலிருந்து ஒரு மண்டையோடு வெளியில் வந்து, மலர்களின்மேல் படாமல் உருண்டுவந்த கதையைக் கேள்விப்பட்டிருக்கிறேன். வெட்டியான் மண்வாரியால் தடுக்கமுயன்றும், அது சாமர்த்தியமாகத் தப்பி வாயிலுக்கு வந்துவிட்டது. காட்டில் வசிக்கும் ஒருவன் இதுகண்டு, தன் துப்பாக்கியால் சுட்டாலும், அம் மண்டையோடு தடைகளைமீறி, கிராமத்திற்குச் செல்லும் பாதையில் உருண்டது. சரியான தருணத்திற்காகக் காத்திருந்தது, அது. உள்ளூர் விவசாயி ஒருவன்

குதிரைவண்டியில் அவ்வழியே வந்துகொண்டிருந்தபோது, சட்டென குளம்புகளுக்கு இடையே பாய, வண்டி கவிழ்ந்து அதே இடத்தில் அவன் செத்துப்போய் விட்டான்.

அவ்வூர் மக்கள் சம்பவத்தைக் கேள்விப்பட்டதும் இதுபற்றி மேற்கொண்டு ஆராய்ந்தனர். அந்த மண்டை ஓடு, செத்துப்போன விவசாயினுடைய மூத்த சகோதரனுடையது என்பது கண்டுபிடிக்கப்பட்டது. பத்து வருடங்களுக்குமுன்னர், தன் தந்தையின் சொத்துக்கு மூத்தவன் வாரிசானது கண்டு, தம்பியும் அவன் மனைவியும் பொறாமைகொண்டனர். பிறகு ஒரு நாளிரவு அண்ணன் காரணமின்றி இறந்துவிட, நெருங்கின உறவுக்காரர்களைக்கூட அழைக்காமல், தம்பியும் அவன் மனைவியும் சேர்ந்து, பிணத்தை அடக்கம் செய்துவிட்டனர்.

அந்த அகால மரணத்தைப் பற்றி, பல்வேறு வதந்திகள் பரவினாலும், சரியான காரணம் யாருக்குமே தெரியவில்லை. பிறகு சொத்தெல்லாம் தம்பிக்குக் கிடைக்க, அவன் வசதியாகிவிட்டான்.

கல்லறைக்கருகே நடந்த விபத்துக்குப் பிறகு, மண்டை ஓடு சலனமற்றுக் காணப்பட்டது. அதை ஆராய்ந்து பார்த்ததில், நீண்ட துருப்பிடித்த ஆணி ஒன்று அதற்குள் சொருகப்பட்டிருந்தது கண்டுபிடிக்கப்பட்டது.

இவ்வாறு பலவருடங்கள் கழித்தும், கொலையாளி தண்டிக்கப்பட்டு தர்மம் நிலைநிறுத்தப்பட்டது. எனவே மழை, தீ, காற்று முதலானவற்றால்கூட பாவத்தை அப்பால் விரட்டமுடியாது என்ற நம்பிக்கை ஏற்பட்டது. இந்த மாபெரும் உலகின்மேல் பெரிதான சம்மட்டி பிடித்துள்ள, சக்திமிகுந்த கைபோல, நீதியானது தொங்கிக் கொண்டிருக்கிறது. ஒரு கணம் அது தாமதித்தாலும் மறுகணம் பாவப்பட்டவனின் தலைமீது இறங்கும்.

பெரும்பாலான சமயங்களில் பெரியவர்கள் என்னைத் தனியே விட்டுவிட, பாதுகாப்பற்ற நான் கிராமத்துப் பையன்களிடம் மிகுந்த எச்சரிக்கையுடன் இருக்கவேண்டியதாயிற்று. அவர்கள் திறமைமிகுந்த வேட்டைக்காரர்களாக இருக்க, வேட்டைப் பொருளாக நானிருந்தேன். இதனால் மற்றவர்களிடமிருந்து தூர விலகி, மேய்ச்சல் நிலத்தின் எல்லைக்கே கால்நடைகளை ஓட்டிச் சென்றுவிடுவேன். அவ்விடத்தில் புற்கள் நன்றாக விளைந்திருக்கும் என்றாலும், பக்கத்து நிலங்களில் ஆடுமாடுகள் புகுந்து பயிர்களை நாசம் செய்துவிடுமாதலால் மிக்க கவனத்துடன் இருக்கவேண்டும். ஆனால் இந்த இடத்தில்தான் மற்றவர்களின் பார்வையில்படாமல் பாதுகாப்பாக இருக்கலாம்.

அவ்வப்போது இடையர்கள் என்னைத் தாக்க, வழக்கம்போல் நான் உதைப்பட்டு, பயிர் நிலத்தினூடே ஓடிவிடுவேன். இம்மாதிரி நேரங்களில், பசுக்கள் பயிர்களை அழித்துவிட்டால், முதலாளி உங்களைத்தான் உதைப்பான் என்று சத்தம்போட்டு எச்சரிப்பேன், உடனே அந்த இடையர்களும் சென்றுவிடுவார்கள்.

இருப்பினும், அவர்கள் எப்போது வேண்டுமானாலும் தாக்கக்கூடும் என்ற பயத்தில் அமைதியற்று இருந்தேன். அவர்களின் ஒவ்வொரு அசைவும் எனக்குள் சலனத்தை ஏற்படுத்தி, அவர்களுக்கெதிராக ஏதேனும் திட்டம்போட்டுக் கெடுதி செய்யவேண்டும் என்ற எண்ணம் ஏற்பட்டுவிட்டது.

அவர்களின் மற்றொரு விளையாட்டு என்னவெனில் காட்டினுள் கிடைக்கும் ராணுவத் தளவாடங்களான ரைபிள், தோட்டாக்களோடு கூடிய உறைகள் மற்றும் கண்ணி வெடிகளைச் சேகரிப்பதாகும். தோட்டா உறைபெட்டி வடிவத்தில் இருப்பதால், உள்ளூரில் அதற்கு 'சோப்பு' என்று பெயரிடப்பட்டிருந்தது. அதைப் பெறவேண்டுமெனில், காட்டிற்குள் சிலமைல் தூரம் பயணிக்க வேண்டும். சிலமாதங்களுக்கு முன்னர், அவ்விடத்தில் சண்டை போட்டுக்கொண்ட இரண்டு பிரிவுகள் விட்டுச்சென்ற பொருட்களே அவை. அவற்றை விட்டுச் சென்றது வெள்ளைப் புரட்சியாளர்கள் எனச் சிலர் கூறினார்கள். மற்றவர்களோ, சிவப்புப் புரட்சியாளர்களிடமிருந்து வெள்ளைப் புரட்சியாளர் பறித்ததே அவை என்றும், பளு தாங்க முடியாமல் அவற்றைப் போட்டுவிட்டுச் சென்றுவிட்டனர் என்றும் ஆணித்தரமாக கூறினர்.

அக்காட்டில் உடைந்துபோன ரைபிள்களும் கிடைக்கும். பையன்கள் அதன் குழலை வெட்டிவிட்டு, மரக்கிளையிலிருந்து கைப்பிடியை உருவாக்கிப் பொருத்தி, கைத்துப்பாக்கி செய்து கொள்வார்கள். புதர்களுக்குள் கிடைக்கும் ரைபிள் வெடி மருந்தையே அதற்குத் தோட்டாவாகப் பயன்படுத்துவார்கள். தோட்டாக்கள் அடங்கிய உறைபெட்டியுடன் ஒரு ஆணியையும் ரப்பர் பேண்டையும் இணைத்து வெடிக்கச் செய்வார்கள். அந்தத் துப்பாக்கிகள், பார்ப்பதற்குக் கரடுமுரடாக இருந்தாலும் மரணத்தையே விளைவிக்கக்கூடியதாகும். இரண்டு கிராமத்துப் பையன்கள் சண்டை போட்டுக்கொண்டு, அதுபோன்ற துப்பாக்கிகளால் சுட்டுக்கொண்டபோது, இருவருமே பலத்த காயமடைந்தனர். அதேபோல், ஒரு துப்பாக்கி தானாகவே வெடித்து, பயன்படுத்திய பையனின் விரல்களையும் ஒரு காதையும் தனியே பெயர்த்தெடுத்துவிட்டது. இவை எல்லாவற்றையும்விடப் பரிதாபகரமானது, பக்கத்துவீட்டுப் பையன் முடமாகி அதேசமயம் கை,கால்கள் விளங்காமல்

போனது. யாரோ ஒருவன், அப்பையனின் காமெட்டில், பல ரவுண்ட் ரைபிள் வெடிமருந்தை, விளையாட்டாக ஒளித்துவைத்திருக்கிறான். அந்தப் பையன் காலை எழுந்ததும் காமெட் டை பற்றவைத்துச் சுழற்றியபோது அது வெடித்துவிட்டது.

இதேபோன்று சுடுகிற விளையாட்டில் 'பவுடர் அப்' என்ற முறையையும் அவர்கள் விளையாடுவார்கள். முதலில் தோட்டா பெட்டியிலிருந்து ஒரு தோட்டாவை எடுத்து அதிலிருந்து பாதித் தோட்டா வெடிமருந்தை எடுத்துவிடுவார்கள். பிறகு தோட்டாவை, காலியான தோட்டாப் பெட்டிக்குள் சொருகி, அதன்மேலே வெடி மருந்தைத் தூவிவிடுவார்கள். பிறகு அப்பெட்டியை, ஏதேனும் பலகையின் ஓட்டைக்குள்ளோ அல்லது தரையிலோ, மேலோட்டமாக வைத்துவிடுவார்கள். பிறகு பெட்டியின் மேலிருக்கும் வெடி மருந்தில் தீ வைக்கப்பட, அது உள்ளே பரவி, தோட்டா வெடித்து, இருபதடிக்கும் மேலே பாய்ந்துசெல்லும் இந்த விளையாட்டில் திறமையானவர்கள், "யாருடைய தோட்டா அதிகம் தூரம் செல்கிறதென்றோ அல்லது வெடிமருந்தின் அளவை எந்த அளவுக்குப் பிரித்தால், நன்றாக வெடிக்குமென்றோ, தங்களுக்குள் பந்தயம் கட்டிக்கொள்வார்கள். தைரியமான சில பையன்கள், பெண்களைக் கவர்வதற்காக, தோட்டா பெட்டியைக் கையில் பிடித்தவாறே வெடிக்கச் செய்வார்கள். இதனால், அவ்வப்போது அந்தப் பையன்களும் பக்கத்தில் நிற்பவர்களும் காயப்படுவார்கள். அந்தக் கிராமத்திலேயே மிகவும் அழகாக இருந்த பையனின் உடலில் இதுபோன்ற பெட்டியைச் செருகிவிட, எல்லோரும் சிரித்துவிட்டனர். அதிலிருந்து அந்தப் பையன், கிண்டலடிக்கும் பெண்களிடமிருந்து தப்பிப்பதற்காக தனியாகவே நடமாட ஆரம்பித்தான்.

ஆனால் இதுபோன்ற விபத்துக்களால் யாரும் அசராமல், பெரியவர்களும் சிறுவர்களும் பெரும்பாலான நேரத்தை இதுபோன்ற பொருட்களைத் தேடுவதிலேயே செலவிட்டு, வெடி மருந்துகள், சோப்புகள், ரைபிள்கள் மற்றும் போல்ட்டுகளை மாற்றி மாற்றி பண்டமாற்றம் செய்தனர். இருப்பதிலேயே "டைம் பியூஸ்" என்பது புதையலுக்கு நிகரானதாகும். ஒரு டைம் பியூசுக்குப் பதிலாக ஒரு துப்பாக்கியையும் இருபது ரவுண்ட் வெடிமருந்தையும் பண்டமாற்றம் செய்யலாம். அதன் பயன் என்னவெனில், தோட்டாக்கள் அடங்கிய சோப்புக்குள் பியூஸைச் சொருகி, முனையைப் பற்றவைத்துவிட்டு உடனே தூர ஓட வேண்டும். அது வெடிக்கும்போது, கிராமத்திலிருக்கும் எல்லா வீட்டு ஜன்னல்களையும் உலுக்கி எடுத்துவிடும்.

திருமணம், மதச் சடங்குகள் நடைபெறும் காலங்களில், இதற்குக் கடும் கிராக்கி இருக்கும். அந்த வெடிச்சத்தமானது, விழாவுக்கு மேலும் சுருதி சேர்க்கும், தவிர பெண்கள் எல்லோரும் அது எப்போது வெடிக்குமோ என்று தீவிரமான ஆவலுடன் இருப்பார்கள்.

நான் ஒரு டைம்பியூஸ் மற்றும் மூன்று சோப்புகளை தானியக் களஞ்சியத்தில் ஒளிந்துவைத்திருந்தேன். அதுபற்றி ஒருவருக்கும் தெரியாது. முதலாளியின் மனைவிக்காகக் காட்டுமலர்களைப் பறித்துக் கொண்டிருந்தபோது, அவற்றைக் கண்டெடுத்தேன். அந்த டைம்பியூஸ் புதிதாகவும் அதனுடைய திரி மிக நீளமாகவும் இருந்தது.

சில சமயங்களில், சுற்றிலும் யாருமில்லாதபோது பியூஸையும் சோப்புகளையும் என் கைகளில் வைத்து அழகு பார்ப்பேன். இந்த விநோதமான வஸ்துவில் ஏதோ ஒரு சிறப்பம்சம் உள்ளது.

சோப்புகளைப் பற்றவைத்தால் அது சட்டெனத் தீப்பிடிக்காது. ஆனால் பியூஸை அதனுள் சொருகி, திரியின் முனையில் தீயை வைத்தால் போதும், அது சட்டெனப் பயங்கரமாக வெடித்து மொத்த இடத்தையே நாசமாக்கிவிடும்.

இது போன்ற ஃபியூஸ்களையும் கண்ணிவெடிகளையும் கண்டுபிடித்தவர்கள் எப்படி இருப்பார்கள் என்பதை என் மனக் கண்ணால் பார்க்க முயன்றேன். நிச்சயம் அவர்கள் ஜெர்மானியர்களாகத்தான் இருப்பார்கள். ஜெர்மானியர்களின் வலிமைக்கு நிகரானவர் யாருமில்லை. ஏனெனில் அவர்கள் போல்கள், ரஷ்யர்கள், நாடோடிகள் மற்றும் யூதர்களின் மூளை அறிவை எடுத்துக்கொண்டுவிட்டார்கள் என்று கிராமத்தவர்கள் பேசிக்கொள்வதைக் கேட்டிருக்கிறேன்.

இதுபோன்ற அற்புதமான பொருட்களை உருவாக்கும் திறமையை அவர்களுக்குத் தருவது எது? என்பதை யோசித்துப் பார்த்தேன். இதுபோல் கிராமத்துக் குடியானவர்களால் ஏன் செய்ய முடிவதில்லை? ஒருவித நிறங்கொண்ட, கண்களையும் கேசத்தையும் கொண்டவர்கள் மற்றவர்களை ஆளமுடிவது எங்ஙனம்?

குடியானவர்கள் பயன்படுத்தும், கலப்பைகள், அரிவாள்கள், குப்பை வாரும் முட்கருவிகள், ராட்டைகள், கிணறுகள் மற்றும் மந்தமான குதிரைகள், எருதுகளால் இயக்கப்படும் மாவாலைகள், முதலானவற்றை ஒரு முட்டாள்கூட கண்டுபிடித்து உருவாக்கிவிட முடியும். அதன் பயன்பாட்டையும் அது எவ்வாறு வேலை செய்கிறது என்பதையும் எளிதாக அறிந்துகொள்ள முடியும்.

இதுபோன்ற விஷயங்களைக் கண்டுபிடிப்பதில் ஜெர்மானியர்கள் திறமைபெற்றவர்கள் என்பது உண்மையெனில், கருநிறமும் கருமையான கண்களும் நீளமூக்கும் கறுப்புக்கேசமும் கொண்டவர்களை ஒழிக்க அவர்கள் உறுதியுடன் இருக்கிறார்கள் எனில், நான் உயிர்தப்புவதற்கான சாத்தியம் மிகமிகக் குறைவாகும். வெகுவிரைவில் நான் அவர்களிடம் சிக்கிக் கொண்டுவிடுவேன், அச்சமயம், முன்பெல்லாம் தப்பித்த அதிர்ஷ்டம் திரும்பவும் வராது.

என்னை தப்பிப் போகவிட்ட, மூக்குக் கண்ணாடி ஜெர்மானியன் ஞாபகத்திற்கு வந்தான், அவன் பொன்னிறக்கேசத்துடன், நீலவிழிகளைக் கொண்டிருந்தாலும் அறிவுடையவனாகத் தெரியவில்லை. ஆளில்லா ஸ்டேஷனில் இருந்துகொண்டு, என்னைப் போன்ற அற்ப ஜந்துவை வேட்டையாடுவதில் என்ன பயன்? கிராமத்துத் தலைமைக் குடியானவன் சொன்னது உண்மை எனில், இந்த ஜெர்மானியர்கள் பாழடைந்த ஸ்டேஷன்களில் காவல் புரிந்துகொண்டிருந்தால், பிறகு யார்தான் இதுபோன்ற கண்டுபிடிப்புகளை உருவாக்குவார்கள்? இதுபோன்ற கேவலமான ஸ்டேஷன்களில் தங்கியிருந்தால், ஒரு சிறந்த அறிவாளியால்கூட மூளையைப் பயன்படுத்த முடியாது என்பது நிச்சயமாகும்.

இதுபோல, நானும்கூட சிலவற்றை கண்டுபிடிக்கப் பகல் கனா காணுகிறேன். உதாரணத்திற்கு, மனித உடலின் பழைய தோலை மாற்றிப் புதிய தோலைத் தருகின்ற, கண் மற்றும் தலைமுடியின் நிறத்தை மாற்றுகிற ஒரு டைம் பியூஸ். மேலும் கட்டடப் பொருட்களின் உள்ளே ஒரு டைம் பியூஸை வைத்துவிட்டால், கிராமத்திலுள்ள மற்றெல்லா வீடுகளைவிட, சிறப்பானதொன்றை அது உருவாக்கிவிடும்.

துஷ்டக் கண்களிலிருந்து மற்றவரைப் பாதுகாக்கும் ஒரு பியூஸ். பிறகு யாரும் என்னைக் கண்டு பயங்கொள்ள மாட்டார்கள், பிறகு நானும் சிக்கலின்றிச் சுதந்திரமாக வாழலாம்.

இந்த ஜெர்மானியர்கள் ஒரு புதிராகவே தோன்றுகிறார்கள். எல்லாமே வீண். கேவலமும் குரூரமும் கொண்ட இந்த உலகம் ஆள்வதற்குத் தகுதியானதுதானா!

ஒருநாள் ஞாயிற்றுக்கிழமை, தேவாலயத்திலிருந்து திரும்பி வந்துகொண்டிருந்த கிராமத்துப் பையன்கள், சாலையில் என்னைக் கண்டுவிட்டனர். தப்பித்துச் செல்ல அவகாசம் இல்லாததால், நான் உணர்ச்சிகளைக் கட்டுப்படுத்திக்கொண்டு,

என்னுள் உதித்த பயத்தை மறைக்க முயன்றேன். அவர்கள் என்னைக் கடந்தபோது அவர்களில் ஒருவன், அருகிலிருந்த சகதியில் என்னைத் தள்ளிவிட்டான். மற்றவர்களோ, என் கண்களின் மேல் காறித் துப்பி, ஓவென்று சிரித்தனர். பிறகு நாடோடி வித்தையைச் செய்துகாட்டும்படி கூறினர். நான் அப்பால் ஓடிவிட முயற்சித்தும் முடியவில்லை. என்னைவிட உயரமாக இருந்த அப்பையன்கள் நெருக்கமாகச் சுற்றி நின்றுகொண்டு, உயிருள்ள வலையானது பறவையைப் பிடிப்பதுபோல், என்னைப் பிடித்திருந்தனர். அவர்கள் காலில் அணிந்திருந்த கனமான பூட்சுகளைப் பார்த்ததும், வெறுங்காலோடு இருக்கும் நான், அவர்களைவிட வேகமாக ஓட இயலும் என்பதை உணர்ந்து ஒரு பெரிய கல்லை எடுத்து, ஆஜானுபாகுவாக இருந்த ஒரு பையனின் முகத்தை ஒரே அடியில் நொறுக்கிவிட்டேன். அவன் கீழே விழுந்து பொலபொலவென்று ரத்தம் சிந்த, மற்றவர்கள் அதிர்ச்சியில் உறைந்து நிற்க, அத்தருணத்தை பயன்படுத்திச் சட்டென நிலங்களினூடே கிராமத்தை நோக்கி ஓடி வந்துவிட்டேன்.

வீட்டை அடைந்ததும், நடந்தவற்றைச் சொல்லி, பாதுகாப்புத் தரும்படி கேட்க முதலாளியைத் தேடினேன். தன் குடும்பத்தோடு தேவாலயத்திற்குச் சென்றிருந்த அவனோ இன்னும் திரும்பியிருக்கவில்லை. அவனுடைய பல்லில்லா மாமியார் மட்டுமே, முற்றத்தில் மெல்ல நடந்துகொண்டிருந்தாள். அப்போது ஆண்களும் பையன்களுமாய் ஒரு கூட்டம் வருவதைக் கண்டவுடன், என் கால் முட்டிகள் பலமிழந்துபோயின. அவர்கள் இன்னும் வேகமாக, கம்பிகளையும் கட்டைகளையும் ஆட்டியபடி வந்தனர்.

என்னுடைய மரணம் நெருங்கி வந்துவிட்டது. அடிபட்ட பையனின் தந்தையோ அல்லது சகோதரனோ, அக்கூட்டத்தில் நிச்சயமாக இருப்பார்கள். அவர்களிடம் இரக்கத்தை எதிர்பார்க்க முடியாது. உடனே நான் சமையலறைக்குள் பாய்ந்து தீக்கங்குகளை காமெட்டில் அள்ளிப்போட்டுக்கொண்டு, கதவை மூடிவிட்டு, தானியக் களஞ்சியத்திற்குள் சென்றுவிட்டேன்.

அக்கூட்டம் எந்த நேரத்தில் வேண்டுமானாலும் பிடித்துவிடக்கூடும் என்ற பதற்றத்தில், என்னுடைய எண்ணங்கள் பயங்கொண்ட கோழிக் குஞ்சுகள்போல் சிதறின. திடீரென்று, டைம் பியூஸ் மற்றும் கண்ணிவெடியைப் பற்றிய எண்ணம் எனக்குள் உதித்தது. அவசர அவசரமாக அவற்றைக் தோண்டியெடுத்து, ஒன்றாக கட்டப்பட்ட சோப்புக்களில் ஃபியூஸைச் சொருகி காமெட் தீயால் பற்றவைத்துவிட்டேன்.

பியூஸின் முனைத் திரியிலிருந்த நெருப்பு உஸ்ஸென்று மெதுவாகப் பரவ, நான் பலகை ஒன்றை பெயர்த்தெடுத்துவிட்டேன்.

அதற்கு முன்பாகவே அக்கூட்டம் வேலியருகே வர, கூக்குரல்களை என்னால் கேட்க முடிந்தது. நான் காமெட்டை எடுத்துக்கொண்டு, ஓட்டைவழியே களஞ்சியத்தின் பின்னால் வந்து மூஞ்சூறு எலிபோல அடர்த்தியான கோதுமைப் பயிர்களூடே காட்டை நோக்கி ஓடினேன்.

நான் நிலத்தினூடே பாதிவழிகூடச் சென்றிருக்கமாட்டேன். அப்போது பெருத்த வெடிச்சத்தம் கேட்டது. திரும்பிப் பார்த்தபோது, களஞ்சியத்தின் இரண்டு சுவர்களும் ஒன்றின்மேல் ஒன்றாக சாய்ந்து நின்றிருந்தன. அவற்றுக்கிடையே பலகைகளும் வைக்கோல்போர்களும் பறந்துகொண்டிருந்தன. அதற்கும் மேலே பெருமளவு தூசி அடர்ந்திருந்தது.

காட்டின் விளிம்பை அடைந்ததும் கொஞ்சம் ஓய்வாக அமர்ந்துகொண்டேன். முதலாளியின் பண்ணையில் நெருப்பு பிடிக்காததில் எனக்கு மிக்க சந்தோஷமே. அவ்விடத்திலிருந்து குழப்பமான குரல்கள் மட்டுமே கேட்டன. தவிர, என்னை யாரும் பின்தொடரவும் இல்லை.

என்னால் திரும்பிப்போக முடியாது என்பது தெரியுமாதலால், காட்டிற்குள் தொடர்ந்து நடக்கத் தொடங்கினேன். தோட்டா உறை, சோப்புகள் மற்றும் பியூஸ்கள் ஏதேனும் கிடைக்கிறதா என்று புதர்களூடே உன்னிப்பாகக் கவனித்தபடியும் இருந்தேன்.

9

சில நாட்கள்வரை காட்டுக்குள் திரிவதும் இடையிடையே கிராமங்களை அணுகுவதுமாக இருந்தேன். முதன்முறையாக ஒரு கிராமத்திற்குள் நுழைந்தபோது, மக்கள் எல்லோரும் தாறுமாறாக அங்கேயும் இங்கேயும் ஓடிக்கொண்டிருப்பதைக் கண்டேன்; அவர்கள் கூச்சலிட்டபடி பெருங்குழப்பத்தில் இருந்தனர். என்ன நடக்கின்றதென்று தெரியாவிட்டாலும் தூரச்சென்றுவிடுவதுதான் நல்லது என்று தோன்றியது அப்போது துப்பாக்கி சுடுகின்ற ஓசை கேட்டது. ஆக, பக்கத்தில் எங்கோ ஜெர்மானியர்கள் அல்லது புரட்சியாளர்கள் வன்முறையில் ஈடுபட்டுக் கொண்டிருக்கிறார்களெனப் புரிந்தது. சோர்ந்துபோன நான் மேலும் இரண்டு நாட்களுக்குக் காட்டுக்குள்ளே நடந்தேன். கடைசியில், பசியாலும் பலவீனத்தாலும் தாங்கமுடியாத நிலை ஏற்பட்டு, எதிர்ப்படும் கிராமத்திற்குள் நுழைந்துவிடுவது எனத் தீர்மானம் செய்துகொண்டேன்.

பிறகு காட்டின் புதர்களைத் தாண்டியதும், ஒருவன் துண்டு நிலமொன்றில் உழுதுகொண்டிருந்ததைக் கவனித்தேன். அவன் அரக்கன்போல், பெரிய கைகளையும் கால்களையும் கொண்டிருந்தான்; சிவப்பான தாடி மீசை கண்வரை வளர்ந்து கழுத்துவரை தொங்கிக்கொண்டிருக்க, தலைமுடி பரட்டையாக நாணற்புற்கள்போலக் குத்திட்டு நின்றுகொண்டிருந்தன. அவனுடைய பெருத்த சாம்பல் வண்ணக் கண்கள், என்னை மிகவும் எச்சரிக்கையுடன் கவனித்தன. தூங்குவதற்கு இடமும் உண்ண உணவும் தந்தால் பசுக்களிடமிருந்து பால் கறப்பேன், லாயத்தைச் சுத்தப்படுத்துவேன், விறகுகளைப் பிளப்பேன், கண்ணிகளை அமைப்பேன், கால்நடைகளை மேய்ச்சலுக்கு ஓட்டிச் செல்வேன், மனித மற்றும் விலங்குகளின் நோய்களை தீர்க்க மந்திரம் சொல்வேன் என்று, உள்ளூர் பாஷையில் கஷ்டப்பட்டு அவனிடம் கூறினேன். நான் சொன்னதை எல்லாம் கவனத்துடன் கேட்டுக்கொண்ட அக்குடியானவன், பிறகு ஒரு வார்த்தைகூடப் பேசாமல் என்னை அவன்

குடிசைக்கு அழைத்துச் சென்றான். அவனுக்குக் குழந்தைகள் இல்லை. அவனுடைய மனைவி அண்டைவீட்டுக்காரர்களுடன் கொஞ்சநேரம் வாதித்த பிறகு, என்னை வீட்டினுள் அழைத்துச் சென்றாள். நான் தங்குவதற்கு லாயத்தில் இடம் ஒதுக்கப்பட்டது, செய்யவேண்டிய வேலைகள் பற்றியும் சொல்லப்பட்டது.

அந்தக் கிராமம் முழுவதுமே ஏழ்மையில் வதங்கிக் கொண்டிருந்தது. எல்லாக் குடிசைகளும் சிறுசிறு பலகைகளால் உருவாக்கப்பட்டு, களிமண்ணும் வைக்கோலும் கொண்டு மேற்பூச்சு பூசப்பட்டிருந்தன. சுள்ளிகளாலும் வைக்கோலாலும் உருவாக்கப்பட்ட கூரைகளையும் புகைபோக்கிகளையும் தாங்கிநின்ற சுவர்கள், பூமிக்குள் பாதிவரை புதைந்திருந்தன. சிலருடைய குடிசைகளில் மட்டும் மேதனியக் களஞ் சியங்கள் இருந்தன. அந்தக் களஞ்சியங்களின் சுவர்கள் அருகருகே கட்டப்பட்டு ஒன்றை ஒன்று தாங்கி நின்றன. அவ்வப்போது, அருகாமையிலிருந்த ரயில்வே ஸ்டேஷனிலிருந்து ஜெர்மானியர்கள் வருவார்கள், கண்ணில்பட்ட உணவுப் பொருட்களையெல்லாம் கொண்டு சென்றுவிடுவார்கள்.

ஜெர்மானியர்கள் வரும்போது, காட்டுக்குத் தப்பிச்செல்ல அவகாசம் கிடைக்காதபட்சத்தில், முதலாளி என்னை தானியக் களஞ்சியத்தின் நிலவறைக்குள் ஒளித்துவைத்துவிடுவான். அதன் நுழைவாயில் குறுகி, ஆழம் சுமார் பத்தடி இருக்கும். என்னால் தோண்டப்பட்ட அதன் இருப்பைப் பற்றி, முதலாளி மற்றும் அவன் மனைவி மட்டுமே அறிவார்கள்.

அந்த நிலவறையின் அடிப்புறம் எப்போதுமே குளிர்ச்சியாக இருக்கும். அதனுள் தேவையான உணவுப்பொருட்களான வெண்ணெய், பாலாடைக்கட்டி, ரொட்டி, கொத்துக்கறி மற்றும் வோட்கா மது யாவும் இருந்தன. ஜெர்மானியர்கள் வீட்டினுள் நுழைந்து சோதனையிட்டவாறு, பன்றிகளை விரட்டிக்கொண்டும், கோழிகளைப் பிடிக்கத் திணறிக்கொண்டுமிருக்கும் வேளையில், நான் உள்ளே உணவு வகைகளின் மணத்தை நுகர்ந்தபடி இருப்பேன். சிலசமயம் ஜெர்மானியர்கள் நிலவறையின் கதவின் மேல் நிற்கும்போது, உடனே நான் தும்மிவிடாமல் இருக்கும்பொருட்டு மூக்கை அழுத்திப்பிடித்தபடி, அவர்களின் வினோதமான உச்சரிப்புகளைக் கேட்டபடி இருப்பேன். அவர்கள் தூரத்தில் செல்கின்ற ஓசை கேட்கும்போது, முதலாளி என்னை வெளியே இழுத்துப்போட்டு, வழக்கமான வேலைகளைச் செய்யும்படி கூறுவான்.

காளான் பருவம் தொடங்கிற்று. பஞ்சத்தில் அடிபட்டிருந்த ஜனங்கள் மிக்க மகிழ்ச்சியுடன் அவற்றை அறுவடைசெய்ய

காட்டிற்குள் செல்ல ஆரம்பித்தனர். அறுவடை செய்வதற்கு ஆட்கள் அதிகமாகத் தேவைப்பட்டதால், முதலாளி என்னையும் அழைத்துச் செல்ல ஆரம்பித்தான். பக்கத்து கிராமங்களைச் சேர்ந்த ஏராளமான குடியானவர்களும், காளான்களைப் பறிக்க ஆரம்பித்தனர். நான் ஒரு நாடோடிபோல் தோற்றமளிப்பதையும் அதனால் ஜெர்மானியர்களிடம் மாட்டிக்கொள்வேன் என்பதையும் உணர்ந்த முதலாளி, என் கருத்த கேசத்தை மொட்டையடித்துவிட, நான் பழைய தொப்பியொன்றை அணிந்து அதைக் கண்கள் வரை இழுத்துவிட்டிருந்தேன். இருப்பினும், மற்ற குடியானவர்களின் சந்தேகப்பார்வை என்னை அலைக்கழிக்க, பயத்தில் எப்போதுமே முதலாளியின் அருகிலேயே இருக்கத் தலைப்பட்டேன். அவனுக்குப் பயன்தரத்தக்க வகையில் நானிருப்பதில், எனக்கு மிகுந்த சந்தோஷமிருந்தது.

காளான்களைப் பறித்துக்கொண்டே, காட்டினுள் செல்லும்போது, அதனுள் இருக்கும் இருப்புப் பாதையையும் கடந்துபோவோம். ஒரு நாளைக்குச் சில தடவைகளாவது நீராவி இன்ஜினால் ரயில் பெட்டிகள் இழுத்துச் செல்லப்படும். அப்பெட்டிகளில், இன்ஜினின் முன்புறத்தில் இயந்திரத் துப்பாக்கிகள் நீட்டிக் கொண்டிருக்க, ஏராளமான வீரர்கள் பைனாகுலர்கள் மூலம் வானத்தையும் காட்டையும் துருவிக்கொண்டிருப்பார்கள். அந்த ரயில் கடந்தபிறகு, வேறொரு ரயில் வரும். அதன் பூட்டப்பட்ட கூண்டுப் பெட்டிகளுக்குள் ஏராளமான ஜனங்கள் அடைக்கப்பட்டிருப்பார்கள். ஸ்டேஷனில் பணிபுரிபவர்கள் அதைப்பற்றிய செய்திகளைக் கிராமத்தில் வந்து சொல்வார்கள். அந்த ரயில்கள், மரண தண்டனை விதிக்கப்பட்டிருந்த நாடோடிகளையும் யூதர்களையும் கொண்டுசெல்கின்றனவாம். ஒவ்வொரு பெட்டிக்குள்ளும் சுமார் இருநூறு பேர் வரை, தானிய மூட்டைகள்போல் அடைக்கப்பட்டிருக்க, இடக்குறைவால், அவர்கள் தம் கைகளை மேல்நோக்கி உயர்த்தியபடி செல்வார்கள். அவர்களில் வயதானவர்கள், வாலிபர்கள், ஆண்கள், பெண்கள், சிறுவர், சிறுமியர் கைக்குழந்தைகள் என எல்லா வயதுக்காரர்களும் இருந்தனர். பக்கத்து கிராமங்களைச் சேர்ந்த குடியானவர்கள் பலர், அடிக்கடி கொலைக்களங்கள் அமைக்கும் வேலைக்குச் சென்றுகொண்டிருந்தனர்; அவர்கள் சொல்கிற சேதிகள் மிகமிகப் புதுமையாக இருந்தன. தண்டனைக் கைதிகளான யூதர்கள் ரயிலைவிட்டு இறக்கப்பட்டதும், பல பிரிவுகளாகப் பிரிக்கப்பட்டு, நிர்வாணமாக்கப்பட்டு, பிறகு அவர்களின் உடமைகள் பறிக்கப்படுமாம். அவர்களின் தலைகளும்

மொட்டையடிக்கப்படுமாம். ஒருவேளை, அந்தக் கேசங்கள் மெத்தைகள் உருவாக்கப் பயன்படக்கூடும். பிறகு அவர்களின் வாய்கள் சோதிக்கப்பட்டு ஏதேனும் தங்கப்பல் தென்பட்டால், அதுவும் பிடுங்கப்பட்டுவிடுமாம். எண்ணற்ற கைதிகளின் எண்ணிக்கைக்கு, உலைக்களங்களும் கேஸ் சேம்பர்களும் போதவில்லையாம். கேஸ் சேம்பரில் கொல்லப்பட்ட ஆயிரக்கணக்கான ஜனங்கள், எரிக்கப்படாமலேயே, கொலைக்கள முகாம்களைச் சுற்றிலும் புதைக்கப்பட்டனராம்.

கிராமத்துக் குடியானவர்கள், இந்தச் சம்பங்களையெல்லாம் ஆழ்ந்த சிந்தனையுடன் கேட்டுக்கொண்டனர். கடவுள் அளித்த தண்டனை ஒருவழியாக யூதர்களுக்குக் கிடைத்தேவிட்டது என்றும் அவர்கள் கூறினர். அந்த யூதர்கள், இயேசு கிறிஸ்துவைச் சிலுவையில் அறைந்தபோதே தண்டனை உறுதியாகிவிட்டது. அதை எப்போதுமே மறக்காத கடவுள், நீதியை நிலைநாட்ட, இப்போது ஜெர்மானியர்களை ஒரு கருவியாகப் பயன்படுத்திக் கொண்டிருக்கிறார். இயற்கையாக மரணமடையும் பெருமை அவர்களுக்கு மறுக்கப்பட்டு, தீயினால் அவர்கள் பொசுங்க வேண்டும், நரகத்தின் கொடுமையை, இவ்வுலகிலேயே அவர்கள் அனுபவிக்க வேண்டும். அவர்களின் முன்னோர் செய்த குற்றத்திற்காகவும் உலகின் ஏக சத்தியக் கோட்பாட்டை மறுத்ததிற்காகவும் கருணையே இல்லாமல் கிறிஸ்தவக் குழந்தைகளைக் கொன்று குருதியைக் குடித்ததிற்காகவும் அவர்கள் தண்டிக்கப்பட்டுக் கொண்டிருக்கிறார்கள்.

இப்போது கிராமத்தவர்கள் என்னைப் பார்க்கின்ற பார்வை மேலும் கடுமையைக் காட்டியது. 'நாடோடி யூத நாயே, தேவடியா மகனே உன்னுடைய முறை ஒருநாள் வரும். அப்போது நீயும் எரித்து சாம்பலாக்கப்படுவாய்' என்றெல்லாம், அவர்கள் கத்துவார்கள். சிலசமயம், கடவுளின் ஆணையை நிறைவேற்றுவதற்காக, இடையர்கள் என்னைத் தூக்கிக்கொண்டு போய், எரியும் நெருப்பில், என் குதிகால்களைச் சுடும்போதுகூட இதைப்பற்றியெல்லாம் கவலைப்படாதவன்போல் பாசாங்கு செய்து, அவர்களைக் கடித்தும் கீறியும் போராட்டம் நிகழ்த்தியும் தப்பித்துக்கொள்வேன். ரயில் இன்ஜினைவிட அதிக சக்திவாய்ந்த இன்ஜினால் இயக்கப்படும் உலைக் கணப்புகளில் மற்றவர்களெல்லாம் எரிய, இந்தச் சாதாரண தீயில் மடிய எனக்குச் சம்மதமில்லை.

நான் இரவெல்லாம் தூக்கம் வராமல் புரண்டபடி, கடவுளானவர் என்னைக்கூடத் தண்டித்துவிடுவாரோ? என்றெல்லாம் யோசித்துக்கொண்டிருப்பேன் கறுப்பான கேசமும் கண்களையும் கொண்டு நாடோடி என்றழைக்கப்படுவர்களை

மட்டுந்தான் அவர் தண்டிப்பாரா? எனக்கு நன்றாக நினைவிருக்கிறது, என் தந்தையின் கேசம் பொன்னிறம், விழிகளோ நீலம், ஆனால் என் தாய் மட்டும் ஏன், ஆலிவ் நிறத்தில் இருந்தாள். யூதனுக்கும் நாடோடிக்கும் இடையே உள்ள வேறுபாடு என்ன? ஆலிவ் நிறங்கொண்ட இருவருமே ஒரே முடிவைச் சந்திக்கும்போது அவர்களை வேறுவேறு பெயர்களில் வேறுபடுத்துவதன் அவசியந்தான் என்ன? ஒருவேளை, போர் முடிந்தபிறகு, பொன்னிறக் கேசமும் நீல விழிகளும் கொண்டவர்கள் மட்டுந்தான் இந்த உலகில் மிஞ்சியிருப்பார்களெனத் தோன்றுகிறது. ஆனால் இவர்களுக்குப் பிறக்கும் ஆலிவ் நிறக் குழந்தைகளின் கதி என்ன ஆகும்?

நாள் பொழுதிலோ அல்லது அந்தியிலோ யூதர்களைச் சுமந்துகொண்டு ரயில்கள் செல்லும்போது, குடியானவர்கள் தண்டவாளத்தின் இருபுறமும் வரிசையாக நின்றுகொண்டு, ஓட்டுநருக்கும் நிலக்கரி அள்ளிப்போடுபவனுக்கும் காவலர்களுக்கும் ஆரவாரமாகக் கையசைத்து விடைதருவார்கள். பூட்டப்பட்ட பெட்டி வடிவக் கூண்டுகளின் சிறியதொரு சதுர வடிவத் திறப்பினில் எப்போதாவது ஒரு மனிதமுகம் தென்படும். அந்த முகத்துக்குச் சொந்தக்காரன், தாங்கள் எல்லோரும் எங்கே கொண்டுசெல்லப்படுகிறோம், வெளியில் கேட்கும் குரல் யாருடையது என்பதை அறிவதற்காக, மற்றவர்களின் தோள்களின் மீதேறி நின்றிருக்க வேண்டும். குடியானவர்களின் தோழமையான கையசைப்புகளைக் கண்டதும், தங்களைத்தான் அவர்கள் வரவேற்கிறார்கள் என்றும் நினைத்திருக்கக்கூடும். பிறகு அந்த யூதமுகம் மறைந்து, மெல்லிய வெளுத்த கையொன்று பதிலுக்கு ஆடும்.

குடியானவர்கள் அந்த ரயில்களை ஒருவித ஆர்வத்துடன் கவனித்தபடியும், அப்பெட்டிகளிலிருந்து, அழுகையோ பாடலோ அல்லது முனகலோ இல்லாமல் ஒருவித அமுங்கலான இரைச்சல் சப்தம் வருவதைக் கேட்டபடியும் இருப்பார்கள். அந்த ரயில்கள் கடந்துசென்ற பின்னரும், கருமையான காட்டின் பின்னணியில், சலிப்பே இல்லாமல் அசைந்தபடி இருக்கும் கைகளைத் தெளிவாகப் பார்க்க இயலும்.

சிலநாட்களில், இரவுநேரங்களில் உலைக்களங்களை நோக்கிக் கொண்டுசெல்லப்படும் அப்பயணிகள், தங்களின் கைக்குழந்தைகளை, அவை உயிர்பிழைத்துக்கொள்ளும் என்ற நம்பிக்கையில் வெளியே எறிந்துவிடுவார்கள். அவ்வப்போது பெட்டியின் அடித்தளப் பலகையைப் பெயர்த்தெடுத்துவிட்டு அதனூடே தப்பிக்க முயலும் யூதர்கள் பாதையிலிருக்கும் கற்களில் அடிபட்டும், மைல் கற்களில் மோதி நொறுங்கியும்

112 ♦ பெரு. முருகன்

சக்கரங்களில் மாட்டிக்கொண்டு நசுங்கியும் உயிர்விட, அவர்களின் உடல்கள் மண்மேட்டில் உயர வளர்ந்திருக்கும் புற்களில் உருண்டு வந்துவிடும். பகற்பொழுதுகளில்,

குடியானவர்கள் இந்த உடற்சிதிலங்களைத் தேடிச்சென்று, அவற்றிலிருக்கும் உடைகளையும் ஷூக்களையும் எடுத்துக்கொள்வார்கள். மதச்சடங்கு செய்யப்படாத, ரத்தச்சகதியான அப்பிரேதங்களின் துணிகளைக் கிழித்து, விலையுயர்ந்த பொருட்கள் ஏதேனும் உள்ளதா என்று தேடுவார்கள். சிலசமயம், கொள்ளையடிக்கும்போது அவர்களுக்கிடையே சண்டையும் வாதமும் நிகழும். பிறகு நிர்வாணமாக்கப்பட்ட சவங்கள் தண்டவாளங்களுக்கிடையே விட்டுச்செல்லப்பட, ஒரு நாளைக்கு ஒருமுறை ரோந்து வரும் ஜெர்மானியரின் பார்வையில் அவை நிச்சயமாகத் தட்டுப்பட்டுவிடும், அவர்கள் அவற்றை பெட்ரோல் ஊற்றி எரித்துவிடுவார்கள் அல்லது மண்மேட்டில் புதைத்துவிடுவார்கள்.

முந்தின இரவில், எண்ணற்ற யூதர்களைச் சிறைப்பிடித்து, ஒன்றன்பின் ஒன்றாக பல ரயில்கள் சென்றதாக ஒருநாள் தகவல் வந்தது. வழக்கத்திற்கு முன்னதாகவே, காளான் வேட்டையை விவசாயிகள் முடித்துக்கொள்ள, நாங்கள் எல்லோரும் ரயில் பாதையருகே சென்று அதன் இரண்டு பக்கங்களிலும் நடந்தபடி புதர்களுக்குள் எட்டிப்பார்த்துக் கொண்டும், சிக்னல் கம்பங்களிலும் மண்மேட்டிலும் ஏதேனும் ரத்தக்கறைகள் தென்படுகிறதா என்று சோதித்துக் கொண்டும் சில மைல்களைக் கடந்தோம். அப்போது எங்களில் ஒருத்தி, அடர்த்தியான காட்டு ரோஜாக்கள் மண்டியிருந்த புதரொன்று நசுங்கியிருப்பதைச் சுட்டிக்காட்ட, ஒருவன் செடிகளை விலக்கிப் பார்க்க, அவ்விடத்தில் சுமார் ஐந்து வயதில் ஒரு சிறுவனைக் கண்டோம். அவன் உடைகள் கந்தலாகியிருக்க, கருத்த கேசம் நீளமாகவும், புருவங்கள் வளைந்துமிருந்தன. அவன் ஒன்று தூங்கிக்கொண்டிருக்க வேண்டும் அல்லது செத்துப்போயிருக்க வேண்டும். ஒருவன், அவன் காலை மிதிக்க, அச்சிறுவன் உடல் துள்ளி விழிகளைத் திறந்தான். அவன் தன்னைச்சுற்றி ஆட்கள் இருப்பதைக் கண்டதும் ஏதோ சொல்ல முயற்சித்தான்; ஆனால் அவன் வாயிலிருந்து வார்த்தைகளுக்குப் பதிலாக ரத்தம் வழிந்து, அவன் முகவாய்க் கட்டையையும் கழுத்தையும் மெல்ல நனைத்தது. கருநிறக் கண்களைக் கண்டு பயந்துபோன குடியானவர்கள், அப்பால் நகர்ந்துசென்று சிலுவைக் குறியிட்டுக்கொண்டனர்.

தனக்குப் பின்புறத்தில் குரல்கள் கேட்கவே, அச்சிறுவன் திரும்பிப் பார்க்க முயன்றான். ஆனால் அவனுடைய

எலும்புகள் முறிந்துபோயிருக்க வேண்டும். ஏனெனில், அவனால் திரும்பமுடியாமற்போனது. மேலும் குடியானவர்களோ, தூரத்தில் நின்றபடி அவனை சந்தேகத்துடன் பார்த்துக் கொண்டிருந்தார்கள். அவ்வேளை, பெண்களில் ஒருத்தி முன்னேவந்து, அவனுடைய கிழிந்துபோன ஷூக்களை கழற்றி எடுத்தாள். இதனால் பையனின் உடல் அசைந்து, அதிக ரத்தம் வெளியே வந்தது. அவன் கண்களைத் திறந்து அவர்களைப் பார்க்க, அவர்களோ தூரநின்று பயத்துடன் சிலுவைக்குறி இட்டுக் கொண்டனர். இரண்டு நபர்கள், அவன் கால்களைப் பற்றி புரட்டிப்போட, அவன் அசைவற்று செத்துப்போய்விட்டான். பிறகு அவனுடைய ஆடைகளை அவிழ்த்தெடுத்துக் கொண்டு, உடலை தண்டவாளத்தில் போட்டுவிட்டனர்; அது, ஜெர்மானியர்கள் ரோந்து வரும்போது நிச்சயமாக அவர்களின் பார்வையில் பட்டுவிடும்.

பிறகு எல்லோரும் வீடு செல்லத் திரும்பினோம். நான் கொஞ்சம்தூரம் சென்றதும் திரும்பிப் பார்த்தேன். இரும்புப் பாதையின் வெண்ணிறக் கற்களுக்கு மேலே அந்தப் பையன் கிடந்தான். அவனுடைய கொத்தான கருத்தமுடி மட்டுமே பார்வைக்குத் தெரிந்தது.

அவன் செத்துப்போவதற்கு முன்னால் என்ன நினைத்திருப்பான் என்பதை யோசித்துப் பார்த்தேன். படுபயங்கரமான உலைக்களத்திலிருந்து காப்பாற்றவே உன்னை வெளியில் தூக்கி எறிகிறோம் என அவனுடைய பெற்றோரும் நண்பர்களும் கூறியிருப்பார்கள். ஆனால் அவன் ஏமாற்றப்பட்டுவிட்டான், வஞ்சிக்கப்பட்டுவிட்டான்; நெரிசலான அந்த ரயில்பெட்டியில் தன் பெற்றோரின், சுற்றியிருப்போரின் உடற்சூட்டின் கதகதப்பிலே அவன் நிம்மதியாக இருந்திருக்கக்கூடும்.

நான் அந்தப் பையனின் துர்மரணத்தை நினைத்து வருந்தினாலும், என் மனதின் ஒரு மூலையில் அவன் செத்துப்போய்விட்டான் என்பதில் நிம்மதி பிறந்தது. அச்சிறுவனை எங்களோடு வைத்திருந்தாலும் அதனால் யாருக்கும் நல்லது விளைந்திருக்காது. மாறாக, எல்லோரின் வாழ்வும் கேள்விக்குறியாகிவிட்டிருக்கும் அந்த யூதனின் இருப்பை ஜெர்மானியர் அறிந்துவிட்டால், கிராமத்திற்குள் நுழைந்து வீடுவீடாகச் சோதனையிட்டு அவனைக் கண்டுபிடித்துவிடுவார்கள். அதேசமயம், நிலவறைக்குள் ஒளிந்திருக்கும் என்னையும் பிடித்துவிடுவார்கள். நான்கூட ரயிலிலிருந்து விழுந்தவன் என்று அவர்கள் முடிவு கட்டிக்கொண்டு இரண்டுபேரையும் அதே இடத்தில்

சுட்டுத்தள்ளிவிடுவார்கள், பிறகு மொத்தக் கிராமத்திற்கும் தண்டனை வழங்கிவிடுவார்கள்.

நான் தொப்பியை முகம் வரை நன்றாக இழுத்துவிட்டுக் கொண்டு, வரிசையின் கடைசி ஆளாக நடந்தேன். மாபெரும் உலைக்களங்களை உருவாக்கி, யூதர்களையும் நாடோடிகளையும் அதில் போட்டு எரிப்பதற்குப்பதிலாக, அவர்களின் கண்களையும் தலைமுடிகளையும் மாற்றுவது சுலபமான வேலைபோலத் தோன்றுகிறது.

காளான் அறுவடை தினசரி நடவடிக்கையாகிப் போனது, எங்கு பார்த்தாலும் கூடைகூடையாக அவை காய்ந்துகொண்டிருந்தன. மக்கள் அவற்றை களஞ்சியத்திலும் பரண்களிலும் சேகரித்து வைத்துக்கொண்டனர். விளைச்சல் மிக அதிகமாக இருக்க, மக்கள் தினந்தோறும் காட்டுக்குள் காலிக் கூடைகளுடன் செல்வது வழக்கமாகிப்போனது, அவ்விடத்தில், உதிரும் பூக்களிலிருந்து தேனுண்ட வண்டுகள் நீண்ட மரங்கள் சுற்றியிருக்க சலனமில்லாப் புதர்களின் மேலே, கோடை வெயிலில் சோம்பேறித்தனமாகப் பறந்துகொண்டிருந்தன.

அவர்கள் அறுவடை செய்துகொண்டிருக்கும்போது, கொத்துக்கொத்தாக காளான்களைக் கண்டுவிட்டால் மகிழ்ச்சிப் பெருக்குடன் ஒருவருக்கொருவர், தங்களின் சந்தோஷத்தைத் தெரிவித்துக் கொள்வார்கள். அவர்களின் குரலுக்குப் பதில் கொடுப்பதுபோல் ஆர்ன்பீம், ஓக், காட்டுச்செடிகள் மற்றும் பசுமையான புதர்களிலிருந்து பறவைகள் மென்மையான குரலில் ஓசையெழுப்பும். சிலநேரம், ஆந்தையின் குரலும் கேட்கும். ஆனால் அது, இருளடர்ந்த மரப்பொந்திற்குள் இருப்பதால் அதை யாராலும் பார்க்கமுடியாது. சிலசமயம், சிவப்பான ஓநாய் புதர்களுக்குள் இருக்கும் கௌதாரி முட்டைகளைத் தின்றுவிட்டு ஓடும். விஷப்பாம்புகள் உஸ்ஸென்று சீறியபடி, தங்களுக்குத் தாங்களே தைரியம் சொல்லியபடி ஊரும், கொழுத்த முயலொன்று நீண்ட தாவல்களில் புதர்களிலிருந்து பாய்ந்தோடும்.

காட்டில், தொடர்ந்து கேட்கும் இந்தச் சப்தங்கள், ரயில் வரும்போது என்ஜினில் புகை எழுப்பும், பெட்டிகள் ஆடும், பிரேக் பிடிக்கும் ஓசைகளால் கலைந்துபோகும். ஜனங்களின் கவனம் சிதறி, அவர்கள் தண்டவாளத்தை நோக்கிப் பார்வையைத் திருப்புவார்கள். பறவைகள் சப்தமெழுப்புவதை நிறுத்திவிடும். ஆந்தை பொந்தினுள் இன்னும் ஆழச் சென்றுவிடும். அந்த முயல் அப்படியே நின்று, தன் நீள் காதுகளை உயர்த்திப் பிறகு திரும்பவும் தாவிச் செல்லும்.

வண்ணம் பூசிய பறவை ♦ 115

அடுத்த சிலவாரங்கள், காளான் பருவம் முடியும்வரை நாங்கள் இருப்புப் பாதையருகே சென்று வந்துகொண்டிருந்தோம். சிலசமயம், எரிந்துபோன சடலங்களின் சாம்பலையும் எலும்புகளையும் சரளைக்கற்களின்மீது பார்ப்போம். ஆண்கள், உதடுகளை இறுக்க மூடிக்கொண்டு அவற்றை வெறித்துப் பார்ப்பார்கள். பெரும்பாலானவை ரயிலிருந்து தப்பிக்க முயற்சித்து, செத்துப்போனவர்களின் மீதங்களாகும். அவை, மனிதனுடையதா அல்லது விலங்குகளுடையதா என்று அடையாளம் காணமுடியாதளவுக்கு இருக்கும், அந்தச் சாம்பலில்கூட விஷத்தன்மை இருக்கும் என்பதால் யாரும் அதைத் தீண்டக்கூடமாட்டார்கள்.

ஒருமுறை, கூடையிலிருந்த காளான் கீழே விழுந்தபோது அதை எடுக்கக் குனிந்தவேளையில், இந்தச் சாம்பல் கையில் ஒட்டிக்கொண்டு பெட்ரோல் வாடை அடித்தது. நான் அதை உற்றுப்பார்த்தும், மனிதவடிவம் ஏதும் அதில் தென்படவில்லை. அதேசமயம், வீட்டுச் சமையலறையில் எரிக்கப்படும் கட்டை, இலைதழை மற்றும் பாசிகளின் சாம்பல்போலவும் தென்படவில்லை. நான் அச்சமுற்று கைகளைத் தேய்த்துத் தட்டிவிட்டுக்கொண்டேன். செத்துப்போனவனின் ஆவி என்னையும் மற்றவர்களையும் பின்தொடர்ந்து வருகின்றாற்போல பிரமை தோன்றியது. அந்தப் பேய் என்னை விட்டுவிலகாது, தொடர்ந்துவந்து இரவுகளில் பயமுறுத்தி, உடலில் நோயினையும் மூளையில் பித்தத்தையும் நுழைத்துவிடும் என்பதெனக்குத் தெரியும்.

ஒவ்வொரு ரயிலும் கடந்துசென்ற பின்னர் அசிங்கமான, குரோதமான முகங்கொண்ட பேய்கள் இவ்வுலகத்திற்கு வருவதைக் கண்டுகொண்டிருந்தேன். சுடுகாட்டில் எரிக்கப்படும் சடலங்களிலிருந்து வருகின்ற புகை நேராகக் கடவுளின் பாதத்தைச் சென்றடையும் எனக் குடியானவர்கள் கூறுவார்கள். கடவுளின் ஒரே ஒரு மகனைக் கொன்றதற்காக இத்தனை யூதர்களைக் கொல்வதென்பது முரண்பாடாகவும் விந்தையாகவும் தோன்றுகிறது. ஒருவேளை, இந்த உலகம் முழுவதும் ஒரே உலைக்களமாக மாறி அத்தனைபேரையும் கொல்லப்போகிறதோ என்னவோ?

மண்மேடு அருகேயும் இருப்புப்பாதையின் நடுவிலும் எண்ணற்ற பேப்பர்கள், நோட்டுப் புத்தகங்கள், நாட்காட்டிகள், குடும்பப் புகைப்படங்கள், அச்சடிக்கப்பட்ட தஸ்தாவேஜுக்கள், பழைய பாஸ்போர்ட்டுகள் மற்றும் நாட்குறிப்பேடுகளை நாங்கள் கண்டெடுப்போம். கிராமத்தில் சிலருக்கு மட்டுமே படிக்கத் தெரியுமென்பதால், பெரும்பாலானோர் புகைப்படங்கள்

சேகரிப்பதையே விரும்பினர். பெரும்பாலானோர் புகைப்படங்களில், வயதுமுதிர்ந்தவர்கள் விநோதமான உடைகளில் விறைப்பாக அமர்ந்திருப்பார்கள். வேறுசிலவற்றில் அழகான ஆடைகளணிந்த பெற்றோர்கள், தங்கள் குழந்தைகளின் தோள்மீது கைபோட்டவாறு காட்சியளிப்பார்கள். கிராமத்தவர்கள் இதுவரை கண்டிராத உடையணிந்திருக்கும் அவர்கள் சிரித்த முகத்துடன் காட்சியளிப்பார்கள். சிலசமயம் அழகான ஆண்கள், இளம்பெண்களின் புகைப்படங்களும் கிடைக்கும். சில புகைப்படங்கள், கடவுள் தூதுவர்கள்போல் காட்சியளிக்கும் கிழவர்களையும் தேய்ந்துபோன சிரிப்புடன் இருக்கும் கிழவிகளையும் கொண்டிருக்கும். சிலவற்றில், பூங்காவில் விளையாடும் குழந்தைகள், அழுகிற குழந்தைகள் அல்லது புதிதாகத் திருமணமானவர்கள் முத்தமிட்டுக் கொள்வது எனக் காட்சிகள் இருக்கும். இவற்றின் பின்புறத்தில் விடைதந்து எழுதப்பட்ட வாசகங்கள், பிரமாணங்கள் அல்லது மதநூல்களின் வாசகங்கள் எழுதப்பட்டிருக்கும். அவை பயத்திலோ அல்லது ரயிலின் ஆட்டத்தாலோ கிறுக்கலாக எழுதப்பட்டிருக்கும். பெரும்பாலான வார்த்தைகள், பனியிலோ அல்லது வெயிலிலோ மங்கிப்போய்விட்டிருக்கும்.

குடியானவர்கள் இவற்றை மிகுந்த ஆர்வத்துடன் சேகரித்துவந்தனர். பெண்கள், புகைப்படங்களில் காட்சியளிக்கும் ஆண்களைப் பற்றி ஒருவித மோக இளிப்புடன் தங்களுக்குள் ரகசியமாகப் பேசிக்கொள்ள ஆண்களோ, அந்தப் படங்களிலுள்ள பெண்களைப் பற்றி அசிங்கமாக உரையாடுவார்கள். ஜனங்கள் அவற்றைச் சேகரித்து விற்பனை செய்தும், தங்கள் வீடுகளிலும் களஞ்சியத்துச் சுவர்களின் மீது தொங்கவிட்டு அழகு பார்த்தனர். வீடுகளின் சுவர்களில் ஒருபக்கம் மேரி மாதாவும், மறுபக்கம் யேசு கிறிஸ்துவும் மூன்றாவதில் சிலுவையும் நாலாவதில் எண்ணற்ற யூதர்களும் புகைப்படங்களாகத் தொங்கினர். விவசாயிகள் கூலியாட்களுடன் மற்ற வீடுகளுக்குச் சென்று, இவற்றை பண்டமாற்றம் செய்யும்போது அவற்றிலுள்ள இளம்பெண்களை வெறித்துப் பார்த்தவாறு அசிங்கமாக ஏதேதோ சொல்வார்கள். அந்தக் கிராமத்திலேயே கவர்ச்சியான இளம்பெண்ணொருத்தி இதுபோன்ற புகைப்படங்களில் ஒன்றிலிருந்த ஆண்மீது தீராக்காதல் கொண்டு, வேறு யாரையும் திருமணம் செய்யமாட்டேன் என்று உறுதிபூண்டுவிட்டதாகக்கூடச் சொல்லப்படுகிறது.

ஒருநாள், காளான் சேகரிக்கச் சென்ற கிராமத்துப் பையன், இருப்புப் பாதையருகே ஒரு இளம்பெண் இருப்பதாகத் தகவல் கொணர்ந்தான். அவள் உயிருடன், ஒரு தோள்

எலும்புமுறிவுடன், ஆங்காங்கே தோல் சிராய்ப்புகளுடன் இருந்தாள். ரயிலானது திருப்பத்தில் மெதுவாகத் திரும்பும்போது, அடித்தள ஓட்டைவழியே அவள் விழுந்துவிட்டிருக்க வேண்டுமென எல்லோரும் யூகித்தனர்.

எல்லோரும் அவளைப் பார்ப்பதற்காக ஒன்றுகூடி வந்தபோது, சில ஆண்கள் தாங்கிப்பிடிக்க, அவள் தட்டுத் தடுமாறியபடி நடந்துவந்தாள். அவளின் மெல்லிய முகம் வெளுத்திருக்க, அதில் அடர்ந்த புருவங்களும் கருத்த விழிகளும் இருந்தன. அவளின் நீளமான, பளபளவென்றிருந்த கூந்தல், ரிப்பனால் கட்டப்பட்டு நீண்டு பின்புறம் தொங்கிக்கொண்டிருந்தது. ஆடைகள் கந்தலாகிவிட்டிருக்க, மென்மையான உடலின் மேலே சிராய்ப்புகளையும் காயங்களையும் என்னால் காணமுடிந்தது. அவள் நல்ல நிலையிலிருந்த ஒரு கையினால், முறிந்திருந்த மற்றொரு கையைப் பிடித்திருந்தாள்.

அவள் கிராமத்துத் தலையாரியிடம் தூக்கிச் செல்லப்பட்டாள். கூட்டம் சுற்றி நின்றுகொண்டு, உன்னிப்பாக அவளைக் கவனித்துக் கொண்டிருந்தது. அவள் எதையும் புரிந்துகொள்கிறார்போல் தெரியவில்லை; யாராவது ஆண்மகன் அவளருகே செல்கிறபோது, பிரார்த்தனை செய்கிறார்போல் இரண்டு கைகளையும் ஒன்றுசேர்த்து, புரிந்துகொள்ளமுடியாத பாஷையில் ஏதேதோ முனகினாள். மிகவும் பயந்துபோயிருந்த அவள் நீலமும் வெள்ளையும் கறுப்பும் கலந்த விழிகளால் எல்லோரையும் வெறித்துக்கொண்டிருந்தாள். தலையாரி, கிராமத்து மூத்தவர்களுடனும் அவளைக் கண்டெடுத்து அழைத்துவந்த வானவில் என்பவனுடனும் கலந்தாலோசித்தான். பிறகு சட்டவிதிகளின்படி, மறுநாள் அவளை ஜெர்மானியச் சாவடியில் ஒப்படைப்பதென்று முடிவுகட்டப்பட்டது.

குடியானவர்கள் மெதுவாகக் கலைந்தனர். எனினும், சில தைரியமான ஆண்கள் மட்டும் அவ்விடத்திலேயே நின்றுகொண்டு, அப்பெண்ணைப் பற்றி காமவிகாரமான வார்த்தைகளைப் பேசிச் சிரித்துக் கொண்டிருந்தனர்; அரைகுருட்டுக் கிழவிகள் அவளின் பக்கமாக மூன்றுமுறை காறி உமிழ்ந்து, தங்களுக்குள் ஏதேதோ முணுமுணுத்தபடி தங்களின் பேரன்களை எச்சரித்தனர்.

பிறகு வானவில் அவளின் கையைப் பிடித்தபடி, தன்னுடைய குடிசைக்கு அழைத்துச் சென்றான். அவனது தினசரி நடவடிக்கைகள் விசித்திரமாகத் தோன்றினாலும், கிராமத்தவர்களால் அவன் பெரிதும் விரும்பப்பட்டான்.

118 ♦ பெரு. முருகன்

அவன் வானத்தில் தோன்றும் காட்சிகளை முக்கியமாக, வானவில்லை ஆராய்பவனாக இருந்தான். அதனால்தான் அப்பெயர் அவனுக்கு வந்தது. மாலைவேளைகளில் அவன், அதைப்பற்றி மணிக்கணக்காகப் பேசி மற்றவர்களின் பொழுதைப் போக்கிவந்தான். இருளடர்ந்த மூலையில் அமர்ந்து அவன் சொன்னதை நான் கேட்டதில், வானவில் என்பது நீள்வளைவானது, அதன் உட்புறம் வைக்கோல் போல் வெற்றிடமாக இருக்கும் என்பதைத் தெரிந்துகொண்டேன். அதன் ஒருமுனை, ஆற்றிலோ அல்லது ஏரியிலோ மூழ்கி, நீரை உள்ளிழுத்து, நாட்டின் மற்ற பகுதிகளுக்குக் கொண்டுசெல்லும் நீரோடு சேர்த்து மீன்களையும் மற்ற உயிரினங்களையும் கொண்டுசெல்லும். அதனால்தான், ஒரே வகையைச் சேர்ந்த மீனினம் வெவ்வேறு ஏரி, குளம், குட்டைகளில் காணப்படுகிறது.

என் முதலாளியின் குடிசையை ஒட்டி வானவில்லின் குடிசை இருந்தது. நான் வழக்கமாகத் தூங்கும் களஞ் சியத்திற்கும் அவனுடையதற்கும் இடையில் ஒரே ஒரு சுவர் மட்டுமே இருந்தது. அவன் மனைவி, கொஞ் சகாலத்திற்கு முன்பே இறந்துவிட்டாள். அவன் வாலிபனாக இருந்தும் மறுதிருமணம் செய்யாமல் இருந்தான். கிழவி ஒருத்தி சமையலையும் அவனுடைய குழந்தைகளையும் கவனித்துக்கொள்ள, அவன் வயல்வெளியில் வேலைசெய்து கொண்டும், பொழுதுபோக்கிற்காக அவ்வப்போது மது அருந்தியும் வந்தான்.

அந்த யூதப்பெண், வானவில்லின் இருப்பிடத்தில் இரவைக் கழிக்கவேண்டியிருந்தது. அந்த அந்திப்பொழுதில் அவனுடைய தானியக் களஞ்சியத்திலிருந்து எழுந்த சப்தங்கள், கூச்சல்களால் விழித்துக்கொண்டேன். துவக்கத்தில் பயந்துபோனாலும் உடனே சுதாரித்துக்கொண்டு, சுவரிலிருந்த ஓட்டைவழியே மறுபக்கத்தில் நடப்பதைக் காண விழைந்தேன். அந்த அறையில், நன்றாகப் பெருக்கப்பட்ட தரையில் விரிக்கப்பட்ட சாக்குகளின் மீது அவள் மல்லாக்கக் கிடத்தப்பட்டிருக்க, எண்ணெய் விளக்கொன்று மரத்துண்டின்மீது வைக்கப்பட்டு எரிந்துகொண்டிருந்தது. வானவில், அவளின் தலைக்கருகே அமர்ந்திருக்க, இருவருமே சலனமற்றுக் காணப்பட்டனர். பிறகு அவன் கொஞ்சம் நகர்ந்து அவளின் மேல்சட்டையைப் பிடித்திழுக்க, ஒருபக்கத் தோள்பட்டை அறுந்துபோனது. அவள் தப்பிக்க முயற்சித்தாள். ஆனால் வானவில், அவள் முகத்தின் இருபுறமாக முட்டிபோட்டு கூந்தலின்மீது அமர்ந்திருந்தான். பிறகு இன்னொரு தோள் துணிப்பட்டையையும் அறுத்தான். அவள் கூச்சலிட்டாள்; ஆனால் அசையவில்லை.

இப்போது வானவில் அவளின் கால்களுக்கிடையே அமர்ந்து, கீழாடையை உருவி எடுக்க அவள், தன் அடிபடாத கையால் அதைப் பிடிக்க முயன்றாள். ஆனால் அவன், அவளைத் தள்ளிப்படுக்க வைத்துவிட்டான். அவள் இப்போது நிர்வாணக் கோலத்துடன் இருக்க, விளக்கின் ஒளி சதைத்திரள்களின் மீது நிழலை வீசிக்கொண்டிருந்தது.

பிறகு வானவில், நன்றாக நெருங்கி அமர்ந்துகொண்டு, உருண்டு திரண்டிருந்த கைகளால் அவளின் உடலை அமுக்கத் தொடங்கினான். அவனுடைய பெருத்த உடல், அவளை என் பார்வையிலிருந்து மறைத்தாலும் முனகலும் அழுகை ஒலியும் அவ்வப்போது கேட்டன. பிறகு அவன், தன் முரட்டுச்சட்டையை மட்டும் தவிர்த்து கால்சட்டை மற்றும் பூட்சுகளை கழற்றிப் போட்டான். பிறகு அவன், அவள் மேலே சாய்ந்துகொண்டு தோள், முலை, அடிவயிறு என மென்மையாகத் தடவினான். போகப்போக அவன் தொடுகை கடினமானபோது, அவள் தன்னுடைய பாஷையில் விநோதமான வார்த்தைகளைப் பேசி முனகினாள், புலம்பினாள். இப்போது வானவில், தன் கைகளைத் தரையில் ஊன்றி உடலை உயர்த்தி, பிறகு கொஞ்சம் தாழ்ந்து அவளின் தொடைகளை மிருகத்தனமாக விரித்து, தொப்பென்று அவள்மேல் விழுந்தான்.

அடுத்தநொடி, அந்த யூதப்பெண் தன்னுடலை முறுக்கி ஓலமிட்டாள், எதையோ பற்ற முயல்வதுபோல் கைவிரல்களை மூடுவதும் திறப்பதுமாக இருந்தாள். அப்போதுதான் ஒரு விநோதமான சம்பவம் நிகழ்ந்தது. மேலே படுத்திருந்த வானவில்லின் கால்கள் அவளின் கால்களுக்கு இடையே இருக்க, அவன் எழ முயன்றான். ஒவ்வொருமுறையும் அவன், தன்னுடலை உயர்த்த முயன்றபோது, அவள் வலியில் ஓலமிட்டாள். அவனும் பயந்துபோய், அவளின் உறுப்பிலிருந்து பிரிய முயன்றான். ஆனால் அவனால் முடியவில்லை என்பதுபோல் தோன்றியது. முயலோ அல்லது நரியோ பொறியில் மாட்டிக்கொண்டதுபோல், ஏதோ இனம்புரியாத சக்தியால் அவன் அவளுடன் ஒட்டவைக்கப்பட்டு விட்டான்.

இப்போது அவன், மேலே படுத்தபடி ஜுரம் வந்தவன்போல் நடுங்கினான். பிறகு கொஞ்சநேரம் போனபின், தன் முயற்சியைப் புதுப்பித்தான். இதனால் அவளின் வேதனை அதிகப்பட துடித்தாள். அதேசமயம், வானவில்லும் துன்பப்படுவது நன்றாகத் தெரிந்தது. பிறகு அவள், தன் தொடைகளை நன்றாகப் பிரித்து, இடுப்பை உயர்த்தி அவனைத் தள்ளிவிட்டாள். ஆனால் தோல்விதான் மிச்சம்.

கண்ணுக்குப் புலனாகாத ஏதோ ஒன்று அவர்களைப் பிணைத்துவைத்திருந்தது.

இதேபோல், நாய்களுக்கு நிகழுவதை நான் பார்த்துள்ளேன். சிலசமயம், அவை ஆக்ரோஷமாக உறவுகொண்டு முடித்தபின்னர் விலகுவதற்கு முயற்சிக்கும். ஆனால் முடியாது. அவற்றின் பின்பக்கங்கள் நன்றாக ஒட்டிக்கொண்டிருக்க ஒருடல், இரு தலைகள், ஒரே இடத்திலிருந்து இரண்டு வால்கள் முளைத்தாற்போல் காட்சியளிக்கும். அவை பழைய நிலைக்கு வருவதற்காக சுற்றிச்சுற்றி வரும். மனிதனின் நண்பனாக இருக்கும் அவை, இயற்கையினால் பைத்தியமாகி, ரத்தம்தோய்ந்த விழிகளால் ஜனங்களைப் பார்த்து உதவும்படி கேட்கிறார்போல் குரைக்கும். ஆனால் அவர்களோ கல், கட்டைகளால் அவற்றைத் தாக்க, ரணகளமாகும் அவை புழுதியில் புரண்டபடி தம் முயற்சியை இன்னும் பலப்படுத்தும். ஜனங்கள் குஷியுடன் சிரித்தபடி அவற்றை எட்டி உதைப்பார்கள். பூனைகளை அவற்றின்மீது எறிவார்கள். உடனே அவை தப்பியோட முயற்சிக்கும். ஆனால் இரண்டும் எதிரெதிர் திசையில் இழுப்பதால், உடல் சுற்றி, ஒன்றையொன்று கடித்துக்கொள்ளும். பிறகு முயற்சியெல்லாம் தோல்வியுற்றால், அமைதியாகி மற்றவரின் உதவியை எதிர்பார்த்து பரிதாபமாக நிற்கும். பிறகு கிராமத்துச் சிறுவர்கள் அவற்றை தூக்கிக்கொண்டு ஆற்றிலோ அல்லது குட்டையிலோ போட்டுவிடுவார்கள். உடனே ஒன்றையொன்று இழுப்பதால் அவற்றால் நீந்த இயலாமல் மூழ்கத் தொடங்கும். அவ்வப்போது தலையைத் தூக்கி, குரைப்பதற்குக்கூட வலுவில்லாமல் போக, நீரோட்டம் அவற்றை அடித்துச்செல்லும். சிறுவர்கள் கரையோரமாகத் தொடர்ந்து ஓடிக்கொண்டே அவை தலையைத் தூக்கும்போதெல்லாம் சந்தோஷமாக ஆரவாரித்து கற்களால் தாக்குவார்கள்.

சிலசமயம், தங்களின் நாய்களை இழக்க விரும்பாதவர்கள் கொடூரமாக அவற்றை துண்டித்துப் பிரித்துவிடுவார்கள். இதனால் ஆண் நாய், மெல்ல மெல்ல ரத்தம் சிந்திச் செத்துப்போகும். சிலசமயம், அவை பல நாட்களுக்கு அப்படியே திரிந்து, குழியில் விழுந்தும் எழுந்தும் வேலியில் மாட்டிக்கொண்டும் பிரிந்துவிடும்.

இப்போது வானவில், தன் முயற்சியைப் புதுப்பித்து, கன்னி மேரியை உரக்க அழைத்து உதவி வேண்டினான். அவன் பலமாக மூச்சிரைத்தபடி, தன் சக்தியெலாம் திரட்டி அவளிடமிருந்து விடுபட முயற்சிக்க, அப் பெண் தாங்கமுடியாத வலியால் பலமாகக் கூச்சலிட்டு, கைகளால் அவனைக் குத்தினாள், நகத்தால் கீறினாள், கைகளையும் கடித்துவிட்டாள்.

அவன், தன் உதட்டில் வழிந்த ரத்தத்தைத் துடைத்துவிட்டுக் கொண்டு, ஒரு கையால் தன்னுடலை உயர்த்தி, மறுகையால் அவளைப் பளாரென்று அடித்தான். பீதியில் அவன் அறிவு மழுங்கிப்போய்விட்டிருக்க வேண்டும். ஏனெனில் அவன், அவள்மீது குப்பலாக விழுந்து முலை, கழுத்து எனக் கண்ட இடங்களிளெல்லாம் கடித்தான், தொடைகளில் ஓங்கி ஓங்கிக் குத்தினான். இதனால் அவள் உச்சபட்ச குரலில் கத்த, அவளின் தொண்டை அடைத்துக்கொண்டுவிட்டது. பிறகு சிறிதுநேரம் கழித்து கத்துவதும் பிறகு தொண்டை அடைத்துக்கொள்வதுமாக இருக்க அவன், தன் பலம் தீரும்வரை அடித்துவிட்டு ஓய்ந்துபோனான். இப்போது அவர்கள் ஒருவர்மீது ஒருவராக அசையாமல் இருந்தனர். அந்த இடத்தில் அசைந்துகொண்டிருந்தது தீபத்தின் ஒளி மட்டுமே.

இப்படியே கொஞ்சநேரம் சென்றபின் வானவில், உதவிவேண்டி பலமாகக் கூச்சலிட்டு அழத் தொடங்கினான். அவனுடைய கத்தல் கேட்டு வெளியே நாய்கள் குரைக்க, பிறகு மனிதர்களின் கவனத்தைக் கவர அவர்கள் கத்தி, கோடரிகள் சகிதமாக கதவைத் திறந்து உள்ளேவந்து, நடந்தது என்னவென்று தெரியாமல், படுத்திருந்த ஜோடியை திருதிருவென பார்த்தனர். வானவில் கடகடவென விஷயத்தை விளக்க, அவர்கள் யாரும் உள்ளே வராமலிருக்கும்பொருட்டு கதவைத் தாழிட்டுவிட்டு, இதுபோன்ற விஷயங்களில் நிபுணத்துவம்கொண்ட சூனியக்கார மருத்துவச்சிக்கு ஆள் அனுப்பினார்கள்.

கொஞ்சநேரத்தில் அந்தக் கிழவி வந்து, பிணைந்திருந்த ஜோடியருகே மண்டியிட்டு மற்றவர்களின் உதவியுடன், அவ்விடத்தில் ஏதோ செய்தாள். என்னால் என்ன நடக்கிறது என்பதைப் பார்க்க முடியவில்லை. ஆனால் அவளின் கடைசிக் கத்தலை கேட்கமுடிந்தது. காலையில் எழுந்ததும், பிளவுவழியாக முகத்தை அழுத்தி உள்ளே பார்த்தேன். சூரியஒளி உள்ளே புகுந்து அதில் தூண்களெனத் தூசிகள் எழும்பிக் கொண்டிருந்தன. அவ்வறையின் சுவர் அருகே ஒரு மனித உரு, குதிரைத் தோலினால் ஆன போர்வையால் போர்த்தப்பட்டிருந்தது.

கிராமத்தவர்கள் தூங்கிக்கொண்டிருக்க, நான் பசுக்களை மேய்ச்சலுக்கு ஓட்டிச் சென்றுவிட்டு அந்திவேளை திரும்பிவந்தேன். அப்போது, முந்தின இரவு நடந்த சம்பவத்தைப்பற்றி குடியானவர்கள் பேசிக்கொண்டிருப்பதைக் கேட்டேன். வானவில், அவளின் உடலைத் தூக்கிச் சென்று தண்டவாளத்தருகே ரோந்து வண்டி வரும் இடத்தில் போட்டுவிட்டு வந்தான்.

பிறகு சிலவாரங்கள் வரை, எல்லோரும் இதைப்பற்றியே பேசிக்கொண்டிருந்தனர். மதுவருந்திக் கொஞ்சம் போதையேறினால்போதும் உடனே வானவில், அந்த யூதப்பெண் தன்னை உள்ளிழுத்துக்கொண்டு, விடவேவிடாமல் எவ்வாறெல்லாம் முரண்டுபிடித்தாள் என்பதை மற்றவர்களிடம் விலாவாரியாகக் கூறுவான்.

இந்தச் சம்பவத்திற்குப் பிறகு இரவுவேளைகளில் விநோதமான கனவுகள் என்னை அலைக்கழித்தன. களஞ்சியத்திலிருந்து முனகல்களும் அழுகை ஒலியும் கேட்டன. சிலசமயம், சில்லென்ற கையொன்று தொடுவதையும் பெட்ரோல் தீயில் மயிர்க்கற்றை கருகும் வாசம் முகத்தில் அறைவதையும் உணர்ந்தேன். கருக்கலில் மாடுகளை ஓட்டிச் செல்லும்போது வெட்டவெளியில் மிதக்கும் பனியை பயத்துடன் பார்ப்பேன். சிலசமயம், காற்று கொண்டுவரும் மெல்லிய புகைமூட்டம் என்னருகே வர, நான் நடுநடுங்க, முதுகுத்தண்டு சில்லிட்டுவிடும். அந்த மெல்லிய புகை என் தலைக்குமேலே சுற்றியபடி, என் கண்களுக்குள் உற்றுப் பார்க்கும். பிறகு வானத்து சொர்க்கம் நோக்கி மெல்ல மெல்ல மிதந்துசெல்லும்.

10

சுற்றுவட்டாரக் காடுகளில் புரட்சியாளர்களைத் தேடி, ஜெர்மானிய படைப்பிரிவுகள் சோதனையிடத் தொடங்கின. மேலும்ம் உணவு வகைகளைக் கொண்டுவந்து தரும்படி கிராமத்தவர்களுக்குக் கடுமையான உத்தரவும் பிறப்பிக்கப்பட்டன. இனிமேல், இந்தக் கிராமத்தில் தங்கமுடியாது என்று எனக்குத் தெரிந்துபோனது.

ஒருநாள் இரவு என்னுடைய முதலாளி, உடனே காட்டுக்குள் தப்பிப்போகும்படி என்னை அறிவுறுத்தினான். ஏனெனில், அவ்விடத்தில் சோதனை நிகழ்த்தப்படப்போகிறது என்ற தகவல் அவனுக்கு முன்கூட்டியே தெரிந்துவிட்டது. சுற்றுவட்டார கிராமங்களில் ஒன்றில், ஒரு யூதன் பதுங்கியிருப்பதாக ஜெர்மானியர்கள் அறிந்துகொண்டனராம். அந்த யூதன், போர் தொடங்குவதற்கு முன்பிருந்தே அவ்விடத்தில் வசிக்கிறானாம். மொத்தக் கிராமத்திற்கே அவனைப்பற்றி தெரியுமாம். அவனுடைய தாத்தாவிற்கு அவ்விடத்தில் ஏராளமான நிலபுலம் இருந்ததாம், எல்லோராலும் அவன் பெரிதும் விரும்பப்பட்டானாம். அவன் யூதனாக இருந்தாலும் மிக நல்லவனாம். வேறுவழியின்றி, மாலை கழிந்து வெகுநேரம் போனபின்னர், நான் வெளியே வந்து நடக்கத் தொடங்கினேன். அவ்விரவு மேகமூட்டமாக இருந்தாலும், பிறகு யாவும் கலைந்துபோய் நட்சத்திரங்கள் தெரியத் தொடங்க, வான் நிலவு பிரகாசத்துடன் ஒளிவீசியது. அவ்விடத்திலிருந்த புதரில் ஒளிந்துகொண்டேன்.

பொழுது விடியத் தொடங்கியதும், தானியப் பயிர்களூடே நடந்து, கிராமத்தைவிட்டு தூர விலகத் தொடங்கினேன். கத்திபோன்ற புற்கள் என் கால் விரல்களை உரசி நன்றாகப் பதம் பார்த்தன. இருந்தாலும் நிலத்தின் மையப் பகுதியை அடைவதற்காகப் பிரயத்தனம் செய்தேன். அதேசமயம், காலடித்தடங்கள் என்னைக் காட்டிக்கொடுத்துவிடும் என்பதால், அகலமான தப்படிகளால் எப்படியோ மையப்பகுதிக்கு

வந்துவிட்டேன். காலைக்குளிரில் உடல் நடுங்க, அப்படியே சுருண்டு படுத்துக்கொண்டு தூங்க முயற்சித்தேன்.

திடீரென, என்னைச் சுற்றிலும் மனிதக் குரல்கள் கேட்கவே தூக்கம் கலைந்தேன். ஜெர்மானிய வீரர்கள் சுற்றி வளைத்துக்கொண்டுவிட்டனர் என உணர்ந்துகொண்டேன். அவர்கள் நெருங்கி வரவர பூட்சுகளின் நறநறவென்ற ஒலி அதிகமாகிக்கொண்டே வந்தது.

கடைசியில், அவர்கள் என்மீதே மிதித்துவிட, திடுக்கிட்டுப்போய் ரைபிள்களால் என்னைக் குறிபார்த்தனர். நான் எழுந்து நின்றதும், ரைபிளின் விசையைத் தட்டிவிட்டுத் தயாராக நின்றனர். அவர்கள் மொத்தம் இரண்டுபேர். வாலிபர்களாக புதிதான பச்சைநிறச் சீருடைகளில் இருந்தனர். அவர்களில் உயரமாக இருந்தவன், என் காதைப் பிடித்துத் திருக இருவரும் உரக்கச் சிரித்தபடி, என்னைப்பற்றி சம்பாஷித்தனர். நான் ஒரு நாடோடியா அல்லது யூதனா என்று அவர்கள் கேட்கிறார்கள் என்பதை உணர்ந்துகொண்டு அதை மறுத்துப் பேசினேன். நான் மறுத்துப் பேசியதனால் அவர்கள் என்னை இளக்காரமாகப் பார்த்தனர். நான் முன்னே நடக்க, அவர்கள் சிரித்தபடி பின்னே வர, நாங்கள் கிராமத்தை நோக்கிச் சென்றோம்.

நாங்கள் பிரதான சாலையை அடைந்தபோது, பயத்திலிருந்த குடியானவர்கள் ஜன்னல்களில் எட்டிப் பார்த்துக்கொண்டிருந்தனர். என்னை அடையாளம் கண்டுகொண்டதும் உள்ளே ஓடி ஒளிந்துகொண்டனர்.

கிராமத்தின் மத்தியில் இரண்டு பெரிய, பிரவுன்நிற டிரக்குகள் நிற்க, சீருடை பட்டன்களைப் பிரித்துவிட்டிருந்த வீரர்கள் அவற்றைச் சுற்றி அமர்ந்துகொண்டு, பாத்திரத்தில் தண்ணீர் குடித்துக்கொண்டிருந்தனர். சோதனைக்குத் சென்றிருந்த வீரர்கள் பலர், பயிர் நிலங்களிலிருந்து திரும்பி வந்து, ரைபிள்களை அடுக்கிவைத்துவிட்டுத் தரையில் அமர்ந்துகொண்டனர்.

அவர்களில் சில வீரர்கள் சுற்றி நின்றுகொண்டு, என்னை சுட்டிக்காட்டியபடி சிரித்தனர். சிலசமயம் முகத்தை இறுக்கிக்கொண்டனர். அவர்களில் ஒருவன் என்முன்னே குனிந்து, மிக்க அன்புடன் மென்மையாகச் சிரித்தான். பதிலுக்கு நான் சிரிக்கும் முன்னரே, அவன் என் வயிற்றில் ஓங்கிக் குத்த, நான் மூச்சிழந்து, தரையில் விழுந்து கதறுவது கண்டு எல்லோரும் ஓவென்று சிரித்தனர்.

அப்போது அருகிலிருந்த குடிசையொன்றிலிருந்து வெளியே வந்த உயரதிகாரி ஒருவன், என்னைக் கண்டு அருகில் வந்தான். ராணுவத்தினர் அட்டென்ஷனில் விறைப்பாக, நான் அவர்களின் வளையத்தில் தனியாக நின்றேன். அந்த அதிகாரி என்னை ஆராய்ந்து பார்த்துவிட்டு ஏதோ உத்தரவிட்டான். இரண்டு ராணுவ வீரர்கள் என் கைகளைப் பிடித்துத் தரதரவென இழுத்துச் சென்று, அக்குடிசையின் கதவைத் திறந்து உள்ளே தள்ளிவிட்டனர்.

பாதி இருட்டாக இருந்த அந்த அறையின் நடுவில், குள்ளமாக, கருநிறங்கொண்ட ஒரு மனிதன் கிடந்தான். சுருண்ட கேசம் அவன் நெற்றியில் புரண்டிருக்க, துப்பாக்கி பாய்னட் கத்தியால் அவன் முகம் இரண்டாகக் கிழிக்கப்பட்டிருந்தது. அவனுடைய கைகள் பின்புறமாகக் கட்டப்பட்டிருக்க, கையின் சட்டை கிழிந்திருக்க அதனுள்ளே ஆழமான காயம் தெரிந்தது.

நான் ஒரு மூலையில் தவழ்ந்து சென்றேன். அந்த மனிதன் கருகரு வென்றிருந்த தன் விழிகளால் என்னை குத்திட்டுப் பார்த்தான். தொங்கிக்கொண்டிருந்த புருவங்களின் கீழே இருந்து புறப்பட்ட அப்பார்வை நேராக என்னையே வந்தடைவதுபோல் தோன்ற, பயங்கொண்ட நான் பார்வையை வேறுபக்கம் திருப்பிக் கொண்டேன்.

வெளியே என்ஜின் உறுமும் ஓசையும், பூட்சுகள், ஆயுதங்கள் மற்றும் பாத்திரங்களின் ஓசையும் கேட்டன. உத்திரவுகள் சரமாரியாக பிறப்பிக்கப்பட, டிரக்குகள் உறுமலுடன் கிளம்பிப் போயின.

திடீரென குடிசையின் கதவு திறக்க, சில குடியானவர்களும் வீரர்களும் உள்ளே நுழைந்தனர். அவர்கள் காயம்பட்ட அம் மனிதனைத் தூக்கிச்சென்று, ஒரு கட்டைவண்டியில் அமுக்கிப் போட்டனர். அவனுடைய உடைந்த மணிக்கட்டுகள் தன்னாலேயே ஆடிக்கொண்டிருந்தன. நாங்களிருவரும் முதுகோடு முதுகுவைத்து உட்காரவைக்கப்பட்டிருக்க, வண்டி ஓட்டுபவனின் முதுகுப்புறம் என் கண்களுக்குத் தெரிய, அவனோ வண்டியின் பின்புறத்தில் அமர்ந்தபடி, கடக்கின்ற பாதையைப் பார்த்தபடி இருந்தான். ஓட்டுநரின் ஆசனத்தில் ஒரு வீரனும் இரண்டு குடியானவர்களும் அமர்ந்திருந்தனர். அக்குடியானவர்களின் உரையாடலிலிருந்து, நாங்கள் அருகாமையிலிருக்கும் டவுன் காவல் நிலையத்திற்குக் கொண்டுசெல்லப்படுகிறோம் எனத் தெரிந்துகொண்டேன்.

நன்றாகப் பயன்படுத்தப்பட்ட சாலையொன்றில் நாங்கள் சில மணிநேரம் பயணித்தோம். அச்சாலையில்

அப்போதுதான் கடந்துசென்ற டிரக்குகளின் தடங்கள் தென்பட்டன. பிறகு அச்சாலையை விட்டு விலகிக் காட்டுக்குள் பயணித்து பறவைகளையும் முயல்களையும் விரட்டத் தொடங்கினோம். அந்தக் காயம்பட்ட மனிதன் தொய்ந்துபோய்க் குலுங்கிக்கொண்டே வந்தான். அவன் உயிருடன் தான் இருக்கிறானா என்றும் தெரியவில்லை. அவனுடைய செயலிழந்துபோன உடல்கட்டை வண்டியுடனும் என்னுடனும் சேர்த்துக் கட்டப்பட்டிருந்த உணர்வு மட்டுமே எனக்குத் தெரிந்தது. நாங்கள் இரண்டுமுறை பயணம் செய்வதை நிறுத்தினோம். அந்த இரண்டு குடியானவர்களும், கொஞ்சம் உணவை ஜெர்மானியனுக்குத் தர, பதிலுக்கு அவன் சிகரெட் மற்றும் மஞ்சள்நிற மிட்டாய்களைத் தர அவர்கள் தங்களின் மேலான நன்றியைத் தெரிவித்தனர். பிறகு ஆசனப் பெட்டியில் ஒளித்துவைக்கப்பட்டிருந்த பாட்டில்களிலிருந்து ஏதையோ குடித்தனர். பிறகு புதர்களில் சிறுநீர் கழித்தனர்.

நான் பசியால் பலவீனமடைந்திருக்க, எங்களை அவர்கள் கண்டுகொள்ளவில்லை. கதகதப்பான காற்று மரப்பிசின் மணத்தைக் கொண் டுவந் தது. அடிபட்ட அம் மனிதன் சற்றே முனகினான். குதிரைகள் அமைதியற்று, தங்களின் தலைகளை ஆட்டிக்கொண்டும், நீளமான வால்களால் ஈக்களை ஓட்டிக்கொண்டுமிருந்தன.

திரும்பவும் நாங்கள் பயணிக்கத் தொடங்கினோம். வண்டியிலிருந்த ஜெர்மானியன், தூக்கத்திலிருப்பவன்போல் பலமாக மூச்சுவிட்டுக் கொண்டிருந்தான். ஏதேனும் ஈயொன்று உள்ளே நுழைய முயற்சிக்கும் வேளைகளில் மட்டும்மே அவன் தன் வாயை மூடினான்.

சூரிய அஸ்தமனம் ஆகுமுன்னர், நாங்கள் ஒரு நெரிசலான டவுனுக்குள் நுழைந்தோம். அங்கேயும் இங்கேயுமாக இருந்த வீடுகள் செங்கலால் கட்டப்பட்டு புகைபோக்கிகளைக் கொண்டதாயிருந்தன. வேலிகள் நீலம் அல்லது வெள்ளை நிறத்தில் வர்ணம் பூசப்பட்டிருந்தன. கூண்டுப் புறாக்கள் சுருட்டிக்கொண்டபடி தூங்கிக்கொண்டிருந்தன.

முதலில் இருந்த சில கட்டடங்களை நாங்கள் கடந்தபோது, சாலையில் விளையாடிக்கொண்டிருந்த குழந்தைகள் எங்களைக் கவனித்து, மெதுவாக நகர்ந்துகொண்டிருந்த வண்டியைச் சுற்றி நடந்தபடி எங்களை வெறித்துப் பார்த்தனர். ஜெர்மானியன் கண் விழித்து, நெட்டிமுறித்தான், பிறகு கீழே குதித்துத் தன் கால்சட்டையை இழுத்துவிட்டுக்கொண்டான். சுற்றுப்புறச் சூழ்நிலை அவனுக்குப் புரிவதற்குக் கொஞ்சநேரமாயிற்று.

இப்போது ஒவ்வொரு வீட்டினுள்ளிருந்தும் குழந்தைகள் குதித்துக்கொண்டு வெளியே வர, அவர்களின் பட்டாளம் பெரியதாகியது. திடீரென அக்குழந்தைகளில் உயரமாக இருந்த பையன், பூச்சமரச் சுள்ளியால் கைதியைத் தாக்க, அவன் உடல் துள்ளிப் பின்னுக்குச் சாய்ந்தான். உடனே குழந்தைகள் எல்லோரும் உற்சாகமடைந்து, கல் மற்றும் குப்பைகளை எங்களிருவர்மீதும் எறிந்தன. அந்த மனிதன் இன்னும் குறுகிக்கொள்ள, அவன் தோள்பட்டை வியர்வையில் கசகசத்து என்மீது ஒட்டிக்கொண்டது. சில கற்கள் என்னைக்கூடத் தாக்கினாலும், நான் வண்டியோட்டிக்கும் கைதிக்கும் இடையில் அமர்ந்திருந்ததால் அவ்வளவாக அடிபடாமல் தப்பித்துக் கொண்டேன். அவர்கள் அழுகின தக்காளி, மாட்டுச் சாணம், உயிரற்று நாற்றமடித்த பறவைகளின் உடல்கள் முதலானவற்றை எங்கள்மீது எறிந்தனர். பிறகு, அவர்களில் கொஞ்சம் வன்மத்துடன் காட்சியளித்தவன், என்னைக் கவனித்து, அருகே வந்து, ஒரு கொம்பால் என்னுடலில் ஆங்காங்கே குத்தினான். நான் என்னுடலைப் பந்துபோல் சுருட்டிக்கொண்டு அவன் முகத்தில் காறித் துப்பினேன். இப்போது, பையன்களும் அக்கூட்டத்தோடு சேர்ந்துகொண்டு, 'யூதர்களை அடியுங்கள், தேவடியா மகன்களைக் கொல்லுங்கள்' என்று கூச்சலிட அக்குழந்தைகள், தாக்குதலை இன்னும் தீவிரப்படுத்தினர். வண்டியோட்டிகள் தாக்குதலுக்குப் பயந்துபோய், சட்டென கீழே குதித்து குதிரையருகே போய் நின்றுவிட்டனர். இதனால் நானும் அந்த மனிதனும் அரணற்று இருக்க, எங்கள்மீது கல்மாரி பொழிந்தது. என்னுடைய கன்னம் கிழிந்து, ஒரு பல் உடைந்துபோய், கீழுதடு வேறு கிழிந்துவிட்டது. நான் அருகிலிருந்த பையன் ஒருவன்மீது, என் வாயிலிருந்த ரத்தத்தைத் துப்பினேன். ஆனால் அவன் சாமர்த்தியமாக அதிலிருந்து விலகிக்கொண்டு, அடுத்த தாக்குதலுக்குக் குறிவைத்தான்.

அவர்களில் சிலர், சாலையோரம் வளர்ந்திருந்த படர் கொடிகளையும் செடிகளையும் வேரோடு பிடுங்கி எடுத்துவந்து, எங்களிருவரையும் விளாசித் தள்ளினார்கள். வலியில் என்னுடல் தீப்பட்டாற்போல் எரியத் தொடங்க, கல்மாரி என்னைத் துல்லியமாகக் குறிவைத்துத் தாக்க, கண்கள் அடிப்பட்டுப்போகுமோ என்ற பயத்தில், நான் முகத்தை மார்புக்குள் புதைத்துக் கொண்டேன்.

வண்டி நகர்ந்து கொண்டிருந்தபோது, ஒரு வீட்டினுள்ளிருந்து கொஞ்சம் குண்டான ஒரு பாதிரியார் வெளியே வந்தார். அவர் கந்தலாகி மங்கிய அங்கியை அணிந்திருந்தார். நிலைமையைக் கண்டு கோபமடைந்த

அவர், உடல் நடுங்கி வேர்த்து, தன் கையிலிருந்த பிரம்பால் அக்கூட்டத்தை ஓடஓட அடித்துச் சிதறடித்தார்.

பிறகு அந்தப் பாதிரியார், வண்டியருகே மெதுவாக நடந்துவந்து தன்னை ஆசுவாசப்படுத்திக் கொண்டபின், ஒரு கையால் தன் நெற்றி வியர்வையைத் துடைத்துக்கொண்டு, மற்றொரு கையால் என்னைப் பற்றினார். அடிப்பட்டிருந்த அந்த மனிதன் மிகவும் பலவீனமடைந்து, அவனுடைய தோள்கள் சூடு குறைந்து குளிர்ந்துகொண்டே வர, அவன் கழியில் கட்டப்பட்டுத் தொங்கும் பொம்மைபோல ஊசலாடிக்கொண்டிருந்தான்.

கட்டை வண்டி ராணுவக் காவல் நிலையக் கட்டடத்தின் வாயிலுக்குள் நின்றது. பாதிரியாரும் வெளியிலேயே நிற்கவேண்டி வந்தது. இரண்டு வீரர்கள் எங்களின் கட்டுக்களை அவிழ்த்துவிட்டு, அந்த மனிதனைச் சுவரோரமாகக் கிடத்தினர். நான் ஒரு பக்கமாக நின்றுகொண்டேன்.

கொஞ்சநேரத்திற்குள்ளாகவே, ஒரு உயரமான எஸ்.எஸ். அதிகாரி ஒருவன், கருநிறச் சீருடையில் அவ்விடத்திற்கு மெதுவாக நடந்துவந்தான். மனதைக் கொள்ளைகொண்ட அந்தச் சீருடையை இதற்குமுன்னர் நான் பார்த்ததே இல்லை. சீரும் சிறப்பும்கொண்ட அவன் தொப்பியின் முன்புறம், ஒரு மண்டை ஓடும் இரண்டு எலும்புகளும் இருக்க, அவன் கழுத்துப் பட்டையில் அடையாளச் சின்னங்கள் பிரகாசித்துக் கொண்டிருந்தன. அவன் சட்டைக் கையில் சிவப்புப் பேட்ஜின் மேலே பெரியதொரு ஸ்வஸ்திக் சின்னம் பொறிக்கப்பட்டிருந்தது.

அந்த அதிகாரி, எங்களைப் பற்றிய தகவல் குறிப்புக்களை, ஒரு வீரனிடமிருந்து பெற்றுக்கொண்டான். பிறகு அவன், தன் கால் பூட்சுகளால் கான்கிரீட் தரையில் தடதடவென நடந்தபடி, அந்தக் கைதியருகே சென்று, பளபளத்த பூட்சுக் காலால் அவனுடைய முகத்தை வெளிச்சத்தை நோக்கித் திரும்பினான்.

அந்தக் கைதி பயங்கரமாக இருந்தான். முகம் சிதைந்துபோய், மூக்கு நசுங்கியிருக்க, உதடு கிழிந்து வாயென்பதே தென்பட வில்லை. மண், இலைதழைகள், பசுச்சாணம் முதலான பொருட்கள் அவன் கண்களின் மேலே ஒட்டிக்கொண்டிருந்தன. அந்த அதிகாரி கன்னாபின்னாவென இருந்த அவன் தலைக்கருகே குத்துக்காலிட்டு அமர, அந்த அலங்கோலம், பளபளத்த பூட்சுகளில் பிரதிபலித்தது. அந்த அதிகாரி, அவனிடம் ஏதோ கேள்விகளைக் கேட்டுக்கொண்டிருந்தான்.

ரத்தக்களரியான அந்த உடல், ஆயிரம் கிலோ எடைபோல மெதுவாக அசைந்தது. அவன், தன் மெல்லிய கைகளைத் தரையில் ஊன்றி எழ முயற்சித்தான். இதனால் அந்த அதிகாரி

கொஞ்சம் பின்னுக்கு நகர, அப்போது அவனை வெளிச்சத்தில் கண்டு நான் திகைத்துப்போனேன். அவன் ஸ்தம்பிக்கவைக்கும் அழகுடன், தோல் வழவழப்புடன் இருக்க தலைமுடியோ குழந்தையினுடையதைப் போல் படிய வாரப்பட்டிருந்தது. இதுபோன்ற உருவத்தை முன்பொருமுறை தேவாலயத்தில் கண்டிருக்கிறேன். அந்த உருவம் சுவரில் வரையப்பட்டு, இசையிலும் கண்ணாடி ஜன்னலூடே தெறிக்கும் சூரிய ஒளியிலும் குளித்துக்கொண்டிருந்தது.

அந்தக் கைதி, ஏறத்தாழ எழுந்து உட்கார்ந்துவிட்டான். அந்த இடத்தில் ஆழ்ந்த அமைதி நிலவ, எல்லா வீரர்களும் விறைப்பாக நின்றபடி அக்காட்சியைக் கண்டுகொண்டிருந்தனர். அவன் இப்போது பலமாக மூச்சிரைத்தபடி, தன் வாயைத் திறக்க பிரயத்தனம் செய்தான். அவனுடைய உடல் கடுங்காற்றில் மாட்டிக்கொண்ட காகம்போல ஊசலாடியது. அந்த அதிகாரி தன்னருகே இருப்பதை உணர்ந்து அப்பக்கமாகத் திரும்பினான்.

அந்த அதிகாரி அருவருப்படைந்து எழ முயற்சிக்கும் முன்னர், அந்த மனிதன் கடும் முயற்சி செய்து, பலமான குரலில் 'பன்றி' என்பதுபோல், ஏதோ ஒரு வார்த்தையைச் சொல்லிவிட்டு தொப்பென்று பின்புறம் விழ, அவன் தலை கான்கிரீட் தரையில் மோதியது.

இதைக் கேட்டதும், வெளிறிப்போன வீரர்கள் ஒருவரையொருவர் பார்த்துக்கொண்டனர். அந்த அதிகாரி எழுந் து நின்று உத்தரவொன்றைப் பிறப்பிக்க, உடனே அவ்வீரர்கள் தம் ரைபிள்களைத் தயார்செய்துகொண்டு அம்மனிதனைச் சுற்றிநின்றபடி சரமாரியாகச் சுட்டனர். உடனே அவன் சிதிலமாகிப் பிறகு சலனமற்றுப் போனான். பிறகு வீரர்கள் தோட்டாக்களை நிரப்பிக்கொண்டு அட்டென்ஷனில் நின்றனர்.

பிறகு அந்த அதிகாரி, அப்போதுதான் நேர்த்தியாக அயர்ன் செய்யப்பட்ட தன் அரைக்கால் சட்டை மேலே, பிரம்பால் தட்டிக்கொண்டே, அலட்சியமாக நடந்தபடி என்னை நெருங்கினான். அப்போது நான் அவனைப் பார்த்தது பார்த்ததுதான். பிறகு என் குத்திட்ட பார்வையை அவன் முகத்திலிருந்து திருப்ப முடியவில்லை. அவனுடைய மொத்த உருவம், ஏதோ ஒரு அதிமனிதன் போலக் காட்சியளித்தது. மெலிதான வண்ணங்கொண்ட சூழ்நிலைகளின் பின்னணியில், அவன் மங்காத கருத்த உடையில் நின்றிருந்தான். அசிங்கமும் அருவருப்புமாகக் கைகால்கள் உடைந்து, முகம்

சிதிலமாகித் துர்நாற்றம் அடிக்கும் மனிதர்கள் வாழும் உலகில், மிகமிக நேர்த்தியாக, களங்கப்படுத்தமுடியாத மனிதனுக்கு உதாரணமாக அவன் தோன்றினான். குவிந்திருந்த தொப்பிக்கு அடியில், தலைமுடி பொன்னிறத்தில் பிரகாசித்துக் கொண்டிருந்தது. கண்கள் இரும்புபோல் உறுதியுடனிருந்தன. அவனுடைய ஒவ்வொரு அசைவும், ஏதோ ஒரு மகாசக்தியால் உள்ளுக்குள்ளிருந்து இயக்கப்படுவதுபோல் தோன்றியது. அவன், தன் எஃகொத்த குரலில் உதிரும் வார்த்தைகள், இவ்வுலகில் இழிபிறவிகளுக்கு மரணதண்டணை வழங்கும் உத்தரவு பொருத்தமானதாகத் தோன்றியது. இதற்குமுன்னர் எப்போதுமே தோன்றியிரா ஒருவிதப் பொறாமையினால் துடித்துப்போனேன். அவனுடைய உயர்ந்திருந்த தொப்பியில் மின்னிக்கொண்டிருந்த மண்டை ஓடு எலும்புச் சின்னத்தை மெச்சிக்கொண்டேன். நல்ல நல்ல மனிதர்களுக்குக்கூட வெறுப்பையும் பயத்தையும் தரும் என்னுடைய நாடோடி முகத்திற்குப் பதிலாக, இந்த மண்டை ஓடே இருந்துவிட்டால் எவ்வளவு நன்றாக இருக்கும் என்றும் நினைத்துக் கொண்டேன்.

அந்த அதிகாரி, என்னை படுதீவிரமாகக் கவனித்தான். யாருக்கும் தீங்கு செய்யமுடியாத அதேசமயம், வெறுப்பையும் எரிச்சலையும் ஊட்டும், புழுதியில் வைத்து நசுக்கப்பட்ட வெட்டுக்கிளிபோல் என்னை நானே உணர்ந்தேன். ஆயுதந்தாங்கி, சர்வவல்லமையைக் காட்டும் அடையாளச் சின்னங்களைக் கொண்டு, ஜோதிமயமான அந்த அதிகாரி முன்பு, என்னுடைய இருப்பில் நான் படுவெட்கமடைந்து போனேன். அவன் என்னைக் கொல்ல உத்திரவிட்டாலும் எனக்குக் கவலையில்லை. ஆபரணம் போல் தோற்றமளித்த அவனுடைய இடுப்பு பெல்ட்டுக்கு நேராக எண் கண்கள் இருக்க, அதைப் பார்த்தபடி அவனுடைய முடிவுக்காகக் காத்திருந்தேன்.

அந்த இடம் திரும்பவும் அமைதியானது. அடுத்தது என்ன நிகழப் போகிறதோ என்ற ஆர்வத்தில் அந்த வீரர்கள் பணிவாக நின்றுகொண்டிருந்தனர். என்னுடைய விதி, ஏதோ ஒருவகையில் முடிவை எட்டப்போகிறது என்பது புரிந்தாலும், என் எதிரே நின்றிருந்த அந்த அதிகாரி எடுக்கப்போகும் முடிவில் நான் அசையாத நம்பிக்கை வைத்திருந்தேன். சாதாரண மக்களுக்குக் கிட்டாத, அசாதாரணமான சக்தி அவனிடம் உள்ளது எனக்குத் தெரியும்.

அடுத்த உத்தரவு உடனடியாகப் பிறப்பிக்கப்பட, என்னை இரண்டு வீரர்கள் வாயிற்கதவை நோக்கி இழுத்துச் சென்றனர். மகா அற்புதமான அந்தக் காட்சியை இனிமேல் காண

முடியாது என்ற வருத்தத்தில் நான் மெல்ல நடந்து கதவை அடைந்து, வெளியில் காத்திருந்த பாதிரியாரின் கைகளில் விழுந்தேன். அவர் முன்பைவிட இன்னும் கேவலமாகக் காட்சியளித்தார். மண்டை ஓடும் எலும்புகளும் கண்களைப் பறிக்கும் அடையாளச் சின்னங்களும் கொண்ட சீருடையோடு ஒப்பிடும்போது, இவருடைய அங்கி படுகேவலமாக எனக்குத் தெரிந்தது.

11

அந்தப் பாதிரியார், ஒரு கட்டைவண்டியைக் கடனாக வாங்கிக்கொண்டு, அதில் என்னை அழைத்துச் சென்றார். போர் முடியும் வரை, அருகிலிருக்கும் கிராமமொன்றில், ஆதரவு தருபவர் யாரிடமாவது என்னை வைத்துக்கொள்ள ஏற்பாடுசெய்வதாக அவர் என்னிடம் சொன்னார். அந்தக் கிராமத்திற்குள் நுழைவதற்கு முன்பாக உள்ளூர் தேவாலயமொன்றில் வண்டி நிறுத்தப்பட்டது. பாதிரியார், என்னை வண்டியிலேயே விட்டுவிட்டு, அந்த வட்டாரக் கிறிஸ்துவ மதகுருவின் இருப்பிடத்திற்குள் நுழைந் தார். அவ்விடத்தில் அவரும் இவரும் காரசாரமாக வாதம் செய்வதையும் ரகசியமாக ஏதோ பேசிக்கொள்வதையும் கண்டேன். பிறகு இருவரும் என்னருகே வந்தனர். நான் வண்டியிலிருந்து கீழே குதித்து, மதகுருவின்முன் பணிந்து அவரின் அங்கியை முத்தமிட்டேன். அவர் என்னைப் பார்த்து, ஆசிர்வதித்துவிட்டு பிறகு ஒரு வார்த்தைகூடப் பேசாமல் தேவாலயத்திற்குள் சென்றுவிட்டார்.

ஏறத்தாழ, கிராமத்தின் எல்லைவரை ஓட்டிச் சென்ற அந்தப் பாதிரியார், கொஞ்சம் தனியான இடத்திலிருந்த ஒரு பண்ணை வீட்டருகே வண்டியை நிறுத்தினார். பிறகு அவ்வீட்டினுள் சென்றவர் நெடுநேரம் வரை வரவேயில்லை, அவருக்கு ஏதேனும் ஆகிவிட்டதா என்றுகூட நினைத்துக்கொண்டேன்.

குரூரமும் கொடூரமும் உள்ள பார்வையுடன் ஒரு ராட்சஸ நாய், அப் பண்ணைவீட்டைக் காவல் காத்துக்கொண்டிருந்தது.

சிறிதுநேரம் கழித்து, குட்டையான குடியானவன் ஒருவனோடு பாதிரியார் வெளியேவந்தார். உடனே அந்த நாய், தன் வாலை கால்களுக்கிடையே சுருட்டிக்கொண்டு உறுமுவதை நிறுத்திவிட்டது. அந்த ஆள் என்னைக் கவனித்துவிட்டு, அவரோடு தனியாக நடந்தான். அவர்களின் உரையாடலில் சிலபகுதிகளை மட்டுமே கேட்டேன். அந்த விவசாயி, வெறுப்படைந்து போயிருப்பது தெளிவாகவே தெரிந்தது. அவன், என்னை சுட்டிக்காட்டி 'ஒரே பார்வையில் இவனொரு மதச்சடங்கு செய்யப்படாத நாடோடித் தேவடியா

மகன் என்று சுலபமாகக் கண்டுபிடித்துவிடலாம்' என்று கத்த, பாதிரியார் அவன் கூற்றை அமைதியுடன் மறுத்துப் பேசினார். ஆனால் அவன், அதை காதில் போட்டுக்கொள்ளாமல், அந்தக் கிராமத்திற்கு ஜெர்மானியர்கள் அடிக்கடி வருவதால் எனக்குப் புகலிடம் தருவதென்பது பெருத்த அபாயத்தையே கொண்டுவருமென்றும், அவர்கள் என்னைக் கண்டுவிட்டால் அடுத்த நொடி கதை முடிந்துபோகுமென்றும் வாதித்தான்.

அந்தப் பாதிரியார் கொஞ்சம்கொஞ்சமாக பொறுமையை இழந்துகொண்டே வந்தார். பிறகு அவர், அம்மனிதனின் கையைப் பிடித்து அவன் காதுக்குள் ஏதோ ரகசியமாகக் கிசுகிசுத்தார். உடனே அக்குடியானவன் முரண்டுபிடிப்பதைக் கைவிட்டுவிட்டு தன்னைத்தானே திட்டிக்கொண்டு, தன்னுடன் குடிசைக்குள் வருமாறு என்னிடம் சொன்னான்.

பாதிரியார் என்னை நெருங்கி என் கண்களை உற்றுப் பார்த்தார். நாங்கள் இருவரும் கொஞ்சநேரத்திற்கு ஒருவரையொருவர் மௌனமாக வெறித்துக்கொண்டிருந்தோம். எனக்கு என்ன செய்வதென்று புரியாமல், அவருடைய கையை முத்தமிட நினைத்து, அதற்குப்பதிலாக என் கைச்சட்டையை முத்தமிட்டுக் குழம்பிப் போய்விட்டேன். அவர் மென்மையாகச் சிரித்துவிட்டு, என் தலைக்கு மேலே சிலுவைக்குறி இட்டுவிட்டு பிறகு சென்றுவிட்டார்.

அவர் சென்றுவிட்டதை உறுதிசெய்துகொண்ட அந்தக் குடியானவன், என் காதைப் பிடித்து ஏறத்தாழ தரையிலிருந்தே தூக்கிவிட்டான். பிறகு குடிசைக்குள் இழுத்துப்போட்டான். இதனால் நான் கத்தத் தொடங்கினேன். உடனே அவன், தன் கைவிரல்களால் விலாவில் கடுமையாகக் குத்த, என்னால் மூச்சுக்கூட விடமுடியாமல் போனது.

அந்த வீட்டில் என்னோடு சேர்த்து மொத்தம் மூன்றுபேர் இருந்தோம். ஒருவன் அந்த விவசாயி, அவன் பெயர் கேர்பஸ். சிரிப்பென்பதே அறியாத, எப்போதுமே பாதி திறந்திருக்கும் வாய்கொண்ட அவனுடைய முகத்தில் சவக்களை தாண்டவமாடும். இன்னொன்று, ஜீடாஸ் என்ற அச்சுறுத்தும் பார்வைகொண்ட நாய். மூன்றாவதாக நான். கேர்பஸ் மனைவியை இழந்தவன். சிலசமயம் அண்டை வீட்டுக்காரர்களுடன் தகராறு நடக்கும்போது, கொஞ்சகாலத்திற்குமுன், கேர்பஸிடம் தஞ்சமாயிருந்த ஒரு யூதப்பெண்ணைப் பற்றி அவர்கள் குறிப்பிடுவார்கள். போரிலிருந்து தப்பிப்பதற்காக அப்பெண்ணின் பெற்றோர் அவளை, இவனிடம் விட்டுவைத்திருந்தனர். கேர்பஸின் பசுக்களோ அல்லது பன்றிகளோ பயிர்களைப்

பாழடித்துவிட்டால், அக்கிராமத்தவர்கள் அப்பெண்ணைப் பற்றிக் கூறி அவனை வெறுப்பேற்றுவார்கள். அவன், அப்பெண்ணைத் தினமும் அடிப்பானென்றும் வல்லுறவு கொள்வானென்றும் காமவிகாரமான செயல்களைச் செய்ய கட்டாயப்படுத்துவானென்றும் கூறி பழி தூற்றுவார்கள். கடைசியில் அவள், எங்கோ தப்பித்துச்சென்றுவிட்டாளாம். இதற்கிடையில், அவளுக்குப் புகலிடம்தரப் பெற்றுக்கொண்ட பணத்தில், தன்னுடைய பண்ணையை அவன் சீர்செய்துவிட்டானாம். இந்தக் குற்றச்சாட்டுகளைக் கேட்கும் கேர்பஸ், உடனே தன் நாயை அவிழ்த்து தூற்றுபவர்கள்மீது ஏவிவிடுவான். உடனே அவர்கள், தம் வீட்டினுள் புகுந்து தாழிட்டுக்கொண்டு, ஜன்னல்வழியே அவ்விலங்கை பயத்துடன் வெறிப்பார்கள்.

கேர்பஸின் வீட்டிற்கு யாருமே வரமாட்டார்கள். அவன் மட்டுமே தனிமையில் அமர்ந்திருப்பான். இரண்டு பன்றிகள், ஒரு பசு, டஜன் கோழிகள் மற்றும் இரண்டு வான்கோழிகள் இவற்றைக் கவனித்துக் கொள்வதுதான் என்னுடைய வேலை.

எவ்விதக் காரணமுமின்றி, எதிர்பாராத வேளையில் என்னை உதைப்பதை கேர்பஸ் வழக்கமாகிக் கொண்டுவிட்டான். சிலசமயம், எனக்குப் பின்புறமாக வந்து சவுக்கால் கால்களில் அடிப்பான். என் காதுகளைத் திருகுவான்; கட்டைவிரலால் என் தலையை அழுத்தித் தேய்ப்பான் அக்குள்களிலும் கால் பாதங்களிலும் தாங்கமுடியாத அளவுக்கு கிச்சுகிச்சு மூட்டுவான். நான் ஒரு நாடோடி என்று கருதிக்கொண்ட அவன், நாடோடிக் கதைகளைச் சொல்லும்படி உத்திரவிடுவான். ஆனால் நானோ, போர் தொடங்குவதற்கு முன்னர் என் வீட்டில் கற்றுக்கொண்ட பாடல்களையும் கதைகளையும் சொல்வேன். இவற்றைக் கேட்டுக்கொண்டிருக்கும்போது அவனுக்கு, சிலசமயங்களில் கோபம் வந்துவிடும், அதற்கான காரணமும் புரியாது. உடனே அவன், என்னை அடிப்பான் அல்லது ஜீடாஸை என்மீது ஏவி விடப்போவதாகப் பயமுறுத்துவான்.

அந்த ஜீடாஸ் எனக்கொரு நிரந்தர இம்சையாகிவிட்டது. அது எவனானாலும் சரி, ஒரே அடியில் கொன்றுவிடும் வல்லமை படைத்தது. அண்டை வீட்டுக்காரர்கள் கேர்பஸை அவ்வப்போது அணுகி, ஆப்பிள் திருடர்கள்மீது அவ்விலங்கை ஏவும்படி வேண்டுகோள் வைப்பார்கள். பிறகு திருடனின் தொண்டை குதறப்பட்டு அவன் அவ்விடத்திலேயே செத்துப்போய் விடுவான்.

வண்ணம் பூசிய பறவை ♦ 135

அவன் அந்த நாயைத் தொடர்ந்து என்மீது உசுப்பேற்றிவிட்டுக்கொண்டே வந்தான். இந்தக் காரணத்தால், நான் கோர்பஸின் மோசமான எதிரி என்ற முடிவுக்கு அது வந்துவிட்டிருக்க வேண்டும். என்னைக் கண்டுவிட்டாலே போதும், உடனே முள்ளம்பன்றியென அதன் ரோமங்கள் குத்திட்டு நிற்கும். அதன் ரத்தம்தோய்ந்த விழிகளும் மூக்கும் உதடும் விடைத்துக்கொள்ள, கோரைப்பற்களிலிருந்து எச்சில் வழியும்; பிறகு கடும் பாய்ச்சலோடு அது என்னை நோக்கி எகிறும்போது, கயிறு அறுத்துக்கொண்டுவிடுமோ என்று பயந்துபோவேன். அதேசமயம், அதன் கழுத்து, கயிற்றுச் சுருக்கில் இறுக்கிக்கொள்ளும் என்றும் நம்பிக்கை கொள்வேன். அந்த நாயின் கோபத்தையும் என்னுடைய நடுக்கத்தையும் காணும் கோர்பஸ் சிலசமயம், அதை அவிழ்த்து, கழுத்துப் பட்டையை மட்டும் பிடித்தபடி என்னருகே வருவான். நானோ, அப்படியே சுவரோடு ஒட்டிக்கொள்வேன். அது கொடூரமாக உறுமும். நுரைக்குமிழிகள் முகத்தில் தெறிக்க, அதன் பற்களுக்கும் என் கழுத்துக்கும் இடையே சில அங்குலங்களே இடைவெளி இருக்கும். அப்போது அது தன்னுடலை வேகமாக உதற, அவனோ அதைத் தட்டிவிட்டபடி உசுப்பேற்றிவிட, அந்தக் கொடூர மிருகம் இன்னும் நெருங்கும், அதன் வெப்பமான எச்சில் தெறிக்கும் மூச்சில் என் முகம் ஈரமாகும்.

அந்தக் கணங்களில் உயிரே போய்விட்டாற்போல் இருக்க ரத்தமானது, குறுகலான வாய்கொண்ட பாட்டிலினுள்ளே கட்டியான தேன் மெதுவாகச் சொட்டுவதுபோல் உடல் நரம்புகளில் பாயும். அந்தப் பயங்கர அனுபவத்தை விவரிக்க வார்த்தைகளே கிடையாது. கொள்ளிபோல மின்னும் அந்நாயின் கண்களையும் அதன் கழுத்துப் பட்டையைப் பிடித்துக்கொண் டிருக்கும் மயிரடர்ந்த கைகளையும் அருகாமையில் காணும்போது, வேறொரு உலகிற்குப் பயணம் செய்கிறாற்போலிருக்கும். எந்தக் கணத்திலும் அதன் பற்கள் என்னைப் பதம் பார்த்துவிடும் என்பதுபோலிருக்க, இனிமேல் இதைத் தாங்கமுடியாது என்ற முடிவுக்கு வந்து, என் கழுத்தை அதன் முகத்தருகே கொண்டுசெல்வேன். வாத்துகளை ஒரே அடியில் கொன்றுவிடும் அவ்விலங்கின் கருணையை அப்போதுதான் புரிந்துகொண்டேன்.

ஆனால், கோர்பஸ் நாயை விட்டுவிடாமல் என்முன்னே அமர்ந்துகொண்டு வோட்காவை குடித்தபடி, அவனுடைய மகன்கள் சிறுவயதிலேயே இறந்துபோய்விட, நான் மட்டும் எப்படி உயிரோடு இருக்கிறேன் என்று ஆச்சரியத்துடன் கேட்பான். இந்தக் கேள்வியை அவன் அடிக்கடி கேட்டாலும்,

இதற்கு என்ன பதில் சொல்வது என்று முழிப்பேன், உடனே அதற்கும் அவன் உதைப்பான்.

அவன் என்னிடமிருந்து எதிர்பார்ப்பது என்ன? ஏன், என்னை அடிக்கிறான் என்பதை என்னால் புரிந்துகொள்ள முடியவில்லை. அவன் சொல்வதை அப்படியே செய்வேன், இருந்தாலும் அவன் என்னை அடிப்பான். இரவு நேரத்தில் சமையலறையில் நான் தூங்கிக்கொண்டிருக்கும் வேளையில் அவன், என் காதில் ஓவென்று பேய்போல ஓலமிடுவான். நான் அதிர்ச்சியில் துள்ளியெழுவதைக் கண்டு அவன் சிரிப்பான். அதேசமயம், ஜீடாஸ் சங்கிலிப் பிடியிலிருந்து திமிறும்; சண்டைக்குத் தயாராகும். சில இரவுகளில், நான் உறங்கும்போது, நாயின் வாயைத் துணியால் கட்டிவிட்டு என்மேல் தூக்கிப்போடுவான். அந்தக் கும்மிருட்டு வேளையில் என்ன நடக்கிறதென்று புரியாமல் அதனோடு நான் சேர்ந்து உருள, ரோமங்களடர்ந்த அந்த மிருகம், கால் நகங்களால் என்னைக் கீறிவிடும்.

ஒருநாள் அந்த வட்டார கிறிஸ்தவ பாதிரியார், கேர்பஸைக் காண நாய்கள்பூட்டிய வண்டியில் வந்தார். அவர் எங்களிருவரையும் ஆசிர்வதித்தபிறகு, என் தோளிலும் கழுத்திலும் தென்பட்ட நீலமும் கறுப்பும் கலந்த காய வடுக்களைக் கண்டவுடன், என்னை யார் அடித்தது? எதற்காக அடிக்கப்பட்டேன் என்று வினவினார். என்னுடைய சோம்பேறித்தனத்திற்காகத்தான் அடித்ததாக கேர்பஸ் ஒப்புக்கொண்டான். உடனே அவர், அவனை மெல்லக் கடிந்துகொண்டு மறுநாள், என்னை தேவாலயத்திற்கு அழைத்து வரும்படி சொன்னார்.

அவர் சென்றுவிட்ட அடுத்த கணத்தில், கேர்பஸ் என்னை உள்ளே அழைத்துச்சென்று, ஆடைகளை அவிழ்த்துவிட்டு, முகம், கை, கால்கள் என்று கண்ணுக்குத் தெரியும் பகுதிகளை மட்டும் விட்டுவிட்டு, மற்ற இடங்களிளெல்லாம், சிறு மரச்சுள்ளியால் பலமாக அடித்தான். வழக்கம்போல அடிவாங்கும்போது அழக்கூடாது என்று உத்தரவிட்டான். ஆனால் என் மர்மஸ்தானத்தில் அடித்தபோது, வலிதாங்க முடியாமல் கத்திவிட்டேன். உடனே அவன் நெற்றியில் வியர்வை அரும்பத் தொடங்கியது. கழுத்தில் நரம்பொன்று புடைத்துக்கொண்டது. பிறகு அவன், கொஞ்சம் துணியை என் வாயில் திணித்தபிறகு தொடர்ந்து அடித்தான்.

அடுத்த நாள் காலை, தேவாலயத்திற்குக் கிளம்பிவிட்டேன். என் முதுகிலும் பிருஷ்டத்திலும் அடிபட்ட காயங்களில்

சட்டையும் கால்சட்டையும் அப்படியே ஒட்டிக்கொண்டன. ஆனால், அடித்ததைப் பற்றி நான் பாதிரியாரிடம் ஏதும் சொல்லக்கூடாது. மீறினால் அன்று மாலை ஜீடாஸை ஏவிவிடுவேன் என்று கோர்பஸ் என்னை எச்சரித்திருந்தான். நான் உதட்டைக் கடித்துக்கொண்டு, இதுபற்றி அவரிடம் சொல்லமாட்டேன் என்று சத்தியம் செய்தேன். என் உடலின் நிலைமையை அவர் கவனிக்கமாட்டார் என்ற நம்பிக்கையும் இருந்தது.

நன்கு விடிந்து வெளிச்சமாயிருந்த அக் காலைவேளையில், கிழவிகளின் கூட்டமொன்று தேவாலயத்தின் முன்பாக நின்றிருந்தது. அவர்களின் உடலெங்கும், விநோதமான வடிவில் ஆடைகள் இறுக்கிக் கட்டப்பட்டிருக்க, மரத்துப்போன விரல்களிலிருந்து ஜெபமாலைகள் தொங்க, அவர்கள் முணுமுணுவென்று பிரார்த்தனை செய்துகொண்டிருந்தனர். பிறகு பாதிரியார் வெளியே வருவதைக் கண்டதும் எழுந்து நின்று, அவரின் எண்ணெய் படிந்த சட்டைக் கையை முத்தமிட வேகமாக முன்னேறிச் சென்றனர். நான் யாருடைய கண்ணிலும் படாமல் தனியாக இருக்க முயன்றேன். ஆனால் பார்வை கொஞ்சம் நன்றாக இருந்த சில கிழவிகள் என்னை வெறுப்புடன் பார்த்தபடி, 'நான் ஒரு ரத்தக்காட்டேரி, நாடோடிஞ்' என்று திட்டிவிட்டு, என் பக்கமாக மூன்றுமுறை காறி உமிழ்ந்தனர்.

அந்த தேவாலயம் என்னை மிகவும் கவர்ந்தது. உலகம் முழுவதும் பரவிக்கிடக்கும் கடவுளின் வீடுகளில் இதுவும் ஒன்றாக விளங்குகிறது. அவற்றில் எதிலுமே கடவுள் வசிப்பதில்லை, இருப்பினும் அவர் ஒரேசமயத்தில் எல்லா ஆலயங்களிலும் பிரசன்னமாக உள்ளார் எனக் கருதப்படுகிறது. பணக்கார விவசாயிகள், திடீர் விருந்தாளிகளுக்காக எப்போதுமே தம்முடைய சாப்பாட்டு மேஜையில் ஓர் இடத்தைத் தயாராக வைத்திருப்பார்கள். அந்த விருந்தாளியைப்போல கடவுள் விளங்குகிறார்.

பாதிரியார் என்னைக் கவனித்து, என் தலையைச் செல்லமாகத் தடவிக் கொடுத்தார். அவர் கேட்ட கேள்விகளுக்கெல்லாம் பதிலளிக்கையில் குழம்பிவிட்டேன். பிறகு அந்த விவசாயிடம் நான் பணிவாக நடந்துகொள்வதாகவும், இனிமேல் அவன் என்னை அடிக்கத் தேவையிருக்காது என்றும் கூறினேன். அவர் என்னுடைய பெற்றோரைப் பற்றியும் போருக்கு முந்தி நாங்கள் வசித்துவந்த வீட்டைப் பற்றியும் நாங்கள் சென்றுகொண்டிருந்த தேவாலயத்தைப் பற்றியும் கேட்டார். ஆனால் அதைப்பற்றி மட்டும் எனக்கு நினைவில்லை. மதத்தைப் பற்றியும் அதன் சம்பிரதாயச் சடங்குகளைப் பற்றியும்

எனக்கு ஒன்றும் தெரியவில்லை என்பதை உணர்ந்த அவர், என்னை அவ்வாலயத்து இசைப்பாடகனிடம் அழைத்துச் சென்று, புனிதப்பொருட்களைப் பற்றி விளக்கும்படியும், காலை மற்றும் மாலை வேளைகளில் நடைபெறும் பிரார்த்தனைக் கூட்டங்களுக்கு சேவகனாகத் தயார்செய்யும்படியும் உத்திரவிட்டார்.

இந்த நிகழ்வுக்குப் பிறகு, வாரத்திற்கு இரண்டு தடவை, தேவாலயத்திற்கு வரத் துவங்கினேன். அங்கு கிழவிகள் எல்லோரும் இருக்கைகளில் அமரும் வரை பொறுமையுடன் இருப்பேன். பிறகு புனிதநீர் வைக்கப்பட்டிருக்கும் பாத்திரத்திற்கு அருகில் அமர்ந்துகொள்வேன். அந்த நீர், மற்ற நீரைப்போலத்தான் இருக்கிறது. அதற்கு நிறமோ, மணமோ இல்லை. அதுவொன்றும் முக்கியத்துவம் வாய்ந்ததாகவும் தெரியவில்லை. உதாரணத்திற்கு, அரைக்கப்பட்ட குதிரை எலும்பைப்போல எனினும் அது என்னை மர்மத்தில் ஆழ்த்தியது. நான் இதுவரை கண்டிருந்த மந்திரம், மூலிகை, கலவை இவையெல்லாவற்றையும்விட இது சக்திவாய்ந்ததெனக் கூறப்படுகிறது.

எனக்கு பிரசங்கத்தின் அர்த்தமோ அல்லது ஆலயத்தில் புனித மேடையருகே பாதிரியாரின் பங்கு என்னவென்பதோ புரியவில்லை. ஆனால் அங்கு நடக்கும் நிகழ்ச்சிகளெல்லாம் ஓல்காவின் சூனிய வித்தையைவிட, அற்புதமாகவும் விவரமாகவும் இருப்பதாகத் தோன்றுகிறது. அதேசமயம், கடலாழத்தைக் கண்டுபிடிப்பதுபோல் புதிராகவும் உள்ளது. கல்லால் சமைக்கப்பட்ட புனித மேடையும் ஆங்கே நேர்த்தியாகத் தொங்கும் ஆடைகளையும் வியப்புமிகுந்து பார்ப்பேன். அவ்விடத்தில்தான் புனிதஆவி வசித்துவருகிறது. அதோடு, பூஜைக்குப் பயன்படுத்தப்படும் புனிதப் பொருட்களும், திராட்சை ரசத்தை ரத்தமாக மாற்றும் பிரகாசமான கிண்ணமும் என்னை ஆச்சரியத்தில் மூழ்கடிக்கும். இதன்மூலம்தான் அப் பாதிரியார், எல்லோரையும் ரட்சிக்கப் புனித ஆவியை அனுப்புவார். இந்த இடத்தோடு ஒப்பிடும்போது, தவளைகளும் மனித சீழ்களும் கரப்பான்களுமாக நாற்றமடிக்கும் ஓல்காவில் குடிசை எவ்வளவு கேவலமாகத் தோன்றுகிறது.

தேவாலயத்தில் பாதிரியார் இல்லாதபோது, ஆலயத்து இசைக்கலைஞன் ஆர்கன் பெட்டியுடன் பால்கனியில் இருக்கும்போது, பாதிரியார் மிகமென்மையான அசைவுகளுடன் அணியும் பிரசங்க ஆடையை, யாருமறியாமல் ஆச்சரியத்துடன் பார்ப்பேன். அங்கியின் கைப்பகுதியை ஒருவித சந்தோஷத்துடன் தடவியும் அங்கியின் இடுப்புப் பட்டையை நீவியும்விடுவேன்.

எப்போதும் ஒருவித நறுமணத்துடன், அழகாக அளவெடுத்துத் தைக்கப்பட்டிருக்கும் அந்த உடையின் வண்ணங்கள், ரத்தம், நெருப்பு, நம்பிக்கை, பிராயச்சித்தம், இரங்கல் இவை ஐந்தையும் அடையாளப்படுத்துகின்றன எனப் பாதிரியார் கூறுவார்.

மந்திர உச்சாடனம் செய்யும்பொழுது, ஓல்காவின் முகம் பல்வித உணர்ச்சிகளை வெளிப்படுத்திப் பார்ப்பவரின் மனதில் பயத்தையோ, மரியாதையையோ உண்டுபண்ணும். அவள், தன் கண்களை உருட்டுவாள்; தலையைச் சீராக அசைப்பாள்; தன் கைகளால் வெளிப்படையான அசைவுகளைச் செய்வாள். ஆனால் இதற்கு நேர்மாறாக, இந்தப் பாதிரியாரோ பிரார்த்தனையின்போது, தினசரி வாழ்க்கையில் எப்படி இருக்கிறாரோ அப்படியே இங்கும் இருக்கிறார். மற்றபடி, இவர் வேறொரு ஆடையை அணிந்துகொண்டு வேறொரு மொழியைப் பேசுகிறார்.

அவரின் மெல்ல அதிரும் குரலோசை, ஆலயத்தின் மணியோசையையும் விஞ்சி, உயரமான பெஞ்சுகளில் தொய்ந்துபோயிருக்கும் வயதான கிழவிகளையும் எழுப்பிவிடும். அவர்கள் சட்டென்று, துவண்டுபோன கைகளை ஒன்றுசேர்த்து, சுருங்கிப்போன இமைகளை மிகவும் கஷ்டப்பட்டு உயர்த்துவார்கள். மங்கிப்போன கண்களின் வழியாக, தாங்கள் எங்கே இருக்கிறோம் என்ற நிச்சயமின்றி, பயத்துடன் சுற்றிச்சுற்றி பார்ப்பார்கள். கடைசியில், தாங்கள் பிரார்த்தனையில்தான் இருக்கிறோம் என்பதை உணர்ந்துகொண்டவுடன், பழையபடி தூங்கிப் போய்விடுவார்கள்.

பிரார்த்தனை முடிந்ததும், கிழவிகள் எல்லோரும் பாதிரியாரை நோக்கி தட்டுத் தடுமாறியபடி செல்வார்கள். இசைக்கருவி அமைதியாக, ஆலயத்தின் கதவருகே நிற்கும் அவன் என்னைப் பார்த்துக் கையசைப்பான். ஆக, நான் வேலைக்குத் திரும்பி, அறைகளைப் பெருக்கியும் கால்நடைகளுக்குத் தீனி வைத்தும், உணவைத் தயாரிக்கவும் வேண்டும்.

மேய்ச்சல் நிலத்திலிருந்தோ, கோழிகளின் இருப்பிடத்திலிருந்தோ அல்லது லாயத்திலிருந்தோ நான் திரும்பிவரும் ஒவ்வொரு வேளையிலும், கோர்பஸ் என்னை வீட்டுக்குள் அழைத்துச் சென்று, ஒரு மரச்சுள்ளியால் முதலில் சாதாரணமாகவும் போகப்போக தீவிரமாகவும் புதுப்புது பாணியில் அடித்துத் துன்புறுத்துவான் அல்லது கை முஷ்டியாலோ அல்லது விரல்களாலோ குத்திக் காயப்படுத்துவான். இதனால் என்னுடலின் சிராய்ப்புகளும் காயங்களும் ஆறிப்போவதற்கு எந்தவிதச் சந்தர்ப்பமுமின்றி, சொதசொதவென்றாகி, மஞ்

சள்நிறச் சீழை வடித்துக்கொண்டிருக்கும். இரவிலோ, ஜீடாஸின் பயத்தினால் தூங்கவேமுடியாது போகும். சிறுசப்தமோ அல்லது பலகைகளின் அசைவோகூட, என்னுடைய கவனத்தைச் சட்டென கூர்மையாக்கிவிடும். நான் அவ்வறையின் மூலையில் அழுந்தி ஒட்டிக்கொண்டு, ஊடுருவமுடியாத இருளைப் பார்வையால் துழாவுவேன். வீட்டிலோ அல்லது வெளிப்புறத்திலோ எழுகிற சப்தத்தைக் கவனிப்பதற்காக என் காதுகள் இரண்டும் அரைப் பூசணிக்காய் அளவிற்கு வளர்ந்துவிட்டாற்போல் தோன்றும்.

கடைசியாக, அரைத் தூக்கத்தில் நான் ஆழ்ந்துபோனாலும், கனவில் எழும் நாய்களின் ஊளைச் சப்தம் தூக்கத்தைக் கலைத்துவிடும். அவை தங்களின் தலைகளை நிலவை நோக்கி உயர்த்தி, இரவின் இருளில் மோப்பம் பிடிப்பதைக்கண்டு, என்னுடைய சாவு நெருங்கி வருவதை உணர்வேன். அவற்றின் குரல்களைக் கேட்கும் ஜீடாஸ், கோர்பஸின் கட்டளையின் பேரில், என் படுக்கையருகே வந்து, என்மீது பாய்ந்து துன்புறுத்தும். அதன் நகங்கள் பட்டவுடன் உடலெங்கும் கொப்புளங்கள் உண்டாகும். அவற்றைக் குணப்படுத்த உள்ளூர் மருத்துவன் அவற்றை சூட்டுக்கம்பியால் தீய்க்க வேண்டும்.

நான் உடனே எழுந்து கத்தத் துவங்க, என் அலறலால் ஜீடாஸ் குரைக்கத் துவங்கும், சுவர்மீது பாய்ந்து பிறாண்டும். பாதித் தூக்கத்தில் திடுக்கிட்டு எழும் கோர்பஸ், திருடர்கள்தான் நுழைந்துவிட்டார்கள் என்று எண்ணி சமையலறைக்குள் ஓடுவான். பிறகு நான்தான் காரணமின்றிக் கத்தினேன் என்று அறிந்தவுடன், அவன் சக்தி தீரும்வரை உதைப்பான். நான் ரத்தக்களரியாக பாயில் படுத்தபடி, இதுபோல் மறுபடியும் நிகழக்கூடாது என்ற பயத்தில் தூங்காமல் விழித்திருப்பேன்.

நாள் பொழுதில் அரைத்தூக்கத்துடன் இருப்பதால், வேலைகளை சரிவரச் செய்வதில்லை என்று உதை கிடைக்கும். சிலசமயம், தானியக் களஞ்சியத்து வைக்கோல்போரின் மேல் படுத்துத் தூங்கிவிடுவேன், அச்சமயம், கோர்பஸ் எல்லா இடங்களிலும் தேடி கடைசியில் என்னைக் கண்டுபிடிப்பான். பிற்பாடு பழையபடி அடி உதைகள் கிடைக்கும்.

கோர்பஸின் இந்தத் தேவையற்ற கோபத்திற்கு வேறுஏதேனும் மர்மமான காரணம் இருக்கவேண்டுமென்ற முடிவுக்குவந்தேன். மார்த்தா மற்றும் ஓல்காவின் மந்திரவித்தைகள் அப்போது ஞாபகத்திற்கு வந்தன. அவை நோய்களைக் கட்டுப்படுத்துவன என்றாலும், அவ்வித்தைக்கும் நோய்க்கும் வெளிப்படையான தொடர்பு கிடையாது. எனவே,

கோர்பஸ் என்னைத் தாக்கும்போதெல்லாம், அப்போதைய சூழலைக் கவனிப்பதென்று முடிவுகட்டிக் கொண்டேன். ஒருமுறை, அவனுடைய தாக்குதலுக்கான காரணத்தையும் கண்டுபிடித்துவிட்டேனென்றே சொல்லவேண்டும். அதாவது, இருவேறு சமயங்களில் நான் தலையைச் சொறிந்த மறுகணமே உதைக்கப்பட்டேன். ஒருவேளை, என் தலையில் மேயும் பேன்களுக்கும் இதற்கும் ஏதேனும் தொடர்பிருக்குமோ என்னமோ? யாருக்குத் தெரியும்? அவற்றின் இயல்பான ஓட்டத்தை என்னுடைய விரல்கள் தடைசெய்வதனால், கோர்பஸின் மனப்போக்கும் மாறுகிறதோ என்னமோ! இந்தக் காரணத்தால், நமைச்சலானது தாங்கமுடியாத அளவுக்கு இருந்தாலும் நான் சொறிவதை நிறுத்திவிட்டேன். பேன்களுக்கு இடைஞ்சல் செய்வதை நிறுத்திவிட்டாலும், இரண்டுநாள் கழித்துத் திரும்பவும் உதை வாங்கினேன். ஆக, புதியதொரு காரணத்தைக் கண்டுபிடிக்க வேண்டும்.

மேய்ச்சல் நிலத்திற்கு வழியான வேலிக் கதவின் வாயில்தான் அவன் மூர்க்கத்திற்குக் காரணம் என்பதை இந்தமுறை கண்டுபிடித்துவிட்டேன். ஏனெனில், மூன்று தடவை அந்தவழியாகச் சென்றபோது, கோர்பஸ் என்னை அவனருகே அழைத்து பளாரென்று அறைந்தான். ஆக, அந்தக் கதவருகே ஏதோ ஒரு துஷ்டஆவி என்வழியில் குறுக்கிட்டு கோர்பஸை எனக்கெதிராக மாற்றுகிறது என்ற முடிவுக்கு வந்தேன். வேலியைத் தாண்டிக்குதிப்பதன்மூலம், அந்த ஆவியைக் குறுக்கிடாமலிருப்பது என்ற முடிவுக்கு வந்தேன். இந்த முடிவு விஷயத்தை வேறுமாதிரி ஆக்கிவிட்டது. சுலபமாகக் கதவின்வழியாகச் செல்வதை விட்டு, உயரமான வேலியைத் தாண்டிக் குதித்துச் செல்வது ஏன் என்று கோர்பஸ் குழம்பிவிட்டான். இந்தச் செய்கையின்மூலம், அவனைக் கிண்டல் செய்கிறேனென்று நினைத்து, முன்பைவிட மோசமாக உதைக்கத் தொடங்கினான்.

நான் அவன்மீது வன்மத்துடன் இருக்கிறேனென்று சந்தேகப்பட்ட அவன், இடைவிடாமல் என்னை துன்புறுத்திக் கொண்டே இருந்தான். மண்வெட்டி கைப்பிடியால் என் விலாவில் குத்திக்குத்தி சந்தோஷமடைவான். முள் நிறைந்த, அரிப்பை உண்டாக்கும் புதர்கள்மீது என்னைப் போட்டுவிடுவான். பிறகு, அரிப்புத் தாங்காமல் நான் சொறிந்துகொள்ளும் விதங்கண்டு வாய்விட்டுச் சிரிப்பான். நான் இதேபோல் பணிவற்று இருந்தால், துரோகம் செய்கின்ற மனைவிகளின் தொப்புள்களில், கணவன்மார்கள் எலியைவிட்டுத் தண்டிப்பதுபோல் தண்டிப்பேன் என மிரட்டுவான். இந்த

மிரட்டல், மற்றெல்லா விஷயங்களைவிடவும் அதிகமாகப் பயங்காட்டியது. என் தொப்புள்களின்மேல் கண்ணாடி தம்ளர் ஒன்று கவிழ்த்துவைக்கப்பட்டு, அதனுள்ளே எலி ஒன்றிருப்பதுபோலக் கற்பனைசெய்து பார்த்தேன். சிறைப்பட்ட அந்த ஜந்து, வயிற்றைக் குடைந்து, குடலுக்குள் செல்லும்போது ஏற்படும் கடுமையான வலியை என்னால் உணரமுடிந்தது.

நான் கோ்பஸுக்கு சூனியம் வைக்க பலவித வழிகளைச் சிந்தித்தேன். ஆனால் ஒன்றுகூட சரிப்பட்டுவருகிறார்போல் தோன்றவில்லை. ஒருநாள் அவன், என் காலை நாற்காலியுடன் பிணைத்து, கம்புச் செடியால் கிச்சுகிச்சு மூட்டிக்கொண்டிருந்தபோது, ஓல்கா சொன்ன கதைகளில் ஒன்று ஞாபகத்திற்கு வந்தது. நான் அந்த ஜெர்மானிய அலுவலரின் சீருடையில் கண்ட சின்னம்போல, ஒரு விட்டில்பூச்சியின் உடலில், மண்டையோட்டைப் போன்றதொரு வடிவமிருக்கும் என அவள் என்னிடம் சொல்லியிருந்தாள். ஒருவன், அதுபோன்ற விட்டில்பூச்சியைப் பிடித்து அதன்மேல் மூன்று தடவை மூச்சுவிட்டால் போதும், அந்த வீட்டில் இருப்பதிலேயே வயதான ஒருவர் அடுத்த சிலநாட்களிலேயே இறந்துவிடுவார். இதனால்தான் புதிதாக மணமானவர்கள், தங்களின் பெற்றோர்களிடமிருந்து சொத்து வரவேண்டி, பல இரவுகளை விட்டில்பூச்சிகளைப் பிடிப்பதில் செலவிடுவார்கள்.

கோ்பஸும், ஜீடாஸும் தூங்கிவிட்ட பின்னர், ஒவ்வொரு இரவிலும் வீட்டு ஜன்னலைத் திறந்து விட்டில்பூச்சிகளை உள்ளே விடத் தொடங்கினேன். அவை அலைஅலையாக உள்ளே வந்து, தீபத்தைச் சுற்றி ஒன்றுடன் ஒன்று மோதியபடி, மரண நாட்டியத்தை ஆடும். வேறுசில தீபத்தின்மேல் விழுந்து உயிருடன் பொசுங்கும் அல்லது உருகுகின்ற மெழுகில் ஒட்டிக்கொள்ளும். தேவலோகத்துக் கடவுள் அவற்றை பல்வேறு ஜந்துக்களாகப் படைத்திருக்கிறார் என்றும், அவை தம் பிறப்புக்கேற்றபடி துன்பமடைகின்றன என்றும் சொல்லப்படுகிறது. ஆனால் அவற்றின் துன்பத்தைப் பற்றிக் கவலைப்படாமல், மெழுகுவர்த்தியை ஜன்னலருகே கொண்டு சென்று, அதை ஆட்டியபடி, விட்டில் பூச்சிகளை வரவழைத்துக் கொண்டிருந்தேன். மெழுகுவர்த்தியின் ஒளியும் என்னுடைய அசைவுகளும் ஜீடாஸைத் திடுக்கிடச்செய்து எழுப்ப, அது குரைக்க கோ்பஸ் விழித்துக்கொண்டு, என் பின்னே மெல்ல வந்தான். ஒரு கையில் மெழுகுவர்த்தியுடன் அறை முழுவதும் விட்டில்கள், ஈக்கள் மற்ற பூச்சிகளின் பின்னே நான் ஓடிக்கொண்டிருப்பதைக் கண்டதும், ஏதோ ஏடாகூடமான நாடோடிச் சடங்கை நான் செய்துகொண்டிருக்கிறேன்

என்று முடிவுகட்டினான். அடுத்த நாள் நான் கடுமையான தண்டனையைப் பெறவேண்டியதாயிற்று.

ஆனாலும், நான் முயற்சியைக் கைவிட்டுவிடவில்லை. பல வாரங்களுக்குப் பிறகு, ஒருநாள் பொழுதுவிடியும் முன்னர், எனக்குத் தேவையான விநோதமான அடையாளங்களுடன் கூடிய ஒரு விட்டில்பூச்சியைப் பிடித்துவிட்டேன். பிறகு மிகுந்த கவனத்துடன் அதன்மீது மூன்று தடவை மூச்சுவிட்ட பின்னர் அதை விட்டுவிட்டேன். அது அடுப்பருகே சில கணங்கள் சிறகடித்தபின் எங்கோ மறைந்துவிட்டது. கேர்பஸின் வாழ்க்கை இன்னும் கொஞ்சநாள்தான் என்பதை அறிந்துகொண்டேன். இதனால் அவன்மீது எனக்கு இரக்கம் பிறந்தது. நோயும் வலியும் மரணமும் கொண்ட விந்தையான உலகிலிருந்து ஒன்று இவனைப் பிடிக்க வந்துகொண்டிருப்பதை இவன் அறியமாட்டான். ஒருவேளை அது, முன்பே இந்த வீட்டிற்குள் நுழைந்து, கதிரை அறுக்கும் அரிவாள்போல், இவன் உயிர்நூலைத் துண்டிக்க ஆர்வத்துடன் காத்துக்கொண்டிருக்கக்கூடும். நான் அடிபடுவதைப் பற்றி கவலைப்படாமல், அவன் முகத்தை உன்னிப்புடன் வெறித்து, அவன் கண்களுக்குள் மரண நிழல் தென்படுகிறதா என்று பார்த்துக்கொண்டிருந்தேன். அவனுக்கு நிகழப்போவதை மட்டும் அவன் அறிந்துகொண்டால் எப்படி இருக்கும்.

இருப்பினும், கேர்பஸ் வழக்கம்போல் வலிமையுடனும் உடல் நலத்துடனுமே இருந்துவந்தான். ஐந்தாவது நாள், மரணம் தன் கடமையைச் செய்யத் தயங்குகிறது என்று சந்தேகங்கொண்ட வேளையில், களஞ்சியத்திற்கு வெளியே அவன் அழுகின்ற சப்தம் கேட்டது. அவன் மரணத்தறுவாயில் இருக்கிறான், பாதிரியாரை அழைக்கவேண்டி கூக்குரலிடுகிறான் என்ற எதிர்பார்ப்பில் வெளியே ஓடிவந்து பார்த்தேன். ஆனால் அவனோ, தன் தாத்தாவிடமிருந்து பெற்ற, சின்னஞ்சிறு செத்த ஆமையின் உடல் நோக்கிக் குனிந்திருந்தான். அது நன்றாகப் பழக்கப்பட்டு, களஞ்சியத்தின் ஒரு மூலையில் வசித்து வந்தது. அந்தக் கிராமத்திலேயே அதிக வயதான படைப்பு என்பதால், கேர்பஸ் அதன் இருப்பைப் பற்றி அதீதமான பெருமைகொண்டிருந்தான்.

அவனுக்கு முடிவுகட்ட எல்லாவிதச் சாத்தியமான வழிகளைப் பற்றியும் யோசித்து யோசித்து களைத்துப்போய்விட்டேன். அதேசமயம், அவன் என்னைத் துன்புறுத்த புதுப்புது வழிகளையெல்லாம் கண்டுபிடித்து நடைமுறைப்படுத்தத் தொடங்கினான். சிலசமயம், ஓக் மரத்துக் கிளையில் என் கைகளைக் கட்டிப்போட்டுத் தொங்கவிட்டு,

பிறகு ஜீடாஸை அவிழ்த்து விட்டுவிடுவான். எப்போதாவது நாய்வண்டியில் பாதிரியார் வரும் ஓசை கேட்டால் மட்டுமே, என்னை அவிழ்த்துவிடுவான்.

தலைக்குமேலே இறங்கும் மாபெரும் சம்மட்டிபோல, உலகமே முடிந்துவிட்டதுபோலத் தோன்றியது. நடக்கும் விஷயங்களையெல்லாம் பாதிரியாரிடம் சொல்லிவிட நினைத்து, பிறகு அந்த எண்ணத்தைக் கைவிட்டுவிடுவேன். ஏனெனில் அவர், அவனை மென்மையாகக் கண்டிக்க மட்டுமே செய்வார், பிறகு புகார் செய்ததற்குவேறு உதை கிடைக்கும். ஒருசமயம், இங்கிருந்து தப்பித்துப்போகவும் திட்டமிட்டேன். ஆனால் அக்கம்பக்கத்திலிருக்கும் ஜெர்மானிய சோதனைச் சாவடிகளில் மாட்டிக்கொண்டால், நாடோடித் தேவடியாப் பையன் என்று அவர்கள் என்னைப் பிடித்துக்கொள்வார்கள், பிறகு என் கதி என்ன ஆகுமோ யாருக்குத் தெரியும்?

ஒருநாள், ஒரு வயதான மனிதனிடம், குறிப்பிட்ட சில பிரார்த்தனைகளுக்குக் கடவுளானவர் நூறு நாளிலிருந்து முந்நூறு நாள்வரை புண்ணியம் அருளுவார் என்று, பாதிரியார் கூறிக்கொண்டிருந்தார். அம்மனிதன் அவரின் வார்த்தைகளை விளங்கிக்கொள்ளாததால், அவர் மேலும் விளக்கமாகச் சொல்லிமுடித்தார். அவர் சொன்னதிலிருந்து நான் புரிந்துகொண்டது என்னவெனில், யார் அதிகமாகப் பிரார்த்தனை செய்கிறார்களோ, அவர்கள் அதிகளவு புண்ணியங்களைப் பெறுகிறார்கள் என்பதே. அப் புண்ணியங்கள், அவர்தம் வாழ்வில் உடனடியாக அமுலுக்கு வந்துவிடும். பட்டவர்த்தனமாகச் சொல்வதென்றால், ஒருவர் எந்தளவுக்கு அதிகமாகப் பிரார்த்தனை செய்கிறாரோ, அந்தளவுக்குச் சுகமாக வாழ்வார்; பிரார்த்தனையைக் குறைவாகச் செய்தாலோ, சிக்கல்களும் கஷ்டங்களும் அவரின் வாழ்க்கையில் அதிகமாக வரும்.

உலகம் இயங்கும் விதியானது ஒரு அழகான விளக்கத்துடன் சட்டென எனக்குப் புரிந்துபோனது. சிலர் பலமாக, சிலர் பலவீனமாக, சிலர் சுதந்திரமாக, சிலர் அடிமையாக, சிலர் செல்வந்தராக, சிலர் ஏழையாக, சிலர் ஆரோக்கியத்துடன், சிலர் நோயாளியாக இருப்பதன் மர்மத்தைப் புரிந்துகொண்டுவிட்டேன். ஆக நன்றாக வாழ்பவர்கள், பிரார்த்தனையின் அவசியத்தை முதலிலேயே புரிந்துகொண்டு செயல்படுத்தியவர்களாவார்.

பூமியிலிருந்து எழும் இந்தப் பிரார்த்தனைகள், மிக உயரமான எங்கோ ஓரிடத்தில் வகை பிரிக்கப்பட்டு, ஒவ்வொரு

நபருக்கும் தனித்தனி இடங்களில் புண்ணியங்களாகச் சேமிக்கப்படுகின்றன.

முடிவில்லா தேவலோகத்துப் புல்வெளி முழுவதும் சேமிப்புத் தொட்டிகளிருக்க, அவற்றில் சில புண்ணிய தினங்களால் நிரம்பியிருக்க, வேறுசில கொஞ்சமாக நிரம்பியிருக்கும் காட்சியை மனதிற்குள் கற்பனை செய்து பார்த்தேன். அவ்வுலகிலேயே, எங்கோ ஓரிடத்தில் என்னைப்போல பிரார்த்தனையின் மகிமைபற்றி இதுநாள் வரை அறியாதவர்களுக்காக, காலித் தொட்டிகள் வைக்கப்பட்டிருக்கும் காட்சியையும் எண்ணிப் பார்த்தேன்.

இப்போது நான், அடுத்தவரை குறைசொல்வதை நிறுத்திக் கொண்டேன், ஏனெனில், தவறு முழுக்க என்னை மட்டுமே சார்ந்தது. மனிதர்கள், விலங்குகள் வாழும், சம்பவங்கள் நிகழும் இவ்வுலகின் விதிகளைப் பற்றி தெரிந்துகொள்ளாமல்விட்டது என்னுடைய முட்டாள்தனம்தான். ஒருவன் அதிகளவு புண்ணிய தினங்களைப் பெற, தன் கவனத்தைக் குவித்துப் பிரார்த்தனை செய்தால் மட்டும் போதுமானதாகும். பிறகு கடவுளின் உதவியாளர், உடனடியாக, இந்தப் புதிய விசுவாசியைக் கண்டு, அவனுக்கென்று புதிய இடமொன்றை ஒதுக்குவார். அவ்விடத்தில் இவனுடைய புண்ணிய தினங்கள், அறுவடை காலத்துக் கோதுமைக் குவியல் போலக் குவிந்துவிடும். நான் என் பலத்தின் மீது அதீதநம்பிக்கை கொண்டிருந்தேன். மற்றவரைவிட வேகமாக, கொஞ்ச நாட்களுக்குள்ளாகவே, எனக்கு ஒதுக்கப்பட்ட தொட்டி நிறைய, புண்ணிய தினங்களைச் சேகரித்துவிடுவேன், பிறகு இதைவிடப் பெரியதான தொட்டி ஒன்று ஒதுக்கப்படும். அதனையும் உடனடியாக நிரப்பிவிடுவேன். பிறகு அதைவிடப் பெரியதாக, தேவாலயம் அளவுக்கு ஒன்றை எனக்காக ஒதுக்க வேண்டிவரும்.

என்னுடைய உள்நோக்கத்தைச் சொல்லாமல், வெகுஇயல்பாக இருப்பவன்போல் காட்டிக்கொண்டு பிரார்த்தனை புத்தகத்தைக் காட்டும்படி பாதிரியாரிடம் வேண்டினேன். பிறகு இருப்பதிலேயே அதிகளவு புண்ணிய தினங்களை வழங்கும் பிரார்த்தனை பகுதியைக் கண்டு, அதைக் கற்றுத்தரும்படி கேட்டுக்கொண்டேன். மற்ற எல்லாவற்றையும் விடுத்து, குறிப்பிட்ட சிலவற்றை மட்டும் கற்பிக்கும்படி நான் விடுத்த வேண்டுகோள், அவரைத் திகைப்பிலாழ்த்தினாலும், அவற்றைச் சில தடவை படித்துக்காட்டுவதற்கு ஒப்புக்கொண்டார். என்னுடல் மற்றும் மனதின் சக்தியையெல்லாம் ஒன்றுதிரட்டி, கவனத்தைக் குவித்து, வெகுசீக்கிரமே அவற்றை மனப்பாடம் செய்துவிட்டேன்.

இப்போது, ஒரு புதுவாழ்வைத் தொடங்குவதற்குத் தயாராகிவிட்டேன். எனக்குத் தேவையானது கிடைத்தேவிட்டது; என்னுடைய தண்டனைகளும் அவமானங்களும் கூடிய விரைவில் கடந்தகால நிகழ்வாகிவிடும். இதுநாள் வரை எவனாலும் நசுக்கப்படக்கூடிய மூட்டைப்பூச்சியாக இருந்தேன். இனிமேல் இந்த அடக்கமான பூச்சி, எவராலும் நெருங்கமுடியாத காளையாக உருமாறிவிடும்.

காலத்தை வீணடிக்கக்கூடாது, கொஞ்சநேரமாயினும், அதில் ஒரு பிரார்த்தனையைச் செய்துவிடலாம், இதன்மூலம் என்னுடைய சொர்க்கத்துக் கணக்கில் புண்ணிய தினங்களின் அளவுகூடும். பிறகென்ன, கூடிய விரைவில் கடவுளின் அருள் எனக்கு கிடைத்துவிட, கேர்பஸைப் பற்றி கவலைப்படாமல் இருக்கலாம்.

இப்போது என் முழுநேரத்தையும் பிரார்த்தனை செய்வதில் மட்டுமே செலவழிக்கத் தொடங்கினேன். ஒன்றன்பின் ஒன்றாக, அவற்றை வெகுவேகமாக உருப்போட்டுத் தள்ளும்போது எப்போதாவது ஒருமுறை, கொஞ்சம் புண்ணிய தினங்களைத் தரும், ஒருசில பிரார்த்தனைப் பகுதிகளைச் சொல்லத் தவறிவிடுவேன். இவற்றை நான் அலட்சியப்படுத்திவிடுவதாக, மேலோகத்தவர் நினைப்பதை நான் விரும்பவில்லை. ஏனெனில், கடவுளை யாராலும் ஏமாற்ற முடியாது.

என்னிடம் பிறந்திருந்த மாற்றத்தை கேர்பஸால் புரிந்துகொள்ள முடியவில்லை. அவனுடைய உருட்டல் மிரட்டல்களுக்கு அஞ்சாமல், சதாசர்வகாலமும் எதையோ வாய்க்குள் முனகிக்கொண்டிருக்கும் என்னைக் கண்ட அவன், நான் ஏதோ ஒரு நாடோடி ஏவலை அவன்மீது செலுத்த முயற்சித்துக் கொண்டிருப்பதாக ஐயம் கொண்டுவிட்டான். ஆனால் எனக்கோ, அவனிடம் உள்ள உண்மையைச் சொல்வதற்கு விருப்பமில்லை. ஏனெனில், உண்மை நிலவரம் தெரிந்துபோனால் ஏதாவது ஒருவகையில், அவன் தடுத்துவிடுவான் என்ற பயம் எனக்கிருந்தது. இதைவிட அதிபயங்கரமானது என்னவெனில், ஒரு மூத்த கிறிஸ்துவன் என்ற செல்வாக்கில், என்னுடைய பிரார்த்தனைகளை அவன் பயனற்றதாக்கிவிடக்கூடும் அல்லது என்னுடைய புண்ணிய தினங்களைக் காலியாக இருக்கும் அவன் தொட்டிக்கு மாற்றிக்கொள்ளக்கூடும்.

இப்போது என்னை அவன் அடிக்கடி உதைக்கத் தொடங்கினான். சிலசமயம் அவன், ஏதேனும் என்னைக் கேட்பான், நானோ அந்தச் சமயத்தில் பிரார்த்தனையின்

மத்தியில் இருப்பேன். பதில் சொன்னால் புண்ணிய தினங்களை இழந்துவிடுவேன் என்ற பயத்தில் உடனடியாகப் பதில் சொல்லமாட்டேன். இதனால், எனக்குத் திமிர் பிடித்துவிட்டது என அவன் நினைக்கத் தொடங்கினான். அவன் உதைக்கும் விஷயத்தையெல்லாம் பாதிரியாரிடம் சொல்லும்அளவுக்கு என்னிடம் தைரியம் வந்துவிட்டிருக்கக்கூடும் என்றும் அஞ்சினான். இவ்வாறு என்னுடைய வாழ்வானது, பிரார்த்தனையிலும், அடி உதைகளிலும் மாறிமாறி கழிந்தது.

இருப்பினும் என்னுடைய முயற்சியை விட்டுவிடாமல், காலையிலிருந்து இரவு வரை, ஜெபம் செய்வதிலேயே இருந்தேன். நாட்கள் கழிய, புண்ணிய தினங்களின் கணக்குத் தெரியாமல்போனது. இருப்பினும் அவை மலைபோல் குவிந்து, வானத்துப் புனிதர்களின் கவனத்தைக் கவரப்போகிறது என்பதை அறிவேன். அவையெல்லாமே பூமியில் வசிக்கும், கருத்த முடியும் விழிகளும்கொண்ட ஒரு சின்னஞ்சிறு பையனிடமிருந்து, குருவிக் கூட்டம்போலக் குவிந்துவிட்டிருப்பதை அவர்கள் அறிந்துகொள்வார்கள். என்னுடைய பெயரானது தேவதைகளின் கூட்டத்தில் அறிவிக்கப்படுவதை, மனக்கண்ணில் படமாகப் பார்த்தேன். பிறகு சாதாரண புனிதர்களிடமும் பிறகு மகாபுனிதர்களிடமும் என் பெயர் சொல்லப்பட, சொர்க்கத்தின் அரியணை இதோ, மிக அருகாமையில் வருகிறது.

நான் மட்டுமரியாதையின்றி நடக்கத் தொடங்கிவிட்டதாக கோர்பஸ் எண்ணிக்கொண்டுவிட்டான், வழக்கத்திற்குமாறாக அவன், என்னை மேன்மேலும் கடுமையாக அடித்தாலும், நானதை அலட்சியம் செய்துவிட்டுவிடாமல் ஜெபம் செய்வதிலேயே இருந்தேன். ஏனெனில், துன்பம் என்பது வரும், போகும். ஆனால் புண்ணியமானது என் கணக்கில் என்றென்றும் இருக்கும். இந்த நிகழ்காலத் துன்பத்தை அனுபவிக்கும் காரணம், இதற்குமுன்பு வாழ்க்கையை மேம்படுத்தும் அற்புதமான வழியை அறியாமல் இருந்ததுதான். அந்த வீணடித்த காலநஷ்டத்தை ஈடுகட்டும் ஓரேவழி, இடைவிடாமல் ஜெபிப்பதுதான்.

நன்மை தராத, நாடோடி மந்திர மயக்கத்தில் நான் ஆழ்ந்துபோய்விட்டதாக, கோர்பஸ் முடிவுகட்டிக் கொண்டான். நான் ஜெபம் மட்டுந்தான் செய்கிறேன் என்று சத்தியம்செய்து கூறியும் அவன் நம்பவில்லை.

வெகுசீக்கிரமே அவனுடைய பயம் உண்மைதானென்று நிரூபணமானது. ஒருநாள், அவனுடைய பசு களஞ்சியத்துக் கதவை உடைத்துக்கொண்டு, பக்கத்து வீட்டுக்காரன் தோட்டத்தில் புகுந்து கணிசமான சேதாரத்தை உண்டுபண்ணிவிட்டது.

கோபங்கொண்ட அவனோ பழிக்குப்பழியாக, கேர்பஸின் தோட்டத்திலிருந்த எல்லா பேரி மற்றும் ஆப்பிள் மரங்களைக் கோடாரியால் வெட்டித் தள்ளிவிட்டான். அந்நேரத்தில் கேர்பஸ் நன்றாகக் குடித்துவிட்டுத் தூங்கிக்கொண்டிருந்தான். நாயோ சங்கிலியால் கட்டப்பட்டிருந்ததால் திமிற மட்டுமே செய்தது. இந்த நிகழ்ச்சிக்குக் கிரீடம் வைப்பதுபோல் மறுநாள் நரியொன்று, பண்ணையில் புகுந்து நன்றாக முட்டையிடும் கோழிகளைக் கொன்றுபோட்டுவிட்டது. அன்று சாயங்காலமே ஜீடாஸானது, சமீபத்தில் அதிக விலைகொடுத்து வாங்கியிருந்த பிரமாதமான அந்த வான்கோழியை ஒரே அடியில் சாகடித்துவிட்டது.

இதனால் நொறுங்கிப்போன கேர்பஸ், வீட்டிலேயே தயாரிக்கப்பட்ட வோட்கா மதுவை முட்டமுட்டக் குடித்துவிட்டு, அவனுடைய ரகசிய எண்ணத்தை என்னிடம் சொல்லியே விட்டான். 'நான் பூஜிக்கும் புனித அந்தோணியாரிடம் கொண்டிருந்த பயத்தினால்தான் உன்னை உயிரோடு விட்டிருக்கிறேன் இல்லையெனில், நெடுநாட்களுக்குமுன்பே உன்னைக் கொன்றிருப்பேன்' என்று கூறினான். அவன் பற்களை நான் எண்ணிவிட்டிருப்பதை அவன் அறிவானாம். இதன் காரணமாக அவன் என்னைக் கொலைசெய்யும்பட்சத்தில், அவனுடைய அந்திமக்காலம் விரைவில் வந்துவிடும் என்றும் கூறினான். இருப்பினும், விதிவசமாக ஜீடாஸ் நாய் என்னைச் சாகடித்துவிட்டால், அப்போது என் மந்திர ஏவல், அவனை ஒன்றும் செய்யாதென்றும், புனித அந்தோணியாரும் தண்டனை தரமாட்டார் என்றும் கூறினான்.

இதற்கிடையில், பாதிரியார் அவரின் வசிப்பிடத்தில் நோய்வாய்ப்பட்டுக் கிடந்தார். குளிர்மிகுந்த தேவாலயத்தினால் ஜலதோஷம் பிடித்துவிட்டிருக்கக்கூடும். அவர் ஜன்னிகண்டு, தன் அறையிலேயே இருந்தபடி, தனக்குள்ளும் கடவுளிடமும் பேசிக்கொண்டிருந்தார். ஒருசமயம், கேர்பஸ் தந்த முட்டைகளைத் தருவதற்காக அவரின் இடத்திற்குச் சென்றேன். அங்கு, அவரைக் காண்பதற்காக வேலிமீது ஏறி நின்றேன். அவரின் முகம் வெளுத்துப்போயிருந்தது. அவரின் மூத்த சகோதரி குள்ளமாகவும் குண்டாகவும் இருந்தாள். தலைமுடியைச் சுருட்டி கொண்டை போட்டிருந்தாள். படுக்கை வசதி சரியில்லையென அற்பத்தனமாகப் பேசிக்கொண்டிருந்தாள். உள்ளூர்ப்பெண்கள் பாதிரியாரின் உடலை ஆங்காங்கே கீறி, அவரின் கெட்ட இரத்தத்தை எடுப்பதற்காகக் காயத்தின்மீது அட்டைகளை விட்டுக்கொண்டிருந்தனர். அந்த அட்டைகள்

உடலின்மீது விடப்பட்ட சில கணங்களிலேயே, ரத்தத்தை நன்றாக உறிஞ்சிப் பெருத்துவிட்டன.

நானோ, நிலைமையைக் கண்டு ஸ்தம்பித்துப் போய்விட்டேன். அவர், தன் பக்திப்பெருக்கான வாழ்நாளில் எக்கச்சக்கமான புண்ணியத்தைச் சேர்த்துவிட்டிருக்க வேண்டும். ஆனால், மற்ற எல்லோரையும்போல இவரும் நோய்வாய்ப்பட்டு இங்கே படுத்திருக்கிறார்.

ஒரு புது பாதிரியார் தேவாலயத்திற்கு வந்துசேர்ந்தார். அவர் வழுக்கையாக, வயதானவராக, ஒல்லியாக, எழுதப் பயன்படும் ஆட்டுத்தோல் போன்ற முகத்துடனிருந்தார். தன்னுடைய அங்கியின் இடுப்புப் பகுதியில் வயலட் நிறப்பட்டை அணிந்திருந்தார். நான் கூடையுடன் திரும்பிப் போய்க்கொண்டிருப்பதைக் கண்டதும் என்னை அழைத்து, கருநிறம் கொண்ட நான் யார்? எங்கிருந்து வருகிறேன் என்று வினவினார். ஆலயத்து இசைக் கலைஞன் நாங்கள் ஒன்றாக நிற்பதைக் கண்டதும், சட்டென்று அருகில் வந்து பாதிரியாரின் காதில் ஏதோ கிசுகிசுத்தான். உடனே அவர், என்னை ஆசிர்வதித்துவிட்டு அப்பால் நகர்ந்துபோய்விட்டார்.

பிறகு இசைக் கலைஞன் என்னை அழைத்து, ஆலயத்தில் எல்லோர் கண்களிலும் படுகிறார்போல் நான் நடந்துகொள்ளக்கூடாது என்று கட்டளை இடப்பட்டிருப்பதாகக் கூறினான். ஏனெனில், அவ்விடத்தில் நிறையப்பேர் வருகிறார்கள், போகிறார்கள். நான் ஒரு நாடோடியும் அல்ல, யூதனும் அல்ல என்பதில் பாதிரியார் நம்பிக்கைகொண்டிருந்தாலும், ஜெர்மானியர்கள் விஷயத்தை வேறுவிதமாக எடுத்துக்கொண்டுவிட்டால், அவர் கடுமையான நடவடிக்கைகளுக்கு உள்ளாகக்கூடும் என்றும் தெரிவித்தான்.

நான் உடனடியாக ஆலயத்தின் பீடத்தை நோக்கி விரைந்தேன். பிறகு அவ்விடத்தில் இருந்தபடி அதிக புண்ணிய தினங்களை வழங்கும் பிரார்த்தனை வரிகளை உச்சரிக்கத் தொடங்கினேன். நேரமோ கொஞ்சந்தானிருந்தது. ஒருவேளை, நீர்வழியும் விழிகளுடைய கடவுளின் புதல்வன் மற்றும் தாய்மை பொங்கும் கன்னி மேரியின் முன்னிலையில், சொல்லப்படும் பிரார்த்தனைகளின் பலனானது, வேறிடத்தில் சொல்லப்படுவதினால் கிடைப்பதைக் காட்டிலும், அதிக சக்திகொண்டதாக இருக்கக்கூடும். இதெல்லாம் யாருக்குத் தெரியும்? இவை சொர்க்கத்தை நோக்கிச் சுருக்குவழியில் செல்லக்கூடும் அல்லது சிறப்புத் தூதுவர் ஒருவர், தண்டவாளத்தின் மீது செல்லும் ரயில்போல, வேகமான

வாகனத்தில், இங்கு சொல்லப்படும் பிரார்த்தனைகளைச் சொர்க்கத்தில் கொண்டுபோய்ச் சேர்க்கக்கூடும். அப்போது அந்த இசைக் கலைஞன் நான் தனிமையில் இருப்பதைக் கண்டு, புதுப் பாதிரியாரின் எச்சரிக்கையை நினைவுபடுத்தினான். வேறுவழியின்றி நானும் அவ்விடத்தை விட்டுப் பிரிய மனமில்லாமல் நகர்ந்தேன்.

வீட்டில் கேர்பஸ் எனக்காகக் காத்துக்கொண்டிருந்தான். நான் அங்கே போய்ச்சேர்ந்ததும் வீட்டின் ஒரு முனையிலிருந்த காலியான அறைக்குள் என்னைத் தரதரவென்று இழுத்துச் சென்றான். அங்கே கூரையின் விட்டத்திலிருந்த குறுக்குக்கட்டையின்மீது, இரண்டு வளையங்கள், இரண்டடிக்கும் குறைவான இடைவெளியில் பொருத்தப்பட்டிருக்க, அவற்றில் தோலாலான வார்ப்பட்டைகள் தொங்கிக்கொண்டிருந்தன.

கேர்பஸ் என்னைத் தூக்கியபடி, முக்காலியின் மீது ஏறி, அந்தப் பட்டைகளைப் பிடித்துக்கொள்ள உத்தரவிட்டான், நான் பிடித்துக்கொண்டதும் என்னை அப்படியே விட்டுவிட்டுக் கீழிறங்கி, ஜீடாஸை அவிழ்த்துவிட்ட பிறகு, கதவை வெளிப்புறமாகப் பூட்டிக்கொண்டு போய்விட்டான்.

விட்டத்தில் தொங்கும் என்னைக் கண்ட அது, என் கால்களைப் பற்றும் நோக்கத்துடன் சடாரென்று பாய்ந்தது. நான் சட்டென்று கால்களை மடக்கி உயர்த்திக்கொள்ள அதன் குறி தவறியது. பிறகு மறுபடியும் பாய்ந்தது. இந்தமுறையும் நான் உயர்த்திக்கொள்ள, மறுபடியும் தவறியது. பிறகு அதன் முயற்சிகளெல்லாம் பல தடவை தோற்றுப்போக, ஒரு ஓரமாகச் சென்று படுத்துக்கொண்டது.

இப்போது நான் அந்த விலங்கை உன்னிப்புடன் கவனிக்க வேண்டியவனாகிவிட்டேன். கால்களை மடக்காமல் தொங்கவிட்டால், தரைக்கும் எனக்குமிடையே ஆறடிக்கும் குறைவான இடைவெளி இருக்கும், அப்போது ஜீடாஸால் என்னை எளிதாகப் பிடித்துவிடமுடியும். நான் அந்த பயங்கர ஜந்துவால் சாகடிக்கப்படவே, கேர்பஸ், இந்த ஏற்பாட்டைச் செய்திருக்கிறான் என்று யூகித்துக்கொண்டேன். ஆனால் இந்த ஏற்பாட்டினால் நான் செத்துப் போய்விட்டால், இத்தனை மாதங்களாக, அவன் வாயின் உட்புறமிருக்கும் வளராத, மஞ் சளான ஒன்றையும் சேர்த்து எல்லாப் பற்களையும் எண்ணிய முயற்சிகளெல்லாம் பயனற்றுப்போய்விடும்.

எண்ணூறு தடவைகள், வோட்காவின் போதையில் வாயைத் திறந்தபடி குறட்டைவிட்டுத் தூங்கிக்கொண்டிருந்த கேர்பஸின் பற்களை மிகுந்த பிரயாசையுடன் எண்ணியிருக்கிறேன்.

அவனுக்கெதிரான என்னுடைய ஒரே ஆயுதம் இதுவாகும். வழக்கத்திற்குமாறாக, நெடுநேரத்திற்கு அவன் உதைக்கிற சமயங்களிலெல்லாம் இந்த விஷயத்தை அவனுக்கு ஞாபகப்படுத்துவேன். நான் சொல்வதை நம்பமுடியாவிட்டால், அவனே சோதித்துப் பார்த்துத் தெரிந்துகொள்ளட்டும் என்றும் கூறுவேன். ஆட்டங்கண்டிருந்தாலும் சரி, சொத்தை பிடித்து நாறிக்கொண்டிருந்தாலும் சரி, ஈறுகளுக்கு உள்ளே புதைந்திருந்தாலும் சரி அல்லது எப்படி இருந்தாலும் சரி ஒவ்வொரு பல்லையும் நான் அறிவேன். இதன் காரணமாக, அவன் என்னைக் கொன்றுவிட்டால், சிலவருடங்கள் மட்டுமே அவன் உயிர் வாழ்வான். ஆனால் நான் கீழே விழுந்து, ஜீடாஸின் கோரைப் பற்களில் உயிரை விட்டுவிட்டால், பிறகு கேர்பஸ், தன் மனசாட்சிக்குப் பயங்கொள்ளத் தேவையில்லை. அவன் எதற்கும், தான் வணங்கும் புனித அந்தோணியாருக்கும்கூட அஞ்சத் தேவையில்லை. இதைவிட முக்கியமானது என்னவெனில், புனித அந்தோணியார் நான் தவறுதலாகச் செத்துப்போன அக்குற்றத்தினின்று அவனை விடுவித்துவிடவும் கூடும்.

என்னுடைய தோள்கள் தொய்ந்துபோகத் தொடங்கின. இதனால் என் எடை முழுவதையும் ஒரு கைக்கு மாற்றிக்கொண்டு, மறு கையை மூடுவதும் திறப்பதுமாகச் செய்து, கால்களைத் தரைக்கருகே அபாயகரமாகத் தொங்கவிட்டபடி ஆசுவாசப்படுத்திக் கொண்டேன். ஜீடாஸ் அறையின் மூலையில், தூங்குவதுபோல் பாசாங்கு செய்துகொண்டிருந்தது. ஆனால் அது, என் தந்திரபுத்தியை அறிந்திருப்பதுபோல் நானும் அதனுடையதை அறிவேன். அது பாய்ந்து வருவதற்குள் கால்களை உயர்த்திக்கொண்டு தப்பித்துவிடுமளவிற்கு, என்னிடம் கொஞ்சம் சக்தி மீதமிருக்கிறது என்பதை அது அறியும். எனவே, நான் முற்றிலும் சோர்ந்துபோகும் தருணத்திற்காக அது காத்துக் கொண்டிருந்தது.

என்னுடலின் வலியானது இருவேறு திசைகளில் பயணித்துத் துன்பம் கொடுத்தது. ஒரு வலி கைகளில் தோன்றி, தோள்களுக்கும் கழுத்துக்கும் பரவியது. மற்றொரு வலி கால்களில் உருவாகி, இடுப்புவரை பரவி துன்பம் தந்தது. மண்ணுக்கடியில் ஒன்றையொன்று நெருங்க, குடைந்து செல்லும் இரண்டு சுண்டெலிகளைப் போல, இந்த இரண்டுவிதமான வலிகள், என்னுடலின் மத்திய பாகத்தைக் கடுமையாக இம்சித்தின.

கைகளில் தோன்றிய வலியைக்கூடப் பொறுத்துக் கொள்ளலாம். எப்படியெனில், உடலின் எடையை ஒரு கைக்கு

மாற்றிக்கொண்டு, பிறகு மற்றொரு கைக்கு ஓய்வு கொடுப்பேன். ஆனால் காலிலும் வயிற்றிலும் தோன்றிய வலி, விடாப்பிடியாகத் தொல்லை தந்துகொண்டிருந்தது. அது மரக்கட்டைகளுக்கு இடையே, வசதியான இடமாகப் பார்த்து நுழைந்து தங்கிவிடும் மரப்புழுபோல நிரந்தரமாகத் தங்கிவிட்டது.

இது ஒரு விநோதமான, மந்தமான அதேசமயம், ஊடுருவுகின்ற வலியாக இருந்தது. ஒருமுறை கேர்பஸ் என்னை எச்சரித்தபோது, அவன் குறிப்பிட்ட, ஒரு மனிதன் அனுபவித்த வலிக்கு நிகரானதாகத்தான் என்னுடையதும் இருக்கும். இந்த மனிதன், யாரோ ஒரு செல்வாக்கான விவசாயினுடைய மகனைத் தந்திரமாகக் கொன்றுவிட்டானாம். பழங்காலத்து பாணியில் பழிக்குபழி வாங்க செத்தவனின் தந்தை முடிவுகட்டிக்கொண்டு, தன் ஒன்றுவிட்ட சகோதரர்கள் இரண்டுபேருடன் சேர்ந்து, கொலைகாரனைக் காட்டிற்குள் இழுத்துச் சென்றானாம்.

அவ்விடத்தில் அவர்கள், பனிரெண்டு அடி நீள மரக்கட்டையின் ஒரு முனையை நன்றாகச் சீவி, ஒரு ராட்சசப் பென்சில் போன்றதொரு கழுமரத்தைத் தயார்செய்து, அதைத் தரையில் படுக்கவைத்துக் கூரற்ற பகுதியை ஒரு மரத்தின் அடிப்பகுதியில் முட்டவைத்துவிட்டார்களாம். பிறகு வலிமையான இரு குதிரைகளின் கால்களோடு குற்றவாளியின் இரண்டு கால்களையும் பிணைத்து, அவனுடைய மர்மஸ்தானம் கழுமரத்தின் கூர் முனையருகே வரும்படி செய்து, குதிரைகளை மெல்லத் தட்டிவிட்டார்களாம். குதிரைகள் மெல்ல நகர, அந்நபரின் உடலுக்குள் மரம் ஊடுருவிவிட்டதாம். போதுமான தூரம்வரை அவனுக்குள் அக்கழுமரம் ஊடுருவியதும், முன்பே தோண்டப்பட்ட குழிக்குள் அம்மரத்தை நின்ற வாக்கில் புதைத்துவிட்டு மெல்லமெல்லச் சாகும் கதிக்கு அவனை விட்டுவிட்டார்களாம்.

கூரையின் உச்சியிலிருந்து தொங்கிகொண்டிருந்த என்னால், அந்த மனிதன், வீங்கிப்போன தன்னுடலின் இருபுறமும் தொங்கும் கைகளை வான்நோக்கி உயர்த்த முயன்று, இரவுகளில் ஓலமிடுகின்ற காட்சியை, தத்ரூபமாகக் காணமுடிந்தது. கவண் வில்லால் அடிக்கப்பட்ட பறவையொன்று, மேலிருந்து கீழாக விழுந்து, கூரான குச்சிக்குள் குத்திக்கொண்டு துடிப்பதைப்போலத்தான் அவனுடைய நிலைமையும் இருந்திருக்க வேண்டும்.

இவ்வளவுநேரம் போய்க்கூட ஜீடாஸ் பாசாங்கு செய்து கொண்டிருந்தது. அது, மெல்ல கண்திறந்து கொட்டாவிவிட்டது.

காதின் பின்புறத்தைக் காலால் சொறிந்துகொண்டது; ஈக்களைப் பிடிக்க முயன்றது; பிறகு என்னைச் சாதுர்யமாகப் பார்த்தது. ஆனால் என்னுடைய கால்கள் மடக்கியநிலையில் இருப்பதுகண்டு வெறுப்பாகித் திரும்பிக் கொண்டது.

ஒருமுறை, அதனிடம் ஏமாந்தே போய்விட்டேன். அப்போது அது, உண்மையிலேயே தூங்கிப்போய்விட்டது என்று நினைத்துக்கொண்டு, கால்களை நீட்டித் தொங்கவிட்டேன். உடனே ஒரு வெட்டுக்கிளியைப் போல ஜீடாஸ் முன்னோக்கிப் பாய்ந்தது. என்னால் ஒரு காலை மட்டும் வேகமாக மடக்க இயலாமல்போக, பாதத்துச் சதையை அது கிழித்தெடுத்துவிட்டது. இதனால் ஏற்பட்ட வலியினாலும் பயத்தினாலும் நான் விழுந்தேவிட்டிருப்பேன். அதுவோ, சதையைச் சுவைத்தபடி வெற்றிகரமாக சுவரோரம் சாய்ந்தபடி, கண்களின் இடுக்குவழியாக என்னைக் கண்காணித்தது.

இனி, ஒருநொடி கூட தொங்கமுடியாது என்ற நிலைமைக்கு வந்த நான், அவ் விலங்கைத் தாக்குவதற்குமுன் அது, என் தொண்டையைப் பிடித்துவிடும் என்று தெரிந்திருந்தாலும்கூட, தரையில் குதித்து அதைத் தாக்குவதற்குத் திட்டமிட்டேன்.

நேரத்தை வீணடிக்கக்கூடாது. அந்தச் சமயத்தில்தான் எனக்குப் பிரார்த்தனைகளின் ஞாபகம் வந்தது.

உடனே நான், என்னுடலின் எடையை ஒரு கையிலிருந்து மற்றொன்றிற்கு மாற்றியபடி தலையை அசைத்தபடி, கால்களை மேலும்கீழும் உதறிக் கொண்டேன். ஜீடாஸ் என்னைப் பார்த்து எனக்குள்ளிருந்த சக்தியை உணர்ந்து சோர்ந்துபோனது. கடைசியில், சுவரோரம் சென்று அசைவற்று படுத்துக்கொண்டது.

நேரம் ஆகஆக, என்னுடைய பிரார்த்தனைகளும் பன்மடங்காகியது. ஆயிரக்கணக்கான புண்ணிய தினங்கள் கூரையைப் பிளந்துகொண்டு வான்நோக்கிச் சென்றன. கேர்பஸ், அன்று மதியத்திற்குப் பிறகு அறைக்குள் வந்தான்.

வேர்வையால் நனைந்த என்னுடலையும் தரையில் தேங்கிக்கிடந்த வேர்வையையும் கண்டான். மிக முரட்டுத்தனத்துடன் கொக்கியிலிருந்து என்னை விடுவித்து நாயை உதைத்து வெளியே துரத்தினான். அன்று மாலை முழுவதும் என்னால் நடக்கவோ அல்லது கைகளை அசைக்கவோ முடியவில்லை. நான் படுக்கையிலிருந்தபடி பிரார்த்தனைகளைச் சொல்லிக்கொண்டிருந்தேன். நூற்றுக்கணக்கான, ஆயிரக்கணக்கான புண்ணிய தினங்கள் என்னுள்ளிருந்து வந்துகொண்டிருந்தன. ஒரு நிலத்திலிருக்கும் கோதுமை

தானியங்களின் எண்ணிக்கையைவிட, என்னுடைய புண்ணிய தினங்களின் எண்ணிக்கை சொர்க்கத்திலிருக்கும் என்பது நிச்சயமாகும். எந்தநேரத்திலும் இவை அவ்வுலகத்தினரால் கவனிக்கப்படலாம். ஒருவேளை, இந்த நொடியிலும்கூட, வானத்துப் புனிதர்கள் என் வாழ்வில் நல்லதொரு மாற்றத்தைக் கொண்டுவருவதற்காக முடிவெடுத்துக் கொண்டிருக்கக்கூடும்.

கேர்பஸ், என்னைத் தினந்தோறும் தொங்கவிடத் தொடங்கினான். சிலசமயம், காலையிலும் சிலசமயம், மாலையிலும் அவ்வேலையைச் செய்தான். திருடர் பயமும் நரிகளின் பயமும் இருப்பதால் இரவு நேரங்களில் ஜீடாஸை வெளிப்புறத்தில் காவல் செய்யவிட்டுவிடுவான். அந்த அவசியம் மட்டும் இல்லாமலிருப்பின் அந்நேரத்திலும் என்னைத் தொங்கவிட்டிருப்பான்.

எல்லாமே வழக்கம்போல்தானிருந்தன. நான் தொங்கும்போது, என்னிடம் சக்தி இருக்கும்வரை, அந்த நாய் அமைதியாகத் தூங்குவதுபோலவோ அல்லது ஈக்களைப் பிடிப்பதுபோலவோ பாசாங்குசெய்யும். ஆனால் வலி என்னுள் தீவிரமடையும்போது, எனக்குள் நடப்பதை அது அறிந்தாற்போல் சட்டென்று எச்சரிக்கையாகிவிடும், வேர்வையானது வழிந்து, இறுக்கமாகிப்போன தசைகளின் மீதோடி, தரையில் பட்பட்டென்று வீழும். ஆசுவாசப்படுத்திக் கொள்வதற்காக காலை நீட்டும்போதெல்லாம் அது சட்டென்று பாய்ந்துவரும்.

மாதங்கள் கடந்தன. கேர்பஸ் அடிக்கடி குடிக்கத் தொடங்கியதாலும் அவனுக்கு வேலைசெய்யப் பிடிக்காமற்போனதாலும் பண்ணையில் நான் இருக்கவேண்டிய அவசியம் அதிகமாயிற்று. என்னுடைய, தேவையானது இல்லாதசமயத்தில் மட்டுமே, அவன் என்னைத் தொங்கவிட்டான். அவனுடைய போதை தெளிந்ததும், பசிகொண்டு கத்தும் பன்றிகளின், பசுக்களின் குரல்களைக் கேட்டதும், என்னை விடுவித்து வேலைசெய்யும்படி உத்தரவிடுவான். இப்போது கை தசைகளெல்லாம் நன்றாகப் பழக்கப்பட்டுவிட, பெருத்த முயற்சியின்றி நெடுநேரம்வரை என்னால் தொங்கமுடிந்தது. இருப்பினும் என்னுடைய வயிற்றுக்குள் தோன்றும் வலி மட்டும், இப்போதெல்லாம் ஒருவிதமான பிடிப்புபோல் மாறி என்னைப் பயமுறுத்தியது. இனிமேல் எனைப் பிடிக்கவேமுடியாது என்ற அவநம்பிக்கை ஜூடாஸுக்கு வந்துவிட்டிருந்தாலும், அது சந்தர்ப்பங்களைத் தவறவிடாமல் பாய்ந்துவந்து தன் வேலையைக் காட்டிக்கொண்டேயிருக்கிறது.

கொக்கியின் தோல்வாரில் தொங்கும்போதெல்லாம், மற்ற எல்லாவற்றையும் விடுத்துப் பிரார்த்தனையில் மட்டுமே கவனம் செலுத்தினேன். என்னுடைய சக்தி தீருகின்றதுபோல் தோன்றும் பொழுது, பத்து அல்லது பதினைந்து பிரார்த்தனைகள் சொல்லி முடித்தபின்னரே, கீழே விழவேண்டும் என்று உறுதிகொள்வேன். அதைச் சொல்லிமுடித்ததும், இன்னொரு பத்துப் பதினைந்து என்று பிரார்த்தனை செய்வேன். எந்தக் கணத்திலும் ஏதாகிலும் நடக்கும் என்பதில் நான் ஆழ்ந்த நம்பிக்கைகொண்டிருந்தேன்.

அதாவது, உபரியான ஆயிரக்கணக்கான புண்ணிய தினங்கள் என் உயிரைக் காக்கக்கூடும். ஒருவேளை, இந்த நொடியில்கூட நான் உயிரோடிருப்பதன் காரணமே அதுவாக இருக்கக்கூடும்.

சிலசமயம், என்னுடைய உடல் வலியை மறப்பதற்காக ஜூடாஸை வெறுப்பேற்றுவேன். முதலில், கீழே விழப்போகிறார்போல் கைகளைச் சுழற்றுவேன், உடனே அது குரைக்கும்.

குதிக்கும்; கோபத்தில் துடிக்கும்; பிறகு பழையபடி அது தூங்கிவிடும். உடனே கூச்சலிடுவேன், உதடுகளைத் தட்டி சப்தமெழுப்புவேன், பற்களை நறநறவென்று கடிப்பேன். அதற்கோ என்ன நடக்கிறதென்றே புரியாது. ஆனால் என் கதை முடியப்போகிறது என்று நினைத்துக்கொண்டு, பித்துப்பிடித்தாற்போல் இருளூடே சுவரின்மீது மோதும், கதவருகே இருக்கும் முக்காலியில் தடுக்கிக்கொள்ளும். பிறகு வலியால் உறுமியபடி, வெகுவேகமாக மூச்சிரைக்கும், பிறகு களைத்துவிடும். உடனே நான் தருணத்தைப் பயன்படுத்திக்கொண்டு கால்களை நீட்டிக்கொள்வேன். அவ்வறையில், நாயின் குறட்டை ஒலி கேட்கத் துவங்கும்போது, வலியைத் தாங்கும் திறனுக்காக, உடல் வலிமை எனும் பரிசை எனக்கு நானே தந்துகொள்வேன். அதாவது, ஒவ்வொரு ஆயிரந்தின புண்ணிய பிரார்த்தனை வரை ஒரு காலை நீட்டிக்கொள்வேன். ஒவ்வொரு பத்துப் பிரார்த்தனை வரை ஒரு கைக்கு ஓய்வளிப்பேன். அதோடு, ஒவ்வொரு பதினைந்து பிரார்த்தனைகளும் முடிந்தவுடன், உடலின் நிலையை மொத்தமாக மாற்றிக்கொள்வேன்.

திடீரென, எதிர்பாராத தருணத்தில் வெளியே தாழ்திறக்கும் சப்தம் கேட்கும். அதைத் தொடர்ந்து கோர்பஸ் உள்ளே நுழைவான். இன்னும் நான் உயிருடனிருப்பதைக் கண்டதும், சபித்துக்கொண்டே, குட்டி நாய்போலக் கதறும் வரை அதை உதைப்பான்.

இக்கட்டான இச்சமயத்தில், கடவுள்தான் அவனை அனுப்பியுள்ளாரோ என்று நான் ஆச்சரியப்படுமளவுக்கு அவனுடைய கோபம் கடுமையாக இருக்கும். உடனே அவனுடைய முகத்தை ஏறிட்டுப் பார்ப்பேன். ஆனால் அதில் தேவலட்சணம் ஏதும் தென்படாது.

இப்போதெல்லாம் நான் அடிக்கடி உதைபடுவதில்லை. ஏனெனில், தொங்குவதற்கே நேரம் சரியாக இருந்தது. தவிரவும், பண்ணையில் வேறு வேலை இருந்தது. அவன் எதற்காக என்னைத் தொங்கவிடுகிறான் என்று யோசித்துப் பார்ப்பேன். இத்தனை நாட்களாக அந்த நாயால் என்னை ஒன்றும் செய்துவிட முடியாதபோதிலும், ஒருநாள் அது நிச்சயம் கொன்றுவிடும் என்று எதிர்பார்க்கிறானா என்ன?

ஒவ்வொருமுறையும் தொங்கிவிட்டபின்னர், பழைய நிலைமைக்கு வர கொஞ்சநேரம் பிடிக்கும். ராட்டையில் சுற்றப்படும் நூல்போல் உடல் தசைகள் விரிந்து, பழைய நிலைமைக்கு வரமறுக்கும். மலர்ந்த சூரியகாந்தி மலரைத் தாங்கும் விறைப்பான, பலவீனமான தண்டுபோல என்னை உணர்வேன்.

இதனால் வேலைகளை மெல்லமாகச் செய்வதால் கேர்பஸ் என்னை உதைப்பான். ஒரு சோம்பேறிக்கு அடைக்கலம் தரமுடியாது என்றும் ஜெர்மானிய சோதனைச் சாவடியில் என்னை ஒப்படைத்துவிடுவேன் என்றும் மிரட்டுவான். இதனால் நான் முன்பைவிடக் கடினமாக உழைக்க ஆரம்பித்தும், கேர்பஸ் திருப்தி அடைந்தானில்லை. அப்போதெல்லாம் கொக்கியில் தொங்கவிட்டு விடுவான். கீழே அந்த நாய் பொறுமையுடன் காத்திருக்கும்.

வசந்தகாலம் கடந்துபோனது. எனக்கு முன்பே பத்து வயதாகிவிட்டிருந்தது. இவ்வளவு காலமாக நான் தினந்தோறும் சேர்த்துவைத்திருக்கும் புண்ணிய தினங்களின் கணக்கை யார்தான் அறிவார். தேவலாயத்து விழா நாள்வேறு வரப்போகிறது. அந்த விருந்துக்கு, புதிய ஆடைகளைத் தயாரிப்பதில் கிராமத்து மக்கள் மும்முரமாக ஈடுபட்டுக் கொண்டிருந்தார்கள். பெண்கள் எல்லோரும் மணமுள்ள தைல இலைகள் சன்டெவ், எலுமிச்சை, ஆப்பிள் மர மலர்கள் மற்றும் காட்டுச்செடி இலைகளால் மாலைகளைத் தயார்செய்தார்கள். இவை ஆலயத்தில் ஆசிர்வதிக்கப்படும். தேவலாயத்தின் நடுக்கூடம் மற்றும் பலிபீடத்தைப் பூச்சமரம், நெட்டிலிங்கமரம் முதலியவற்றின் பசுங்கிளைகளால் அலங்காரம் செய்தனர். அந்த விருந்துக்குப் பிறகு இந்த மரக்கிளைகளின் மதிப்பு

பன்மடங்காகிவிடும். அவை காய்கறித் தோட்டங்கள் மற்றும் சணல் பயிர்களூடே நடப்படும். இதனால் அபரிதமான வளர்ச்சி இருப்பதோடு பூச்சிகளின் தொல்லைகளும் கட்டுப்படும்.

விழா தினத்தன்று, கேர்பஸ் விடியற்காலையிலேயே ஆலயத்திற்குப் புறப்பட்டுச் சென்றான். நான் கடைசியாகக் கிடைத்த உதையினால் ஏற்பட்ட வலியினாலும் காயத்தினாலும் பண்ணையிலேயே கிடந்தேன். ஆலயத்தில் ஒலித்த மணியோசையின் எதிரொலி நிலங்களைக் கடந்து, உடைந்தாற்போலக் கேட்டது. ஜீடாஸ்கூட சூரியவொளியில் அமைதியாக நின்றபடி அதைக் கேட்டது.

இந்த விழா நாள், காதர்பஸ் கிறிஸ்டி எனப்படுகிறது. அதாவது, இந்தத் திருநாளில் கடவுளின் மகன், வேறெந்த விழா நாட்களைவிடவும், தேவலாயத்தில் பரிபூரணமாக உணரப்படுவார் எனச் சொல்லப்படுகிறது. இந்நாளில் எல்லோருமே அவ்விடத்திற்குச் செல்வார்கள். பாவியும் புண்ணியவானும் விடாமல் பிரார்த்தனை செய்பவனும் ஜெபமே செய்யாதவனும் செல்வந்தனும் ஏழையும் ஆரோக்கியமானவனும் நோயாளியும் எல்லோருமே இன்று கட்டாயமாகச் செல்வார்கள். ஆனால் நான் மட்டும், கடவுளால் படைக்கப்பட்டிருந்தாலும் நல்ல கதியை அடையவேமுடியாத இந்த நாயுடன் தனித்துவிடப்பட்டிருந்தேன்.

அந்நேரம், சட்டென்று ஒரு முடிவுக்கு வந்தேன். இத்தனைகாலமாக நான் சேகரித்த புண்ணியம், சிறுசிறு புனிதர்களுக்கும் சவால்விடுமளவுக்கு இருக்குமென்பது நிச்சயம். என்னுடைய ஜெபங்கள், தெளிவாக உணரக்கூடிய அளவுக்குப் பலன்களை உண்டுபண்ணாவிட்டாலும், தர்மம் ஒன்றே சட்டமாக இருக்கும் சொர்க்கத்தில், அவை கவனிக்கப்பட்டிருக்கும் என்பது சர்வநிச்சயம்.

எதற்கும் பயப்படத் தேவையில்லை. உடனே நிலங்களைப் பிரிக்கும் வரப்பில் ஆலயத்தை நோக்கி நடக்கத் தொடங்கினேன்.

விதவிதமான நிறங்களாலான ஆடைகளணிந்த மக்களின் கூட்டத்தால் ஆலயம் நிரம்பி வழிந்தது. அவர்களின் கட்டைவண்டிகளும் குதிரைகளும் அலங்கரிக்கப்பட்டிருந்தன. நான் சரியான தருணம் பார்த்து, பக்கவாட்டுக் கதவின்வழியாக உள்ளே நுழைவதற்காக ஒரு மூலையில் மறைந்தபடி காத்திருந்தேன்.

அப்போது பாதிரியாரின் வீட்டு வேலைக்காரி என்னைக் கண்டுவிட்டாள். இந்த நாளுக்காகப் பலிபீடத்தில் சேவைசெய்யத் தேர்வு செய்யப்பட்ட பையன்களில் ஒருவன், விஷத்தால்

உடல்நலக் குறைவாகிவிட்டானென்றும், அவனுக்குப் பதிலாக நான் உடனே உடை மாற்றும் அறைக்குச் சென்று ஆடை மாற்றிக்கொண்டு தயாராகவேண்டுமெனப் பாதிரியாரே கட்டளையிட்டாரென்றும் அவள் கூறினாள்.

கதகதப்பான அலையொன்று என்மீது வீசினாற்போல் தோன்றியது. நான் வானத்தை அண்ணாந்து பார்த்தேன். கடைசியில் யாரோ ஒருவர் என்னைக் கவனித்தேவிட்டார். அறுவடைக்காலத்து உருளைக் கிழங்குகளின் குவியல்போல் என்னுடைய பிரார்த்தனைகள் குவிந் துபோயிருப்பதை அவர்கள் கண்டுகொண்டுவிட்டனர். இதோ இன்னும் சில வினாடிகளில், அவருக்கருகே அவரின் பீடத்திற்கருகே அவருடைய பாதிரியாரின் பாதுகாப்பிற்குள்ளே நான் சென்றுவிடுவேன். இது ஒரு தொடக்கம்தான். இப்போதிலிருந்து புதியதொரு, சந்தோஷமான வாழ்வு எனக்கு ஆரம்பமாகிறது. காற்று நுழைந்து வெளியேறும் கசகசாச் செடி தண்டின் வெற்றிடம்போல, ஒருவனை அடியிலிருந்து முடிவரை ஆட்டி, அவனுக்குள்ளிருக்கும் சக்தியெல்லாம் வாந்தியெடுக்கச் செய்யும் பயங்கர நிகழ்வுகளின் உச்சகட்டத்தை பார்த்து முடித்துவிட்டேன். இனிமேல் கோர்பஸின் உதைகள் இல்லை, தொங்கத் தேவையில்லை, ஜீடாஸூம் இல்லை. மென்காற்று தாலாட்டத் தலையாட்டும் கோதுமைப் பயிர்களைக் கொண்ட, மஞ்சளான நிலம்போல, மென்மையான புதியதொரு வாழ்க்கை எனக்காக என்முன் காத்துக்கொண்டிருக்கிறது. ஆலயத்தை நோக்கி ஓடினேன்.

ஆனால் உள்ளே நுழைவதென்பது அவ்வளவு சுலபமாக இல்லை. வண்ண வண்ண ஆடைகளை அணிந்திருந்த கூட்டம், ஆலயத்தின் வெளிப்பாதையில் வெகுநெருக்கமாக இருந்தது. யாரோ ஒருவன் என்னைக் கண்டு, எல்லோரிடமும் விஷயத்தைச் சொல்லிவிட்டான். உடனே குடியானவர்கள் என்னருகே விரைந்து வந்து, பிரம்புச்செடி மற்றும் குதிரைச் சவுக்கால் விளாசித்தள்ள, வயதான குடியானவர்கள் இக்காட்சியைக் கண்டு தரையில் விழுந்துவிழுந்து சிரித்தனர். பிறகு நான், ஒரு மாட்டுவண்டிக்கு அடியில் இழுத்துச்செல்லப்பட்டு, அங்கு நின்றிருந்த குதிரைவாலில் கட்டப்பட்டேன். அதிலிருந்து விடுபடும்முன், இரண்டொருமுறை அது என்னை உதைத்துவிட்டது.

நான் உடல்நோக, நடுங்கியபடியே உடைமாற்றும் அறைக்குள் சென்றேன். என்னுடைய தாமதத்தினால், பாதிரியார் பொறுமையிழந்திருந்தார். உதவியாளர்கள் யாவரும் ஆடைகளை அணிந்துவிட்டிருந்தனர். நான்

உடல் உதறியபடி, பீடத்துப் பையனுக்குரிய கையில்லா ஆடையை அணிந்துகொண்டேன். பாதிரியார் வேறுதிசையில் பார்வையைத் திருப்பும்போதெல்லாம் மற்ற பையன்கள் என்னைத் தடுக்கிவிடுவதும், பின்னால் குத்துவதுமாக இருந்தனர். நான் மந்தமாக இருப்பதைக் கண்ட பாதிரியார் கோபத்துடன் என்னை இழுக்க, நீளமான நாற்காலியின் மேல் விழுந்து கைகளில் சிராய்த்துக்கொண்டேன். பிறகு எல்லாம் தயாராகிவிட, ஆடை அறையின் கதவு திறக்கப்பட்டது. ஆலயத்துள் எதிர்பார்ப்புடன் இருந்த கூட்டத்தின் முன்னிலையில், பீடத்தின் கீழ்ப்புறத்தில், பாதிரியாரின் இரண்டு பக்கங்களிலும் மூன்று பையன்கள் என்ற கணக்கில் நின்றுகொண்டோம்.

திருவிழாவின் பிரார்த்தனைக் கூட்டம் கோலாகலத்துடன் துவங்கியது.

பாதிரியாரின் குரல் வழக்கத்தைவிட மிக மென்மையாக ஒலித்தது. ஆர்கன் இசை, உணர்ச்சிப்பெருக்குடனிருந்த இதயங்களில் இடிபோல ஒலித்தது. பலிபீடத்துப் பையன்கள், அடிக்கடி செய்து பழக்கப்பட்டிருந்த சடங்குகளை மிக கவனத்துடன் செய்தனர்.

திடீரென, எனக்குப் பக்கத்தில் நின்றிருந்த பையனால் விலா எலும்பில் குத்தப்பட்டேன். அவன் கொஞ்சம் உதறலாக, பீடத்தை நோக்கித் தன் தலையை அசைத்துக் காட்டினான். தொண்டைக்குள் ரத்தம் பாய, நான் ஒன்றும் புரியாமல் வெறித்துப் பார்த்தேன். அவன் திரும்பவும் சைகைசெய்தான். அதேசமயம், நான் ஏதோ செய்யவேண்டும் என்ற எதிர்பார்ப்பைக் கண்களில் காட்டிக்கொண்டு பாதிரியார் நின்றிருப்பதையும் கவனித்தேன். நான் ஏதோ செய்யவேண்டும், ஆனால் எதை? ஒரு கணம் பீதியில் உறைந்து, மூச்சும் நின்றுவிட்டது. ஆலயத்து உயரதிகாரி என்பக்கம் திரும்பி, பிரார்த்தனைப் புத்தகத்தைத் தூக்கிச்செல்ல வேண்டும் என்று கிசுகிசுத்தார்.

பிறகுதான், பலிபீடத்தின் ஒரு முனையிலிருந்து மறுமுனைக்கு ஜெபப் புத்தகத்தைத் தூக்கிச்செல்ல வேண்டும் என்பதை உணர்ந்தேன். இந்தச் சடங்கை முன்பே பலமுறை பார்த்திருக்கிறேன். ஒரு பீடத்துப் பையன், முதலில் பீடத்தை நெருங்கி ஜெபப் புத்தகத்தை அது இருக்கும் தாங்கியுடன் சேர்த்துத் தூக்கி, பீடத்தின் கீழ்ப்புறப் படிக்கட்டின் மத்திக்குப் பின்புறமாக நகர்ந்துசென்று, புத்தகத்துடன் மண்டியிட்டு அமரவேண்டும். பிறகு எழுந்து அப் புத்தகத்துடன் மறுமுனைக்குச் செல்லவேண்டும். பிறகு தன்னிருப்பிடம் திரும்பவேண்டும்.

இப்போது இதையெல்லாம் செய்வது என் முறையாகும்.

கூட்டத்தின் மொத்தப் பார்வையும் என்னை வெறிப்பதை உணர்ந்தேன். அதேசமயம், கடவுளின் இருப்பிடத்தில் ஒரு நாடோடி ஊழியம் செய்ய வந்திருக்கும் காட்சிக்கு முக்கியத்துவம் தருவதுபோல், இசைக்கலைஞன் ஆர்கனை இசைப்பதை நிறுத்திவிட்டான். தேவாலயமெங்கும் ஆழ்ந்த அமைதி நிலவியது.

நடுங்கிக்கொண்டிருந்த என் கால்களைக் கட்டுப்படுத்திக் கொண்டு பீடத்தின் படிகளில் ஏறினேன். நூற்றாண்டுகளாகப் புனிதர்கள் மற்றும் சான்றோர்கள் கடவுளின் புகழைப் பாடிவைத்த பிரார்த்தனைகள்கொண்ட அந்த ஜெபப் புத்தகம், பித்தளை உருண்டைகள் கால்களில் அடிக்கப்பட்டிருந்த, ஒரு கனமான கட்டையாலான தாங்கியின் மீதிருந்தது. அதனைத் தொடும் முன்னரே, அதை என்னால் தூக்கமுடியாதென்றும் பீடத்தின் மறுமுனைக்குக் கொண்டுசெல்ல முடியாதென்றும் எனக்கு விளங்கிவிட்டது. தாங்கியைத் தவிர்த்து அந்தப் புத்தகமே மிகவும் கனமாக இருக்கும்.

ஆனால் இப்போது, பின்வாங்குவதென்பது நடவாத காரியம். பீடத்தின் அருகே நிற்க, மெழுகுவர்த்திகளின் மெல்லிய ஜுவாலை என் விழிகளுக்குள் தெறித்தது. அதன் ஆடுகின்ற தீபங்கள், சிலுவையில் அறையப்பட்ட இயேசு உருமீது ஒளிவீசி, அவருக்கு உயிரோட்டத்தை அளித்தன. ஆனால் அவரின் முகத்தை நான் ஆராய்ந்தபோது அவரின் கண்கள் வெறித்தாற்போல் தோன்றவில்லை. மாறாக, அவரின் பார்வை பீடத்தைத் தாண்டி எங்கேயோ, எங்கள் எல்லோருக்கும் அப்பால் குத்திட்டிருந்தது.

என் பின்புறமிருந்து யாரோ பொறுமையிழந்து உஸ்ஸென்றனர். நான், ஈரமாகிப்போன உள்ளங்கைகளைத் தாங்கியின் அடியில்வைத்து, மூச்சை பலமாக உள்ளிழுத்து, ஜெபப் புத்தகத்துடன் சேர்த்துத் தூக்கினேன். கால் விரல்களால் படியின் விளிம்பை உணர்ந்தபடி, மெல்லப் பின்னுக்கு நகர்ந்தேன். அப்போது ஊசி முனையளவான சுருக்கமான நேரத்தில், தாங்கியின் கனம் அதிகரித்து, பின்நோக்கித் தள்ளியது. நான் சீராக நிற்கமுடியாமல் தள்ளாடினேன். ஆயலத்தின் மேல் விதானம் சுழன்றது. அதேசமயம், ஜெபப் புத்தகம் தாங்கியுடன் படிகளில் உருண்டது. என்னுடைய தொண்டையிலிருந்து ஒரு கூச்சலொன்று ஒலித்தது. அதேசமயம், தொப்பென்று தரையில் விழுந்துவிட்டேன். பிறகு கண் விழித்துப் பார்த்தபோது

கோபத்தினால் சிவந்த முகங்கள் பல எனை நோக்கிக் குனிந்திருந்தன.

காய்ப்பேறிப்போன கைகள் பல தரையிலிருந்து என்னை வாரியெடுத்து, கதவை நோக்கி இழுத்துச் சென்றன. கூட்டமே உணர்ச்சிப்பெருக்குடன் இருந்தது. பால்கனியிலிருந்து, 'நாடோடி, ரத்தக் காட்டேரி' என்று ஆண் குரலொன்று ஒலித்தது, அதைத் தொடர்ந்து மேலும் பல குரல்கள் அவ்வார்த்தையை எதிரொலித்தன. பலவிதமான கரங்கள் முரட்டுத்தனமாகப் பதிந்து சதையைப் பிய்க்க, தாங்கவொண்ணா வேதனையில் துடித்துப்போனேன். அவர்களின் கருணையை வேண்டி அழ முயன்றேன். ஆனால் தொண்டையிலிருந்து சப்தமெதுவும் எழும்பவில்லை. இன்னொருமுறை முயன்றேன். ஆனால் என்னுள் குரலென்ற ஒன்றே இல்லை.

வெளிப்புறத்தின் சில்லென்ற காற்று என் உஷ்ணமான உடலைத் தடவியது. குடியானவர்கள், வெளியே இருந்த கழிவுகள் நிரம்பிய பெரியதொரு குழியை நோக்கி இழுத்துச் சென்றனர். அது இரண்டு, மூன்று ஆண்டுகளுக்குமுன் தோண்டப்பட்டதாகும். அதன் அருகிலேயே, சமய குருவின் இயற்கை உபாதைகளுக்காக, சின்னதொரு மறைவிடம் கட்டப்பட்டு, அதன் ஜன்னல்களில் சிலுவைக்குறி போன்று செதுக்கப்பட்டிருந்தது. அந்தப் பகுதியிலேயே இது ஒன்றுமட்டும்தான் இருக்கிறது. குடியானவர்கள் மலஜலம் கழிக்கவேண்டுமெனில் நிலத்திலேயே முடித்துக்கொள்வார்கள். மற்றபடி, ஆலயத்திற்கு வரும்போது மட்டுமே இக்குழியைப் பயன்படுத்துவார்கள். இது முழுவதுமாக நிரம்பிவிட்டதாலும், காற்றடிக்கும்போது ஆலயத்தினுள் துர்நாற்றம் அடிப்பதாலும் பக்கத்திலேயே புதிதாக வேறொரு குழி தோண்டப்பட்டுக் கொண்டிருக்கிறது.

அடுத்து எனக்கு நிகழப்போவதை உணர்ந்ததும், இன்னொருமுறை கத்த முயன்றேன். ஆனால் என்னுள்ளிருந்து ஒலியேதும் எழும்பவில்லை. ஒவ்வொருமுறையும் நான் திமிறும்போது பலசாலியான குடியானவனொருவன் கைகளால் என் வாயையும் மூக்கையும் மூடிவிடுவான். குழியிலிருந்து அடிக்கும் துர்நாற்றம் அதிகமாகிக்கொண்டே வந்தது. அதனருகில் நெருங்கி வந்து விட்டோம். இன்னொருமுறை தப்பிக்க முயற்சித்தேன். ஆனால் அவர்கள் என்னைப் பலமாகப் பிடித்திருந்தனர், ஆலயத்தினுள் நடந்த சம்பவத்தைப் பற்றியே பேசிக்கொண்டிருந்தனர். நான் ஒரு ரத்தக்காட்டேரி என்பதில் ஐயமில்லை என்றும் ஜெபக்கூட்டத்தில் என்னால் நிகழ்ந்த

162 ♦ பெரு. முருகன்

இடையூறால், அக்கிராமத்திற்கே கஷ்ட காலம் வரப்போகிறது என்றும் பேசிக்கொண்டார்கள்.

இப்போது நாங்கள் குழியின் விளிம்புக்கு வந்துவிட்டோம். அதன் பிரவுன்நிற சுருங்கிய மேற்பரப்பானது, கோப்பையில் இருக்கும் கோதுமை சூப்பின் மேற்பரப்பு போல, ஆவி பறக்கும் துர்நாற்றத்துடன் வெகுபயங்கரமாகக் காட்சியளித்தது. இப்பரப்பின் மேலே, விரல் நக நீளத்துக்கு வெட்டுக்கிளிகள் கூட்டமாக இருந்தன. அதற்கும்மேலே சூரிய ஒளியில் அழகாக மின்னும் நீலம் மற்றும் வயலட் நிறத்துப் பூச்சிகள் ரீங்காரமிட்டுக் கொண்டிருந்தன. அவை ஒன்றுடன் ஒன்று மோதிக்கொண்டு, குழியை நோக்கி விழுவதும் அடுத்த கணம் மேலேறிப் பறப்பதுமாக இருந்தன.

எனக்கோ குமட்டலெடுத்தது. அவர்கள், என் கைகளையும் கால்களையும் பிடித்து ஊஞ்சலாட்டினர். நீல வானத்து மங்கிய மேகங்கள் மெதுவாக நகர்ந்துகொண்டிருந்தன. பிறகு நான் குழியின் நடுவில் தூக்கியெறியப்பட்டு, மேற்பரப்பு அப்படியே இரண்டாகப் பிளந்துகொள்ள, உள்ளே மூழ்கினேன். மேலே சூரியவொளி மறைந்துபோக, மூச்சுத்திணற ஆரம்பித்தேன். பிறகு தன்னிச்சையாக, அந்த அடர்த்தியான திரவத்திற்குள் கைகளையும் கால்களையும் உதைக்கத் தொடங்கினேன். பிறகு குழியின் அடிப்புறத்தைத் தொட்டு அதேவேகத்தில் மேலே வந்தேன். உடனே வாயைத் திறந்து காற்றைச் சுவாசித்தேன். பிறகு மீண்டும் உள்ளே மூழ்கி மறுபடியும் மேலே வந்தேன். அந்தக் குழி மொத்தத்தில் பனிரெண்டு சதுரஅடிகள்தான் இருந்தது. இன்னொருமுறை உள்ளே சென்று, மேலேறியபோது விளிம்பை நோக்கித் தாவினேன். கடைசித்தடவை, அது என்னை உள்ளிழுப்பதற்கு முன்பாக, குழியின் விளிம்பில் படர்ந்திருந்த ஒரு காட்டுக்கொடியைப் பிடித்துக்கொண்டுவிட்டேன். உள்ளிழுக்கும் கழிவுச்சேற்றுக்கெதிராகப் போராடியபடியே, கொடியைப் பிடித்துக்கொண்டு மேலேறிவிட்டேன். கண்களைச் சகதி மூடிக்கொண்டிருக்க என்னால் தெளிவாகப் பார்க்க இயலவில்லை.

அந்தச் சதுப்புக்குளத்திலிருந்து, தப்பித்த அடுத்த வினாடி, வயிற்றில் பயங்கர சுளுக்குடன் தொடர்ந்து வாந்தி எடுத்தபடியே இருந்தேன். இதனால் என் சக்தியெல்லாம் தீர்ந்து, முட்செடிகளாலான புதர்களின்மேல் அப்படியே படுத்துவிட்டேன்.

தூரத்தில் ஆர்கன் ஓசையும் மனிதர்கள் பாடும் ஓசையும் கேட்டது. விழா முடிந்து திரும்பும் அவர்கள் நான் உயிரோடு

இருப்பதைக் கண்டால், திரும்பவும் இந்த நாற்றக்குழிக்குள் எறிந்துவிடுவார்கள் என்பதை உணர்ந்துகொண்டேன். எனவே, தப்பித்துச்செல்வதற்காக காட்டைநோக்கித் தவழ்ந்தேன். என்மேல் இருந்த கழிவைச் சூரியன் வேகவைக்க, ஈக்களும் பூச்சிகளும் கூட்டங்கூட்டமாக என்னைச் சுற்றிலும் மொய்த்தன.

வெகுவிரைவில், மரங்களின் நிழற்பகுதியை அடைந்ததும் குளிர்ந்திருந்த ஈரமான பாசிகளின்மேல் உருண்டேன். சில்லென்றிருந்த இலைகளின்மேல் தேய்த்துக்கொண்டேன். சின்னஞ்சிறு கிளையை எடுத்து, என் மேலிருந்த கழிவுகளை வழித்தெடுத்தேன். மணலை எடுத்து என் தலையில் தேய்த்துக்கொண்டேன். புற்களின் மேலே உருண்டேன். பிறகு திரும்பவும் வாந்தியெடுத்தேன்.

திடீரென்று, என் குரலுக்கு ஏதோ ஆகிவிட்டதை உணர்ந்தேன். நான் கத்துவதற்கு முயற்சித்தேன். ஆனால் நாக்கானது, உதவியற்ற பறவைபோலத் துடிதுடிக்க மட்டுமே செய்தது. என் குரலானது பறிபோய்விட்டது. இந்த பயங்கரத்தை உணர்ந்ததும், சில்லென்று வேர்வை வழிந்தது. ஆனால் இந்த உண்மையை என்னால் நம்பமுடியவில்லை. இது சாத்தியமில்லாதது, இந்தக் குரலைத் திரும்பவும் பெற்றுவிடுவேன். பிறகு சிலகணங்கள்வரை அமைதியாக இருந்து, திரும்பவும் முயற்சித்தேன். ஆனால் ஒன்றும் நடக்கவில்லை. சூழ்ந்திருந்த காட்டின் அமைதியை, பூச்சிகளின் ரீங்காரம் மட்டுமே கலைத்துக்கொண்டிருந்தது.

தரையில் அமர்ந்தேன். தாங்கிவிழுந்தபோது, நான் எழுப்பிய கடைசிக்கூச்சல் இன்னும்கூட காதுகளில் எதிரொலித்துக் கொண்டிருந்தது. அதுதான் நான் எழுப்பிய கடைசிக்கூச்சலா? பெரியதொரு குளத்தில், தனியாக நீந்தும் வாத்தின் கத்தல்போல், என்னுடைய குரலும் எங்கேனும் தப்பித்துப்போய்விட்டதா? அது, இப்போது எங்கே உள்ளது? அது, தன்னந்தனியாக ஆலயத்தின் உயர்ந்த கூரையூடே பறப்பதை மனக்கண்ணால் கண்டேன். அது, சில்லென்றிருந்த சுவர்களில், புனிதர்களின் படங்களில் சூரியனின் கதிர்கள் ஊடுருவமுடியாத ஜன்னல்களின் வண்ணக் கண்ணாடிகளில் மோதுவதைக் கண்டேன். அது, இலக்கின்றி இருளடர்ந்த மூலைகளிலிருந்து மிதந்தபடி, பலிபீடத்திலிருந்து பிரசங்க மேடைக்கு, அங்கிருந்து பால்கனிக்கு, அங்கிருந்து மறுபடியும் பலிபீடத்திற்கு எனக் கூட்டத்தினரின் ஒட்டுமொத்தக் குரல்களால் துரத்தப்படுவதையும் கண்டேன்.

இதுவரை கண்டிருந்த, வாயில்லா ஊமைகளெல்லாம் மனக்கண்ணில் தோன்றினர். அவர்கள் அதிகம்பேர் அல்லர், பேசமுடியாத ஊமைகளான அவர்கள் ஒன்றுபோலவே இருப்பார்கள்.

குரலுக்கு மாற்றாக, அவர்களின் முகங்கள் அஷ்ட கோணலாக முறுக்கிக்கொள்ளும். அதேசமயம், வார்த்தைகளுக்குப் பதிலாக வித்தியாசமான உடலசைவுகள் வெளிப்படும். மற்ற எல்லோரும் இவர்களை ஒருவித சந்தேகத்துடனே பார்த்துவந்தனர். அவர்களின் நடவடிக்கைகளால் ஒரு வித்தியாசமான படைப்பாகவே தோன்றுகின்றனர்.

என்னுடைய பேசும் சக்தி போனதற்கு முக்கியமான காரணம் இருக்கவேண்டும். நான் இதுவரை அறியாத ஏதோ ஒரு மாபெரும் சக்திதான் என் விதியை இதுபோல் ஆக்கியிருக்க வேண்டும். கடவுளோ அல்லது அவரின் புனிதர்களில் ஒருவரோ என்றுகூட என்னில் சந்தேகம் தோன்றியது. இதுநாள் வரை நான் சேர்த்துவைத்த புண்ணியங்களின் கணக்கோ எண்ணற்றவை. ஆக, கடவுள் என்னைத் தண்டிக்கக் காரணமில்லை. ஒருவேளை, என்னையறியாமலே வேறு ஏதேனும் சக்தியிடம் மாட்டிக்கொண்டு அது, என் புண்ணியங்களின்மீது ஆளுமை செலுத்தியிருந்தால்? அதனால்தான் கடவுள் என்னைக் கைவிட்டிருக்க வேண்டும்.

தேவாலயத்திலிருந்து விலகி, காட்டின் அடர்ந்த பகுதிக்குள் வந்துவிட்டேன். நெடுநாட்களுக்கு முன்பு வெட்டப்பட்டு, சூரியன் தொட்டறியாத மரங்களின் அடிப்பகுதிகள் கருநிறமான மண்ணிலிருந்து நீட்டிக்கொண்டிருந்தன. இவை, தம் உடலை வளர்க்கமுடியாமல் முடமாகிவிட்டன. அவை தன்னந்தனியாக நின்றபடி, குறுகிப்போய். எந்தவொரு சக்தியும் இவற்றை மாற்ற முடியாது. இலைகளாகவும் கிளைகளாகவும் மாறும் உயிர்ச்சத்து இவற்றுக்குக் கிடையாது. அவற்றின் முடிச்சிட்டிருந்த கணுக்கள், பார்வையில்லாத செத்த விழிகளைப்போல, உயிர்கொண்டு ஆடும் சகமரங்களை முடிவுறாமல் வெறித்துக்கொண்டிருந்தன. அவை காற்றால் தாலாட்டப்படப் போவதில்லை. மாறாக, காட்டின் ஈரத்தால் மெல்ல மெல்ல அழிந்துபோகும்.

12

காட்டுக்குள் படுத்தபடி காத்திருந்த கிராமத்துப் பையன்கள் என்னைப் பிடித்தபோது, பயங்கரமாக ஏதோ நிகழப்போகிறது என்று எதிர்பார்த்தேன். மாறாக, அவர்கள் என்னை கிராமத்துத் தலைமைக் குடியானவனிடம் அழைத்துச் சென்றார்கள். அவன் என்னுடலில் துரதிர்ஷ்ட அடையாளங்கள் எதுவுமில்லை என்று நிச்சயப்படுத்திக்கொண்ட பின்னர், மற்ற குடியானவர்களிடம் என்னைச் சேர்ப்பிக்க முயற்சித்துத் தோல்வியுற்றான், பிறகு மக்கர் என்ற விவசாயிடம் என்னை ஒப்படைத்தான்.

எல்லா நிலங்களையும் தாண்டித் தனியானதொரு இடத்தில் மகன் மற்றும் மகளுடன் மக்கர் வசித்துவந்தான். நெடுநாட்களுக்குமுன்பே அவன் மனைவி இறந்துவிட்டாளெனத் தெரியவந்தது. அவனையே அக்கிராமத்தில யாருக்குமே சரியாகத் தெரியாது. அவன் சில வருடங்களுக்கு முன்புதான் இவ்விடத்திற்கு வந்ததால், ஒரு அந்நியனாகக் கருதப்பட்டான். ஆனால் மகனென்று கூறும் அப்பையனிடமும், மகளென்று கூறும் அப்பெண்ணிடமும் அவன் தவறாக நடந்துகொள்ளும் பாவத்தைச் செய்வதினால்தான், மற்றவர்களைவிட்டு விலகியே இருக்கிறானென்ற வதந்தி, கிராமம் முழுவதும் பரவியிருந்தது.

மக்கர், குள்ளமாகவும் குண்டாகவும் தடியான கழுத்தைக் கொண்டவனாகவும் இருந்தான். என்னுடைய நாடோடி மொழியை மறைப்பதற்காகவே நான் ஊமையாக நடிக்கிறேனென்று சந்தேகப்பட்டான். சிலசமயம் இரவுநேரத்தில், நான் தூங்கும் சின்னஞ்சிறு பரணுக்குள் வந்து, என்னுடைய பேச்சை வெளிக்கொணர வேண்டுமென்றநோக்கில், காதில் ஓலமிட்டுப் பயமுறுத்துவான். நான் உடல் நடுங்கியபடியே எழ, பசிகொண்ட கோழிக்குஞ்சென வாயைத் திறந்து திறந்து மூடும். ஆனால் சப்தமெதுவும் எழாது. இதை உன்னிப்புடன் கவனிக்கும் அவன் ஏமாந்துபோவான். இந்தச் சோதனையை கொஞ்சநாட்கள் வரை செய்து பார்த்த அவன், பிற்பாடு முயற்சிகளைக் கைவிட்டுவிட்டான்.

அவனுடைய மகன் ஆண்டனுக்கு இருபது வயதாகிறது. செந்நிறத்தலையும் வெளுத்த விழிகளும்கொண்ட அவனுடைய இமைகளில் முடியே இருக்காது. அவனும் தந்தையைப்போலவே கிராமத்தவரிடமிருந்து ஒதுங்கியிருந்தான். யாரேனும் அவனிடம் ஏதாவது பேசினால், அவரை வித்தியாசமாகப் பார்த்துவிட்டு, பிறகு அமைதியாக நகர்ந்துவிடுவான். எல்லோரும் அவனை க்வெயில் என்று அழைத்தனர். ஏனெனில், க்வெயில் என்ற பறவையானது மற்றவற்றுக்குக் குரல் கொடுக்காமல் தனக்குத்தானே பேசிக்கொள்ளும்.

அவனுடைய மகளின் பெயர் எவ்கா. அவள் க்வெயிலைவிட ஒரு வயது சிறியவள். அவள் உயரமாக, பொன்னிற முடியும், மெலிவாக, கனியாத பேரிக்காய்களைப் போல மார்பகங்களையும் கொண்டவளாக, வேலிக் கம்புகளின் இடைவெளியில் புகுந்து வெளியேறும் அளவுக்குச் சிறுத்த இடைகொண்டவளாக இருந்தாள். அவளும் கிராமத்திற்குள் செல்லமாட்டாள். மக்கர், தன் மகனுடன் முயல்கள் மற்றும் அதன் தோல்களை விற்பதற்காக அண்டை கிராமங்களுக்குச் சென்றுவிடும்போதெல்லாம் அவள் தனியாகவே வீட்டிற்குள் முடங்கிக் கிடப்பாள். எப்போதாவது ஒருமுறை அனுல்கா என்ற உள்ளூர் மருத்துவச்சி மட்டுமே அங்கே வருவாள்.

கிராமத்தவருக்கு எவ்காவைக் கண்டாலே பிடிப்பதில்லை, அவளின் கண்களில் ஆட்டுச் சின்னம் தென்படுவதாக அவர்கள் கூறுவார்கள். அவள் கழுத்தை அவலட்சணமாக்கிக் கொண்டிருந்த, குரல்வளை வீக்க நோயையும் கர்ணகொடூரமான குரலைப் பற்றியும் கிண்டலடிப்பார்கள். அவளின் பார்வை பட்டாலே பசுக்கள் பால் கறக்காதெனவும், அதனால்தான் மக்கர் முயல்கள் மற்றும் ஆடுகளை மட்டுமே வளர்க்கிறானென்றும் கூறுவார்கள்.

மக்கரின் குடும்பமே கிராமத்தைவிட்டு வெளியேற்றப்பட வேண்டும், அவனுடைய வீடு எரிக்கப்பட வேண்டும் என்றெல்லாம் மற்ற குடியானவர்கள் முணுமுணுப்பதைக் கேட்பேன். ஆனால் மக்கர் இதற்கெல்லாம் பயப்பட மாட்டான். அவன் தன் சட்டைக்குள் எப்போதுமே ஒரு நீண்ட கத்தியை வைத்திருப்பான். அவனுடைய குறியும் மிக துல்லியமானது, ஒருமுறை சுவரிலிருந்த கரப்பான் பூச்சியை, சற்றுத் தொலைவிலிருந்து குறி தவறாமல் கத்தியை வீசிக் கொன்றுவிட்டான். அதேசமயம், எவனோ செத்துப்போன புரட்சியாளனிடமிருந்து எடுத்த கையெறிகுண்டைத் தன் சட்டைப்பைக்குள் வைத்திருக்கும் க்வெயில், அவர்களைத்

தொல்லைப்படுத்தும் யாராக இருந்தாலும் சரி அவர்களை மிரட்டுவான்.

வீட்டின் பின்புறம் ஓநாய்களை வேட்டையாடும் டிட்கோ என்ற பெயர்கொண்ட நாயொன்றை மக்கர் வைத்திருந்தான். வீட்டின் வெளிப்புற வழியில் வரிசையாக முயல்கூண்டுகள் இருந்தன. ஒரு கூண்டை மற்றொன்றிலிருந்து பிரிக்க, ஒயராலான வலை கட்டப்பட்டிருக்கும். மக்கர், ஒரேசமயத்தில் எல்லாவற்றையும் பார்க்க இயலாத சமயத்தில் அம்முயல்கள் முகரும், ஒன்றையொன்று தொடர்புகொண்டு பேசிக்கொள்ளும்.

மக்கர், ஒரு முயல் விற்பன்னன். பணக்கார விவசாயிகளால்கூட வாங்கமுடியாத, அற்புதமான முயல் வகைகளைக் கூண்டுக்குள் வைத்திருந்தான். பண்ணையில் நான்கு பெண் ஆடுகள் மற்றும் ஒரு கடா ஆட்டையும் வளர்த்துவந்தான். க்வெயிலே இவற்றைக் கவனித்துக்கொண்டான்; அவன் அவற்றிடமிருந்து பால் கறப்பான், புல்வெளிக்கு ஓட்டிச்செல்வான், சிலசமயம் அவற்றுடன் அவற்றின் வசிப்பிடத்தினுள் சென்று உட்புறமாகப் பூட்டிக்கொள்வான். வெற்றிகரமாக விற்பனையை முடித்துவிட்டு மக்கர் திரும்பும்போதெல்லாம், அவனும் அவன் மகனும் குடிப்பார்கள். பிறகு ஆடுகள் இருக்குமிடத்திற்குச் சென்றுவிடுவார்கள். அவர்கள் தங்களுக்குள்ளே சுகம் அனுபவித்துக்கொள்வதாக எவ்கா, மறைமுகமாகச் சொல்வாள். அச்சமயங்களில் யாரும் நெருங்காவண்ணம் கதவுக்கருகில் டிட்கோ கட்டப்பட்டிருக்கும்.

எவ்காவுக்கு, தன் சகோதரனையும் தந்தையையும் கண்டாலே பிடிப்பதில்லை. சிலசமயங்களில் மக்கரும் க்வெயிலும் சேர்ந்து ஆடுகளிருக்கும் இடத்திற்கு வரும்படி வற்புறுத்துவார்கள் என்ற பயத்தில், பல நாட்களுக்கு வீட்டைவிட்டே வரமாட்டாள்.

அவள் சமைக்கும்போது, நான் அவ்விடத்தில் இருப்பதை மட்டும் விரும்பினாள். காய்கறிகளை உரித்தும் விறகுகளைக் கொண்டுவந்தும், சாம்பலை வெளியே எடுத்துச்சென்றும் அவளுக்கு உதவுவேன்.

சிலசமயங்களில் தனக்கருகே நெருக்கமாக அமர்ந்து, கால்களை முத்தமிடும்படி கேட்பாள். நான் அவளின், மெலிதான காலின் ஆடு தசைகளைப் பற்றிக்கொண்டு, கணுக்காலிலிருந்து முத்தமிடத் தொடங்குவேன், முதலில் உதடுகளால் மென்மையாக முத்தமிடுவேன், கைகளால் மெல்லப் பிடித்துவிடுவேன், முட்டியின் அடிப்புறமிருக்கும் மென்மையான குழிவுக்குள்ளும் வெண்ணிறத் தொடைகளிலும்

முத்தமிடுவேன். பிறகு படிப்படியாக அவளின் பாவாடையை உயர்த்துவேன். இப்போது என் முதுகில் மெல்லத் தட்டப்பட்டு, அவசரப்படுத்தப்பட, வேகமாக முன்னேறி மெல்லக் கடித்தபடி முத்தங்களை இடுவேன். பிறகு அந்த உஷ்ணமான மேட்டை அடைந்ததும், எவ்காவின் உடல் உதறத் தொடங்கும். அவள், தன் கைகளால் முரட்டுத்தனமாக என் தலை முடியைக் கோதுவாள், கழுத்தை அமுக்குவாள், காதுகளைக் கிள்ளுவாள், வேகவேகமாகத் தட்டுவாள். பிறகு அவள், என் முகத்தைத் தன்னை நோக்கி அழுத்திக்கொள்வாள். பிறகு சில கணங்கள்வரை ஒருவித பிரமிப்பில் இருந்துவிட்டு, கட்டை பெஞ்சில் மல்லாக்கப்படுத்துக் கொள்வாள்.

இதைத்தொடர்ந்து, அடுத்து நடப்பதும் எனக்கு மிகவும் பிடிக்கும். அவள் கைப்பிடியில்லா, கால்வைத்த பலகைமீது அமர்ந்தபடி, ஆடையில்லாமல் பிளந்திருக்கும் கால்களுக்கிடையில் என்னை அழுந்தப் பிடித்துக்கொண்டு மெல்ல அணைத்தபடி மென்மையாக அழுத்திவிடுவாள். கழுத்திலும் முகத்திலும் முத்தமிடுவாள். அவளின் காய்ந்த, குட்டைப்புதர் போன்ற தலைமுடி என் முகம்மீது விழுந்திருக்க, நான் அவளின் வெளுத்த கண்களையும் முகத்தில் தொடங்கிக் கழுத்திலும் தோள்களிலும் பரவும் வெட்கச் சிவப்பையும் பார்ப்பேன். உடனே என்னுடைய கையும் வாயும் திரும்பவும் வேலையைத் தொடங்கும். எவ்கா நடுங்குவாள், வேகமாக மூச்சிரைப்பாள், அவளின் வாய் குளிர்ச்சியடையும், அவளின் நடுங்குகின்ற கைகள் என்னை அழுத்தமாக வாரியணைத்துக்கொள்ளும்.

ஆட்கள் வரும் ஓசை கேட்டால், உடனே அவள் சமையலறைக்கு ஓடிச்சென்று தலைமுடியையும் பாவாடையையும் சரிசெய்து கொள்வாள். நானோ, அந்திவேளை தீனி இடுவதற்காக முயல் கூண்டுகளை நோக்கி ஓடிவிடுவேன்.

பிற்பாடு மக்கரும் அவன் மகனும் தூங்கிவிட்டபிறகு அவள், எனக்கு உணவு கொண்டுவருவாள். நான் அவ்வுணவை அவசரமாக உண்ணும் வேளையில், அவள் என் பக்கத்தில் நிர்வாணமாகப் படுத்தபடி, ஆர்வத்துடன் என் கால்களை அழுத்துவாள், தலையில் முத்தமிடுவாள், அவசர அவசரமாக உடைகளை அவிழ்ப்பாள். நாங்களிருவரும் ஒன்றாகப் படுத்தபடி இருக்க, அவள் என்னுடலில் அழுந்தியபடி, இங்கே அங்கே என்று முத்தமிடவும் உறிஞ்சவும் சொல்வாள். அவளுடைய விருப்பங்கள் யாவும், எனக்கு வலியைத்தருவதாகவும் அர்த்தமற்றதாகவும் இருந்தாலும் மறுக்காமல் நிறைவேற்றுவேன். அவளின் அசைவுகள் முறுக்கிக்கொள்ள, என்னைப் பின்னிக்கொள்வாள்.

பிறகு மேலேறிப்படுப்பாள். அதன்பிறகு என்னை அவள்மேல் அமரவைத்துக் கொள்வாள், வெறியுடன் அணைத்துக் கொள்வாள், விரல் நகங்களால் முதுகையும் தோள்களையும் அழுத்திப் பிறாண்டுவாள். நாங்களிருவரும் அரைகுறை தூக்கத்துடன் மொத்த இரவையும் இவ்வாறு கழிப்போம், நான் அவ்வப்போது முழித்துக்கொள்ளும்போதெல்லாம் அவளின் ஆசைகளுக்கு அடிபணிவேன். அவனின் மொத்த உடலும் ஏதோ ஒரு ரகசியக் கொந்தளிப்பால் ஆட்கொண்டிருப்பதுபோலத் தெரிந்தது. அவளின் உணர்ச்சிகள், பலகையின்மேல் காயவைத்த முயலின் தோல்போல் விறைப்பாகிப் பிறகு திரும்பவும் பழைய நிலைக்கு வந்துவிடும்.

பகல் பொழுதில், க்வெயில் ஆடுகளுடன் இருக்கும்போது, மக்கர் இன்னும் வீடு திரும்பியிருக்காத வேளையில், முயல்களின் கூண்டுகளுக்கருகில் எவ்கா என்னைத் தேடிவருவாள். உடனே நாங்களிருவரும், வேலியைத் தாண்டிக் குதித்து உயரமாக வளர்ந்திருக்கும் கோதுமைக் கதிர்களின் இடையே காணாமல்போய்விடுவோம். அவள், என்னை வழிநடத்தியபடி சென்று, பாதுகாப்பானதொரு இடத்தைத் தேர்ந்தெடுப்பாள். பிறகு பயிர்களில்லா அவ்விடத்தில் நாங்கள் படுத்துக்கொள்ள, ஆடைகளை அவிழ்க்கும்படி அவள் அவசரப்படுத்துவாள், பொறுமையின்றி என் உடையைப் பற்றியிழுப்பாள்.

கோதுமைப் பயிர்கள் சுற்றிலும் தடவிக் கொடுக்க, நான் அவளுள் மூழ்கி, அவளின் சபலங்களை எல்லாவகையிலும் திருப்தி செய்ய முயற்சிப்பேன். எவ்கா, சிலநொடிகளுக்குள் தூங்கிப் போய்விடுவாள். அச்சமயம், பொன் நதிபோன்ற கோதுமைகளையும் சூரியவொளியில் மின்னும் நீலவண்ணப் பூச்சிகளையும் நிதானமாகப் பார்த்துக்கொண்டிருப்பேன். உயரத்தில் தூக்கணாங்குருவிகள் சுழன்றபடி பறந்துகொண்டு, பிரமாதமான காலநிலையின் வருகையை அறிவித்திருந்தன. பட்டாம்பூச்சிகள் சுதந்திரமாகச் சிறகடிக்க வானுச்சியில், கழுகொன்று தன்னந்தனியாக புறா ஒன்றுக்காகக் காத்திருந்தது.

நான் பாதுகாப்பையும் சந்தோஷத்தையும் உணர்ந்தேன். எவ்கா தூக்கத்திலேயே அசைந்தாள், அவளின் கைகள் தன்னிச்சையாக என்னைத் தேடின. கோதுமைப் பயிர்போல அவை என்னை வளைத்தன. உடனே நான் அவளருகே தவழ்ந்து சென்று, கால்களுக்கிடையில் கைகளைக் கொண்டுசென்றபடி முத்தமிட்டேன்.

என்னை ஒரு ஆண்மகனாக்க எவ்கா முயற்சித்தாள். இரவுகளில் அவள் என்னருகே வந்து, என் உறுப்பைத்

தூண்டுவாள், அதை வலிக்கும்படி கசக்குவாள், நக்குவாள். அச்சமயம், இதுவரை அறியாத ஒன்று எனக்குள் தோன்றுவதை அறிந்து ஆச்சரியமடைவேன். என்னால் கட்டுப்படுத்த முடியாத விஷயங்களெல்லாம் என்னில் தோன்றின. ஆனால் அது எதிர்பார்க்க முடியாததாக சிலசமயம் விரைவாக சிலசமயம் மெதுவாக நடந்தன. ஆனால் இனிமேல் இந்த உணர்ச்சியை என்னால் தடுத்து நிறுத்த முடியாது என்பது மட்டும் தெரிந்தது.

எவ்காவுக்கென்றால் எதை வேண்டுமானாலும் செய்வேன். நெருப்பில் சாகும் நாடோடித் தலையெழுத்தை நான் மறந்துவிட்டேன். எல்லோரும் கேலிசெய்யும், குழந்தைகளின்மேல், விலங்குகளின்மேல் மந்திரமிடும் துஷ்ட ஆவி முதலானவற்றையும் மறந்துவிட்டேன். என்னுடைய கனவுகளில், உயரமான, அழகான, வெண்தோலும் நீலக்கண்களும் கோடைகாலத்து இலைகளின் நிறத்தில் தலைமுடியும்கொண்ட ஆண்மகனாக உருமாறுகிறேன். கச்சிதமான, கருப்புச் சீருடையில், ஒரு ஜெர்மானிய அதிகாரியாக இருக்கிறேன் அல்லது காடுகளின் சதுப்பு நிலங்களின் எல்லா ரகசிய வழிகளையும் அறிந்த, பறவைகளைப் பிடிப்பவனாக ஆகிறேன்.

இந்தக் கனவுகளில், கலைநயமிக்க என் கைகளானது, கிராமத்துப் பெண்களின் உணர்ச்சியைத் தூண்டும், மலர்ப் படுக்கைகளிடையே என்னைத் துரத்தி, காட்டுப் புதர்களின்மேல் என்னுடன் படுத்திருந்த லூட்மிளாவாக அவர்களை மாற்றும்.

என் கனவுகளில் எவ்காவோடு ஒட்டிக்கொள்வேன், சிலந்திப் பூச்சிபோல பற்றிக்கொள்வேன், பூரான்போல பல கால்களால் அவளைப் பின்னிக்கொள்வேன். பெரியதொரு ஆப்பிள் மரத்தில் பின்னிக்கொண்டு வளரும் கொடிபோல, அவளுக்குள் ஒரு சிறுகிளைபோல வளர்வேன்.

முற்றிலும் வேறுபட்ட அர்த்தம்தரும் மற்றொரு கனவும் எனக்கு வரும். அதில், என்னை முழுமையானதொரு ஆண்மகனாக்கும் முயற்சியில் எவ்கா உடனடியாக வெற்றிபெறுகிறாள். மற்ற உடல் உறுப்புகள் அப்படியேயிருக்க, என்னுடைய ஒரே ஒரு பகுதி மட்டும் ராட்சசத்தனமாக வளர்கிறது. நான் தப்பித்தோடும் போக்கிரியாக மாறுகிறேன். நான் ஒரு கூண்டுக்குள் பூட்டப்பட்டிருக்க, கம்பி இடைவெளிகளின் வழியே, ஜனங்கள் என்னைக்கண்டு கிளர்ச்சியுடன் சிரிக்கிறார்கள். பிறகு அக்கூட்டத்தினடியில் நிர்வாணமாகத் தோன்றிவரும் எவ்கா, மிருகத்தனமான அணைப்புடன் என்னில் சேர்ந்துகொள்கிறாள். நான் அவளின் மென்மையான உடலில் ராட்சசத்தனமாக வளர்கிறேன்.

அப்போது சூனியக்காரி அனுல்கா, எங்களுக்கருகில் ஒரு பெரிய கத்தியுடன் மண்டியிட்டமர்ந்து என்னை அவளிடமிருந்து துண்டித்து எறும்புப்புற்றில் எறியத் தயாராகிறாள்.

பொழுது விடிய, என்னுடைய பயங்கரக் கனவுகளும் கலையும். கோழிகள் கத்த, சேவல்கள் கூவ, பசியால் முயல்கள் குதிக்க, இந்தச் சப்தங்களால் வெறுப்புறும் டிட்கோ உறுமும் குரைக்கும். எவ்கா வீட்டை நோக்கி நழுவ, எங்களிருவரின் உடல்களால் சூடான புற்களை, முயல்களுக்குத் தீனியிடுவேன்.

ஒரு நாளைக்குப் பலமுறை முயல் கூண்டுகளை, மக்கர் சோதித்தவண்ணம் இருப்பான். அவனுக்கு எல்லாவற்றின் பெயர்களும் தெரியும், எதுவும் அவன் பார்வையிலிருந்து தப்பமுடியாது. அவனுக்குப் பிடித்தமான சில பெண் முயல்களும் இருந்தன, அவை உண்ணும்போது கவனித்துக்கொண்டிருப்பான். அவை குட்டி போட்டிருந்தால், கூண்டைவிட்டே நகரமாட்டான். எல்லாவற்றையும்விட, ஒரு குறிப்பிட்ட பெண் முயலின் மீது அவனுக்கு அதிக அன்பு இருந்தது. அது கொழுகொழுவென, வெண்ணிறமாக, சிவந்த கண்களைக் கொண்டிருக்கும். மக்கர், அதை அவ்வப்போது வீட்டிற்குள் தூக்கிச் சென்று பல நாட்களுக்கு வைத்திருப்பான். இதன்பிறகு அம்முயல் சோர்ந்தாற்போலக் காணப்படும். சிலசமயம் அதன் வாலுக்கடியில் ரத்தம் சொட்டும், அது உணவேதும் கொள்ளாது, உடலும் நோயுற்றுவிடும்.

ஒருநாள் மக்கர், என்னை அழைத்து அம் முயலைக் கொன்றுவிடும்படி உத்திரவிட்டான். அவன் சொன்னதை என்னால் நம்பமுடியவில்லை. ஏனெனில் வெண்தோல், மிகவும் அபூர்வமான தோல், அதன் மதிப்பு அதிகம். தவிர, அது அளவில் பெரியதாக இருப்பதால் நிறையக் குட்டிகளை ஈனும் என்பதில் சந்தேகமில்லை. என்னையோ, முயலையோ திரும்பிக்கூடப் பார்க்காமல் மக்கர், தன் உத்தரவை மறுபடியும் சொன்னான். எனக்கு என்னசெய்வதென்றே தெரியவில்லை. எப்போதுமே அவன்தான் முயல்களைச் சாகடிப்பான். ஏனெனில், வலியில்லாமல் சட்டென்று சாகடிக்கும் அளவுக்கு என்னிடம் உடல்பலம் இல்லையென்ற பயம். மற்றபடி, தோலுரிப்பதும் அதைப் பதப்படுத்துவதும் என்னுடைய வேலை. பிற்பாடு அதன் கறியை எவ்கா பிரமாதமாகச் சமைப்பாள். என் தயக்கத்தைக் கண்ட மக்கர், என் கன்னத்தில் அறைந்து, அம்முயலைக் கொன்றுவிடும்படி திரும்பவும் சொன்னான்.

அது மிகவும் கனமாக இருந்ததால், கூண்டைவிட்டு வெளியே இழுத்துவருவது சிரமமாக இருந்தது. அது

கடுமையாகப் போராடியபடி கத்தியது. இதனால் அதன் காலைப் பிடித்து உயரத் தூக்கிக் காதுகளின் பின்னால் அறைந்து சாகடிக்க முடியாமல்போனது. வேறுவழியின்றி, சரியான தருணம்வரை காத்திருந்து, பலம் முழுவதையும் திரட்டி அதன் காதின்மேல் அறைய, அது கீழே விழுந்தது. எனினும், என்னை நானே நிச்சயப்படுத்திக்கொள்ள இன்னொருமுறையும் அடித்தேன். அது செத்துப்போய்விட்டது என்று தெரிந்ததும், பிரத்யேகமான கம்பத்தில் அதைத் தொங்கவிட்டுவிட்டு, கல்லின்மேல் கத்தியைத் தேய்த்துக் கூராக்கி, தோலுரிக்கத் தொடங்கினேன்.

முதலில், காலின் தோலைத் துண்டித்து, ஏதேனும் சேதாரம் ஆகிவிடக்கூடாது என்ற பயத்தில் மிகச் சிரத்தையுடன் தசையிலிருந்து அதைப் பிரித்தெடுத்தேன். பிறகு தேவையான இடங்களில் சிறுசிறு வெட்டுகளுடன் கழுத்துவரை உரித்துவிட்டேன். இந்த இடம் கொஞ்சம் சிக்கலானது. ஏனெனில், காதில் அடித்த அடியினால் மிகுந்த ரத்தப்போக்கு ஏற்பட்டு எது தோல், எது சதை என்றே தெரியாமலிருந்தது. விலைமிகுந்த முயல் தோலுக்குச் சேதாரம் நிகழ்ந்தால், மக்கருக்குக் கடுங்கோபம் வந்துவிடும். அதேபோல், இதற்கு ஏதேனும் ஆகிவிட்டால், அதன் விளைவு என்னவாகும் என்பதை நினைத்துப் பார்க்கக்கூட எனக்குத் தைரியம் இல்லை.

இப்போது இன்னும் கூடுதல் கவனத்துடன் அதன் தோலை தலைவரை உரித்தபோது, அதன் உடலெங்கும் மெல்லிய உதறல் தோன்றியது. இதனால் நான் உடலெங்கும் சில்லென்று வேர்த்துப் போனேன். பிறகு கொஞ்சநேரம் காத்திருந்தேன். ஆனால் அவ்வுடலில் அசைவேதுமில்லை. ஆக, இது என்னுடைய பிரமைதான் என்று நிச்சயப்படுத்திக்கொண்டு திரும்பவும் வேலையை ஆரம்பித்தேன். அடுத்த நொடி, அதன் உடல் முறுக்கிக்கொள்ள ஆரம்பித்தது. இவ்வளவு நேரமாய் அம்முயல் செத்துப்போகாமல், ஸ்தம்பித்து மட்டுமே இருந்திருக்க வேண்டும்.

அதைக் கொல்லத் தடியெடுக்க ஓடினேன். ஆனால் பயங்கரமான கூச்சல் என்னை நிறுத்திவிட்டது. பாதித் தோலுரிக்கப்பட்ட அவ்வுடல், தொங்கவிடப்பட்டிருந்த கம்பத்தில் துள்ளுவதும் நெளிவதுமாய் இருந்தது. பெருங்குழப்பத்திலும் பயத்திலும் மூழ்கி என்ன செய்கிறேன் என்பதை உணராமல் போராடிக்கொண்டிருந்த அதை விடுவித்துவிட்டேன். அது கீழே விழுந்த அடுத்த நொடியில், முன்பக்கமாகவும் பிறகு பின்பக்கமாகவும் ஓடத் தொடங்கியது. உரிக்கப்பட்ட தோல் தொங்க தரையில் உருண்டபடி, நிறுத்தாமல் கத்தியது.

மரத்தூள், இலைகள், அழுக்கு, சாணம் முதலானவை அதன் குருதி வழியும் உடலெங்கும் ஒட்டிக்கொண்டன. இப்போது அது மிக்க வன்மத்துடன் சுழல ஆரம்பித்தது. பாதி கழட்டிய காலுறைபோல, உரிக்கப்பட்ட தோல் கண்களை மறைக்க, திசை தெரியாமல் ஓடி, ஓடிந்த கிளைகளின்மேலும் செடிகளின்மேலும் மோதியபடி இருந்தது.

உள்ளத்தை ஊடுருவும் அதன் கதறல், வீட்டுக்குவெளியே பெருத்த களேபரத்தை உண்டுபண்ணிவிட்டது. கூண்டிலிருந்த முயல்களுக்கு வெறி கண்டது. பயந்துபோன பெண் முயல்கள் குட்டிகளை மிதித்தன, ஆண் முயல்கள் ஒன்றோடு ஒன்று சண்டையிட்டன, கூச்சலிட்டன, தம் பிருட்டத்தால் சுவரில் மோதின. டிட்கோ சங்கிலியோடு சேர்த்துத் துள்ளியது. கோழிகள் அப்பால் பறந்துபோவதற்கு முயற்சித்து சிறகை விரித்து முயற்சித்தன. ஆனால் முயற்சி தோல்வியுற்று தக்காளி வெங்காயங்களின் மீது விழுந்தன.

இப்போது முழுவதும் ரத்தமயமான அது, இன்னும் ஓடிக்கொண்டிருந்தது. புல்லின்மேல் ஓடியது, பிறகு கூண்டுக்குத் திரும்பிவந்தது. பிறகு அவரை நிலமூடே செல்ல முயற்சித்தது. ஒவ்வொருமுறையும் சுழன்றிருந்த தோல் எதிலாவது மாட்டிக்கொண்டால், பயங்கரக் கதறலுடன் நின்றது; ரத்தத்தை வழியவிட்டது.

கடைசியில், கையில் கோடாரியுடன் மக்கர் வெளியே வந்தான்; குருதிமயமான அதன்பின்னே ஓடி, ஒரே வீச்சில் இரண்டு துண்டாக்கினான். பிறகு திரும்பத்திரும்ப அதை வெட்டிக் கொத்துக்கறியாக்கிவிட்டான். அவனுடைய முகம் வெளுத்த மஞ்சள் நிறத்திலிருக்க, பலத்த மூச்சிரைப்புடன் சபித்தான்.

முயலின் உடல், ரத்தமுடன் ஒரு சதைக் குவியலாகி சலனமற்றுப்போன பின்பு மக்கர், என்னைக் கண்டு கோபத்தால் நடுநடுங்கியபடி அருகே வந்தான். தப்புவதற்கு நேரமின்றி, அவன் பலமாக வயிற்றில் உதைக்க நான் மூச்சிழந்து வேலியின்மேல் விழுந்தேன். உலகமே சுழல, கருநிறத்தில் என் தோல் உரிந்து, மேலே போர்த்தியதுபோல் கொஞ்சநேரத்துக்குக் குருடாகிப் போனேன்.

அந்த உதை, சில வாரங்களுக்கு என்னை அசையக்கூட விடாமல் செய்துவிட்டது. பழைய முயல் கூண்டில் நான் படுத்த படுக்கையாகிவிட்டேன். நாளுக்கு ஒருமுறை, க்வெயில் அல்லது எவ்கா என யாராவது ஒருவர் கொஞ்சம் உணவைக் கொண்டுவந்து தருவார்கள். சிலசமயம் எவ்கா

வருவாள். ஆனால் என் நிலைமையைக் கண்டதும் பேசாமல் சென்றுவிடுவாள்.

ஒருநாள், என் காயங்களைப் பற்றி கேள்விப்பட்ட அனுல்கா, உயிருள்ள சுண்டெலி ஒன்றுடன் வந்தாள். அதை என் கண்முன்னர் இரண்டாகக் கிழித்து, அதன் உயிர் அடங்கிப்போகும் வரை என் வயிற்றில் அழுத்திப் பிடித்தாள். அவளின் சிகிச்சை முடிந்ததும், வெகுவிரைவில் நான் குணமடைந்துவிடுவேன் என்று நம்பிக்கை தெரிவித்துவிட்டுப் போனாள்.

நான் எவ்காவையும் அவளின் குரல், தீண்டல், சிரிப்பு முதலான யாவற்றையும் இழந்து தவித்தேன். வெகுவிரைவாக குணமடைய முயற்சித்தேன். ஆனால் மனஉறுதி ஒன்று மட்டும் அதற்குப் போதுமானதில்லை. நான் எழுந்துநிற்க முயற்சிக்கும்போதெல்லாம் இறுக்கமான வலியொன்று வயிற்றில் தோன்றி, அசையவிடாமல் செய்துவிடும். கூண்டைவிட்டுத் தவழ்ந்தபடி வெளியேறிச் சிறுநீர் கழிப்பதுவேறு பெருத்த வேதனையைக் கொடுத்தது. இதன்காரணமாக பெரும்பாலும், நான் படுக்கின்ற இடத்திலேயே போய்விடுவேன். முடிவில் மக்கர் என்னிடம் வந்து, இன்னும் இரண்டு நாட்களில் வேலைசெய்ய ஆரம்பிக்காவிட்டால், மற்ற குடியானவர்களிடம் என்னை ஒப்படைத்துவிடுவேன் என்று கூறினான். அவர்கள், ரயில்வே ஸ்டேசனுக்கு ஏதோ பொருட்களைக் கொண்டுசெல்கிறார்களாம். கூடவே என்னையும் ஜெர்மானிய ராணுவக் காவலர்களிடம் மிக்க மகிழ்ச்சியுடன் ஒப்படைத்துவிடுவார்களாம்.

நானும் நடை பழக ஆரம்பித்தேன். ஆனால் நினைத்தபடி கால்களால் நடக்க இயலவில்லை. சீக்கிரமே களைப்பும் வந்துவிடுகிறது.

ஒருநாள் இரவு, வெளியே ஏதோ சப்தங்கள் கேட்டது. நான் பலகைகளின் இடைவெளி வழியே எட்டிப் பார்த்தேன். எண்ணெய் விளக்கு மங்கலாக எரிந்துகொண்டிருந்த தன் தந்தையின் அறை நோக்கி, அந்தக் கடா ஆட்டை க்வெயில் அழைத்துச் சென்றுகொண்டிருந்தான்.

அந்தக் கடாவை எப்போதாவதுதான் வெளியே அழைத்துவருவார்கள். அது பிரமாண்டமான, எவருக்கும் அஞ்சாத நாற்றமடிக்கும் விலங்கு. டிட்கோகூட அதை நெருங்க அஞ்சும். அது கோழிகளையும் வான்கோழிகளையும் தாக்கும். வேலியிலும் மரத்திலும் முட்டும். ஒருமுறை என்னைகூட துரத்தியது.

வண்ணம் பூசிய பறவை • 175

க்வெயில் வந்து பிடிக்கும் வரை நான் முயல் கூண்டில் போய் ஒளிந்துகொண்டேன்.

மக்கரின் அறைக்குள் வரும் எதிர்பாராத வருகையால் ஆர்வங்கொண்ட நான், கூண்டின் மேலே ஏறினேன். இதன்மேலிருந்து குடிசையின் உட்பகுதியைப் பார்க்க இயலும். கொஞ்சநேரத்தில் போர்வையால் போர்த்தியபடி, எவ்கா அங்கே வந்தாள். மக்கர், அந்த ஆட்டை நெருங்கிப் பூச்சமரக் கிளையொன்றால், அது போதுமான அளவு கிளர்ந்தெழும்வரை வயிற்றுக்கடியில் தடவினான். பிறகு மெல்ல அதைத் தட்டிக்கொடுத்து, அதை எழுந்து நிற்கசெய்து, அதன் முன்னிரண்டு கால்களைத் தூக்கி அலமாரியில் நிற்கும்படி வைத்தான். இப்போது எவ்கா போர்வையை விலக்கிக் கீழே வீசினாள். என்ன பயங்கரம்! அவள் படுநிர்வாணமாக அதற்கடியில் படுத்துக்கொண்டு, அதை ஒரு மனிதனாக எண்ணி ஒட்டிக்கொண்டாள். அவ்வப்போது மக்கர் அவளைத் தள்ளிவிட்டபடி, அந்த விலங்கை மேலும் கிளர்ச்சியூட்டினான். பிறகு அவன், எவ்காவை அதனோடு, கட்டிப்பிடித்து உறவுகொள்ளும்படிவிட்டான்.

என்னுள் ஏதோவொன்று குழம்பிப்போனது. என்னுடைய எண்ணங்கள் தனியே கழன்று, உடைந்துபோன குவளைபோலச் சிதறுண்டது. மீனின் இரைப்பையொன்று திரும்பத் திரும்ப குத்தப்பட்டு, சேற்றுநீருக்குள் அமிழ்வதைப் போல என்னை உணர்ந்தேன்.

எல்லா நிகழ்வுகளையும் எனக்குத் தெளிவாக உணரமுடிந்தது. அந்த உணர்வு, அடிக்கடி நான் கேட்டிருக்கின்ற ஒன்றை இப்போது தெளிவுபடுத்தியது. அது என்னவெனில், வாழ்க்கையில் வெற்றியடைந்தவரைப் பற்றி மற்றவர்கள் கூறுவது "அவன் சாத்தானுடன் தொடர்பு வைத்திருக்கிறான்".

லூஸிபர், கேட்வர், மம்மான் மற்றும் இதுபோல் பல பூதங்களுடன் தொடர்புவைத்திருப்பதாகக் குடியானவர்கள் ஒருவரையொருவர் குற்றஞ்சாட்டுவார்கள். சாத்தானின் சக்தி குடியானவர்களுக்குக் கிடைத்துவிட்டால் அவர்கள் அநேகமாக, அருகிலிருக்கும் மற்றவர்களின் உற்சாகத்தை அல்லது பலவீனத்தைப் பயன்படுத்திக் கொண்டுவிடுவார்கள்.

துஷ்டசக்திகள் செயல்படும் விதங்களைப் பற்றி, என் மனதில் காட்சியாகக் கொண்டுவர முயற்சித்துப் பார்த்தேன். மக்களின் மனமும் ஆத்மாவும் உழப்பட்ட நிலம்போல இச்சக்திகளுக்கு இலகுவாக இருக்கின்றன. இந்நிலங்களில், துஷ்டசக்தி தீங்கை உண்டாக்கும் விதைகளைத் தொடர்ந்து விதைக்கின்றது. அந்த

விதையானது ஏற்றுக்கொள்ளப்பட்டு, செடிகளாக முளைத்தால், அவர்களின் தேவைகள் நிறைவேற்றப்படுகின்றன. ஆனால் ஒரே ஒரு நிபந்தனை. அவர்கள் சுயநலக்காரர்களாக மற்றவர்க்குத் துன்பம் தருகிறவர்களாக இருக்கவேண்டும். சாத்தானுடன் ஒப்பந்தம் செய்துகொண்ட நொடியிலிருந்து அவர்கள் துன்பம், துயரம், அடி உதை, வெறுப்பு என மேலும் தன்னைச் சுற்றிலும் செயல்படுத்தப்படுத்த இன்னும் அதிகமான உதவிகளை எதிர்பார்க்கலாம். அவன் மட்டும் மற்றவருக்குத் துன்பம் தருவதை நிறுத்திவிட்டால், காதலின் வேகத்தில் சிக்கிவிட்டால், நட்பு, அன்பென்று மனமாற்றத்திற்கு வந்துவிட்டால், அவன் உடனடியாகப் பலவீனனாக மாறி, அவனுடைய வாழ்வே துன்பங்களும் தோல்வியுமாக, இதுவரை அவன் பிறருக்குச் செய்ததெல்லாம் அவனுக்கே வந்துவிடும்.

மனிதனின் ஆத்மாவைப் பீடிக்கும் இத்தகு சக்திகள் அவனுடைய செயல்களை மட்டுமின்றி, அவனது நோக்கங்கள் மற்றும் உணர்ச்சிகளைக்கூட உன்னிப்பாகக் கவனிக்கின்றன. இதிலொரு முக்கிய விஷயம் என்னவென்றால், சாத்தானுடன் நட்புக்கொண்ட ஒருவன், தன் முழுமனதுடன் தீங்கிழைக்க வேண்டும், அடுத்தவருக்குத் துன்பமிழைப்பதில் ஆனந்தம் அடையவேண்டும், துஷ்டசக்தி அளித்த கொடூரமான சக்திகளை மிக கவனத்துடன் பயன்படுத்தி, தன்னைச் சுற்றிலும் இருப்பவர்க்கு முடிந்தளவுக்குக் கேடு இழைக்க வேண்டும்.

வெறுப்பு, பேராசை, பழிக்குப் பழி, மற்றவரை தொலைத்துக் கட்டுதல் முதலான எண்ணங்களை எந்தளவுக்கு ஒருவன் கொண்டிருக்கிறானோ அந்தளவுக்கு, அச்சக்தியின் நன்மைகளை அவன் பெறமுடியும். மற்றவர்களோ, குழப்பம் அடைந்து, இலக்கை மறந்து, பாவத்திற்கும் புண்ணியத்திற்கும், ஆலயத்திற்கும், சத்திரத்திற்கும் இடையே தொலைந்து, கடவுளின் உதவியோ அல்லது சாத்தானின் உதவியோ கிடைக்காமல் திண்டாடுகிறார்கள்.

ஆக, நானும் அவர்களில் ஒருவனாக இருந்து வந்திருக்கிறேன். இவ்வுலகத்தின் உண்மையான விதிகளை சட்டென்று அறிந்து கொள்ளாமலிருந்ததற்காக என்னை நானே கடிந்துகொண்டேன். எவனொருவன், சூழ்ச்சியையும் வெறுப்பையும் வெளிப்படுத்தியுள்ளானோ, அவனை இச்சக்தி கட்டாயமாக கைக்கொண்டுவிடும்.

சாத்தானிடம் தன்னை விற்றுவிட்ட ஒருவன், வாழ்நாளெல்லாம் அதன் சக்தியின் ஆளுமையில் இருக்கவேண்டியதுதான். நாளுக்குநாள் அவன், தன் கெட்ட

காரியங்களின் எண்ணிக்கையை அதிகரித்துக்கொண்டே இருக்கவேண்டும். ஆனால் அவை எல்லாவற்றுக்கும் ஒரேமாதிரியான பலன் கிட்டாது. ஒருவனுக்குக் கேடு செய்வதால் கிடைக்கின்ற பலன், பலருக்குச் செய்வதால் கிடைப்பதைக் காட்டிலும் குறைவானதாகவே இருக்கும். எனவே, துஷ்ட காரியங்களின் பலன்களைப் பற்றி அறிந்துகொள்வது முக்கியமானதாகும். ஒரு இளைஞனின் வாழ்வை அழிப்பதால் உண்டாகும் லாபம், கொஞ்சகாலமே வாழப்போகும் கிழவனை அழிப்பதால் கிடைப்பதைவிட அதிகமாகவே இருக்கும். இதேபோல் கெட்டவன் ஒருவன், இன்னொரு மனிதனைக் கெடுத்து, அவனையும் தன்னைப்போலவே மாற்றிவிட்டால் கூடுதல் லாபம் கிடைக்கும். இவ்வாறு, ஒரு அப்பாவி மனிதனை அடிப்பதைக் காட்டிலும், அவனை மாற்றி மற்றவரை வெறுக்கச் செய்வதில்தான் வெற்றியே உள்ளது. ஆனால் ஒட்டுமொத்தமான மக்கள் கூட்டத்தையே வெறுத்தால், அதற்கு எக்கச்சக்கமான பலன் கிடைக்கும். பொன்னிற கேசமும் நீல விழிகளும் கொண்டு மக்களை, இருண்ட நிறம் கொண்டவர்களை எப்போதுமே வெறுக்கவைப்பதில் வெற்றிகண்டவன், எந்தளவுக்குப் பரிசுகளையும் பலன்களையும் பெற்றிருப்பான் என்பதை நினைத்துக்கூடப் பார்க்க முடியவில்லை.

இப்போது, ஜெர்மானியர்களின் அதீதமான வெற்றிகளின் பின்னணியையும் புரிந்துகொள்ளத் தொடங்கினேன். ஒருமுறை, அந்தப் பாதிரியார் ஒரு குடியானவனிடம், பழங்காலந்தொட்டே ஜெர்மானியர்கள் போர் செய்வதில் விருப்பமுடையவர்களாய் இருந்தார்கள் என்று சொல்லவில்லை? அமைதி என்பதே அவர்களுக்கு ஒத்துவராது. நிலத்தை உழுது, விதைத்து, அறுவடைக்காக வருடம் முழுவதும் காத்திருப்பதில் அவர்களுக்கு விருப்பமில்லை. அவர்களின் ஒரேவழி, மற்றவர்களைத் தாக்கி, தானியங்களை எடுத்துக்கொள்வதுதான். ஒருவேளை இவர்கள், துஷ்ட ஆவியின் பார்வையில் பட்டிருக்க வேண்டும். தீமை புரிவதில் உற்சாகங்கொண்டு, தங்களை ஒட்டுமொத்தமாக அச்சக்தியிடம் ஒப்படைத்துவிட்டிருக்க வேண்டும். இதனால்தான், அற்புதமான அறிவும் திறமையும் பிறப்பிலிருந்தே அவர்களுக்குக் கைகூடி வருகிறது. இக்காரணத்தால்தான், விதவிதமான தீங்குகளை மற்றவர்களுக்கு, இம்மனிதர்களால் செய்யமுடிகிறது. அவர்களைப் பொறுத்தவரை, வெற்றியானது தெளிவாகத் தெரியும் முடிவில்லா வட்டம் போன்றது. அவர்கள் எந்தளவுக்கு துன்பங்களைத் தோற்றுவிக்கிறார்களோ அந்தளவுக்கு சாத்தானின் சக்தியை அதிகமாக்குகிறார்கள். எந்தளவுக்கு அவர்களின் கேடுசெய்யும் சக்தி அதிகமாகிறதோ, அந்தளவுக்கு அவர்கள் சாத்தானை நெருங்கிவிடுகிறார்கள்.

யாராலும் அவர்களைத் தடுத்துநிறுத்த முடியாது. அவர்கள் வெல்லப்பட முடியாதவர்கள்; தங்களின் செயல்களை துல்லியமாகச் செய்பவர்கள். மற்றவர்களை வெறுப்பென்னும் குணத்தால் நாசம் செய்துவிட்டவர்கள், எல்லா மக்களுக்கும் கொலைக்களத்து தண்டனையைத் தந்துவிட்டார்கள். ஒவ்வொரு ஜெர்மானியனும் பிறக்கும்போதே தன் ஆத்மாவை சாத்தானுக்கு விற்றுவிட்டிருக்க வேண்டும். இதுதான் அவர்தம் சக்தியின், வலிமையின் முழுக் காரணம்.

இருளடர்ந்த கூண்டில், என்னுடல் முழுவதும் சில்லென்ற வேர்வை காய்ந்துவிட்டிருந்தது. நான்கூட பலரை வெறுத்திருக்கிறேன். நான் வலிமையடைந்தபிறகு, பழிக்குப்பழியாக அவர்களின் பண்ணைக்குத் தீவைக்கவும், அவர்களின் குழந்தைகளுக்கும் கால்நடைகளுக்கும் விஷம் வைக்கவும், சாக்காட்டு சதுப்புநிலங்களில் அவர்களை அமிழ்த்தவும் எத்தனை முறை கனவு கண்டிருக்கிறேன். ஒருவகையில் பார்த்தோமென்றால், நான் ஏற்கெனவே சாத்தானால் தேர்ந்தெடுக்கப்பட்டு அதனுடன் சேர்ந்துகொண்டுவிட்டேன். இப்போது தேவையானது என்னவெனில், கெட்டதைப் பரப்ப அச்சக்தியின் உதவி மட்டுமே. ஏனெனில், நான் ஒரு சின்னப் பையன். இனி வரும்காலத்தில், நான் அதற்கு மிக உதவியாக இருப்பேனென அது நம்புவதற்கு இடமிருக்கிறது. அதாவது, என்னுடைய வெறுப்பும் கெட்ட எண்ணமும் மெல்ல மெல்ல, பயன்தராத களைச்செடிகள்போல வளர்ந்து மற்ற நிலங்களுக்கும் பரவுவதுபோல் வளரும்.

இப்போது என்னுள் பலமும் நம்பிக்கையும் அதிகமாயிற்று. நான் துன்பத்தைத் தாங்குகிற காலமும் போயிற்று. நல்ல செயல்களில், பிரார்த்தனைகளின் சக்தியில், பலிபீடங்கள், மதகுருமார்கள் மேல் இருந்த நம்பிக்கையும் போயிற்று. தவிர, என் பேசும் சக்தியைக் கடவுள் பறித்துவிட்டார். எவ்காமீது நான் வைத்த காதல், அவளுக்காக எதையும் செய்யத் தயாராக இருந்த நிலை, இவற்றுக்கும் சரியான பரிசு கிடைத்துவிட்டது.

இப்பொழுது நான், சாத்தானின் உதவி பெற்றவர்களோடு சேர்ந்துவிடுவேன். இதுநாள் வரை அவர்களுக்குச் சொல்லும்படியான உதவிகளை செய்யவில்லை. ஆனால் குறுகிய காலத்திற்குள், சக்திவாய்ந்த ஜெர்மானியர் போல மாறிவிடுவேன். அதேபோல், மற்றவரை நுண்ணிய வழிகளில் அழிக்கக்கூடிய கூடுதல் சக்திகளும் கிடைக்கும். என்னோடு தொடர்புகொள்பவர்களும் கெடுமதி படைத்தவர்களாகிவிடுவார்கள். அவர்கள் அழித்தொழிக்கும்

வேலைகளை மேற்கொள்ள, ஒவ்வொரு வெற்றியும் எனக்குக் கூடுதல் சக்தியைத் தரும்.

காலம் பொன்னானது. துஷ்ட சக்திகளில் ஒன்றை ஈர்க்குமளவுக்கான செயல்களில் இறங்கவும் மிகுந்த வெறுப்பு கொள்ளுமளவுக்குத் தயாராகவும் வேண்டும். அவை இருப்பது நிஜமென்றால், என்னைப் பயன்படுத்திக்கொள்வதற்கான தருணத்தை அவை இழக்காது என்பதும் நிஜமே.

இப்போது என்னுள் கஷ்டம் என்பதே இல்லாமல்போனது; நான் மெதுவாக வீட்டை நோக்கித் தவழ்ந்து சென்று ஜன்னலுக்குள் எட்டிப் பார்த்தேன். அவ்வறையில் ஆட்டுடன் ஆடப்பட்ட ஆட்டம் முடிந்துவிட்டிருக்க, அவ்விலங்கு ஒரு மூலையில் அமைதியுடன் நின்றிருந்தது. இப்போது எவ்கா, க்வெயிலுடன் சரசமாடிக் கொண்டிருந்தாள். அவர்கள் இருவரும் நிர்வாணமாக ஒருவர்மீது ஒருவர் படுத்தபடி, தவளைகள்போலத் துள்ளியபடி, தரையில் உருண்டபடி, அவள் எனக்குக் கற்றுத்தந்த வழிகளில் கட்டிப்பிடித்தபடி இருந்தனர். நிர்வாணமாக இருந்த மக்கர், நின்றபடி அவர்களைப் பார்த்திருந்தான். பிறகு அவள் திமிறி உதைக்கத் தொடங்கியபோது, க்வெயில் இன்னும்கூட கம்பம்போல் விறைத்திருந்தபோது மக்கர், தன் மகளின் முகத்தினருகே மண்டியிட்டமர்ந்தான். அவனுடைய பெருத்த உடல் அவர்களைப் பார்வையிலிருந்து மறைந்துவிட்டது.

மேலும் கொஞ்சநேரத்திற்கு அவர்களைப் பார்த்தபடி இருந்தேன். அக்காட்சி, உறைந்து கூராக இருக்கும் பனிக்கட்டியின் முனையிலிருந்து சொட்டும் நீர்போல, என் மந்தபுத்தியை மெல்லக் கரைத்தது.

சட்டென, ஏதாவது செய்யவேண்டுமென்ற ஆவல் என்னுள் உதிக்க வெளியில் தாவினேன். என்னுடைய அசைவுகளில் பழக்கப்பட்ட டிட்கோ, ஒரு உறுமு உறுமிவிட்டு, திரும்பவும் படுத்துக்கொண்டது. நான் கிராமத்துத் தூர எல்லையிலிருந்த அனுல்காவின் குடிசையை நோக்கி விரைந்தேன். பிறகு அவ்விடத்தை அடைந்து காமெட் ஏதேனும் கிடைக்கிறதா என்று தேடத் தொடங்கினேன். என்னைக் கண்ட கோழிகள் திடுக்கிட்டு கத்தத் தொடங்கின. நான் கதவிடுக்கு வழியாக உள்ளே எட்டிப் பார்த்தேன்.

அச்சமயத்தில் அக் கிழவியும் எழுந்துகொண்டுவிட்டாள். உடனே நான் மரப்பீப்பாய் ஒன்றின் பின்னால் மறைந்துகொண்டேன். அனுல்கா வெளியே வந்ததும், நான் பேய் ஓலமிட்டபடி அவளின் விலாவில், ஒரு கொம்பால் குத்தினேன். அந்தக் கிழ சூனியக்காரி கிறீச்செனக் கத்திக்கொண்டே ஓடினாள். கடவுளையும் அவரின் தூதுவர்களையும் உதவிக்கு அழைத்தாள்.

தோட்டத்தில் தக்காளிச் செடிகளைத் தாங்கியிருந்த கம்புகளில் இடறி விழுந்தாள்.

நான் உள்ளிருந்த அறைக்குள் நழுவி, அடுப்பருகே இருந்த பழைய காமெட்டொன்றைக் கண்டு அதை எடுத்துக்கொண்டேன். அடுப்பிலிருந்து சிறிது நெருப்புக் கங்குகளை அதில் போட்டுக்கொண்டு காட்டை நோக்கி ஓடினேன். எனக்குப் பின்னால் அனுல்காவின் கூக்குரலும், அதனால் எழுந்த நாய்களின் குரைப்பொலிகளையும், அவளின் கத்தல்களுக்குக் குரல் கொடுத்தபடி மெல்ல வந்த மனிதர்களின் ஓசையையும் கேட்டேன்.

13

வருடத்தின் அந் நாட்களில், ஒரு கிராமத்திலிருந்து தப்பிப்போவதென்பது, அந்தளவுக்குக் கடினம் கிடையாது.

பையன்கள், வீட்டிலேயே தயார்செய்த ஸ்கேட்டுகளை ஷூக்களில் கட்டிக்கொண்டு, தலைக்குமேலே இரு கைகளாலும் துண்டை விரித்துக்கொண்டு, சதுப்புநிலங்களையும் புல்வெளிகளையும் மூடியிருக்கும் வழவழப்பான பனியின்மீது காற்று செல்கின்ற திசையில் செல்வதை அடிக்கடி பார்த்திருக்கிறேன்.

கிராமங்களுக்கிடையே இந்தச் சதுப்புநிலங்கள் பல மைல்கள் வரை பரந்திருக்கின்றன. கோடையில் இந்நிலங்களில் நீர்பெருகி, புதர்களும் நாணல்களும் மூழ்கும். மீனும் மற்ற உயிரினங்களும் பெருகும். தலையை உயர்த்திக்கொண்டு, உறுதியுடன் நீந்திச்செல்லும் பாம்புகளையும் அவ்வப்போது காணலாம். உள்ளூர் ஏரி, குளங்கள் உறைவதைப் போல இவை சட்டென்று உறைந்துவிடாது. காற்றும் நாணற்புற்களும் சதுப்புநிலத்து நீரை உறையவிடாமல் தடுப்பதுபோலத் தோன்றும்.

ஆனால் முடிவில் பனியானது எல்லாவற்றையும் பற்றிக்கொண்டுவிடும். உயரமான நாணற்புற்களின் முனைகளும் அங்கொன்று இங்கொன்று எனச் சிறுசிறு கிளைகளும் மட்டுமே தென்படும். அவற்றின் மேலே பனித்துகள்கள் விழுந்து மூடியிருக்கும்.

காற்று காட்டுத்தனமாக, கட்டுக்கடங்காமல் வீசியது. அது, மனித வசிப்பிடங்களைக் கடந்து, தட்டையான சதுப்பு நிலங்களின்மேல் வேகங்கொண்டு, மாவு போன்ற பனிதுகள்களுடன் சுழன்றடித்தது. வீசுகின்ற வழிகளிலெல்லாம், ஒடிந்த கிளைகளையும் காய்ந்துபோன உருளைச் செடிகளையும் தள்ளிக்கொண்டும் உயரமான மரங்களை வளைத்தபடியும் சென்றது. காற்றில் பல வகைகள் இருப்பதும், நிலங்களின்மேல் ஆதிக்கம் செலுத்த அவை தங்களுக்குள் சண்டையிடுவதும் எனக்குத் தெரியும்.

என்றேனும் ஒருநாள், கிராமத்தைவிட்டு வெளியேறுவது நிச்சயம் என்பது தெரியுமாதலால், முன்பே ஒரு ஜோடி ஸ்கேட்டுகளைச் செய்துவைத்திருந்தேன். முனையில் சற்றே வளைவாகக் குடையப்பட்டிருந்த இரண்டு நீளமான மரத்துண்டுகளில், கனமான ஒயரை இணைத்தேன். பிறகு கயிறுகொண்டு நானே செய்த பூட்சுகளில் உறுதியாக அந்த ஸ்கேட்டுகளை கட்டிக்கொண்டேன். அப்பூட்சுகள், நீள்சதுரக் கட்டையாலான அடிப்பாகத்தையும் மேற்புறத்தில் முயல் தோல்களைக் கொண்டும் துணிகளைக் கொண்டும் செய்யப்பட்டது.

சதுப்புநிலத்தின் முனைக்கு வந்ததும் ஸ்கேட்டுகளை தயார் செய்துகொண்டேன். எரிந்துகொண்டிருந்த காமெட்டை தோளின் மேலே தொங்கவிட்டுக் கொண்டு, துணியைத் தலைக்குமேலே விரித்தேன். கண்ணுக்குப் புலனாகாத காற்றின் கைகள் என்னைத் தள்ள ஆரம்பித்தன. காற்றானது திடீர் திடீர் என வீச, நான் மெல்ல வேகம்கொண்டு, கிராமத்தைவிட்டு விலகிச் செல்ல ஆரம்பித்தேன். என் ஸ்கேட்டுகள் பனியின்மீது வழுக்கிச் செல்ல, காமெட்டின் கதகதப்பை உணர்ந்தபடி இருந்தேன். இப்பொழுது, பரந்து விரிந்திருந்த பனி சாம்ராஜ்யத்தின் நடுவில் இருந்தேன். அக்காற்று ‘ஓ’வென்று ஊளையிட்டபடி என்னை நகர்த்திச் செல்ல, வெண்ணிற விளிம்புகளைக் கொண்ட கருத்த மேகங்களும் என்னுடன் சேர்ந்து பயணித்தன.

முடிவேயில்லாமல் இருந்த அவ்வெண்ணிற வெளியில் காற்றோட்டத்துடன் பறக்கும், அலைக்கழிக்கப்படும், ஸ்டார்லிங் பறவையைப் போல சுதந்திரமாகத் திரிந்தேன். கட்டற்று வீசிய காற்றின் சக்தியில், என்மீது நான் வைத்திருந்த தன்னம்பிக்கையில் துணியை இன்னும் அகலமாக விரித்தேன். உள்ளூர் மக்கள் இக்காற்றை எதிரியாகக் கருதி, வீட்டு ஜன்னல்களை மூடிவைப்பதையும் அது பிளேக், வாதம், மரணம் முதலானவற்றைக் கொண்டுவரும் என்று நம்புவதையும் என்னால் நம்பமுடியவில்லை. காற்றின் எஜமான் சாத்தானென்றும் அதன் தீயகட்டளைகளை இவைதான் கொண்டுசெல்கின்றன என்றும் அவர்கள் கூறிவருகிறார்கள்.

பெரிதாக வீசத்துவங்கிய காற்று, என்னை இடைவிடாமல் தள்ள ஆரம்பித்தது. நான் அவ்வப்போது தென்பட்ட தாவரத் தண்டுகளின்மேல் தடுக்கப்படாமல், பனித்தரையில் பறந்துகொண்டிருந்தேன். சூரியன் மங்கலாகிவிட, முடிவில் நான் நின்றபோது, தோள்களும் கணுக்கால்களும் விறைத்திருந்தன. கொஞ்சநேரம் ஓய்வெடுத்துக்கொண்டு கதகதப்பூட்டிக்

கொள்ளலாம் என்று காமெட்டை எடுத்தபோது அது, அணைந்துபோயிருந்தது தெரியவந்தது. ஒரு சிறு தீப்பொறிகூட இல்லை. என்னசெய்வதென்று தெரியாமல், அப்படியே பயத்தில் தொய்ந்துபோய்விட்டேன். கிராமத்திற்கும் திரும்பிச் செல்ல இயலாது. ஏனெனில், கடுங்காற்றுக்கு எதிராக நீண்டநேரம் போராடுமளவுக்கு என்னுடலில் பலம் இல்லை. அருகாமையில் ஏதேனும் பண்ணைகள் இருக்கிறதா என்றும் இரவுக்குள் அவற்றை அடையமுடியுமா என்றும் தெரியவில்லை. அப்படியே அவற்றை அடைந்தாலும் புகலிடம் கிடைக்குமா என்பதும் தெரியவில்லை.

அப்போது, சீழ்க்கை சப்தத்துடன் வீசிக்கொண்டிருந்த காற்றுக்கிடையில், சிரிக்கிற ஓசையைக் கேட்டேன். சாத்தானே அவ்விடத்தில் தோன்றி, என்னைச் சுற்றிச்சுற்றி வரும்படி செய்து சோதிக்கிறான், அவனுடன் சேர்ந்துகொள்ளும் சமயத்திற்காகக் காத்துக்கொண்டிருக்கிறான் என்ற நினைப்பில் உடல் நடுங்கினேன்.

காற்றானது சாட்டையென என்மேல் வீச, ரகசியமாகப் பேசும் ஒலிகளையும் முணுமுணுப்புகளையும் முனகல்களையும் என்னால் கேட்கமுடிந்தது. ஒருவழியாக, துஷ்ட சக்திகளுக்கு என்மீது ஆர்வம் பிறந்துவிட்டது. வெறுப்பே உருவானவனாய் ஆக்குவதற்காக, முதலில் என்னை என் பெற்றோரிடமிருந்து பிரித்தன; பிறகு மார்த்தா மற்றும் ஓல்காவிடமிருந்து பிரித்தன; அந்தத் தச்சனிடம் ஒப்படைத்தன; பேச்சைப் பறித்தன; பிறகு எவ்காவை கடா ஆட்டிடம் சேர்ப்பித்துவிட்டன; இப்போதோ உறைந்துபோன பிரதேசத்துக்குள் என்னை இழுத்துவந்துவிட்டன; பனிப்பொழிவை முகத்தின்மேல் வீசுகின்றன. எண்ணங்களைக் குழப்புகின்றன. இப்போது நான், அவற்றின் சக்தியின் ஆளுமைக்குள் வந்துவிட்டேன், கிராமங்களுக்கிடையே அவை உருவாக்கிவைத்திருக்கும், கண்ணாடிபோன்ற பனிகளின் சாம்ராஜ்யத்தில் தனித்து விடப்பட்டிருக்கிறேன். அவை, என் தலைக்குமேலே குட்டிக்கரணங்கள் அடிக்கின்றன. அவை நினைக்கின்ற இடத்திற்கு என்னை அனுப்பிவிட முடியும்.

காலநேரம் மறந்துபோய், வலியெடுக்கும் பாதங்களால் நடக்கத் தொடங்கினேன். ஒவ்வொரு தப்படியும் நரக வேதனையைத் தர, அடிக்கடி ஓய்வும் எடுத்துக்கொள்ளவேண்டியதாயிற்று. நான் பனித்தரையின்மேல் அமர்ந்துகொண்டு, உறைந்த கால்களை அசைக்க முயன்றேன். கன்னங்களை, மூக்கை, காதுகளைத் தேய்த்துவிட்டுக் கொண்டேன். தலையிலும் உடையிலுமிருந்த பனியைத் தட்டிவிட்டேன். விறைத்த விரல்களை நீவி விட்டபடி, ஏதேனும் உணர்ச்சி வருகிறதா என்று முயற்சித்தேன்.

சூரியன் தொடுவானமருகே வந்துவிட, அதன் கதிர்கள் நிலவினுடையதுபோல் சில்லென்றிருந்தன. நான் அமர்ந்திருந்தபோது சுற்றியிருந்த இந்த உலகமே, திறமையான மனைவியொருத்தியால் மெருகிடப்பட்ட பெரியதொரு வாணலிபோலத் தென்பட்டது.

நான் அவ்வப்போது அடித்த காற்றைப் பயன்படுத்தி, துணியை தலைக்குமேலாக நன்றாக விரித்தபடி, சூரியன் மறையும் திசைநோக்கி நகர ஆரம்பித்தேன். கடைசியில், நம்பிக்கையை இழந்துவிடும்சமயத்தில் வீட்டுக்கூரைகளின் விளிம்புகளைக் கண்டேன். சிறிதுநேரத்திற்குப் பிறகு, அக்கிராமம் தெளிவாகத் தெரியத் தொடங்கியபோது, ஸ்கேட்டுகளில் வழுக்கியபடி பையன்களின் கூட்டமொன்று வருவதைக் கண்டேன். காமெட் இல்லாததால், அவர்களிடம் பயமேற்பட, வசிப்பிடத்தின் எல்லையைக் குறிவைத்து, வேறுதிசையில் செல்லத் தொடங்கினேன். ஆனால் பிரயோஜனமில்லை. அவர்கள் என்னைக் கவனித்துவிட்டார்கள்.

அக்கூட்டம் என்னைக் குறிவைத்து வந்தது. நான் காற்றின் திசைக்கெதிராக ஓடத் தொடங்கினேன். ஆனால் மூச்சுவிடக்கூட முடியாமல், கால்களால் நிற்கக்கூடமுடியாமல் காமெட்டின் பிடியைப் பிடித்தபடி அப்படியே கீழே அமர்ந்துவிட்டேன்.

அவர்கள் அருகே வர ஆரம்பித்தனர். பத்து அல்லது அதற்கு அதிகமாக இருந்தார்கள். கைகளைச் சுழற்றியபடி, ஒருவரையொருவர் தாங்கியபடி, காற்றுக்கெதிராக நிதானமாக வந்தனர். அவர்களின் குரல்களைக் காற்று பின்பக்கமாய் வீசிச்சென்றது. என்னால் ஒன்றும் கேட்கமுடியவில்லை.

அவர்கள் நெருங்கிவந்ததும், இரண்டு பிரிவாகப் பிரிந்து, என்னைச் சுற்றி எச்சரிக்கையுடன் நின்றுகொண்டனர். அவர்கள் என்னை விட்டுவிடுவார்கள் என்ற நம்பிக்கையில், பனித்தரையின் உடல் குறுக்கிப் படுத்து, துணியால் முகத்தை மூடிக்கொண்டேன்.

அவர்கள் சந்தேகத்துடன் சுற்றிவந்தனர். நான் அவர்களைப் பார்க்காததுபோலப் பாசாங்கு செய்தேன். அவர்களில் பலசாலிகளாகயிருந்த மூன்றுபேர் நெருங்கிவந்தனர். 'நாடோடி', 'நாடோடித் தேவடியாப் பையன்' என்று ஒருவன் சொன்னான்.

மற்றவர்கள் அமைதியாக நின்றனர். ஆனால் நான் எழுந்திருக்க முயற்சித்தபோது, என்மேல் பாய்ந்து கைகளை முதுகின் பக்கமாய் முறுக்கினர். இப்போது அக்கூட்டத்திற்கு

உணர்ச்சி பிறந்துவிட, வயிற்றிலும் முகத்திலும் அடிக்க, என் உதடு கிழிந்து ரத்தம் உறைய, ஒரு கண் வீக்கத்தினால் மூடிக்கொண்டது. அவர்களில் உயரமாக இருந்த ஒருவன் ஏதோ சொல்ல, மற்றவர்கள் மிக்க ஆர்வத்துடன் அவன் சொன்னதை ஒப்புக்கொண்டதுபோல் தோன்றியது. சிலர் என் கால்களைப் பிடித்துக்கொள்ள, வேறுசிலர் என் கால்சட்டையை அவிழ்க்க முயற்சித்தனர். அவர்கள் செய்யப்போவது புரிந்தது. வேறொரு கிராமத்திலிருந்து, தங்களின் இடத்திற்கு வந்த பையனை, இடையர்கள் எல்லாம் சேர்ந்து வல்லுறவுக்காளாக்கியதைப் பார்த்திருக்கிறேன். சமயோசிதமாகச் செயல்பட்டால்தான் தப்பிக்க முடியும் என்பது எனக்குத் தெரிந்தது.

உடனே அவர்கள், என் கால்சட்டையை அவிழ்க்கும்படி விட்டுவிட்டேன். என் சக்தி தீர்ந்துபோய், சண்டைபோட என்னால் முடியாது என்பதுபோல் பாசாங்கு செய்தேன். என்னுடைய பூட்சுகளையும் ஸ்கேட்டுகளையும் அவர்கள் கழற்றமாட்டார்கள் என்று யூகித்தேன். ஏனெனில், அவை கால்களோடு சேர்த்து மிக உறுதியாகக் கட்டப்பட்டிருந்தன. நான் துவண்டுபோயிருப்பதை உணர்ந்ததும், அவர்கள் பிடித்திருப்பதைத் தளர்த்திக்கொண்டார்கள். ஆஜானுபாகுவான இரண்டு பையன்கள், என் வெற்று வயிற்றருகே நகர்ந்து, உறைந்துபோன கையுறைகளால் அடித்தார்கள்.

நான் தசைகளை இறுக்கி, ஒரு காலை மெல்ல மடக்கி, என்மேல் குனிந்திருந்த பையன்களில் ஒருவனை ஓங்கி உதைத்தேன். அவனுடைய மண்டைக்குள் ஏதோ நொறுங்கிய சப்தம் கேட்டது. முதலில் அது, என்னுடைய ஸ்கேட்தான் என்று நினைத்தேன். ஆனால் பையனின் கண்களிலிருந்து காலைப் பின்னுக்கிழுத்தபோதுதான், அவன் மொத்தமுகமே நொறுங்கிப்போனது தெரியவந்தது. இன்னொருவன் என் கால்களைப் பிடிக்க முயற்சிக்க, அவன் தொண்டையில் உதைத்தேன். அவர்களிருவரும் கீழே விழுந்து எக்கச்சக்க ரத்தத்தைச் சிந்த மற்றவர்கள் பீதியடைந்தனர். பெரும்பாலானவர்கள், அடிபட்ட இருவரையும் ரத்தம் சொட்ட கிராமத்தை நோக்கி இழுத்துக்கொண்டு செல்ல, நான்குபேர் நகராமல் நின்றனர்.

இவர்கள், பனித்தரையின் ஓட்டைகளுக்குள் மீன்பிடிக்கப் பயன்படும் நீண்டகழியால் என்னைத் தரையோடு சேர்த்து அழுத்திப் பிடித்தனர். நான் போராடுவதை நிறுத்தியதும் அருகிலிருந்த ஓட்டையை நோக்கி என்னை இழுத்துச்

சென்றனர். நான் அவ்வோட்டையின் விளிம்பில் தப்பிக்க முயற்சித்தேன், ஆனால் அவர்கள் எல்லாவற்றுக்கும் தயாராக இருந்தனர். அவர்களில் இருவர் ஓட்டையின் வாயை பெரிதுபடுத்தியபின்னர், எல்லோரும் ஒன்றுசேர்ந்து அதற்குள் என்னைப் போட்டு, கழியால் குத்தி என்னை உள்ளே அமுக்கினர். நான் வெளியே வரக்கூடாது என மும்முரமாக முயற்சித்தனர்.

சில்லென்ற நீர் என்னை மூடிக்கொள்ள, நான் வாய்மூடி, மூச்சை அடக்கிக்கொண்டேன். என்னை உள்ளே அழுத்திய கழியின் முனையால் ஏற்பட்ட வலியால் வேதனையடைந்தேன். நான் பனித்தரையின் அடியில் வழுக்கிச்செல்ல அது என் தலை, தோள்கள் மற்றும் வெற்றுக்கைகளைத் தேய்த்தது. பிறகு கூரான அக்கழி, என் விரல்களின் முனையில் சிக்கிக்கொண்டது. என்னை மேற்கொண்டு குத்த முடியாததால் அவர்கள் அதை விட்டுவிட்டிருக்க வேண்டும்.

குளிர்ச்சியானது உறைபோல மூட, என் மூளைகூட உறைந்துபோனது. நான் மூச்சுத் திணறியபடி கீழே நழுவினேன். இந்த இடத்தில் தண்ணீரானது ஆழமற்றுக் காணப்பட்டது. என்னுடைய ஒரேசிந்தனை என்னவெனில், அக்கழியைத் தரையில் ஊன்றி மேலெழும்பி, ஓட்டைவழியாக வெளியேறுவதுதான். நான் கழியைப் பற்றிக்கொண்டு பனித்தரைக்கடியில் நழுவிச் செல்ல, அது என்னைத் தாங்கிக்கொண்டது. என் மூச்சுக்குழல்கள் வெடித்துவிடும் என்றானபோது, வாய்திறந்து எதை வேண்டுமானாலும் விழுங்கிவிடுவேன் என்ற நிலைமை வந்துவிட்டபோது உந்தி, திறப்பின்மேல் முகத்தை நீட்டி, காற்றை முழுங்கி, கொதிக்கின்ற குழம்புபோல என்னைநானே உணர்ந்தேன். பிறகு திறப்பில் நீட்டிக்கொண்டிருந்த பனிக்கட்டியின் முனையொன்றைப் பிடித்துக்கொண்டு அப்படியே இருந்தேன். பையன்கள், எவ்வளவு தொலைவு சென்றிருப்பார்கள் என்று தெரியாது. எனவே, கொஞ்சநேரம் இப்படியே இருப்பது என முடிவுகட்டிக் கொண்டேன்.

என்னுடைய முகத்தில் மட்டுந்தான் உணர்விருந்தது. உடலின் மற்ற பாகங்களை உணரமுடியவில்லை. அவை, பனிக்கட்டியோடு சேர்ந்துவிட்டனபோல் தோன்றியது. என் கால்களையும், பாதங்களையும் அசைக்க முயற்சித்தேன்.

நான் திறப்பிலிருந்து மெல்ல தலையை நீட்டிப் பார்த்தபோது, அப்பையன்கள் தூரத்தில் நடக்க நடக்க

அவர்களின் உருவம் மறைந்துகொண்டே வருவதைக் கண்டேன். அவர்கள் போதுமானதூரம் சென்றதும், நான் பரப்பின்மேலே ஏறினேன். என்னுடைய உடைகள் உறைந்து, நான் அசைந்தபோதெல்லாம் உடைகின்ற ஓசை வந்தது. நான் மேலும்கீழும் குதித்து, விறைத்த கைகளையும் கால்களையும் நீட்டிவிட்டேன், பனியின்மேல் தேய்ந்தேன். ஆனால் கதகதப்பானது ஒருசில வினாடிகள் மட்டுமே நீடித்து, பிற்பாடு மறைந்துபோனது. நான் கந்தலாகிப்போன கால்சட்டையை கால்களில் கட்டிக்கொண்டு, திறப்பிலிருந்த கழியை எடுத்து, அதனைக்கொண்டு ஊன்றி எழுந்தேன். காற்றோ, பக்கவாட்டில் தாக்க, சரியான திசையில் நடப்பது வெகுசிரமமாக இருந்தது. நான் பலவீனமடைந்தபோதெல்லாம், விறைப்பான வாலின் மேலே சவாரி செய்வதுபோல, அக் கழியைக் கால்களுக்கிடையே ஊன்றியபடி நடந்தேன்.

குடிசைகளிலிருந்து மெல்ல விலகி, தூரத்தில் தெரிந்த காட்டை நோக்கி நடந்தேன். மதியம் கழிந்து வெகுநேரமாகிவிட்டிருக்க, பிரவுன்நிறத் தட்டுப்போல் தோற்றமளித்த சூரியன், சதுரவடிவக் கூரைகளாலும் புகைபோக்கிகளாலும் மறைக்கப்பட்டிருந்தது. என்னுடலில் மிஞ்சியிருந்த கொஞ்சநஞ்ச சூட்டையும், அவ்வப்போது அடித்த காற்று அணைத்துவிட்டது. காட்டை அடையும்வரை நடையை நிறுத்தவோ அல்லது ஓய்வெடுக்கவோ கூடாது என்பது எனக்குத் தெரியும். இப்போது மரங்களின் கிளைகளின் தொடர்ச்சி தென்பட ஆரம்பித்தது. பயந்துபோன முயலொன்று புதரிலிருந்து குதித்தோடியது.

நான், முதலில் நின்றிருந்த மரங்களை அடைந்தவேளையில், தலை சுழல ஆரம்பித்தது. அது கோடையின் மத்திய காலமாயிருக்க, பொன்னிற கோதுமைப்பயிர்கள் என் தலையைத் தடவ எவ்கா, தன் கைகளால் என்னைத் தொடுகிறாள். இப்போது உணவு வகைகளைக் காணுகிறேன். வினிகர், பூண்டு, மிளகு மற்றும் உப்புப் போட்ட பெரிய கிண்ணம் நிறைய மாட்டிறைச்சி, பானை நிறைய கோஸ் இலைகள் போட்டு, சமைத்த பன்றி இறைச்சித்துண்டுகளுடன் கூடிய, மொறுமொறுப்பான சூப்பு, பார்லி, உருளைக்கிழங்கு மற்றும் சோளக் கஞ்சியில், அழகாக அறுத்து ஊறவைக்கப்பட்ட ரொட்டித் துண்டுகள்.

உறைந்த பனித்தரையின்மேல் இன்னும் சிலஅடிகளை எடுத்துவைத்து காட்டுக்குள் நுழைந்தேன். என்னுடைய

ஸ்கேட்டுகள் மரவேர்களிலும் புதர்களிலும் மாட்டிக்கொண்டு தடுக்க, அடிமரமொன்றில் அமர்ந்துகொண்டேன். அடுத்த வினாடியே, மென்மையும் வழவழப்பும் கதகதப்பும்கொண்ட வாத்து இறகுகளாலான, சூடான மெத்தையிலும் தலையணைகளிலும் உறங்க ஆரம்பித்தேன். யாரோ எனைநோக்கிச் சாய்கின்றனர், ஒரு பெண்ணுடைய குரல் கேட்கிறது, பிறகு எங்கோ கொண்டுசெல்லப்படுகிறேன். எல்லாமே, புழுக்கமான கோடை இரவில், மயக்கத்தில், ஈரத்தில், நறுமணம் வீசும் பனியில் மறைந்துபோனது.

14

சுவரோரம் ஒட்டிப் போடப்பட்டிருந்த, ஆட்டுத் தோல்களால் மூடப்பட்டிருந்த, அகலமான, உயரம்குறைந்த கட்டிலின்மேல் விழித்துக்கொண்டேன். அந்த அறை வெப்பமாக இருக்க, தடியான மெழுகுவர்த்தியின் தீபம், அழுக்கான தரையையும் வெண்ணிற சுண்ணாம்புச் சுவர்களையும் வேயப்பட்ட கூரையையும் காட்டிக்கொண்டிருந்தது. புகைபோக்கியருகே ஒரு சிலுவை தொங்கியது. ஒரு பெண்மணி, கொழுந்துவிட்டெரிந்து கொண்டிருந்த தீயை வெறித்தபடி அமர்ந்திருந்தாள். அவள் வெற்றுப்பாதங்களுடன், முரட்டுக் கம்பளியாலான இறுக்கமான அரைப்பாவாடை அணிந்திருந்தாள். முயல்தோலால் ஆன மேல்சட்டை, ஒட்டைகளுடன் இடுப்புப்பகுதியில் பொத்தான்கள் இடப்படாமல் இருந்தது. நான் விழித்துக்கொண்டதைக் கண்டதும், என்னை நெருங்கி, கட்டிலின்மீது அவள் அமர அது கீறீச்சென்றது. அவள், என் முகவாயைத் தூக்கி வெகுஉன்னிப்புடன் கவனித்தாள். அவளின் கண்கள் நீலமாக, நீரரும்பினாற்போல் தோன்றியது. அவள் சிரித்தபோது, சம்பிரதாயப்படி தன் வாயை மூடிக்கொள்ளவில்லை. மாறாக, மஞ்சளான, ஒழுங்கற்ற இரண்டு வரிசைப்பற்களை வெளிக்காட்டினாள்.

அவள், என்னால் நன்றாகப் புரிந்துகொள்ளக்கூடிய உள்ளூர் பாஷையிலேயே பேசினாள். நான் அவளின் ஏழ்மையான நாடோடி, சின்னஞ்சிறு யூத அனாதை என்று திரும்பத் திரும்பக் கூறினாள். முதலில், நானொரு ஊமை என்பதை அவள் நம்பவில்லை. அவள், என் வாய்க்குள் பார்த்தாள், தொண்டையைத் தேய்த்தாள். எனக்குப் பேச்சு வரவைக்க முயற்சித்தாள். ஆனால் நான் அமைதியுடன் இருக்கவே, வெகுசீக்கிரமே தன் முயற்சிகளை விட்டுவிட்டாள்.

பிறகு அவள், சூடான சுண்டிய சூப்பை உணவாக ஊட்டிவிட்டாள், என்னுடைய உறைந்துபோன காதுகளையும் கைகளையும் பாதங்களையும் வெகுகவனமாகப் பரிசோதித்தாள்.

190 ♦ பெரு. முருகன்

பிறகு தன்னுடைய பெயர் லேபினா என்று சொன்னாள். அவளின் அருகாமையில் மிகுந்த பாதுகாப்பை உணர்ந்தேன். தவிரவும், எனக்கு அவளை நிரம்பப் பிடித்துப்போனது.

நாள்பொழுதில் அவள், பணக்காரக் குடியானவர் வீடுகளில் வீட்டு வேலைக்காகச் செல்வாள். குறிப்பாக, நோய்வாய்ப்பட்ட மனைவிகள் அல்லது அதிகக் குழந்தைகளை உடையவர் வீடுகளுக்குச் செல்வாள். நான் ஜெர்மானியர்களிடம் ஒப்படைக்கப்பட வேண்டுமென அக்கிராமத்தில் சொல்லப்பட்டாலும், அடிக்கடி என்னையும் தான் செல்கின்ற வீடுகளுக்குக் கூட்டிச் செல்வாள். இதனால் போதுமான உணவு எனக்குக் கிடைத்துவிடும். என்னை யாராவது ஏதாவது சொன்னால், உடனே அவர்கள்மீது சாப மழை பொழிவாள். கடவுளின்முன் எல்லோரும் சமமென்றும், வெள்ளிக்காசுக்கு என்னை விற்க, தானொன்றும் ஜூடாஸ் இல்லையென்றும் கத்துவாள்.

மாலைவேளைகளிலோ, அவளின் வீட்டுக்கு விருந்தாளிகள் பலர் வருவார்கள். வீட்டுக்குத் தெரியாமல் வெளியே வரமுடிந்த ஆண்களெல்லாம், பாட்டில் வோட்கா மது மற்றும் கூடை நிறைய உணவுடன் அங்கு வருவார்கள்.

அக்குடிசையில், மூன்றுபேரை தாராளமாகக்கொள்ளும் அளவுக்குப் பெரியதொரு படுக்கை இருந்தது. படுக்கையின் ஒரு முனைக்கும் சுவருக்கும் இடையே கொஞ்சம் இடைவெளி இருக்க, இங்குதான் சாக்குப்பைகள், கந்தல்துணிகள், ஆட்டுத்தோல்கள் முதலானவற்றை அவள் போட்டுவைத்திருந்தாள். பெரும்பாலும் விருந்தாளிகள் வரும் முன்னரே நான் தூங்கிவிடுவேன் என்றாலும், அவர்கள் பாடுகின்ற மற்றும் காட்டுத்தனமாகச் சாப்பிடுகின்ற சப்தங்களால் அடிக்கடி விழித்துக்கொள்வேன். ஆனாலும் தூங்குவதுபோலப் பாசாங்கு செய்வேன். ஏனெனில், அரைமனதோடு அவள் என்னை அடிப்பாள், அதை நான் விரும்பவில்லை. எனவே, முக்கால்வாசி மூடிய கண்களின் இடைவெளியில் அறைக்குள் நடப்பதைப் பார்த்திருப்பேன்.

இரவுநேரம் வரும்வரை எல்லோரும் குடித்துக்கொண்டேயிருப்பார்கள். பிறகு எல்லோரும் போய்விட்டாலும், ஒரே ஒருவன் மட்டும் அங்கேயே தங்கிவிடுவான். அவனும் லேபினாவும் கதகதப்பான அடுப்பருகே அமர்ந்தபடி, ஒரே குவளையில் மது அருந்துவார்கள். பிறகு அவள் போதையில், ஊசலாடி, அவன் மேலே சாயத்தொடங்கும் வேளையில், அவன் தன் பெரிய கருத்த கைகளை, அவளின் ஒழுங்கற்ற தொடைகளின்மேல் வைத்து, பாவாடையின் உள்ளே மெல்ல நகர்த்துவான்.

வண்ணம் பூசிய பறவை • 191

அச்சமயம், அவள் கொஞ்சம் வித்தியாசமாகத் திமிறுவாள். அம் மனிதனின் இன்னொரு கையானது, கழுத்தின் பின்புறமிருந்து ரவிக்கைக்குள் நுழைந்து, மார்பகங்களைக் கடுமையாக அழுத்த, அவள் வலி பொறுக்காது மூர்க்கத்தனமாகக் கத்தியபடி மூச்சுத் திணறுவாள். பிறகு அவன் தரையில் மண்டியிட்டபடி, தன் முகத்தை அவளின் பாவாடைக்குள் நுழைத்து மறைவிடமெங்கும் கடிப்பான், கைகளால் பிருஷ்டத்தை அழுத்துவான். திடீர் திடீரென கையின் முனையால் அவளின் நிதம்பத்தில் குத்துவான். இதனால் அவள் முன்புறமாகக் குனிந்து முனகுவாள்.

பிறகு மெழுகுவர்த்தி அணைக்கப்பட்டுவிடும். அவர்கள் கும்மிருட்டில் ஆடைகளை அவிழ்த்தபடி சிரிப்பார்கள். திட்டிக்கொள்வார்கள். மரச்சாமான்களின்மேல் தடுக்கிவிழுவார்கள் பொறுமையற்றுப் போய் ஆடைகளைப் பற்றியிழுப்பார்கள், காலி பாட்டில்களை உதைப்பார்கள். முடிவில் அவர்களிருவரும் மெத்தையின்மேல் தொப்பென விழும்போது அது, எப்போது நொறுங்குமோ என்ற பயத்தில் நடுங்குவேன். எங்களுடன் வசிக்கும் எலிகளைப் பற்றி நான் சிந்திக்கிறவேளையில், அவர்கள் மெத்தையின் மேலே உருண்டுகொண்டிருப்பார்கள், பலமாக மூச்சிரைத்தபடி சண்டைபோடுவார்கள். கடவுளையும் சாத்தானையும் கூப்பிடுவார்கள், அவன் நாயைப் போல ஊளையிட, அவளோ பன்றிபோல உறுமுவாள்.

அவ்வப்போது நள்ளிரவில், கனவுகளுக்கிடையே நான் படுக்கைக்கும் சுவருக்குமிடையே உள்ள தரையில் முழித்துக்கொள்வேன். வலிப்பு வந்தாற்போலத் துள்ளும் உடல்களால், என் முகத்திற்கும் மேலே அக்கட்டிலானது தடதடவென ஆடிக்கொண்டிருக்கும். பிறகு ஒருபுறமாகச் சாய்ந்திருக்கும் தரையில் அது வழுக்கியபடி, அறையின் மத்தியை நோக்கி நகரும்.

இப்போது என்னால் மெத்தையின் மேலே ஏறமுடியாது. தவிர, அதனடியில் இருந்தபடி திரும்பவும் அதைச் சுவரருகே நகர்த்தவேண்டும். படுக்கையின் அடியிலிருக்கும் தரை அழுக்காக, ஈரமாக இருக்க, பூனைகளின் மலமும் அவை இழுத்துவந்து போட்டிருக்கும் பறவைகளின் உடல்களும் ஆங்காங்கே சிதறிக் கிடக்கும். நான் இருளில் நகரும்போது, முகத்தின் மேலே வந்துவிழும் சிலந்தி வலைகளைத் துடைத்தெறிவேன், இதனால் பயந்துபோன சிலந்திப்பூச்சிகள் என்மேல் விழுந்துவிடும். சுண்டெலிகள் சூடான தம் உடலை என்மேல் உரசியபடி பொந்திற்குள் ஓடும்.

எப்போதுமே இந்த இருள், எனக்குள் பெருத்த பயத்தைத் தோற்றுவிப்பதால், நான் சட்டென கட்டிலுக்கு அடியிலிருந்து வெளியே வந்துவிடுவேன், முகத்தில் ஒட்டிக்கொண்டிருக்கும் சிலந்தி வலைகளைப் பிய்த்தெறிவேன், பிறகு கட்டிலை நகர்த்திப்போடுவதற்காக, சரியான தருணத்திற்கு உடல் நடுங்கியபடி காத்திருப்பேன்.

பிறகு படிப்படியாக அவ்விருளுக்கு என் கண்கள் பழக்கப்பட்டுவிட, அப்பெண்மணியின் உதறுகின்ற உடல்மேலே ஏறிப் படுக்கும் அவனின் வேர்வை அரும்பிய தேகம் தெளிவாகத் தெரியும். கல்லுக்கு அடியில் நசுங்கிக்கிடக்கும் பறவையின் இறக்கைபோல அவள், தன் கால்களை விரித்து அவன் பிருஷ்டத்தின் மேலே பின்னிக்கொள்வாள்.

பிறகு அக்குடியானவன் பலமாக மூச்சிரைத்தபடி, ஒரு கையால் அவளை அள்ளியபடி எழ முயல்வான், மற்றொரு கையால் அவள் மார்பகத்தில் அடிப்பான். அவர்களிருவரும் கல்லில் அறையப்படும், ஈரத்துணிபோலத் தோய்ந்திருப்பார்கள். அவன் திடீர் திடீரென அவள் மேலே பாய்ந்து, படுக்கையோடு சேர்த்து அமுக்குவான், அவளோ காட்டுத்தனமாகக் கத்தியபடி அவன் முதுகில் அறைவாள். சிலசமயம் அவன் அவளைத் தூக்கி, முட்டி போடவைத்துக் கைகளை ஊன்றச்செய்து, பின்புறத்தில் உறவுகொள்வான். அப்போது அவளின் அடிவயிற்றையும் தொடைகளையும் அழுத்திவிடுவான்.

நானோ, பின்னிப் பிணைந்திருக்கும் அவ்விரு மனிதச் சதைகளின் விளிம்புகளை வெறுப்புடனும் ஏமாற்றத்துடனும் வெறித்திருப்பேன். காட்டுத்தனமாக, கொம்பை நீட்டியபடி பாயும் காளைபோல். காட்டுமிராண்டித்தனம், நாற்றம், வேர்வை நிறைந்த இதைத்தான் காதல் என்று சொல்கிறார்கள்போலும். ஒருவரிடமிருந்து ஒருவர், சுகத்தைப் பெறுவதற்காக கொஞ்சம்கூட சிந்தனையின்றி, மூச்சுத்திணறலுடன் பாதி உறைந்தநிலையில் மனிதத்தன்மையற்று சண்டைபோட்டுக் கொள்வதுதான், இந்தக் காதல்.

எவ்காவுடன் கழித்த காலத்தை நினைவிற்குள் கொண்டுவந்து யோசித்துப் பார்த்தேன். நான் அவளை எப்படியெல்லாம் நடத்தினேன். என்னுடைய தொடுகை எவ்வளவு மென்மையாக இருந்தது. என் கைகளும் வாயும் நாக்கும் அவளின் தோல்மீது எப்படியெல்லாம் நடனமிட்டது. வெப்பமான, மெலிதான காற்றில் பறக்கும் சிலந்திநூல்போல எவ்வளவு மென்மையானது அது. கோடை இரவில் குளிர்காற்றால் உறைந்துபோன பட்டாம்பூச்சிக்கு, சூரியனின் கதிர்கள் வெப்பமூட்டுவதுபோல என் தொடுகையானது, அவளே அறிந்திராத உடலின்

பகுதிகளுக்கெல்லாம் உணர்வூட்டி உயிர்தந்தது. அப்பெண்ணின் ஆழ்ந்த உணர்ச்சிகளையெல்லாம், இடைவிடாமல் முயற்சித்து வெளிக்கொண்டுவந்தேனேஞ் அதுமட்டும் நடவாமலிருந்தால், அந்த ஆழ்ந்த இன்பங்களெல்லாம் அவளுக்குள்ளேயே முடங்கிக்கிடந்திருக்கும். ஆனால் எவ்காவின் சந்தோஷமே என் இன்பம் என்பதால் அவளின் உணர்ச்சிகளுக்கெல்லாம் விடுதலை தந்தேன்.

வெகுவிரைவில், லேபினாவும் அவளின் விருந்தாளியும் தம்முடைய காதலை முடித்துக் கொண்டுவிட்டார்கள்.

வேர்கள் வரை பாயமுடியாமல், இலைகளையும் புற்களையும் மட்டுமே நனைக்கும், சில நொடி மழைபோல அவர்கள் காட்சியளித்தனர். இப்போது எவ்காவின் ஞாபகம் திரும்பவும் வந்தது. அவளுடனான என்னுடைய விளையாட்டு எப்போதுமே நின்றதில்லை. எங்கள் வாழ்வில் மக்கர் தலையிட்டபோதுதான் சிக்கலே உருவானது. மெலிதான காற்றால் தூண்டப்படும் நீறுபூத்த நெருப்புபோல, இரவு முழுவதும் அவர்களிருவரும் காமத்தில் ஆடினார்கள், இருப்பினும் அந்தக் காதல், ஒரு ஆட்டிடையன் குதிரைத்தோலால் அணைக்கும் நெருப்புப்போல சட்டென முடிந்துபோய்விட்டது. சிலநாட்களுக்கு என்னால் முடியாமல்போனவுடன் அவள் என்னை மறந்துபோய்விட்டாள். என் வெப்பமான உடல், அன்பான தொடுகை, விரல்களின் வாயின் மென்மையான தீண்டல் முதலானவற்றுக்குப் பதிலாக, மயிரடர்ந்த, நாற்றமடிக்கின்ற, அருவருப்பான ஆட்டின் ஆழமான ஊடுருவலைத்தானே அவள் தேர்ந்தெடுத்துக்கொண்டாள்.

முடிவில் படுக்கையின் ஆட்டம் நின்றுபோக, தளர்ச்சியாகிப்போன அவ்விரண்டு செத்த உடல்களும் வெட்டப்பட்டுக் கிடக்கும் ஆடு,மாடுபோல பரப்பியபடி தூங்கிவிட்டன. பிறகு நான் கட்டிலை சுவரோரம் இழுத்துப்போட்டு, அதன் முனையில் ஏறிப் படுத்துக்கொண்டு, அங்கிருந்த ஆட்டுத்தோல்களையெல்லாம் மேலே போட்டு போர்த்திக்கொண்டேன்.

மழைக்காலத்துப் பகற்பொழுதுகளில் அவள், சோர்ந்துபோன முகத்துடன் செத்துப்போய்விட்ட தன் கணவன் லேபாவைப் பற்றி என்னிடம் புலம்புவாள். பலவருடங்களுக்கு முன்னர் லேபினா மிக்க அழகுடன் இருந்தாளாம், பணக்காரக் குடியானவர்கள்கூட அவளை விரும்பினார்களாம்.

ஆனால் இவளோ, எல்லோருடைய அறிவுரைகளையும் உதாசீனம் செய்துவிட்டு, அக்கிராமத்திலேயே ஏழையாக

இருந்த லேபாவைத் திருமணம் செய்துகொண்டாளாம். லேபா ஏழையாக இருந்தாலும், அவ்விடத்து ஆண்களிலேயே மிக்க அழகானவனாம்.

உண்மையிலேயே லேபா அழகானவன்தான், அவன் பாப்லர் மரம்போல உயரமாகவும் அதன் உச்சியைப் போல சுறுசுறுப்பாகவும் விளங்கினான். அவன் தலைமுடி சூரிய ஒளியில் மின்னும். வானத்தைவிட அவன் கண்கள் நீலமாக இருக்கும். உடல் தோலோ, ஒரு குழந்தையினுடையதைப் போல வழுவழுப்பாக இருக்கும். அவன் ஒரு பெண்ணைப் பார்த்தாலே போதும், உடனே அவளின் உடல் காமத்தால் பற்றியெரியும். மண்டைக்குள் கெட்ட எண்ணங்கள் உதிக்கும். எல்லாப் பெண்களும் தன்மீது கிறக்கத்துடன் உள்ளார்கள் என்பதை லேபாவும் அறிவான். அவன் காட்டுக்குள் கம்பீரமாக நடந்துசென்று, அங்கிருக்கும் குளத்தில் நிர்வாணமாகக் குளிப்பதை விரும்பினான். குளிக்கும்போது சுற்றியிருக்கும் புதர்களை அவ்வப்போது பார்ப்பான். அப்புதர்களின் மறைவில் கன்னிப்பெண்களும் கல்யாணமான பெண்களும் தன்னைக் கவனிக்கிறார்கள் என்பதையும் அவன் அறிவான்.

ஆனால், அக்கிராமத்திலேயே அவன் மிக ஏழ்மையான கூலியாகத்தான் இருந்தான். பணக்காரக் குடியானவர்கள், அவனை கூலிக்கு வேலை வாங்கும்போது, பலவிதமாக அவமானப்படுத்துவார்கள் என்பதை அவர்கள் அறிவார்கள், இக்காரணத்திற்காக அவனை அடிமைபோல நடத்தினார்கள். அதேசமயம், லேபினாவையும் அவ்வப்போது துன்புறுத்தி வந்தார்கள். சல்லிக்காசுகூட இல்லாத லேபா தம்மைத்தான் அண்டிப் பிழைக்கவேண்டும், அவனால் இதையெல்லாம் பார்க்கத்தான் முடியுமே தவிர, வேறொன்றும் செய்யமுடியாது என்பதையும் அவர்கள் அறிவார்கள்.

ஒருநாள், வயலுக்குச் சென்ற லேபா வீடு திரும்பவில்லை. அடுத்தநாளும் அவன் வரவில்லை, அதற்கடுத்து வந்த நாட்களிலும் அவன் திரும்பவில்லை. ஏரியில் எறியப்பட்ட கல்லொன்று அதனடியில் மறைந்துவிடுவதுபோல அவன் மறைந்துபோய்விட்டான்.

அவன் சதுப்புநிலத்தில் மூழ்கிச் செத்துப்போயிருக்க வேண்டும் அல்லது பொறாமைபிடித்த யாரோ அவனை கத்தியால் குத்தி, அவ்விரவில் காட்டில் புதைத்துவிட்டிருக்க வேண்டுமென எல்லோரும் நினைத்துக்கொண்டனர். லேபா இல்லாமல் நாட்கள் கழிந்தன. "லேபாவைப் போன்ற அழகு" என்ற வாக்கியம் மட்டுமே அக்கிராமத்தில் சொல்லப்பட்டு வந்தது.

வண்ணம் பூசிய பறவை • 195

இவ்வாறு அவனில்லாமல் ஒரு வருடம் கழிந்தது. எல்லோரும் அவனைப் பற்றி மறந்துவிட்டிருக்க அவன் இன்னும் உயிர்வாழ்கிறான். என்றாவது ஒருநாள் திரும்பி வருவான் என்று லேபினா மட்டும் நம்பிக்கை கொண்டிருந்தாள். ஒரு கோடைநாள் பொழுதில், குடியானவர்கள் எல்லோரும் மரநிழலில் அமர்ந்து ஓய்வெடுத்துக் கொண்டிருந்தபோது, கொழுத்த குதிரையொன்றால் பூட்டப்பட்ட கட்டை வண்டியொன்று காட்டினுள்ளிருந்து வந்தது. அவ்வண்டியில் பெரிய பெட்டியொன்று துணியால் மூடப்பட்டு வைக்கப்பட்டிருக்க, வண்டிக்குப் பக்கத்தில், அழகான தோல் சட்டையும் பிரமாதமான துணியில் தைக்கப்பட்ட கால்சட்டையும் பளபளவென மின்னும் நீளமான பூட்சுகளும் அணிந்தபடி, அழகு லேபா நடந்து வந்தான்.

கிராமத்துக் குழந்தைகள் குடிசைகளுக்கு ஓடிச் செய்தியைப் பரப்ப, உடனே ஆண்களும் பெண்களுமாய்க் கூட்டம் திரண்டுவிட்டது. லேபா, மிகமிக அலட்சியமாக எல்லோரையும் பார்த்துக் கையசைத்தபடி, தன் நெற்றி வேர்வையைத் துடைத்துக்கொண்டான், பிறகு கையிலிருந்த கொம்பால் குதிரையை அடித்து ஓட்டினான்.

விஷயமறிந்த லேபினா குடிசைக்கு வெளியே வந்து நின்றாள். லேபா, அவளை முத்தமிட்டான். பிறகு அந்தப் பிரமாண்டமான பெட்டியைத் தூக்கிக்கொண்டு குடிசைக்குள் நுழைந்தான். மற்றவர்கள் வெளியே நின்றபடி, குதிரையையும் வண்டியையும் வியந்துகொண்டிருந்தனர்.

லேபா மற்றும் லேபினாவுக்காக வெளியே காத்திருந்த கிராமத்தவர், பொறுமையிழந்துபோய், பிறகு கிண்டலுடன் பேச ஆரம்பித்தனர். பெண் ஆட்டின்மேல் பாயும் ஆண் ஆடுபோல, அவன் உள்ளே ஓடிவிட்டான், அவர்களின் மேலே குளிர்ந்த நீரைக் கொட்டினால்தான் சரிப்பட்டு வரும் என்றெல்லாம் பேசிச் சிரிக்க ஆரம்பித்தனர்.

திடீரென குடிசையின் கதவுகள் திறக்க, கூட்டம் வாய் பிளந்து ஸ்தம்பித்துப் போனது. வாயிலில் அழகு லேபா, தேவன்போல அற்புதமாகக் காட்சியளித்தான். அவன் கோடுபோட்ட பட்டுச் சட்டையும், விறைப்பான வெண்ணிறக் கழுத்துப் பட்டையும் அணிந்திருக்க, கண்ணைப் பறிக்கும் வண்ணங்களுடன் அழகான டையொன்று, மார்பில் தொங்கியது. தொட்டுப் பார்க்கும் ஆசையைத் தூண்டும்படியாக, அவன் அணிந்திருந்த கால்சட்டை மென்மையாக இருந்தது. வழவழப்பான கைக்குட்டையொன்று, வண்ணமலர்போல,

மார்புப் பாக்கெட்டில் தொங்கிக்கொண்டிருந்தது. இதற்கெல்லாம் அழகுகூட்டுவதுபோல, உலோகப்பூச்சு பூசப்பட்ட கறுப்புவண்ண பூட்சுகள் கண்ணைப் பறிக்க, இவை எல்லாவற்றுக்கும் மேலாக, ஒரு தங்கக் கடியாரம் அவன் மார்பில் தொங்கிக்கொண்டிருந்தது.

குடியானவர்கள் எல்லோருமே பிளந்த வாயை மூடாமல் ஸ்தம்பித்திருந்தனர். அந்தக் கிராமத்தில் இதுபோல இதற்குமுன்னர் எப்போதுமே நடந்ததில்லை. சாதாரணமாக அவ்விடத்து மக்கள், வீட்டிலேயே தயாரிக்கப்பட்ட பருத்திச் சட்டைகளையே அணிந்து வந்தனர். நீளமான துணி விளிம்புகளை இணைத்து, அதன் நடுவில் ஒரு தையல் போட்டால், அதுவே கால் சட்டையாகும், மேலும் கரடுமுரடான தோல்களை, ஆணியால் ஒரு கட்டைப் பலகையுடன் சேர்த்தால் அதுதான் பூட்சுகளாகும். ஆனால் லேபாவோ, தன்னுடைய பெட்டியிலிருந்து விதவிதமான வண்ணங்களும் வித்தியாசமான வடிவங்களுடனும் இருந்த விதவிதமான மேல்சட்டைகளையும் கால்சட்டைகளையும் கோட்டுகளையும் முகம் பார்க்கலாம் எனுமளவுக்கு பளபளக்கும் பிரமாதமான ஷூக்களையும் கைகுட்டைகளையும் டைகள், காலுறைகள், உள்ளாடைகள் எனப் பல்வித ஆச்சரியங்களைக் காண்பித்தான். இப்போது கிராமத்தின் மொத்தக் கவனமும் பேச்சும் லேபாவைச் சுற்றிவர ஆரம்பித்தன. மதிப்பிடமுடியாத விலைகொண்ட இவற்றை அவன் எங்கிருந்து எப்படிப் பெற்றிருக்கக்கூடும் என்பதைப்பற்றி எல்லோரும் யூகிக்க முயன்றனர். அதேசமயம், இவற்றைப் பற்றி லேபினாவைக் கேள்விகளால் துளைத்தெடுக்க ஆரம்பித்தனர். ஆனால் அவள் கணவன், இதைப்பற்றி தெளிவாக ஏதும் சொல்லியிராதநிலையில், அவளால் கிராமத்தவரின் வினாக்களுக்குச் சரியான பதில் கூறமுடியவில்லை, இதனால் இந்த மர்மத்தைப் பற்றிய ஆர்வம் இன்னும் அதிகமானது.

தேவலாயத்துக் கூட்டத்தின்போதுகூட யாருமே பலி பீடத்தையோ அல்லது பாதிரியாரையோ கவனிக்கவில்லை. மாறாக வலது முனையில், பூப்போட்ட சட்டையும் கறுப்புநிறப் பருத்திக் கால்சட்டையும் அணிந்துகொண்டு, தன் மனைவியுடன் விறைப்பாக அமர்ந்திருந்த லேபாவையே உற்றுப் பார்த்துக்கொண்டிருந்தனர். அவன் அவ்வப்போது, தன் மணிக்கட்டில் பளபளவென்றிருந்த கைக்கடிகாரத்தை, திமிரும் பகட்டும் கலந்த பார்வையால் பார்த்துக்கொண்டிருந்தான். பாதிரியாரின் நீள்அங்கி ஒரு காலத்தில் பிரமாதமாகத்தானிருந்தது, ஆனால் இப்போதோ, வெளுத்த வானம்போல மக்களின் பார்வையில் மங்கலாகிவிட்டது. லேபாவின் அருகில்

அமர்ந்திருந்தவர்கள், அவன் மேலிருந்து வீசிய ஏதோ ஒரு நறுமணத்தால் மிக்க மகிழ்ச்சியடைந்துபோனார்கள். அந்த நறுமணத் திரவியங்கள் எல்லாம் தன்னிடமிருக்கும் ஜாடிகளிலிருந்து எடுத்துப் பூசப்பட்டதாக லேபா தெரிவித்தான்.

பிரார்த்தனை முடிந்ததும், ஆலயத்தின் வெளியேவந்த கூட்டத்தினர் பாதிரியாரை கொஞ்சம்கூட கண்டுகொள்ளவில்லை, எல்லோரும் லேபாவுக்காக மட்டுமே காத்திருந்தனர். இப்போது லேபா, வெளியே மிகவும் ஒய்யாரமாக நடக்க, அவனுடைய அழகான பூட்சுகள் ஆலயத்துத் தரையில் மோதிச் சீரான சப்தத்தை வெளியிட்டன. எல்லோரும் மிகப் பணிவாக அவனுக்கு வழிவிட்டனர். பணக்காரக் குடியானவர்கள் அவனை அணுகி, தங்கள் வீட்டு விருந்துக்கு வந்து, தங்களுக்கு மரியாதை தரும்படி அவனை வேண்டினர். ஆனால் அவனோ, தலையைக்கூட அசைக்காமல் எல்லோரிடமும் கை குலுக்கினான். பெண்களோ, அவனை வழிமறித்து தங்களின் பாவாடைகளை உயர்த்தித் தொடைகளைக் காண்பித்தனர், சட்டையைக் கீழ்ப்புறமாக இழுத்துத் தம் மார்பகங்களையும் காட்டினர்.

இப்போதெல்லாம் அழகு லேபா, வயல்வெளியில் வேலை செய்வதில்லை. வீட்டு வேலைகளில்கூட தன் மனைவிக்கு உதவி செய்வதில்லை. அவன் எப்போதுமே ஏரிக்குச் சென்று குளிப்பதிலேயே காலத்தைக் கழிக்க ஆரம்பித்தான். அவன் குளிக்கும் சமயத்தில், தன் வண்ண ஆடையைக் கரையிலிருக்கும் மரக்கிளையில் தொங்கவிட்டிருப்பான். அதற்குப் பக்கத்தில் நிற்கும் பெண்கள், அவனுடைய நிர்வாணமான, கட்டுமஸ்தான உடலை காமத்துடன் பார்த்துக் கொண்டிருப்பார்கள். அவர்களில் சிலரை, புதர்களின் மறைவில், தன்னுடலைத் தொட லேபா அனுமதித்தானென்றும், அவர்கள் அவனுடன் அசிங்கமான காரியங்கள் செய்யத் தயாராக இருந்தானென்றும் பரவலாகப் பேசப்பட்டது. இதற்கெல்லாம் தகுந்த தண்டனை அவர்களுக்குக் கிடைக்கும் என்பது மட்டும் நிச்சயமாகும்.

மதியம் கழிந்தபிறகு, புழுதியும் வேர்வையும் கொண்டபடி நிலங்களிலிருந்து குடியானவர்கள் திரும்பிவருவார்கள், அழகு லேபாவோ, தன் அழகான ஷூக்களில் சேறு படாதவண்ணம் வெகு எச்சரிக்கையாக அவர்களுக்கு இணையாக நடந்து வருவான். அப்போது, தன் கழுத்துப்பட்டியைச் சரிசெய்வான்.

கைக்கடிகாரத்தை ரோஜா வண்ணக் கைக்குட்டையால் துடைத்து மெருகேற்றுவான்.

மாலைவேளைகளில், அவனைத் திருமணம் முதலான நிகழ்ச்சிகளுக்கு அழைத்துப்போக குதிரைகள் வரும். சிலசமயம், பல மைல்கள் வரைகூடப் பிரயாணம் செய்துவிட்டு வருவான்.

லேபினாவோ, சக்தியும் உற்சாகமும் இழந்து, வயல்வெளியில் வேலை செய்வதும், குதிரையையும் லேபாவின் புதையலையும் பாதுகாப்பதே வேலையாகிப் போக வீட்டிலேயே இருந்தாள்.

லேபாவின் இளமை தொடர்ந்து நீடிக்க, லேபினாவோ வெகுசீக்கிரமே முதுமை அடைந்தவள் போலாகிவிட்டாள்.

இப்படியே ஒரு வருடம் கழிந்தது.

ஒருநாள் கோடை காலத்தில், லேபினா வயல்வெளியிலிருந்து வீடு திரும்பினாள், அவள் கணவன், தன்னுடைய செல்வத்துடன் பரண்மீது அமர்ந்திருப்பான் என்று எதிர்பார்த்தபடி வந்தாள். அந்தப் பரண்தான் அவனுடைய சொர்க்கமாக விளங்கியது. அதன் கதவைப் பூட்டும் சாவியானது புனித மேரியின் உருவம் பொறித்த பதக்கத்துடன், அவன் மார்புச் சட்டையில் தொங்கிக் கொண்டிருக்கும். ஆனால் வீட்டில் சலனமேதும் தென்படவில்லை. புகைபோக்கியில் புகையும் வரவில்லை, உடை மாற்றிக்கொண்டே அவன் பாடுவதும் கேட்கவில்லை.

பயந்துபோன லேபினா குடிசைக்குள் ஓடினாள். பரண் கதவு திறந்திருந்தது. உடனே அவள், அதன் மேலேறி பார்க்க, ஆங்கே தென்பட்ட காட்சி அவளை உறையவைத்துவிட்டது. அங்கே பெட்டி உடைக்கப்பட்டிருக்க, அதன் வெண்ணிற அடிப்பாகம் தெளிவாகத் தெரிந்தது. அப்பெட்டியின் மேலே உடலொன்று தொங்கியபடி ஆடிக்கொண்டிருந்தது.

தன்னுடைய ஆடைகளைத் தொங்கவிடும் கொக்கியில், அவள் கணவன் தூக்கிட்டுக்கொண்டுவிட்டான். வலுக்குறைந்துபோன பெண்டுலம்போல் மெதுவாக ஆடிக்கொண்டிருந்த அழகு லேபா தூக்கிட்டுக்கொண்டுவிட்டான். கூரையில் பெரிதாக ஓட்டையொன்று தென்பட்டது, பெட்டியிலிருந்த பொருட்களை அவ்வழியாகத்தான் திருடன் கொண்டுசென்றிருக்க வேண்டும். அவ்வோட்டை வழியாக வந்த மெலிதான சூரியக் கதிர்கள், லேபாவின் வெளுத்த முகத்தைப் பிரகாசத்துடன் ஆக்க, அவன் வாயிலிருந்து நீலநிறத்துடன் நாக்கு நீட்டிக்கொண்டிருந்தது. வானவில்லென வண்ணங்கொண்ட பூச்சிகள் சுற்றிலும் முணுமுணுத்துக் கொண்டிருந்தன.

நடந்த விஷயத்தை அவள் சட்டென யூகித்துவிட்டாள். ஏரியில் குளித்துவிட்டு அவள் கணவன் திரும்பிவந்தவுடன்

காலியான பெட்டியினையும் கூரை ஓட்டையினையும் பார்த்திருக்க வேண்டும். எல்லாமே பறிபோய்விட்டிருக்க, மிதிக்கப்பட்ட வைக்கோல்போரின் மீது நசுங்கிக் கிடக்கும் மலரைப் போலக் கிடந்ததையும் பார்த்திருக்க வேண்டும்.

பெட்டியிலிருந்த பொருட்கள் திருட்டுப்போனதில் லேபாவின் வாழ்வும் போய்விட்டது. திருமண வீட்டில் யாருமே மணமக்களைக் கவனிக்கமாட்டார்கள். மாறாக, இவனைத்தான் ஆர்வமாகக் கவனிப்பார்கள், இழவு வீட்டில்கூட பிணத்தைப் பார்க்கமாட்டார்கள், இவனைத்தான் பார்ப்பார்கள் ஆனால் இப்போது. ஏரியில் உல்லாசக் குளியல் பெண்களின் ஆர்வத் தீண்டல் எல்லாவற்றுக்கும் ஒரு முடிவு வந்துவிட்டது.

பிறகு, இந்தக் கிராமத்தில் எவனுமே செய்யமுடியாதளவுக்கு, அந்த டையை தன் கழுத்தில் கட்டிக்கொண்டு, காலியான பெட்டியின் மேலேறி நின்று, கூரையிலிருந்த கொக்கியில் தூக்கிட்டுக்கொண்டிருக்க வேண்டும்.

தன் கணவன் எவ்வாறு இதையெல்லாம் சம்பாதித்தான் என்பதை லேபினா கடைசிவரை அறியவே இல்லை. அவனும் அந்தச் சமயத்தில் எங்கிருந்தான் என்பதைப் பற்றியும் அவளிடம் சொல்லியிருக்கவில்லை. அவன் எங்கிருந்தான், என்ன செய்தான், இவற்றுக்கெல்லாம் எவ்வளவு விலை கொடுத்தான் என்பதையெல்லாம் ஒருவரும் அறிந்திருக்கவில்லை. இந்தப் பொருளுக்கு விலையாக அவன் உயிரே போய்விட்டது என்பது மட்டும் கிராமத்தவர்க்குத் தெரிந்திருந்தது.

திருடனோ அல்லது திருட்டுப்போன பொருளோ கண்டுபிடிக்கப்படவே இல்லை. நான் அவ்விடத்தில் இருந்தவரை, லேபாவின் கள்ளக்காதலியின் கணவனோ அல்லது காதலனோதான் அவனைக் கொலை செய்திருக்கவேண்டுமென்ற வதந்தி பரவலாக இருந்தது. வேறுசிலரோ, வெறியும் பொறாமையும் கொண்ட யாரோ ஒரு பெண்தான் அதைச் செய்திருக்கவேண்டுமென பேசிக்கொண்டனர். ஆனால் பெரும்பாலானோர் லேபினாதான் இந்தக் காரியத்தைச் செய்திருக்க வேண்டுமென சந்தேகப்பட்டனர். இதுபோன்று யாரேனும் சொல்ல அதை லேபினா கேட்டுவிட்டால்போதும், உடனே அவளின் முகத்தில் நீலம் பாயும், கைகள் நடுங்கும், வாய் உதறும், பிறகு தன்னை இதுபோலச் சொன்னவனின் மேலே பாய்வாள். பிறகு யாரேனும் வந்து அவர்களை விலக்கிவிடுவார்கள். பிறகு லேபினா வீடு திரும்பி நன்றாகக் குடிப்பாள். போதையில் என்னை அவளின் மார்பில் அழுத்தமாக அணைத்தபடி தேம்புவாள், கதறி அழுவாள்.

ஒருநாள், இதுபோன்ற தகராறில் அவளின் இதயம் வெடித்துவிட்டது. சில ஆண்கள், அவளின் செத்த உடலை குடிசைக்குத் தூக்கி வருவதைக் கண்டவுடன், இங்கிருந்து ஓட வேண்டியதுதான் என்பதை உணர்ந்துகொண்டேன். உடனே காமெட்டில் தீக்கங்குகளை அள்ளிப் போட்டுக்கொண்டு, லேபினா படுக்கையின் அடியில் ஒளித்துவைத்திருந்த கழுத்து டையை எடுத்துக்கொண்டேன். இந்த டையில்தான் லேபா தூக்கிட்டுக்கொண்டான். தூக்குக்கயிறானது அதிர்ஷ்டத்தைத் தரும் என்பது பரவலான நம்பிக்கையாகும். ஆக, எந்தக் காலத்திலும் இதை இழந்துவிடக்கூடாது என்று உறுதி செய்துகொண்டேன்.

15

கோடைகாலம் முடிவுறும்தறுவாயில் இருந்தது. வயல்வெளியில் கோதுமைப் பயிர்கள் கட்டுக்கட்டாக அடுக்கப்பட்டிருந்தன. குடியானவர்கள், தங்களால் முடிந்தமட்டிலும் கடுமையாக உழைத்தாலும், அறுவடை செய்யப்பட்ட தானியங்களைக் கொண்டுசெல்லப் போதுமான எண்ணிக்கையில் குதிரைகளோ அல்லது எருதுகளோ அவர்களிடம் இல்லை.

கிராமத்தின் அருகில் ஆற்றுக்குமேலிருந்த உச்சிகளை ஒரு உயரமான இருப்புப்பாதை இணைத்திருந்தது. அங்கே கான்கீரிட் மேடைகள் அமைக்கப்பட்டு, பெரிய துப்பாக்கிகளுடன் அது பாதுகாக்கப்பட்டுக் கொண்டிருந்தது.

இரவுகளில், விமானங்கள் பல பலத்த ஓசையுடன் பறந்து செல்லும்போது, பாலத்திலிருக்கும் எல்லா விளக்குகளும் அணைக்கப்பட்டுவிடும்.

காலைவேளைகளில் நிலைமை சகஜமாகிவிடும். தலைக்கவசம் அணிந்த வீரர்கள் துப்பாக்கிகளின் அருகிலேயே இருக்க, பாலத்தின் உயரமான இடத்தில், ஸ்வஸ்திக் சின்னம் பொறிக்கப்பட்டிருந்த கொடியொன்று காற்றில் ஆடிக்கொண்டிருக்கும்.

ஒருநாள், வெப்பமான இரவொன்றின்போது துப்பாக்கிகள் சுடப்படும் சப்தம் தூரத்திலிருந்து கேட்டது. ஒருமாதிரி அமுங்கினாற்போல வந்த அவ்வோசைகள், வயல்வெளிகளைக் கடந்துவந்து மனிதர்களையும் பறவைகளையும் எச்சரிக்கை அடையச் செய்தன. தூரத்தில், மின்னல்போல வெளிச்சங்கள் தோன்றி மறைந்தன. உடனே, கிராமத்து மக்கள் எல்லோரும் தத்தமது வீடுகளின் முன்னால் கூடிவிட்டனர். அவ்வூர் ஆண்கள், மக்காச்சோளச் செடியிலிருந்து தயாரிக்கப்பட்ட குழாயில் புகைபிடித்தபடி, மனிதர்களால் தோற்றுவிக்கப்படும் அவ்வெளிச்சங்களைப் பார்த்தபடி "முன்னணிப்படை வந்துகொண்டிருக்கிறது" என்று

சொன்னார்கள். வேறுசிலர் "ஆமாம், ஆமாம் ஜெர்மானியர்கள் தோற்றுக்கொண்டிருக்கிறார்கள்" என்று சொன்னார்கள். இவ்வாறு பலரும் பலவிதமாகப் பேசிக்கொண்டார்கள்.

வேறுசில குடியானவர்கள், "சோவியத் அதிகாரிகள் இவ்விடத்திற்கு வந்தால், பணக்காரர்களிடமிருந்து சொத்துகளைப் பிடுங்கி, நியாயமான முறையில் எல்லோருக்கும், ஏழை மக்களுக்கும் பகிர்ந்தளித்துவிடுவார்கள்" என்று கூறினார்கள். மிராசுதாரர்களின் வஞ்சகத்திற்கும் அது ஒரு முடிவுகட்டிவிடும் என்றும் பேசிக்கொண்டார்கள்.

மற்றவர்கள் இப் பேச்சை கடுமையாக எதிர்த்தனர். "சோவியத் நாட்டவர்கள் ஆட்சிக்கு வந்தால் மனைவிகள், குழந்தைகளைக் கூட நாட்டுடமையாக்கிவிடுவார்கள் என்று புனிதர் சிலுவையின்மீது சத்தியமிட்டுக் கத்தினார்கள். கிழக்கு திசை வானத்தில் தோன்றி மறையும் வெளிச்சத்தைப் பார்த்தபடி அக்குடியானவர்கள் "செங்கொடிக்காரர்களின் வருகையின் அர்த்தம் என்னவென்றால், மக்கள் எல்லோரும் நாத்திகர்களாவதும் முன்னோர்களின் அறிவுரையை மறப்பதும் பாவ வாழ்க்கையில் வீழ்வதுமாகும். இதனால் கடவுள் எல்லோரையும் உப்பாலான மேடுகளாக்கிவிடுவார்" என்றும் அவர்கள் பெருங்குரலில் வாதித்தனர்.

கடைசியில் வாதம் முற்றிப்போய், சகோதரர்களுக்குள் அடித்துக்கொள்ள ஆரம்பித்தனர்.

தந்தைமார்கள், தங்களின் மனைவிமார்கள் முன்னாலேயே, மகன்களை நோக்கி கோடரிகளைக் கழற்றினர். கண்ணுக்குப் புலனாகாத ஏதோ ஒரு சக்தி மனிதர்களை வேறுபடுத்திவிட்டது, குடும்பங்களுக்குள் பிளவு உண்டாக்கிவிட்டது, மனித மூளையைக் குழப்பிவிட்டது. வயதானவர்கள் மட்டுமே சண்டையிட்டுக் கொள்ளாமல் அங்கேயும் இங்கேயும் ஓடி சண்டைபோட்டுக் கொண்டிருந்தவர்களை, சமாதானமாக இருக்கும்படி கெஞ்சினார்கள். ஏற்கெனவே, உலகில் நடக்கும் போர்களே போதும், இவ்விடத்தில் ஒன்று புதிதாக வேண்டாம் என்று கிறீச்சிட்டார்கள்.

திடீரென, தொடுவான தூரத்திலிருந்து இடிபோன்ற சப்தமொன்று அருகில் கேட்க, எல்லோரும் சண்டையை நிறுத்திவிட்டனர். உடனே அவர்கள், சோவியத் அதிகாரிகளையும் கடவுளின் கோபத்தையும் சட்டென மறந்துவிட்டு தானியக் களஞ்சியத்திலும் நிலவறையிலும் பள்ளம் தோண்டுவதற்காக விரைந்தனர்.

அவர்கள் வெண்ணெய், பன்றி இறைச்சி, கன்றுக்குட்டிக் கறி, கோதுமை, பார்லி, தானியங்களை மறைத்துவைக்க ஆரம்பித்தனர். சிலர் புதிய ஆட்சியாளர்களை வரவேற்பதற்காக, சிவப்புவண்ணக் கொடிகளை யாருக்கும் தெரியாமல் தயாரிக்க, வேறு சிலரோ சிலுவைகள், யேசு மற்றும் மேரியின் உருவப்படங்கள், சின்னங்கள் முதலானவற்றை இரகசிய இடத்தில் பாதுகாப்பாக வைத்தனர்.

இந்தச் சங்கதிகளின் அர்த்தம் எனக்குப் புரியாமற் போனாலும், அந்தச் சூழ்நிலையில் ஏதோ ஒரு அவசரகதி இருப்பதை மட்டும் புரிந்துகொள்ள முடிந்தது. யாருமே என்மீது கவனம் செலுத்தாதநிலையில், நான் ஒவ்வொரு குடிசையாகச் சென்றபோது, பள்ளம் தோண்டுகின்ற சப்தங்களையும் இரகசியமாகப் பேசும் பேச்சுகளையும் பிரார்த்தனைகளையும் கேட்டேன். நான் நிலத்தில் காதை வைத்துப் படுத்தபடி இருக்க, தடதடவென்று சப்தம் வருவதை உணர்ந்தேன்.

செம்படைதான் வந்துகொண்டிருக்கின்றதா? தடதடவென தரையில் கேட்கின்ற சப்தம் இதயத் துடிப்புபோலிருந்தது. உப்பு என்பது மிக விலையுயர்ந்த பொருளாய் இருக்க, கடவுள் ஏன் பாவிகளை அதுவாக ஆக்கவேண்டும் என்ற ஐயம் எனக்குள் ஆச்சரியத்தைத் தோற்றுவித்தது. சில பாவிகளை அவர் ஏன், இறைச்சியாகவும் சர்க்கரையாகவும் மாற்றவில்லை. ஏனெனில், கிராமத்தவர்களுக்கு உப்பு தேவைப்படுவதுபோல்தானே இவையும் தேவைப்படும்.

நான் மல்லாக்கப் படுத்தபடி வானத்தில் மிதந்துசெல்லும் மேகங்களை உற்றுப் பார்த்தபோது, அவற்றோடு சேர்ந்து நானும் மிதப்பதைப்போல் உணர்ந்தேன். பெண்களும் குழந்தைகளும் சமூகத்தின் பொதுச்சொத்தாகிவிடுவார்கள் என்பது உண்மையெனில், பிறகு ஒவ்வொரு குழந்தைக்கும் பல பெற்றோர்களும் எண்ணற்ற சகோதர சகோதரிகளும் கிடைத்துவிடுவார்கள். ஆனால் எல்லோருக்கும் சொந்தமாகிவிடும் நம்பிக்கை, கொஞ்சம் பேராசையாகத்தான் தோன்றுகிறது. எங்கே நான் சென்றாலும் எண்ணற்ற தந்தைமார்கள், நம்பிக்கை அளிக்கும்விதமாக என் தலையைக் கோதிவிடுவார்கள், எண்ணற்ற தாய்மார்கள் தங்களின் மார்போடு என்னைச் சேர்த்து அணைத்துக்கொள்வார்கள். மூத்த சகோதரர்கள், நாய்களிடமிருந்து என்னைப் பாதுகாப்பார்கள். அதேபோல், நானும் தங்கைகளையும் தம்பிகளையும் கவனித்துக்கொள்ள வேண்டும். ஆக, இந்தக் குடியானவர்கள் அச்சம்கொள்வதற்கான காரணமேதும் இதில் இருப்பதாகத் தெரியவில்லை.

மேகங்கள் ஒன்றொடொன்று கலந்து, அவ்வப்போது கருத்தன, வெளுத்தன. இவற்றுக்கெல்லாம் மேலான உயரத்தில், எங்கோ இருக்கும் கடவுள் இவற்றை வழிநடத்திக் கொண்டிருக்கிறார். சின்னஞ்சிறு பூச்சி போன்ற என்னை அவர், ஏன் கண்டுகொள்ளவில்லை என்பது இப்போதுதான் புரிகிறது. மாபெரும் படைகளும் எண்ணற்ற ஆண்களும் மிருகங்களும் போர்செய்யும் பெரும் இயந்திரங்களும் அவரிடம் உள்ளன. யார் வெற்றி பெறவேண்டும், யார் தோற்கவேண்டும், யாரெல்லாம் சாகவேண்டும், யாரெல்லாம் வாழவேண்டும் என்பதையெல்லாம் அவர் முடிவு செய்யவேண்டும்.

ஆனால் இதுதான் நடக்கவேண்டுமென்று கடவுள் தீர்மானித்திருப்பது உண்மையென்றால் நம்பிக்கை, தேவாலயம், மதகுருமார்களென இந்தக் குடியானவர்கள் ஏன் கவலைப்பட வேண்டும். இந்த சோவியத் படைவீரர்கள் ஆலயங்களை அழிக்கும் புனிதப் பொருட்களை நாசம் செய்யும், குருமார்களைக் கொலை செய்யும் ஆத்திகர்களை அச்சுறுத்தும் நோக்கம் கொண்டிருப்பது உண்மையெனில், இப்போரில் அவர்கள் வெற்றிபெறுவதுதென்பது குதிரைக்கொம்புதான். கடவுளுக்கு எவ்வளவுதான் வேலை இருந்தாலும், தன் மக்களுக்கு நேரும் இந்தக் கொடுமைகளைச் சகிக்கமாட்டார் என்பது மட்டும் உறுதியாகும். ஆனால் செம்படைக்குத் தோல்வியென்றால் அது ஜெர்மானியர்களுக்கு வெற்றியாக மாறிவிடுமே? அவர்கள்கூட தேவாலயங்களை இடித்தார்களே, மனிதர்களைக் கொலை செய்தார்களே. எல்லாருமே கொலையாளிகளாக இருப்பதால், கடவுளின் பார்வையில் அவர்கள் எல்லோருமே தோற்றுப்போய்விடுவார்கள் என்பதுதான் சரியாகத் தோன்றுகிறது.

'மனைவிகளும் குழந்தைகளும் பொது உடமை' என்று, அந்தக் குடியானவர்கள் சொன்னது சற்று புதிராகத்தான் தோன்றுகிறது. எப்படியோ, கொஞ்சம் நல்லெண்ண அடிப்படையில், இந்த சோவியத் வீரர்கள் மற்ற குழந்தைகளோடு என்னையும் சேர்த்துக்கொள்ளக்கூடும். மற்ற எட்டுவயதுச் சிறுவர்களைக் காட்டிலும் என் உருவம் சிறிதாக இருந்தாலும், வயது பதினொன்று ஆவதால், அவர்கள் என்னைப் பெரியவர்களின் பட்டியலில் சேர்த்துவிடுவார்கள் என்ற பயம் சங்கடத்தைத் தந்தது. குறைந்தபட்சம் என்னை குழந்தைகளோடு சேர்க்கமாட்டார்கள். மேலும் நானொரு ஊமையாகவேறு ஆகிவிட்டேன். தவிர, உணவு உட்கொள்வதும் சிக்கலாகி இருக்க சிலசமயம், ஜீரணமாகாமல் வாந்தி வந்துவிடுகிறது.

எப்படியோ, நானும் ஒரு பொதுச்சொத்தாகி விடுவேன் என்பது மட்டும் சர்வநிச்சயமாகும்.

ஒருநாள் காலைப்பொழுதில், பாலத்தருகே வழக்கத்திற்கு மாறான விஷயங்கள் நடப்பதைக் கவனித்துவிட்டேன். தலைக்கவசம் அணிந்த வீரர்கள் ஒன்றாகத் திரண்டு, கைப் பீரங்கிகளையும் இயந்திரத் துப்பாக்கிகளையும் நிலையிலிருந்து கழற்றினர், ஜெர்மானியக் கொடிகளையும் கீழிறக்கிவிட்டனர். பாலத்தின் மறுபுறத்தில் பெரிய பெரிய டிரக் வண்டிகள் மேற்குப் பக்கமாக நகர, கொடூரமான ஜெர்மானியப் பாடல்கள் மங்கலாகக் கேட்டன. அவர்கள் ஓட்டமெடுக்கிறார்கள் என்று சில குடியானவர்கள் சொன்னார்கள். அவர்கள் போரில் தோற்றுப்போய்விட்டார்கள் என்று தைரியமானவர்கள் சிலர் கிசுகிசுத்தனர்.

அடுத்தநாள் பகற்பொழுதில், குதிரைகளில் சவாரி செய்தபடி பல ஆண்கள் கிராமத்திற்குள் நுழைந்தனர். அவர்கள் நூறு வரை அல்லது அதற்குமேல்கூட இருக்கக்கூடும். அவர்களும் அக்குதிரைகளும் ஒன்றெனத் தோன்றுவதுபோல, எவ்விதக் கஷ்டமுமின்றி வெகு இலகுவாகச் சவாரி செய்தனர். அவர்கள் பளீரென்ற பொத்தான்களுடன் கூடிய ஜெர்மானிய ராணுவச் சீருடையும் கண்கள்வரை இழுக்கப்பட்ட தொப்பியும் அணிந்திருந்தனர்.

கிராமத்துக் குடியானவர்கள் அவர்களை சட்டென அடையாளம் கண்டுகொண்டனர். அவர்கள் உச்சபட்ச பயத்தில் கல்முக்குகள் வந்துவிட்டார்களென்றும், அவர்களிடம் பிடிபடா வண்ணம் பெண்களையும் குழந்தைகளையும் மறைக்க வேண்டுமென்றும் ஓலமிட்டார்கள். இக்கிராமத்தில் பல மாதங்களாக, கல்முக்குகள் என்று பொதுவாக அழைக்கப்படும் இந்தக் குதிரைச் சவாரி செய்பவர்களைப் பற்றி பயங்கரமான கதைகள் சொல்லப்பட்டு வந்திருக்கின்றன. ஒருசமயத்தில், வெல்லப்பட முடியாதவர்களாக விளங்கிய ஜெர்மானியர்கள், சோவியத் ரஷ்யாவின் பெருமளவு பகுதியை ஆக்கிரமித்தபோது, இவர்களோடு இந்தக் கல்முக்குகளும் சேர்ந்துகொண்டார்கள் என்று குடியானவர்கள் சொல்லியிருக்கிறார்கள். இவர்கள் ரஷ்யாவிலிருந்து பிரிந்தவர்கள், செம்படையை வெறுப்பவர்கள். போர்க்கால சம்பிரதாயம் மற்றும் ஆண்மை முதலியவற்றுக்கு ஏற்றார்போல, கொள்ளையடிக்கவும் பாலியல் வன்முறையில் ஈடுபடவும் இவர்களுக்கு ஜெர்மானியர்கள் அனுமதி தந்திருக்கின்றனர். இதனால்தான் தங்களுக்குப் பணியாத கிராமங்களுக்கும் நகரங்களுக்கும் குறிப்பாக, செம்படை

முன்னேறும் பகுதிகளுக்கும் தண்டனைதரும் பொருட்டு, இந்தக் கல்முக்குகள் ஊடுருவுவார்கள்.

அவர்கள் பெருங்கூச்சல் போட்டபடி, காலணி குதி முள்ளால் குதிரைகளை விரட்டியபடி, முழுப்பாய்ச்சலுடன் வந்தார்கள். பொத்தானிடப்படாத சீருடைகளின் உள்ளே பிரவுன் நிறத்தில் தோல் தெரிவதைக் காணலாம். சிலர் சேனங்களின்றியே சவாரி செய்தனர். சிலர், தம் இடுப்பு பெல்டில் கனமான பட்டாக்கத்திகளை வைத்திருந்தனர்.

கிராமமே பெருங்குழப்பத்தில் ஆழ்ந்துபோக, தப்பித்துப் போவதற்கான வாய்ப்பே இல்லாமல் போனது. நான் குதிரையிலிருந்தவர்களைப் பெருத்த ஆர்வத்துடன் உற்று கவனித்தேன். அவர்களின் தலைமுடி எண்ணெயிடப்பட்டு, கருநிறத்தில் சூரியவொளியில் மின்னிக்கொண்டிருந்தது. நீலமும் கருமையும் கலந்த, என்னுடையதைக் காட்டிலும் ஆழ்ந்த கருப்பிலிருக்க, அவர்களின் கண்களும் உடல் நிறமும்கூட அதே நிறத்தில் இருந்தன. அவர்களுக்குப் பெரிய வெள்ளைப் பற்களும், உயர்ந்த கன்னக் கதுப்புகளும், வீங்கினாற் போல அகலமுமான முகமும் இருந்தன.

அவர்களைப் பார்த்திருந்த அச்சமயத்தில், எனக்குள் பெருமையும் திருப்தியும் பொங்கிவழிந்தன. ஏனெ னில் சீலங்கொண்ட இந்தக் குதிரை ஏறிகள் கருநிற விழிகளையும் கேசத்தையும் நிறத்தையும் கொண்டிருக்கிறார்கள்.

இரவிலிருந்து நாள்பொழுது வேறுபடுவதுபோல இந்தக் கிராமத்து ஜனங்களிடமிருந்து அவர்கள் வித்தியாசமாகத் தென்படுகிறார்கள். கருநிறங்கொண்ட கல்முக்குகளின் வருகை, கிராமத்தின் வெண்ணிற கேசங்கொண்ட மக்களைப் பீதியில் ஆழ்த்திவிட்டது.

இதற்கிடையில், அவர்கள் தங்களின் குதிரைகளை வீடுகளுக்கிடையில் இழுத்து நிறுத்தினார்கள். அவர்களில், அதிகாரிகளுக்கான தொப்பி அணிந்து முழுச் சீருடையில், குதிரைமீது அமர்ந்திருந்த ஒருவன், உத்தரவுகளைப் பிறப்பித்தான். உடனே அவர்கள் குதிரைகளிலிருந்து குதித்து, அவற்றை வேலிகளில் கட்டிப்போட்டனர். அவற்றின் சேனத்திலிருந்து, குதிரை மற்றும் அவர்களின் உடற்சூட்டால் வெந்துபோயிருந்த இறைச்சியைச் கைகளில் எடுத்துக்கொண்டனர். நீலமும் சாம்பல் வண்ணமும் கலந்த அந்த இறைச்சியைக் கடித்தபடி, குடுவையிலிருந்து திரவத்தைக் குடித்தனர். அதே சமயம் பலமாக இருமியபடி வாயிலிருந்ததைத் துப்பினர்.

சிலர் முன்னமே குடித்து விட்டிருந்தனர். அவர்கள் குடிசைகளுக்குள் நுழைந்து, மறைக்கப்படாமல் இருந்த பெண்களைப் பற்றி இழுத்தனர். குடியானவர்கள் கதிர் அறுக்கும் அரிவாளால் அவர்களைத் தடுக்க முயன்றனர். ஒரு கல்முக் பட்டாக் கத்தியால், அவர்களில் ஒருவனை ஒரே வீச்சில் பிளந்து தள்ளினான். உடனே மற்றவர்கள் அப்பால் ஓட முயன்றனர், ஆனால் சீறிப்பாய்ந்த தோட்டாக்கள் அவர்களைத் தடுத்துநிறுத்தின.

கல்முக்குகள் அக்கிராமம் முழுவதும் சிதறலாகப் பரவ, ஒவ்வொரு மூலையிலிருந்தும் கதறலும் கூச்சலும் கிளம்பிக் காற்றை நிறைத்தன. நான் சதுரமான வெட்டவெளியின் நடுவிலிருந்த, அடர்த்தியான புதர்களுக்குள் புகுந்து ஒரு புழுவைப் போலத் தரையோடு படுத்துக்கொண்டேன்.

இப்போது மிக்க எச்சரிக்கையுடன் எல்லாவற்றையும் கவனிக்க ஆரம்பித்தேன். ஒட்டுமொத்த கிராமமே பீதியில் ஆழ்ந்திருந்தது, கல்முக்குகள் நுழைந்த வீடுகளில் இருந்த ஆண்கள் அவர்களைத் தடுக்க முயன்றனர். முன்னைவிட அதிகமாகத் துப்பாக்கிகள் வெடித்தன. தலையில் அடிபட்ட ஒருவன், வழிகின்ற ரத்தத்தால் பார்வை மறைக்கப்பட, சுற்றிச்சுற்றி ஓடினான், பிறகு ஒரு கல்முக் அவனை வெட்டி வீழ்த்தினான். குழந்தைகள் பயத்தில் சிதறி, பள்ளங்களிலும் வேலிகளிலும் தடுக்கி விழுந்தனர். நான் மறைந்திருந்த புதருக்குள் ஒரு குழந்தை ஓடி வந்தது. ஆனால் என்னைக் கண்டதும், வெளியே ஓடி, பாய்ந்துவந்த குதிரைகளின் கால்களில் பட்டு நசுக்குண்டது.

இப்போது கல்முக்குகள் அரை நிர்வாணமாயிருந்த ஒரு பெண்ணை ஒரு வீட்டினுள்ளிருந்து இழுத்து வந்தார்கள். அவள் கீழாடையைக் கால்களால் பிடிக்க முயன்றபடி, கத்திக்கொண்டே திமிறினாள். பெண்களும் யுவதிகளும் கொண்ட கூட்டமொன்று, குதிரைச் சவுக்குகளைக் கையில் வைத்தபடி, இளித்துக் கொண்டிருந்த சிலரால் சூழ்ந்துகொள்ளப்பட்டனர். அப்பெண்களின் தந்தைகளும் கணவன்களும் சகோதரர்களும் அவர்களை விட்டுவிடும்படி கெஞ்சினர். ஆனால் அவர்கள் குதிரைச் சவுக்காலும் கத்தியாலும் அடித்து விரட்டப்பட்டனர்.

கை துண்டிக்கப்பட்ட நிலையில் ஒரு விவசாயி, பிரதானமாக இருந்த தெருவில் ஓடிவந்தான், வெட்டுப்பட்ட பகுதியிலிருந்து, அருவியென ரத்தம்கொட்ட அவன், தன் குடும்பத்தைத் தேடினான்.

அருகாமையில், சில வீரர்கள் ஒரு பெண்ணை பலவந்தமாகத் தரையில் படுக்கவைத்தனர். ஒரு வீரன், அவளின் தொண்டையைப் பிடித்துக்கொள்ள மற்றவர்கள் அவளின் கால்களை அகட்டினர். ஒருவன் அப்பெண்ணின் மேலேறி இறங்க, மற்றவர்கள் பெருங்கூச்சலிட்டு அவனை உற்சாகப்படுத்தினர். அப்பெண்ணோ, திமிறுவதும் அழுவதுமாக இருந்தாள். முதலாமானவன் வேலையை முடித்ததும், மற்றவர்கள் ஒருவர்பின் ஒருவராக விஷயத்தைத் தொடர்ந்து நடத்தினார்கள். வெகுவிரைவில் அவள் துவண்டுபோய்ச் சண்டையிடுவதற்குச் சக்தியற்றவளானாள்.

அடுத்து இன்னொரு பெண் இழுத்துவரப்பட்டாள். அவள் கிறீச்சென்று கத்தியபடி கெஞ்சினாள், ஆனால் கல்முக்குகள் அவளின் ஆடைகளை அவிழ்த்து, அவளைத் தரையில் எறிந்தனர். ஒருவன் அவளுடைய வாயில் என, இரண்டுபேர் சேர்ந்து, ஒரேசமயத்தில் அவளை வல்லுறவுகொண்டனர். அவள், தன் தலையைத் திருப்ப முயன்றபோது அல்லது வாயை மூட முயன்றபோது குதிரைச்சவுக்கால் அடிக்கப்பட்டாள். முடிவில் அவள் பலவீனமடைந்து அமைதியாக ஒத்துழைத்தாள். சில வீரர்கள், பெண்களைப் பின்புறத்திலும் சிலர் முன்புறத்திலும் புணர்ந்துவிட்டு அவர்களை மற்ற வீரர்களிடம் தள்ளிவிட்டனர். சிலபெண்கள், வித்தியாசமான அசைவுகளைச் செய்யும்படி நிர்பந்திக்கப்பட்டனர். அதைச் செய்ய மறுத்தவர்கள் சவுக்கால் விளாசப்பட்டனர், கால்களால் உதைக்கப்பட்டனர்.

எல்லா வீடுகளிலும் வல்லுறவுக்காளான பெண்களின் கதறல்கள் கேட்ட வண்ணம் இருந்தன. ஒரு யுவதி எப்படியோ தப்பித்துக்கொண்டு அரைநிர்வாணமாகத் தெருவில் இறங்கி ஓடிவந்தாள். அவளின் தொடைகளில் ரத்தம் வழிந்தபடி இருக்க, அடிபட்ட நாய்போலக் கத்திக்கொண்டிருந்தாள். இரண்டு நிர்வாண வீரர்கள் சிரித்துக்கொண்டே அவளைத் துரத்தினர். அவர்கள், தங்களின் தோழர்களுடன் நகைச்சுவையாகப் பேசிக்கொண்டும் சிரித்துக்கொண்டும் அச்சதுர வெளியில் அவளைத் துரத்தி கடைசியில் பிடித்தேவிட்டனர். அழுதுகொண்டிருந்த குழந்தைகள் எல்லாம் இதைப் பார்த்தன.

அந்நாள் முழுக்கப் புதிதுபுதிதான பெண்கள் சிக்கிக்கொண்டேயிருந்தனர். போதையிலிருந்த கல்முக்குகளும் இன்னும் வெறிகொண்டு அலைந்தனர். அவர்களில் சிலர், தங்களுக்குள்ளேயே உறவுகொண்டனர். பெண்களை விநோதமான முறைகளில் உறவுகொள்ளப் போட்டிபோட்டனர். இரண்டு அல்லது மூன்று ஆண்கள் ஒரு பெண்ணுக்கு எனவும், சிலஆண்கள் படுவேகமாக இயங்குவது எனவும் சம்பவங்கள்

தொடர்ந்து நிகழ்ந்தன. அழகாகவும் இளமையாகவும் இருந்த பெண்கள் ஏறத்தாழ, கிழித்தெறியப்பட்ட நிலைக்கு வந்துவிட்டனர். இதற்கிடையில், வீரர்களுக்கிடையே வாக்குவாதமும் ஏற்பட்டன. பெண்கள் அழுது புலம்பியபடி பிரார்த்தனை செய்தனர். வீடுகளுக்குள் அடைக்கப்பட்டிருந்த அப்பெண்களின் தந்தைகளும் கணவன்களும் சகோதரர்களும் மகன்களும் அழுகின்ற குரல்களை இனங்கண்டு, பைத்தியம்போலப் பதில் குரல் கொடுத்துக் கத்தினார்கள்.

அந்தச் சதுரமான வெட்டவெளியில் சில கல்முக்குகள் ஓடுகின்ற குதிரைமீது வைத்தே, பெண்களைப் புணர்வதில் தங்களின் திறமையைக் காட்டினார்கள். அவர்களில் ஒருவன், தன் சீருடையை அவிழ்த்துப் போட்டுவிட்டான். மற்றபடி, மயிரடர்ந்த கால்களில் பூட்சுகள் மட்டுந்தானிருந்தன. அவன் குதிரையில் சுற்றிச்சுற்றி வந்தான். பிறகு மற்றவர்களால் இழுத்துவரப்பட்ட ஒரு பெண்ணைத் தரையிலிருந்து அப்படியே தூக்கினான்.

அப்பெண் தன்னைப் பார்க்கும்நிலையில், அவள் கால்களை இரு பக்கங்களிலும் தொங்கவிட்டு உட்காரவைத்தான். பிறகு அக்குதிரையைத் துரிதமாக நடக்கும்படி விரட்டி, அப்பெண்ணைத் தனக்கு நெருக்கமாய் இழுத்து, அவளைக் குதிரையின் பிடரியின் மீது சாயவைத்தான். இப்போது குதிரையின் ஒவ்வொரு தாவலிலும், அவளின் உள்ளே ஊடுருவியபடி வெற்றிக் கூச்சலிட்டான். மற்றவர்களோ, அவனுடைய சாகசத்தைக் கைதட்டிப் பாராட்டினார்கள். பிறகு அவன் அப்பெண்ணை முன்புறமாய்த் திரும்பி உட்காரவைத்து, அவளைக் கொஞ்சம் உயர்த்தி, மார்பகங்களை அழுத்திப் பிடித்தபடி பின்புறத்தில் உறவுகொண்டான்.

மற்றவர்கள் உற்சாகப்படுத்த, இன்னொரு கல்முக் அக் குதிரையின் பிடரியின் மீது ஏறி அமர, அது எடை தாங்காமல் வேகத்தைக் குறைத்தது. இப்போது இரண்டுபேர் குதிரையின் மீது இருந்தபடி அப்பெண்ணை ஒரேசமயத்தில் புணர்ந்தனர்.

சம்பவங்கள் இதேபோலத் தொடர்ந்தன. ஆதரவற்ற பெண்கள் ஒரு குதிரையிலிருந்து மற்ற குதிரைக்கு மாற்றப்பட்டுக்கொண்டே இருந்தனர்.

ஒருவன் பெண் குதிரையொன்றோடு உறவுகொள்ள முயற்சித்தான். இன்னொருவன், ஆண் குதிரையொன்றைக் கிளர்ந்தெழச் செய்து, ஒரு பெண்ணை அதனடியில் தள்ளி, அவளின் கால்களை பிடித்து உயர்த்தி அவ்விலங்கோடு சேர்ப்பிக்க முயன்றான்.

நான் காட்சிகளின் தீவிரத்தைத் தாங்கமுடியாமல் வெறுத்துப்போய் புதர்களுக்குள்ளாக சென்றுவிட்டேன். இப்போதுதான் எல்லாமே புரிகிறது. என்னுடைய பிரார்த்தனைகளுக்குக் கடவுள் ஏன் செவிசாய்க்கவில்லை, கொக்கியில் ஏன் தொங்கவிடப்பட்டேன், கேர்பஸ் ஏன் என்னை அடித்தான், ஏன் என் பேசும் சக்தியை இழந்தேன்? எல்லாவற்றுக்கும் காரணம் நானொரு கறுப்பன். என்னுடைய தலைக்கேசமும் கண்களும் இந்த கல்முக்குகளைப் போல கறுப்பானவை. வேறொரு உலகில் அவர்களோடு சேர்ந்து நானுமிருப்பேன் என்பதும் தெளிவானது. என்னைப் போன்றவனுக்குக் கருணையே காட்டப்படமாட்டாது. ஒரு பயங்கரமான விதியானது, எனக்குக் கறுப்புக் கண்கள், தலைமுடி என்ற தண்டனையளித்து இந்தக் காட்டுமிராண்டிக் கும்பலோடு என்னையும் சேர்த்துவிட்டது.

திடீரென, ஒரு தானியக் களஞ்சியத்திலிருந்து, வெண்ணிற கேசத்துடன் உயரமாக இருந்த வயதான மனிதனொருவன் வெளியேவந்தான். குடியானவர்கள் அவனைப் 'புனிதர்' என்றழைப்பர், ஒருவேளை அவன், தன்னை அதுபோல நினைத்துக்கொண்டிருக்கக் கூடும். அக்கிழவன் தன்னிரு கைகளிலும் ஒரு கனமான மரச்சிலுவையைப் பிடித்திருந்தான். தன் வெள்ளைத்தலையில் ஓக் மரத்து மஞ்சள் இலைகளால் ஆன வளையமொன்றை அணிந்திருந்தான். அவனது பார்வையற்ற கண்கள் வானம் நோக்கி உயர்ந்திருக்க, வெற்றுப்பாதங்கள் வயதாகிப்போனதாலும், நோய்வாய்ப்பட்டிருப்பதாலும் வளைந்து நெளிந்து சரியான பாதையைத் தேடின. அவனது பல்லில்லா வாயிலிருந்து பிரார்த்தனைப் பாடலொன்று புலம்பலாக ஒலித்தது. அவன் தன்னால் பார்க்கமுடியாத எதிரிகளை நோக்கிச் சிலுவையை நீட்டினான்.

அந்த வீரர்கள் ஒருகணம் அமைதியடைந்து நின்றனர்.

போதையிலிருந்தவர்கள்கூட அவனைக் கண்டதில் தர்மசங்கடமடைந்தது தெளிவாகத் தெரிந்தது. பிறகு அவர்களில் ஒருவன் அக்கிழவனை நோக்கி ஓடிக் கால்களால் அவனை இடற, சிலுவையைத் தவறவிட்டுத் தரையில் விழுந்தான். மற்றவர்கள் இகழ்ச்சியாகப் பேசியபடி அடுத்த நிகழ்வுக்காகக் காத்திருந்தனர். அந்தக் கிழவன், உடலை விறைப்பாக்கி எழுவதற்கு முயற்சித்தான், சிலுவைக்காகக் கைகளால் துழாவினான். அவன்தன் முண்டும் முடிச்சுமாயிருந்த எலும்புக் கைகளால் அதைப் பொறுமையுடன் தேடிக்கொண்டே நெருங்க, அந்த வீரனோ தன் கால்களால் அச்சிலுவையை அப்பால் நகர்த்திக்கொண்டே போனான். கிழவனோ, சுற்றித்

தவழ்ந்தபடி மெலிதான குரலில் முனகினான். கடைசியில் அவன் பலமிழந்துபோய் மூச்சிரைக்கத் தொடங்கினான். பிறகு அந்த கல்முக் அச்சிலுவையை நேராகத் தூக்கி நிறுத்தினான். அது ஒருகணம் அவன் கையில் இருந்தது, அடுத்த கணம், குப்புறப்படுத்திருந்த அம்மனிதனின் மேல் விழ, அவன் முனகினான். பிறகு சலனத்தை நிறுத்திவிட்டான்.

ஒரு வீரன், தவழ்ந்தபடி தப்பிக்க முயன்ற ஒரு பெண்ணின்மீது கத்தியை வீசினான். அவள் தரைப் புழுதியில் ரத்தம் சிந்தினாள், யாருமே அவளைக் கவனிக்கவில்லை. குடித்து போதையிலிருந்த கல்முக்குகள், ரத்தம் சொட்டச்சொட்ட அப்பெண்களை மற்றவர்களின் கையில் மாற்றிக்கொண்டே இருந்தார்கள். அவர்கள் அப்பெண்களை உதைத்தனர், விநோதமான செயல்களைச் செய்யும்படி செய்தனர்.

அவர்களில் ஒருவன் ஒரு வீட்டினுள் நுழைந்து, ஐந்துவயதான சிறுமி ஒருத்தியைத் தூக்கிக்கொண்டு வந்தான். தன் தோழர்கள் அவளை நன்றாகப் பார்க்கும்வண்ணம் உயரத் தூக்கிக் காட்டினான். பிறகு அச்சிறுமியின் ஆடைகளைக் கிழித்தெறிந்தான். அவள் வயிற்றில் எட்டி உதைத்தான். இதற்கிடையில் அப்பெண்ணின் தாயார் தவழ்ந்தபடி வந்து அவளை விட்டுவிடும்படிக் கெஞ்சினாள். அவன் ஒரு கையால் அச்சிறுமியை, தன் இடுப்பு உயரத்திற்குப் பிடித்தபடி, மற்றொரு கையால் தன் கால்சட்டையை மெல்லக் கழற்றினான். பிறகு அக்குழந்தை கத்தக் கத்த ஒரு பாய்ச்சலில் ஊடுருவினான். அச்சிறுமியின் உடல் தொய்ந்துபோனதும், அதைப் புதர்களுக்குள் எறிந்துவிட்டு அவளின் தாயாரை நோக்கித் திரும்பினான்.

ஒரு வீட்டின் வாசலருகே, சில அரைநிர்வாண வீரர்கள், கட்டுமஸ்தான ஒரு குடியானவனோடு சண்டைபோட்டுக் கொண்டிருந்தனர். அவன் வாயிலில் நின்றபடி, கையிலிருந்த கோடரியைக் காட்டுத்தனமாகச் சுழற்றினான். பிறகு அவர்கள், அவனை ஒரே அமுக்காக அமுக்கியபின்னர், வீட்டினுள் பயத்தால் உறைந்துபோயிருந்த ஒரு பெண்ணைத் தலைமயிரைப் பிடித்து இழுத்துவந்தனர். மூன்றுபேர் அவள் கணவன்மேல் அமர்ந்து பிடித்துக்கொள்ள, மற்றவர்கள் அவளை வல்லுறவுக்காளாக்கினர்.

பிறகு அவர்கள், அம்மனிதனின் இளம் மகள்கள் இருவரையும் வெளியே இழுத்துவந்தனர். அப்போது கல்முக்குகளின் பிடி கொஞ்சம் நழுவ, அக்குடியானவன் சட்டென துள்ளியெழுந்து பக்கத்திலிருந்த ஒருவனின் மண்டையில் ஒரு

போடு போட்டான். அந்த வீரன் தொப்பென்று தரையில் வீழ, அவன் மண்டை ஓடு சிட்டுக்குருவியின் முட்டைபோல் நொறுங்க, முடிகளூடே ரத்தமும் வெண்ணிற மூளையும் வெளியே சிதறின. இதனால் கடுங்கோபமடைந்த மற்றவர்கள் அவ்விவசாயியைச் சுற்றி வளைத்துக் கடுமையாக உதைத்து, பிறகு அவனையும் புணர்ந்தனர். அதன்பிறகு மனைவி, மகள்களின் கண்முன்பாகவே அவனுடைய ஆண்குறியை அறுத்துவிட்டனர். இதைக்கண்ட அவனுடைய மனைவி பெருத்த வெறியுடன், தன் கணவனைப் பாதுகாக்க அவ்வீரர்கள்மீது பாய்ந்து பற்களால் கடித்தாள், நகத்தால் கீறினாள். இதனால் சந்தோஷமடைந்த கல்முக்குகள் அவளைக் கெட்டியாகப் பிடித்து, அவள் வாயை பலவந்தமாகத் திறந்து, வெட்டப்பட்ட ஆண்குறியைத் திணித்து அவளை விழுங்கும்படி செய்துவிட்டார்கள்.

ஒரு வீட்டில் தீப்பற்றிக்கொண்டுவிட்டது. பயந்துபோன சில குடியானவர்கள், அரை நினைவுடனிருந்த பெண்களையும் தடுக்கி விழுந்த குழந்தைகளையும் இழுத்தபடி காட்டை நோக்கி ஓடினர். அந்த கல்முக்குகள், தாறுமாறாகச் சுட்டபடி, குதிரைகளின் கால்களால் அவர்களை மிதித்தனர். அதேசமயம், புதிய பெண்களைக் கண்டு அவ்விடத்திலேயே நாசம் செய்தனர்.

நான் புதர்களுக்குள் ஒளிந்திருந்தேன். போதையிலிருந்த கல்முக்குகள் அவ்விடத்தில் சுற்றிவர, அவர்களின் பார்வையிலிருந்து தப்புகிற வாய்ப்பு குறைந்துகொண்டே வந்தது. என்னால் வேறெதையும் யோசிக்கமுடியாத நிலையில், பயத்தில் உறைந்து கண்களை மூடிக்கொண்டேன்.

பிறகு கண்களைத் திறந்தபோது, ஒருவன் நானிருக்கும் திசை நோக்கித் தள்ளாடியபடியே வருவதைக்கண்டதும், தரையோடு தரையாக இன்னும் ஒட்டிப் படுத்துக்கொண்டு, மூச்சுவிடுவதையும் நிறுத்திவிட்டேன். அவ்வீரன், புதர்களில் வளர்ந்திருந்த சிறு பழங்களைப் பறித்துச் சாப்பிட்டான். பிறகு இன்னொரு அடியைப் புதருக்குள் எடுத்துவைத்து, நீட்டிக்கொண்டிருந்த என் கையை மிதித்துவிட்டான். அவனுடைய பூட்ஸின் அடிப்பாகமும், அதன் ஆணிகளும் என் சதைக்குள் ஆழப் பதிந்தன. பொறுக்கமுடியாதளவுக்கு வலி வந்தும், நான் அசையவில்லை. அவன், தன் ரைபிளின் மேல் சாய்ந்தபடி வெகுநிதானமாகச் சிறுநீர் கழித்தான். திடீரென அவன் தடுமாறி, முன்னோக்கி வந்து, என் தலையில் இடறிவிட்டான். நான் உடனே துள்ளி எழுந்து ஓட முயன்றபோது, அவன் என்னைப் பிடித்து, ரைபிளின் பின்புறக் கட்டையால் மார்பில் அடித்தான். ஏதோவொன்று உள்ளே நொறுங்க, கீழே விழுந்துவிட்டேன். எனினும்

அவனைத் தடுக்கி விழச்செய்து விட்டேன். அவன் விழுந்ததும், நான் வீடுகளிருந்த பக்கம் நோக்கி வளைந்து வளைந்து ஓடினேன். அவன் ரைபிளை உயர்த்திச் சுட்டான். ஆனால் தோட்டாவானது தரையில் பட்டு எகிறியது. மறுமுறை சுட்டான், ஆனால் அதுவும் தவறிவிட்டது. நான் தானியக் களஞ்சியமொன்றின் பலகையைப் பெயர்த்தெடுத்துவிட்டு, அதனுள் ஏறி வைக்கோல்போரில் ஒளிந்துகொண்டேன்.

மக்களின், விலங்குகளின் அழுகைகள், ரைபிள் சுடுகின்ற ஓசைகள், வீடுகள், களஞ்சியங்கள் எரியும் சப்தங்கள், குதிரைகளின் கனைப்புகள், கல்முக்குகளின் அட்டகாசச் சிரிப்புகள் முதலான யாவும் இவ்விடத்திலிருந்த எனக்கு இன்னும் கேட்டுக் கொண்டிருந்தன. ஒரு பெண், அவ்வப்போது மென்மையாக முனகிக் கொண்டிருந்தாள். ஒவ்வொரு அசைவும் என்னுடலுக்கு வேதனையைத் தந்தாலும் நான் அசராமல், வைக்கோல்போரை நன்றாகத் தோண்டி உள்ளே சென்றுவிட்டேன். என்னுடைய மார்புக்குள் என்ன உடைந்திருக்கும் என்ற சிந்தனைவேறு அலைக்கழித்தது. உடனே இதயத்தின்மேலே கை வைத்துப் பார்த்தேன். அது, இன்னும் துடித்துக்கொண்டிருந்தது. முடமாகிப்போவதில் எனக்கு விருப்பமில்லை. பெருத்த சப்தங்கள் கேட்டாலும் சோர்வினாலும் பயத்தாலும் அரைத்தூக்கத்தில் ஆழ்ந்து போனேன்.

திடீரென விழிப்புத் தட்டியது. பலத்த வெடியொன்று களஞ்சியத்தை ஒரு உலுக்கு உலுக்கியது. சிலதூண்கள் கீழே விழ, திரண்டெழுந்த தூசிக்குவியல் எல்லாவற்றையும் பார்வையிலிருந்து மறைத்தது. தாறுமாறாக ரைபிள் சுடுகின்ற ஓசையும் இயந்திரத் துப்பாக்கிகள் தொடர்ந்து முழங்கும் சப்தங்களையும் கேட்டேன். உடனே வெகு எச்சரிக்கையாக வெளியே பார்த்தபோது, குதிரைகள் பயந்தோடுவதையும் அரை நிர்வாணமாகவும் இன்னும் போதையிலும் இருந்த கல்முக்குகள் அவற்றின் மேலே ஏற முயற்சிப்பதையும் கண்டேன். ஆறு மற்றும் காடு இருக்கும் திசையிலிருந்து துப்பாக்கிகள் சுடப்படும், இன்ஜின்கள் உறுமும் சப்தங்களையும் கேட்டேன். இறக்கைகளில் செந்நிற நட்சத்திரம் பொறிக்கப்பட்டிருந்த விமானமொன்று, கிராமத்தின்மேலே தாழப்பறந்தது. பீரங்கிகளின் தொடர்தாக்குதல் கொஞ்சநேரத்திற்கு நின்றது, ஆனால் இன்ஜின்களின் சப்தம் பெரிதாகக் கேட்கத் தொடங்கியது. சோவியத்துக்கள் அருகாமையில் வந்துவிட்டனர் என்பது தெளிவாகப் புரிந்தது. செம்படையும் அதன் அதிகாரிகளும் வந்தேவிட்டனர்.

நான் கஷ்டப்பட்டு வெளியே வந்தேன். ஆனால் மார்பினுள் ஏற்பட்ட திடீர் வலி என்னைக் கீழே தள்ளியது. பிறகு இறுமியபடி துப்பியதில் கொஞ்சம் ரத்தம் வந்தது. மிகுந்த பிரயாசத்துடன் நடந்து, வெகுவிரைவில் மலையருகே வந்துவிட்டேன். பாலத்தைக் காணோம். அந்தத் மாபெரும் வெடிதான் அதைத் தகர்த்திருக்க வேண்டும். காட்டினுள்ளிருந்து டேங்குக்கள் மெதுவாக ஊர்ந்து வர, அவற்றின்பின்னே தலைக்கவசமணிந்த வீரர்கள், ஞாயிறு தினத்தன்று மதியவேளைகளில் நடப்பதுபோல, வெகு சாவகாசமாக நடந்துவந்தனர். அவர்கள் கிராமத்தை நெருங்கியதும், சில கல்முக்குகள் வைக்கோல்போரின் பின்னே ஒளிந்துகொண்டனர். ஆனால் டேங்க்குகள் வருவதைக் கண்டதும், வெளியில் வந்து, தள்ளாடியபடியே இரண்டு கைகளையும் உயர்த்தி நின்றனர். அவர்கள், தங்களின் ரைபிள்களையும் பெல்ட்டுடன்கூடிய ரிவால்வர்களையும் தூர எறிந்தனர். சிலர் மண்டியிட்டமர்ந்து கருணை காட்டும்படி கெஞ்சினர். செம்படை வீரர்கள் கணக்குப்போட்டாற்போல் அவர்களைச் சுற்றிவளைத்து, ரைபிளின் பாய்னட் கத்தியால் அவர்களைக் குத்தினர். கொஞ்சநேரத்திற்குள் பெரும்பாலான கல்முக்குகள் சிறைப்பிடிக்கப்பட்டனர். அவர்களின் குதிரைகள் அமைதியாக மேய்ந்துகொண்டிருந்தன.

டேங்குக்கள் நின்றுவிட்டாலும், ராணுவத்தின் வேறுபிரிவுகளைச் சேர்ந்த மனிதர்கள் வரத்தொடங்கினார்கள். பாலங்களைக் கட்டுவதற்காகப் பயன்படுத்தப்படும் அகலமான பான்டூன் படகொன்று ஆற்றில் தோன்றியது. அகழிகளையும் பாலங்களையும் அமைக்கும் படை வீரர்கள் அழிந்துபோன பாலத்தைப் பரிசோதித்தார்கள். பல விமானங்கள், வரவேற்புகள் ஒலிக்கத் தலைக்குமேலே பறந்தன. நான் ஏதோவொருவகையில் ஏமாற்றத்தை உணர்ந்தேன், ஏனெனில் போர் முடிந்துவிட்டாற்போல் தோன்றுகிறது.

கிராமத்தைச் சுற்றியிருந்த நிலங்கள் யாவும் இயந்திரங்களால் நிரப்பப்பட்டன. மனிதர்கள் கூடாரங்களையும் சமையல் சாதனங்களையும் அமைத்தனர். டெலிபோன் ஒயர்களைத் தொங்கவிட்டனர். அவர்கள் உள்ளூர் மொழி போன்ற உச்சரிப்பில் பாடினார்கள், பேசினார்கள் எனினும் என்னால் அதைப் புரிந்துகொள்ள முடியவில்லை. அது ரஷ்ய மொழி என்று யூகித்துக் கொண்டேன்.

கிராமத்தவர்கள் புதிதாக வந்தவர்களை அமைதியற்ற மனதோடு பார்த்தனர். செம்படையைச் சேர்ந்த வீரர்களில் சிலர் சிரித்த முகத்துடனிருந்தாலும், கல்முக்குகளைப்

போலிருந்த அவர்களின் உஸ்பெக் அல்லது தர்தர் முகங்களைக் கண்டதும் பெண்கள் அலறித் துடித்தனர்.

சுத்தி அரிவாள் சின்னம் சுமாராக வரையப்பட்ட செங்கொடி ஏந்திய குடியானவர்களின் குழு ஒன்று நிலத்தை நோக்கி நடைபோட்டுச் சென்றது. படைவீரர்கள் அவர்களை உற்சாகத்துடன் வரவேற்க, கூடாரத்தின் உள்ளிருந்த படைத் தளபதி, வந்தவர்களைச் சந்திக்க வெளியே வந்தார். அவர் எல்லோரையும் கை குலுக்கி உள்ளே வரும்படி கூறினார். குடியானவர்கள் வெட்கமடைந்துபோய் தங்களின் தொப்பிகளைக் கழற்றிவிட்டனர். தாங்கள் கொண்டுவந்த கொடிகளை என்னசெய்வதென்றும் அவர்களுக்குத் தெரியவில்லை. முடிவில் அவற்றை வெளியில் வைத்துவிட்டு உள்ளே நுழைந்தனர்.

இதற்கிடையில், உச்சியில் சிவப்புவண்ணச் சிலுவைக் குறியிட்ட வெள்ளைநிற டிரக் வண்டியொன்று வர, வெள்ளை கோட்டணிந்த டாக்டர் ஒருவரும் அவரின் உதவியாளர்களும் காயம்பட்ட பெண்களுக்கும் குழந்தைகளுக்கும் மருத்துவம் செய்தனர். ஒரு கூட்டம் ஆம்புலன்ஸை சுற்றி நின்றுகொண்டு எல்லாவற்றையும் பார்க்கும் ஆர்வத்துடனிருந்தது.

குழந்தைகள் வீரர்களைப் பின்தொடர்ந்து இனிப்புகள் தரும்படி கேட்க, அவர்கள் அக்குழந்தைகளைத் தழுவினர், விளையாடினர்.

அன்றைய தினத்து மதியப்பொழுதில், ஆற்றோரம் இருக்கும் ஓக் மரக்கிளைகளில், எல்லாக் கல்முக்குகளையும் கால்களில் கயிறு கட்டித் தலைகீழாக, செம்படையினர் தொங்கவிட்டுவிட்டனர் என்ற செய்தி கிராமத்தவருக்குத் தெரிந்தது. எனக்கு மார்பிலும் கைகளிலும் வலி இருந்தாலும், ஆர்வமுடன் சென்ற ஆண்கள், பெண்கள், குழந்தைகள் கூட்டத்தின்பின்னே நானும் தள்ளாடியபடியே சென்றேன்.

கல்முக்குகள் தொங்கிக்கொண்டிருப்பது தூரத்திலிருந்தே தெரிந்தது. அவர்கள் அதீத வளர்ச்சியடைந்து, உலர்ந்துபோன பைன் மரத்துக் கிளைகள்போல மரங்களில் தொங்கிக்கொண்டிருந்தார்கள். ஒவ்வொருவரும் தனித்தனி மரங்களில், கைகள் பின்புறம் கட்டப்பட்டு, கணுக்காலில் கயிற்றால் பிணைக்கப்பட்டுத் தலைகீழாகத் தொங்கவிடப்பட்டிருந்தனர். நட்புடன் சிரித்துக்கொண்டிருந்த சோவியத் வீரர்கள், செய்தித்தாட்களை உருட்டி சிகரெட் தயாரித்தபடி அங்கே அமைதியாக நடந்தபடி இருந்தனர். குடியானவர்களை அருகே வர அவ்வீரர்கள் அனுமதிக்கவில்லையெனினும் சில பெண்கள், தங்களை நாசம் செய்தவர்களை அடையாளங்கண்டுகொண்டு

கடுமையாகச் சபித்தபடி, மரத்துண்டுகளையும் குப்பைகளையும் தொங்கிக்கொண்டிருந்த சவங்களின் மீது வீசி எறிந்தனர்.

செத்துப்போன கல்முக்குகளின் மேலே எறும்புகளும் பூச்சிகளும் ஊறத்தொடங்கின. அவை, திறந்திருந்த அவர்களின் வாய்க்குள்ளேயும் மூக்கினுள்ளேயும் கண்களுக்குள்ளேயும் புகுந்தன. அவர்களின் காதுகளுக்குள் தங்களின் கூடுகளை அமைத்தன. அவர்களின் கலைந்திருந்த கேசத்தின்மேலே பரவின. அவை ஆயிரக்கணக்கில் படையெடுத்து, உடலின் கொழுத்த பகுதிகளுக்காகச் சண்டையிட்டுக் கொண்டன.

தொங்கிக்கொண்டிருந்தவர்களில் சிலர் காற்றில் மெதுவாக ஆட, சிலர் நெருப்பில் வாட்டப்படும் கொத்துக்கறிபோல மெதுவாகச் சுழன்றனர். சிலர் விலுக்கென்று உதறியபடி கிறீச்சிட்டனர் அல்லது ரகசியமாக முணுமுணுத்தனர். மற்றவர்கள் உயிரற்றுக் காணப்பட்டனர். அவர்கள் விரிந்த சிமிட்டாத கண்களுடன் கழுத்து நரம்புகள் பயங்கரமாக வீங்கியிருக்க தொங்கிக்கொண்டிருந்தனர். குடியானவர்கள் அவ்விடத்தில் கொஞ்சம் கட்டைகளைப் போட்டு நெருப்புண்டாக்க, எல்லாக் குடும்பங்களும் தொங்குகின்ற கல்முக்குகளின் உடல்களைப் பார்த்தபடி, அவர்கள் செய்த கொடுமைகளை நினைவுகூர்ந்தனர், அவர்களின் முடிவுக்காக சந்தோஷமடைந்தனர்.

திடீரென்று பலத்து வீசிய காற்று மரங்களை உலுக்கியது. இதனால் அவ்வுடல்கள் அகலமாகச் சுற்றத்தொடங்கின. இதைக் கண்ட குடியானவர்கள் சிலுவைக் குறியிட்டுக்கொண்டனர். நான் மரணத்தின் மூச்சுக்காற்றில் மிதப்பதை உணர்ந்து, அதைக்காண சுற்றிலும் நோக்கினேன். அம்மரணத்தின் முகம் செத்துப்போன மார்த்தாவினுடையது, அது, ஓக் மரங்களின் கிளைகளுக்கு நடுவே கும்மாளமிடுகிறது; தொங்கும் சவங்களை மென்மையாகத் தடவிச் செல்கிறது; தன் ஒளி ஊடுருவுகிற உடலிலிருந்து தயாரித்த சிலந்தி நூலால் அவர்களை ஒன்றாகப் பிணைக்கிறது. அவர்களின் காதுகளுக்குள் நயவஞ்சக வார்த்தைகளைக் கிசுகிசுக்கிறது; அவர்களின் இதயங்களுக்குள் சில்லென்ற குளிரைச் செலுத்துகிறது; அவர்களின் தொண்டைகளை நசுக்குகிறது.

முன்னெப்போதைக் காட்டிலும் அது, எனக்கு மிக அருகிலேயே இருக்கிறது. என்னால் அதன் காற்றோட்டமான சவத்துணியை ஏறத்தாழ தொடக்கூட முடிகிறது, பனிபடர்ந்த கண்களுக்குள் உற்றுப்பார்க்க முடிகிறது. அது, என் முன்னால் நின்று, அழகுற பகட்டாக நடைபோட்டு, மற்றொரு சந்திப்பைப்

பற்றி கூறுகிறது. அதனிடம் எனக்குப் பயமேதும் இல்லை. அது, காட்டின் மறுபக்கத்திற்கு என்னை அழைத்துச்செல்லும் என்ற நம்பிக்கை மனதில் தோன்றியது. அந்த இடத்தில் ஆழமற்ற சதுப்பு நிலங்கள் உள்ளன. அங்கே மரக்கிளைகள் நீராவி கிளம்பும் இடத்தில் புதைந்து சல்பர் தீப்பொறிகளைக் கிளப்பும். அவ்விடத்தில்தான், இரவு நேரங்களில் பூதங்களின் கடகடவென்ற ஓசையும் தூரத்து அறையிலிருந்து கேட்கும் வயலின் இசைபோல, மரங்களின் உச்சியைக் காற்று அசைக்கின்ற ஓசையும் கேட்கும்.

கையை நீட்டினேன். ஆனால் சலசலக்கும் இலைகளையும் தொங்குகின்ற சவங்களையும் கொண்டிருந்த மரங்களுக்கிடையே அது மறைந்துபோய்விட்டது.

ஏதோ ஒன்று எனக்குள் எரிகிறாற்போலிருக்க, என் தலை சுழல ஆரம்பித்தது, உடலெங்கும் வேர்வை அரும்பியது. உடனே நான் ஆற்றங்கரையை நோக்கி நடந்துசென்றேன். அங்கே ஈரக்காற்று என்னை ஆசுவாசப்படுத்த, மரக்கட்டையொன்றின்மீது அமர்ந்து கொண்டேன்.

இந்த இடத்தில் ஆறு கொஞ்சம் அகலமாக இருந்தது. அதன் வேகமான ஓட்டம், பலகைகளையும் மரக்கிளைகளையும் சாக்குத் துணிகளையும் வைக்கோல்போர்களையும் சுழற்றி அடித்துக் கொண்டு வந்தது. அவ்வப்போது உப்பிப்போன குதிரைகளின் உடல்களும் மிதந்து வந்தன. ஒரு தடவை, நீலநிறத்தில் அழுகிய மனிதப் பிணமொன்று, நீரின் மேற்பரப்பில் வந்தாற்போலத் தெரிந்தது. சிலவினாடிகள் வரை ஆறு சுத்தமாகத் தெரிந்தது. அடுத்து, வெடிகளால் கொல்லப்பட்ட மீன்கள் கூட்டம்கூட்டமாக மிதந்துவந்தன. நெடுங்காலத்திற்குமுன்னர் வானவில் கொண்டுவந்து போட்ட இம் மீன்களுக்கு இனிமேல், இந்நதியில் இடமில்லை என்பதுபோல, ஒட்டுமொத்தமாக மேலும்கீழும் மிதந்து சென்றன.

எனக்கு உடல் நடுக்கமெடுத்தது. கறுப்பாகவும் சூனியக்காரக் கண்களையும் உடையவர்களை செம்படை வீரர்கள் எப்படி நடத்துவார்கள் என்றெனக்கு நிச்சயமாகத் தெரிந்திராவிட்டாலும், அவர்களை அணுகுவது என்று முடிவெடுத்துக்கொண்டேன். தொங்கிக்கொண்டிருந்த உடல்களைக் கடந்தபோது, என்னை ரைபிளால் தாக்கியவனை அடையாளம் கண்டுகொண்டேன். அவன் பூச்சிகள் சூழ, திறந்த வாயுடன் சுழன்றபடி இருந்தான். அவனுடைய முகத்தை நன்றாகப் பார்ப்பதற்காக என்னுடைய தலையைத் திருப்பினேன். அப்போது மார்பில் திரும்பவும் வலியொன்று தோன்றி ஊடுருவியது.

16

நான் ராணுவ மருத்துவமனையிலிருந்து அனுப்பப்பட்டு விட்டேன். பல வாரங்கள் கடந்துபோய்விட்டிருந்தன. அது, *1944*ஆம் ஆண்டின் கோடைக்காலம். என் மார்பிலிருந்த வலி மறைந்துவிட்டது. அந்த கல்முக்கின் ரைபிளால் எது உடைந்ததோ அது சரியாகிவிட்டது.

நான் பயந்ததற்கு மாறாக, ராணுவ வீரர்களுடன் தங்குவதற்கு அனுமதிக்கப்பட்டேன், ஆனால் அது தற்காலிகமானதுதான் என்பதையும் அறிவேன். அப்பிரிவு முன்னணிக்குள் செல்லும் வேளையில், என்னை ஏதேனும் ஒரு கிராமத்தில் விட்டுவிடுவார்கள் என்றும் எதிர்பார்த்தேன். இதற்கிடையில் அப்பிரிவு ஆற்றருகே முகாமிட்டிருக்க, அதன் புறப்பாடு வெகுவிரைவில் நடக்குமா என்றும் தெரியவில்லை. அதுவொரு தகவல் தொடர்புப் பிரிவாகும். அப்பிரிவில் பெரும்பாலானோர், போர் ஆரம்பிக்கும்போது சிறுவர்களாயிருந்த இளம் வீரர்களாகவும் சமீபத்தில் வேலைக்குச் சேர்ந்த அலுவலர்களாகவும் இருந்தனர். பீரங்கி, இயந்திரத் துப்பாக்கிகள், டிரக்குகள், தொலைத்தொடர்புக் கருவிகள் யாவும் புதிதாக, நன்றாக எண்ணெயிடப்பட்டு, போரில் இன்னும் சோதிக்கப்படாமல் இருந்தன. கூடாரத்துத் துணிகளும் வீரர்களின் சீருடைகளும்கூட மங்காமல் இருந்தன.

போர்க்களமும் முன்னணிப் படையும் எதிரிகளின் பிரதேசத்திற்குள் நெடுந்தொலைவுவரை சென்றுவிட்டிருந்தன.

ரேடியோ கருவியானது ஜெர்மன் மற்றும் அவற்றோடு கூட்டுச்சேர்ந்த நாடுகளின் ராணுவத் தோல்விகளையெல்லாம் தினந்தோறும் சொல்லிக்கொண்டிருந்தது. வீரர்கள் அச்செய்திகளை உன்னிப்புடன் கவனித்து, பெருமையுடன் தலையை ஆட்டிக்கொள்வார்கள், பிறகு பயிற்சிசெய்யப் போய்விடுவார்கள். அவர்கள் உறவினருக்கும் நண்பர்களுக்கும் நீளமான கடிதங்களை எழுதுவார்கள். அக்கடிதங்களில், ஜெர்மானியர்கள் வேரறுக்கப்பட்டதால், போர் முடியும்

முன்பே, சண்டை செய்யும் வாய்ப்பு தங்களுக்குக் கிட்டுவது சந்தேகந்தான் என்று எழுதுவார்கள்.

அப்படைப் பிரிவின் தினசரி வாழ்க்கை முறை அமைதியாகவும் கட்டுப்பாட்டோடும் சென்றது. சில நாட்களுக்கு ஒருமுறை, தற்காலிகமாக அமைக்கப்பட்டிருந்த ஓடுதளத்தில் சிறிய விமானமொன்று வந்திறங்கும். அதில் தபால்களும் செய்தித்தாள்களும் இருக்கும். இடிபாடுகளைச் சரிசெய்யத் தொடங்கியிருக்கும் ஜனங்களின் இடத்திலிருந்து, பல்வேறு செய்திகளை அக்கடிதங்கள் கூறும். செய்தித்தாள்களில் குண்டுகளால் தகர்ந்துபோன சோவியத் மற்றும் ரஷ்ய நகரங்கள், பாதுகாப்பு அரண்களின் புகைப்படங்கள், தாடிவைத்த முகங்களுடன் முடிவில்லா வரிசைகளில் நிற்கும் ஜெர்மானியக் கைதிகளின் புகைப்படங்களும் இருக்கும். அதிகாரிகள், படைவீரர்கள் மத்தியில் போர் முடியப்போவதைப் பற்றி அடிக்கடி பேசப்பட்டது.

பெரும்பாலான நேரங்களில், இரண்டுநபர்கள் என்னைக் கவனித்துக் கொண்டனர். அவர்களில் ஒருவனின் பெயர் கேவரில்லா, படைப் பிரிவின் அரசியல் அதிகாரியாக இருப்பவன், நாஜிக்களின் முதல் ஆக்கிரமிப்பிலேயே தன் ஒட்டுமொத்தக் குடும்பத்தையும் பறிகொடுத்தவன். இன்னொருவன் மிட்கா. 'குயில் மிட்கா' என்றழைக்கப்படும் அவன், துல்லியமாக சுடுவதற்குப் பயிற்சியளிப்பவன்.

இவர்களைத் தவிரவும், அவர்களின் பிற நண்பர்களுடைய பாதுகாப்பிலும் நான் மிகமிக சந்தோஷமாக இருந்தேன். ஒவ்வொருநாளும், அவ்விடத்து நூலகத்தில் கேவரில்லா என்னுடன் நேரத்தைக் கழிப்பான். அப்போது படிப்பதற்குக் கற்றுக்கொடுப்பான். ஏனெனில், எனக்குப் பதினோரு வயதாகிவிட்டதென்றும் என்னுடைய வயதிலிருக்கும் ரஷ்யப் பையன்கள் படிக்க, எழுத மட்டுமின்றி, தேவைப்பட்டால் எதிரிகளோடு சண்டையும் போடுவார்கள் என்றும் கூறுவான். நான் ஒரு குழந்தையாக மற்றவரின் பார்வையில் தோன்றுவதை விரும்பவில்லை. எனவே, படிப்பதில் கடுமையாக உழைக்க ஆரம்பித்தேன்; படை வீரர்களின் நடவடிக்கைகளைக் கவனித்து அதைப்போலவே செய்வதற்கு முயன்றேன்.

புத்தகங்கள் என்னை வெகுவாகக் கவர்ந்தன. அவற்றில் எளிமையாக அச்சிடப்பட்டிருக்கும் பக்கங்களிலிருந்து, புலன்களால் உணரப்படும் நிஜஉலகைப் போல, ஒரு உலகை உருவாக்கிக்கொள்ளலாம். கேன்களில் அடைக்கப்பட்ட இறைச்சிபோல, தினசரி வாழ்க்கையைவிட இவை வெகுரம்மியமாக இருந்தன. நம் தினசரி வாழ்வில், யாரென்றே

தெரியாமல் பல மனிதர்களைச் சந்திக்கிறோம். ஆனால் புத்தகங்களிலோ, மனிதர்களை அறிந்துகொள்வதோடு மட்டுமல்லாமல் அவர்களின் சிந்தனைகளும் திட்டங்களும்கூட தெரியவருகின்றன.

கேவரில்லா உதவியுடன் என்னுடைய முதல் புத்தகத்தைப் படித்து முடித்தேன். அதன் பெயர் 'குழந்தைப் பருவம்'. அதன் கதாநாயகன், என்னைப் போலவே ஒரு சின்னப் பையன், அவன் முதல் பக்கத்திலேயே தன் தந்தையை இழந்துவிடுகிறான். நான் அந்தப் புத்தகத்தை சிலமுறை படித்ததில் என்னுள் நம்பிக்கை தோன்றியது. இதன் கதாநாயகனுக்குக்கூட வாழ்வானது சிக்கல் நிறைந்ததாயிருக்கிறது; தன் தாயின் மரணத்திற்குப் பிறகு அனாதையாகிவிடுகிறான்; இருப்பினும் வாழ்க்கையின் துன்பங்களையெல்லாம் கடந்து, மாபெரும் மனிதனாகிறான் என்று கேவரில்லா சொன்னான். அவர்தான், ரஷ்யாவின் தலைசிறந்த எழுத்தாளர்களில் ஒருவரான மார்க்சிம் கார்க்கி. படைப்பிரிவின் நூலகத்தின் பல அலமாரிகளை அவரின் புத்தகங்கள் நிறைத்திருந்தன, தவிர அவர் உலகெங்கும் பெருத்த புகழைப் பெற்றவர்.

எனக்குக் கவிதைகளும் பிடித்திருந்தன. அது, பிரார்த்தனைகளின் வடிவத்தில் எழுதப்பட்டிருந்தன. ஆனால் அழகாகவும் அர்த்தம் பொதிந்ததாகவும் இருந்தது. மற்றொருவகையில், புண்ணிய தினங்களைத் தருவதற்கான உறுதிமொழியையும் அவை கூறுவதில்லை. பாவத்தைப் போக்குவதற்காக, கவிதைகளை உச்சரிக்கத் தேவையில்லை. கவிதை என்பது சந்தோஷத்திற்காகவே, மென்மையான, மெருகிடப்பட்ட வார்த்தைகள் வலைக்கண்ணிகள்போல் ஒன்றோடு ஒன்று, எண்ணெயிடப்பட்டுத் தரையிலிருக்கும் மாவரைக்கும் கல்போலப் பிணைந்திருக்கும். ஆனால் என்னுடைய முக்கியமான நோக்கம் படிப்பதல்ல; கேவரில்லா சொல்லும் பாடங்கள்தான் முக்கியமானவை.

உலகத்தின் இயக்கத்திற்கும் கடவுளுக்கும் எவ்விதத் தொடர்புமில்லை, கடவுளும் அதில் தலையிடுவதில்லை என்று கேவரில்லாவிடமிருந்து அறிந்துகொண்டேன். இதற்கான காரணத்தை அறிந்துகொள்வது வெகுசுலபம். அதாவது, கடவுள் என்ற ஒருவர் இல்லவே இல்லை. நயவஞ்சகக் குருமார்கள், முட்டாள்தனமும் மூடநம்பிக்கையும்கொண்ட மக்களை ஏமாற்றுவதற்காகவே, கடவுள் என்ற ஒருவனை உருவாக்கினார்கள். கடவுள் என்பவன் இல்லை, மூன்று கடவுள்களும் இல்லை, காட்டேரிகளும் பூதங்களும் கல்லறையிலிருந்து எழும்பும் ஆவிகளும் கிடையவே கிடையாது.

புதிய பாவிகளைப் பற்றுவதற்காகக் காற்றில் அலையும் மரணமும் இல்லை. இந்தக் கதைகளெல்லாம், உலகின் இயற்கை விதியைப் புரிந்துகொள்ளமுடியாத பாமர மக்களுக்காக உருவாக்கப்பட்டவை; அவர்களுக்குத் தங்களின் சக்தியின்மீது நம்பிக்கை இருப்பதில்லை, அதனால்தான் ஏதோ ஒரு கடவுளிடம் நம்பிக்கை வைத்துக்கொண்டு அதில் தஞ்சடைந்துவிடுகிறார்கள்.

கேவரில்லாவைப் பொறுத்தமட்டில், மக்கள் தம் வாழ்க்கையைத் தாமே நடத்துவதற்கு உறுதிகொள்ளவேண்டும். அவர்களின் விதிக்கு அவர்கள் மட்டுமே எஜமானர்கள். இதன் காரணமாகத்தான் ஒவ்வொரு மனிதனும் முக்கியமானவனாகிறான்; அவன் என்ன செய்யவேண்டும், என்ன லட்சியத்தை அடையவேண்டும் என்ற கேள்விகளெல்லாம் தீர்வுக்குரியதாகிவிடுகிறது. தனிப்பட்ட மனிதனொருவன், தன்னுடைய செயல்பாடுகளை முக்கியத்துவமற்றதாகக் கருதலாம். ஆனால் அதுவொரு மாயை; எண்ணற்ற மனிதர்களுடையதைப் போல அவனுடைய செயல்பாடுகளானது, மாபெரும் அற்புதமாக ஒன்று குவியும்; அதைச் சமுதாயத்தின் உயர்மட்டத்தில் இருப்பவர்களால் மட்டுமே உணரமுடியும்.

இவ்வாறு பெண்ணொருத்தி, தையல் ஊசிகொண்டு அங்கொன்றும் இங்கொன்றுமாகப் போடும் தையல்களானது, முடிவில், ஒரு மேஜை விரிப்பிலோ அல்லது படுக்கை விரிப்பின்மீதோ, அழகான மலர் வடிவங்களை உருவாக்கும்.

மனிதகுல சரித்திரத்தின் விதிகளின்படி, முகங்களற்ற ஆயிரக்கணக்கான மனிதர்களிலிருந்து யாரேனும் ஒருவன், மேல்நோக்கி எழுந்து வருவான் என்று கேவரில்லா கூறினான். அவனுடைய ஒரேநோக்கம், மற்றவர்களுக்கான நன்மை மட்டுமே. இவ்வுலகில் நடக்கும் விஷயங்களுக்கெல்லாம், தெய்வத்தை நம்பியிருப்பதால் பலனொன்றும் கிட்டாது என்பதைத் தன் ஆழ்ந்த அறிவாலும் ஞானத்தாலும் அவன் அறிந்துகொண்டிருப்பான். இவன்போன்ற மனிதனே, ஒரு நெசவாளி வண்ண வண்ண நூல்களால் ஆடையை வடிவமைப்பதுபோல, எண்ணங்களிலும் செயல்களிலும் மக்களுக்கு வழிகாட்டும் மாபெரும் மனிதர்களில் ஒருவனாக இருப்பான்; தலைவனாக உருவெடுப்பான்.

இவர்களைப் போன்ற மாமனிதர்களின் உருவ ஓவியங்களும் புகைப்படங்களும் படைப் பிரிவின் நூலகத்திலும் அங்கிருக்கும் மருத்துவமனையிலும் பொழுதுபோக்கு ஹாலிலும் சமையல் கூடாரத்திலும் வீரர்களின் வசிப்பிடத்திலும் காட்சிக்கு

வைக்கப்பட்டிருந்தன. நான் அடிக்கடி அவ்விடங்களுக்குச் சென்று, இந்த மாமேதைகளின், மாமனிதர்களின் முகங்களை உற்றுப் பார்ப்பேன். அவர்களில் பெரும்பாலானோர் இறந்துவிட்டிருந்தனர். அவர்களில் சிலருக்கு, சுருக்கமான பெயர்களும் நீண்ட புதர்போன்ற தாடிகளும் இருந்தன. அவர்களின் உருவ ஓவியங்கள் பெரிதாகவும் தெளிவாகவும் மற்றவர்களுடையதைவிட நேர்த்தியாகவும் இருந்தன. அவரின் தலைமையின்கீழ்தான் சோவியத்தின் செம்படையானது ஜெர்மனியைத் தோற்கடித்து, சுதந்திரமடைந்த மக்களுக்கு, எல்லோரும் சமமென்ற ஒரு புதிய பாதையை உருவாக்கியதாக கேவரில்லா சொன்னான். இனிமேல், பணக்காரனும் இல்லை, ஏழையும் இல்லை, சுரண்டுபவனும் சுரண்டப்படுபவனும் இல்லை. வெண்மை நிறத்தவர்கள் கறுப்பர்களுக்குத் துன்பம் தருவதும் முடியாது. கேஸ் சேம்பரின் மரணமும் இல்லை. இப்பிரிவின் மற்ற அதிகாரிகள், மனிதர்களைப் போலவே, கேவரில்லாவும் தான் பெற்றிருக்கும் கல்வி, பதவி உயர்வு, வீடு முதலான எல்லாவற்றுக்காகவும் இந்த மனிதருக்குக் கடமைப்பட்டிருக்கிறான். என்னை ராணுவத்தினர் கவனிப்பதற்கும் மருத்துவர்கள் குணப்படுத்தியதற்கும் நான்கூட அவருக்குக் கடமைப்பட்டிருக்கிறேன். சோவியத் நாட்டின் ஒவ்வொரு குடிமகனும் தான் பெற்றிருக்கும் ஒவ்வொன்றுக்கும் தன்னுடைய அற்புதமான வருங்காலத்திற்கும் இந்த மனிதருக்குக் கடமைப்பட்டிருக்கிறான்.

இந்த மனிதரின் பெயர்தான் ஸ்டாலின்;

ஓவியங்களிலும் புகைப்படங்களிலும் அவர் பண்பான முகத்தையும் அன்பு ததும்பும் கண்களையும் கொண்டிருந்தார். நெடுநாள் கழித்து நடக்கும் சந்திப்பில் உன்னை அள்ளிக்கொள்ளத் துடிக்கும் தாத்தாவைப் போல, மாமாவைப் போல அவர் தோற்றமளித்தார். ஸ்டாலினின் வாழ்க்கையில் நடந்த நிறைய சங்கதிகளை, கேவரில்லா என்னிடம் படித்துச் சொன்னான். என் வயதிருக்கும்போதே, இளம் வயதான ஸ்டாலின், சமூகத்தின் அடித்தட்டு மக்களுக்காகப் போராட ஆரம்பித்துவிட்டார்; நூற்றாண்டுகளாக இரக்கமற்ற செல்வந்தர்கள், ஏழைகளைச் சுரண்டுவதை அவர் கடுமையாக எதிர்த்தார்.

ஸ்டாலின் வாலிபப் பருவத்தில் எடுக்கப்பட்ட புகைப்படங்களைக் கவனித்துப் பார்த்தேன். அவருக்குக் கருமையான அடர்த்தியான தலைமுடியும் கறுப்பான கண்களும் அடர்த்தியான புருவங்களும் மிகமிகக் கறுப்பான மீசையும் இருந்தன. நாடோடித் தோற்றத்திற்கான புற வெளிப்பாடு என்னைவிட அவரிடந்தான் அதிகமாக இருந்தது.

கறுப்புச் சீருடையுடனிருந்த ஜெர்மானிய அதிகாரியால் கொல்லப்பட்ட அந்த யூதனைவிடவும், இருப்புப் பாதையருகே குடியானவர்களால் கண்டெடுக்கப்பட்ட யூதச் சிறுவனைவிடவும் அதிகமான யூதத் தோற்றம் இவரிடம் இருந்தது. ஸ்டாலினுடைய நல்ல காலம் அவர், தன் இளமைப் பருவத்தை நானிருந்த கிராமங்களில் கழிக்காமல் போனார். அவர் குழந்தைப் பருவத்தில்தான் கறுப்பாக இருப்பதற்காக நாளெல்லாம் உதை வாங்கிக் கொண்டிருந்திருந்தால், மற்றவருக்கு உதவிசெய்வதற்கு அதிகநேரம் அவருக்குக் கிடைத்திருக்காமல் இருந்திருக்கக்கூடும். கிராமத்துப் பையன்களிடமிருந்தும், நாய்களிடமிருந்தும் தன்னைப் பாதுகாத்துக்கொள்வதிலேயே அவரின் காலம் கழிந்துவிட்டிருக்கவும்கூடும்.

எனக்கு இந்த மாபெரும் சிக்கல்களால் திகைப்புதான் உண்டானது. என்னை கேவரில்லா அழைத்துச் சென்ற இவ்வுலகில், மனித வேட்கைகளும் எதிர்பார்ப்புகளும் அடர்ந்த காட்டிடையே நெடிது உயர்ந்த மரங்களின் வேர்களும் கிளைகளும்போல ஒன்றோடொன்று பிணைந்துள்ளன. ஒவ்வொரு மரமும் மண்ணுக்கடியில் அதிகளவு நீருக்காகவும் வானத்தில் அதிகளவு சூரியவொளிக்காகவும் போராடுகின்றன.

ஆனால் ஸ்டாலின் ஒரு ஜார்ஜியன் ஆவார். ஜெர்மானியர்கள் ஜார்ஜியர்களைக்கூட எரித்துச் சாம்பலாக்குவதற்காகத் திட்டமிட்டிருந்தார்களா இல்லையா என்பதைப்பற்றி கேவரில்லா என்னிடம் எதுவும் சொல்லவில்லை. ஆனால் ஸ்டாலினைச் சுற்றி நின்றிருப்பவர்களைப் பார்க்கும்பொழுது, இவர்கள் ஜெர்மானியர்களிடம் சிக்கியிருந்தால், நேராக உலைக்களத்துக்குத்தான் அனுப்பப்பட்டிருப்பார்கள் என்பதில் எள்ளளவும் சந்தேகமில்லை. ஏனெனில் எல்லோரும் கறுப்பாக, கருநிற முடியும் கண்களும் கொண்டிருந்தனர்.

ஸ்டாலின் வசித்துக்கொண்டிருக்கும் காரணத்தால் நாட்டின் இதயமாக மாஸ்கோ திகழுகிறது. தவிர, உலகிலுள்ள உழைக்கும் வர்க்கத்தினர் யாவரும் அங்கே வரத் துடிக்கின்றனர். ராணுவ வீரர்கள் மாஸ்கோவைப் பற்றிப் பாடுகிறார்கள்; எழுத்தாளர்கள் அதைப் பற்றிப் புத்தகங்களாக எழுதித் தள்ளுகிறார்கள்; கவிஞர்கள் அந்நகரத்தைச் செய்யுள்களில் விவரிக்கிறார்கள். தவிர, மாஸ்கோவைப் பற்றி திரைப்படங்கள் தயாரிக்கப்படுகின்றன, அற்புதமான கதைகளும் நிலவுகின்றன. அதன் உள்ளடங்கிய தெருக்களில், கல்லாலான ராட்சஸ மூஞ்சுறுகள்போல, நீளமான பளிச்சென்ற மின்னும் ரயில்கள், இருப்பதிலேயே அழகான தேவாலயங்களைவிட, பளிங்கு மற்றும் மொசைக் கற்களால் அலங்கரிக்கப்பட்ட ஸ்டேஷன்களில்

மென்மையாகவும் ஓசையின்றியும் வந்து நிற்கும் என்பதுபோல் தோன்றுகிறது.

ஸ்டாலினுடைய வசிப்பிடம் கிரம்லினில் இருக்கிறது, அந்த ஒரே இடத்தில், ஒரு பெரிய சுவருக்குப் பின்னால், பல புராதன அரண்மனைகளும் தேவாலயங்களும் இருக்கின்றன. பெரிய அளவிலான ராட்சஸ முள்ளங்கிகள், வானத்தை நோக்கி வேர்களை உயர்த்திக்கொண்டு நிற்பதைப் போல, அவ்விடத்தில் பல கோபுரங்கள் தெரிவதைக் காணமுடியும். வேறுசில புகைப்படங்களில், ஸ்டாலினின் காலஞ்சென்ற ஆசானான லெனின் வாழ்ந்திருந்த கிரம்லினில் இருந்த வசிப்பிடமும் காணப்பட்டது. சில குடியானவர்கள், அடிக்கடி தந்தைக் கடவுளான கர்த்தரைப் பற்றிப் பேசுவதுபோல, வேறுசிலர் இயேசுவைப் பற்றிப் பேசுவதுபோல, சில வீரர்களுக்கு லெனினிடம் அதிகமான பற்று இருந்தது; சிலருக்கு ஸ்டாலின் மீது இருந்தது.

கிரம்லினில், ஸ்டாலின் படிக்கும் அறையின் ஜன்னலூடே, இரவு நெடுநேரம்வரை விளக்கு வெளிச்சம் இருந்துகொண்டே இருக்குமென வீரர்கள் கூறினார்கள். மாஸ்கோவின் மக்களும் உலகத்தின் மற்ற உழைக்கும் வர்க்கத்தினரும் அந்த ஜன்னலூடே பார்ப்பதினால், எதிர்காலத்தைப் பற்றிய நம்பிக்கையும் உத்வேகமும் கொள்கிறார்கள். ஸ்டாலின் அவ்விடத்திலிருந்தபடிதான் எல்லோரையும் கவனித்துக்கொண்டிருக்கிறார். எல்லோருக்காகவும் உழைத்துக்கொண்டிருக்கிறார். இவ்விடத்திலிருந்துதான், போரில் வெற்றிபெற பிரமாதமான திட்டங்களை உருவாக்கினார்; உழைக்கும் வர்க்கத்தினரின் எதிரிகளை ஒழிக்க வழிகளைத் தேடுகிறார். அவர் சிந்தனை முழுவதும் துன்பப்படும் மக்களைப் பற்றிய அக்கறையே உள்ளது; தவிர, தூரத்து நாடுகளிலுள்ள ஒடுக்கப்பட்ட மக்களைப்பற்றியும் அவர் அக்கறை கொண்டிருக்கிறார். அவர்களின் விடுதலைக் காலம் நெருங்கிக்கொண்டே வருகிறது, அதைத் துரிதப்படுத்தத்தான் இரவு நேரம்வரை ஸ்டாலின் உழைக்கிறார்.

இந்த விஷயங்களையெல்லாம் கேவரில்லாவிடமிருந்து தெரிந்துகொண்ட பின்னர், நான் அடிக்கடி வயல்வெளிகளில் நடந்தபடி ஆழ்ந்து சிந்தித்தேன். நான் செய்த பிரார்த்தனைகளுக்காக மிகவும் வருத்தப்பட்டேன். கடவுளோ, அவரது மகனோ, புனித மேரியோ, அவர்களுக்குத் தகுதியில் குறைந்த புனிதர்களோ இல்லையென்பது உண்மையெனில், என்னுடைய பிரார்த்தனைகளின் நிலைமை என்னவாகி இருக்கக்கூடும்? ஒருவேளை, பையன்களால் கூடுகளை

இழந்துவிட்ட பறவைக் கூட்டம் சுற்றிப் பறப்பதுபோல், அவை யாருமற்ற சொர்க்கத்தில் பறந்துகொண்டிருக்கக் கூடுமோ அல்லது ஏதேனும் ரகசிய இடத்தில் மாட்டிக்கொண்டு, என்னுடைய இழந்த குரல் போல், விட்டு விடுதலையாகப் போராடிக்கொண்டிருக்குமோ?

அப்பிரார்த்தனைகளில், சில வாக்கியங்களை நினைவுபடுத்திப் பார்த்தபோது, நான் வஞ்சிக்கப்பட்டதை உணர்ந்துகொண்டேன்.

கேவரில்லா சொன்னதுபோல் அவையெல்லாம் பொருளற்ற வெற்று வார்த்தைகளாகும். வெகுவிரைவிலேயே இதை ஏன் உணராமல் போனேன்? மற்றொருவகையில், இந்த மதகுருமார்களே கடவுளிடம் நம்பிக்கை இல்லாதவர்கள், மக்களை ஏமாற்றுவதற்காகவே அவரை வைத்திருக்கிறார்கள் என்பதை நம்புவது கொஞ்சம் கஷ்டமாக உள்ளது. ரோமன் மற்றும் சனாதன தேவாலயங்களைப் பற்றி என்ன சொல்வது? இவற்றையெல்லாம் கேவரில்லா சொன்னதுபோல, இல்லாத கடவுளின் இல்லாத சக்தியைக் கூறி, குருமார்களிடம் அடிபணிய வைப்பதற்காக, மக்களை மடையர்களாக்கும் நோக்கத்திற்கு மட்டுமே கட்டப்பட்டனவா? ஆனால் உண்மையிலேயே நம்பிக்கை கொண்டிருக்கும் பாதிரியார்கள் திடீரென ஒரு நாள், கடவுள் இல்லையென்று தெரிந்துகொள்ளும்போது, தேவாலயத்தின் உயர்ந்த கோபுரங்களுக்கு மேலே, சிவப்பு வண்ண நட்சத்திரங்கள் பொறிக்கப்பட்ட விமானங்கள் பறக்கும் எல்லையற்ற வானம் மட்டுந்தான் உள்ளது என்பதை அறியும்போது, அவர்களின் நம்பிக்கைகள் என்னவாகும். தங்களின் பிரார்த்தனைகள் எல்லாமே பயனற்றவை, பலிபீடத்தில் செய்த சடங்குகள், மேடையிலிருந்து மக்களுக்கு ஆற்றிய பிரசங்கங்கள் யாவும் மோசடி என்பதையெல்லாம் அறிந்த பிறகு அவர்கள் என்ன செய்வார்கள்?

அந்த பயங்கர உண்மையின் வெளிப்பாடானது, ஒரு தந்தையின் மரணத்தைவிட அல்லது அவரின் உயிரற்ற உடலின் கடைசிப் பயணத்தைவிட பலமான அடியை அவர்களின்மீது விழச் செய்யும். மக்கள் யாவரும், காலங்காலமாக கடவுளிடமிருக்கும் நம்பிக்கையில் ஆறுதல் அடைகின்றனர், பொதுவாக அவர்கள், தங்களின் அடுத்த சந்ததியினருக்கு முன்னரே மரணமடைந்து விடுகின்றனர். அதுதான் இயற்கைகூட, அவர்களின் ஒரே ஆறுதல், தங்களின் மரணத்திற்குப் பிறகு, தங்களின் குழந்தைகளுக்குச் சரியானதொரு வாழ்வைக் இந்த பூமியிலேயே கடவுள் அளித்துவிடுவார் என்பதாகும். அதேபோல், அந்த வாரிசுகளும் கல்லறையைத்

தாண்டி, தங்களின் பெற்றோர்களை அந்தக் கடவுள் சொர்க்கத்தில் அழைத்துக்கொள்வார் என்ற நம்பிக்கையில் ஆறுதல் கொள்கின்றனர். அவர்களின் பிரார்த்தனைகளைக் கேட்பதற்குக்கூட அவருக்கு நேரமின்றிப்போனாலும், அவர்களின் புண்ணிய தினங்களைக் கணக்கெடுத்துக் கொண்டிருந்தாலும், கடவுள் என்பவர் எப்போதுமே மக்களின் மனதில் இருக்கத்தான் செய்கிறார்.

அதேபோல, கேவரில்லாவின் பாடங்களினால் உண்டான ஒரு புதிய நம்பிக்கையானது என் மனமெங்கும் வியாபித்திருந்தது. இந்த உலகத்தில் நற்செயல்களை அதிகரிப்பதற்கான ஆக்கப்பூர்வமான வழிகள் உள்ளன, அதற்காகவே தங்களின் வாழ்க்கையை அர்ப்பணித்துக்கொண்ட மனிதர்களும் உள்ளனர். அவர்கள்தான் பொதுவுடைமைக் கட்சியின் உறுப்பினர்கள். அவர்கள் ஒட்டுமொத்த ஜனங்களிலிருந்து தேர்ந்தெடுக்கப்பட்டு, குறிப்பிட்ட வேலைகளைச் செய்துமுடிக்க, பிரத்யேகமான பயற்சிகளில் ஈடுபடுத்தப்படுகிறார்கள். அவர்கள் கடுமையாக உழைக்க, தேவைப்பட்டால் மரணத்தைக்கூடச் சந்திக்கவும் தயாராகிறார்கள். இந்தக் கட்சி உறுப்பினர்கள் இருக்கும் சமுதாயத்தின் உயர்மட்டத்திலிருந்து பார்க்கும்போது, மனிதகுலத்தின் செயற்பாடுகள் யாவும் அர்த்தமற்ற சிதறலாகத் தெரியாமல், ஒரு மாபெரும் வடிவத்தின் பகுதியாகத் தெரிகின்றன. ஒரு தொலைநோக்கி, துப்பாக்கியினுடையதை விட அதிக தூரத்தைக் கட்சியால் காண இயலும். அதனால்தான் கட்சியின் ஒவ்வொரு உறுப்பினரும், நிகழ்வுகளின் அர்த்தங்களைப் புரிந்துகொள்ளவதோடு மட்டுமல்லாமல், அவற்றைச் செம்மைப்படுத்தவும் புது இலக்குகளை நோக்கிச் செலுத்தவும் செய்கிறார். இதன் காரணமாகத்தான் அவர்கள், எதைக் கண்டும் ஆச்சரியம் அடைவதில்லை. ஒரு ரயிலுக்கு என்ஜின் எப்படியோ அப்படியே, உழைக்கும் மக்களுக்குக் கட்சி விளங்குகிறது. அது அவர்களைச் சிறப்பான இலக்குகளை நோக்கி அழைத்துச் செல்கிறது. அவர்களின் வாழ்வில் நன்மைகள் விளைய, சுருக்கமான வழிகளைக் காட்டுகிறது. இந்த என்ஜினை முடுக்கிவிடும் பொறியாளராக ஸ்டாலின் விளங்குகிறார். மிக நீண்ட கடும் வாதங்கள் நிகழும் கட்சிக் கூட்டங்களிலிருந்து திரும்பிவரும் கேவ்ரிலா, எப்போதுமே கம்மிய குரலுடன் சோர்ந்துபோய் வருவான். அடிக்கடி நடக்கும் இக்கூட்டங்களில் கட்சி உறுப்பினர்கள் ஒருவரையொருவர் மதிப்பிட்டுக் கொள்வார்கள்; மற்றவர்களையும் தன்னையும் விமர்சனம் செய்வார்கள்; பாராட்டுவார்கள்; குற்றங்குறைகளைச் சுட்டிக்காட்டுவார்கள்.

குறிப்பாகத் தங்களைச்சுற்றி நடப்பதையெல்லாம் அவர்கள் தெளிவாக அறிந்துவைத்திருப்பார்கள். மதகுருமார்களின், நில உடைமையாளர்களின் ஆளுகையின் கீழிருக்கும் மக்களுடைய, கேடு உண்டாக்கும் காரியங்களை முன்கூட்டியே அறிய முற்படுவார்கள். அவர்தம் தொடர்ச்சியான கண்காணிப்பினால், கட்சி உறுப்பினர்கள் எஃகுபோல உறுதியாகிவிட்டனர். கட்சி உறுப்பினர்களில் இளைஞர், வயதானவர், அதிகாரிகள், படை வீரர்கள் முதலானோர் இருந்தனர். கேவரில்லா விளக்கமாகச் சொன்னபடி, கட்சியின் வலிமை என்பது, ஒரு வண்டியில் கோணலான அல்லது உடைந்த சக்கரமானது வேகத்தைக் குறைப்பதுபோல, அதன் முன்னேற்றத்தைத் தடுப்பவரை வெளியேற்றுவதில் இருக்கிறது. இதுபோன்ற சுயமதிப்பீடுகள்தான் அக்கூட்டங்களில் நிகழ்கின்றன. அவ்விடத்தில்தான் உறுப்பினர் யாவரும் தேவையான உறுதியைப் பெறுகிறார்கள்.

இதையெல்லாம்விட ஒரு சிறப்பான விஷயமும் உள்ளது. ஒரு மனிதனைப் பார்க்கும்போது அவன் எல்லோரையும்போல்தான் உடை உடுத்தியிருப்பான், எல்லோரையும்போல்தான் சண்டை போடுவான், வேலையும் செய்வான். ஒரு மாபெரும் படையில் எல்லோரையும் போல அவனும் ஒரு வீரனாகத்தான் இருப்பான். ஆனால் அவன் கட்சியின் உறுப்பினராக இருக்கக்கூடும். தன் சீருடையின் பையில், இதயத்திற்குமேலாக தன் கட்சி உறுப்பினர் அட்டையை வைத்திருக்கக்கூடும். பிறகு அவன் என் பார்வையில், படைப் பிரிவின் புகைப்படக்காரரின் டார்க் ரூமில், மாறும் ஃபிலிம் பேப்பர்போல மாறுவான்; அவன் இருப்பதிலேயே சிறப்பானவனாக, தேர்ந்தெடுக்கப்பட்ட ஒருவனாக, எல்லோரையும்விட நன்றாக அறியப்பட்டவனாக மாறிவிடுவான். அவனுடைய தீர்ப்பானது, ஒரு பெட்டி வெடிமருந்துகளைவிட அதிக சக்தியைக் கொண்டதாக இருக்கும். அவன் பேசும்போது மற்றவர்கள் அமைதியாகிவிடுவார்கள் அல்லது பதில் பேசும்போது மிகவும் எச்சரிக்கையுடன் பேசுவார்கள்.

சோவியத் மண்ணில், ஒருவன் தன்னுடையதன்றி, மற்றவர்களின் கருத்துகளால் மட்டுமே வகைப்படுத்தப்படுகிறான். கூட்டமைப்பு என்று மற்றவர்கள் கூறும் ஒரு குழு மட்டுமே, ஒருவனின் தகுதியையும் அவன் எந்தவகையில் பயனுடையவனாகவும் எந்தவகையில் உபயோகமற்றவனாகவும் இருப்பான் என்பதையும் தீர்மானிக்கும். அவன் தன்னைப்பற்றித் தானே தீர்மானிக்காமல், மற்றவர்கள் அவனைப்பற்றிச் சொல்லும் கருத்துகளின் கலவையாக இருப்பான். ஒரு மனிதனின் பொதிந்திருக்கும் குணங்களைக் கண்டுபிடிக்கும் ஆராய்ச்சிக்கு முடிவென்பதே

இல்லை என்று கேவரில்லா கூறுவான். ஒரு ஆழமான கிணற்றின் அடிப்புறத்தைப்போல, மனிதனின் ஆழத்தைக் கண்டுபிடிப்பதற்கு வழியேதுமில்லை. அவனுள் உழைக்கும் வர்க்கத்தின் எதிரியோ அல்லது நிலவுடைமையாளர்களின் கைக்கூலியோ ஒளிந்து கொண்டிருக்கக்கூடும். இந்தக் காரணத்தால் ஒருவன், தன் நண்பர் மற்றும் எதிரிகளால் தொடர்ந்து கண்காணிக்கப்பட்டுக்கொண்டே இருக்கவேண்டும்.

கேவரில்லாவின் கூற்றுப்படி, ஒரு தனிமனிதனுக்குப் பல்வேறு முகங்கள் இருப்பதுபோல் தோன்றுகிறது. அவற்றில் ஒன்றிற்கு முத்தமிடப்படும் அதேவேளையில், மற்றொன்று அறையப்படலாம். இன்னொன்று தற்காலிகமாக எவராலும் கவனிக்கப்படாமல் போகலாம். அவனுடைய திறமையும் வல்லமையும் குடும்பத் தோற்றமும் அவனிருக்கும் குழு அல்லது கட்சியின் வெற்றியும் ஒவ்வொருகணமும் தெளிவாகக் கணிக்கப்பட்டு, மற்ற மனிதர்களுடையதோடு ஒப்பிடப்பட்டு, அவனை நீக்கி, மற்றவர்கள் அவ்விடத்தில் அமர்த்தப்படலாம் அல்லது மற்றவர்களின் இடத்தில் இவன் அமர்த்தப்படலாம். அக்கட்சியானது ஒருவனை பல்வேறு கோணங்களில் ஆராயும். ஆனால் அவ்வாராய்ச்சி வெகுதுல்லியமாக இருக்கும். முடிவில் அவன் எத்தகையவனாக அறிவிக்கப்படுவான் என்பது யாருக்கும் தெரியாது.

கட்சியின் உறுப்பினராவதென்பதுதான் உண்மையான இலக்காகும். ஆனால் அவ்விடத்தை அடைவதென்பது அவ்வளவு சுலபமில்லை; அப் படைப்பிரிவின் வாழ்க்கை முறைகளை உணர உணர, கேவரில்லா இருக்கும் உலகினுடைய பெருஞ்சிக்கல்களையும் உணர ஆரம்பித்தேன்.

ஒருவன், சமூகத்தின் மேல்தட்டு உச்சியை அடைய, ஒரே சமயத்தில் பல ஏணிகளில் ஏற வேண்டும் என்பதுபோலத் தோன்றுகிறது. அவன் தொழில்துறை என்னும் ஏணியில் பாதி தொலைவு ஏறிவிட்டிருக்கக்கூடும். அதேசமயம் அரசியல் ஏணியில், இப்போதுதான் முதல் படியில் கால் வைத்திருக்கக்கூடும். அவன் ஒரு ஏணியில் ஏறிக்கொண்டும், மற்றொன்றில் இறங்கிக்கொண்டும் இருக்கலாம். இவ்வாறு உச்சியை அடைகின்ற, அவனுடைய வாய்ப்புக்களானது மாறிக்கொண்டே இருக்கும். கேவரில்லா சொன்னதுபோல, அது சாண் ஏறினால் முழம் சறுக்குகின்ற கதையேதான். இதையெல்லாம்விட, ஒருவன் உச்சியை அடைந்துவிட்டாலும், சட்டென கீழே விழுந்துவிடலாம். பிறகு பழையபடி முதலிலிருந்தே ஏறத் தொடங்கலாம்.

வண்ணம் பூசிய பறவை • 229

ஏனெனில், அவனுடைய தகுதியின் ஒரு பகுதியானது, அவன் தன் சமூகத்தோற்றம், பெற்றோர் இறந்துவிட்டிருந்தாலும் அவனுடைய குடும்பப் பின்னணி இவற்றின் அடிப்படையில்தான் நிர்ணயிக்கப்படுகிறது. ஒருவனுடைய பெற்றோர், குடியானவர்களாகவோ அல்லது அலுவலக உதவியாளர்களாகவோ அல்லாமல், ஒரு தொழிற்சாலையில் பணிபுரிந்தவர்களாக இருந்தால், அரசியல் ஏணியில் ஏறுவதற்கான வாய்ப்பு அவனுக்கு அதிகமாக இருக்கும். ஒருவன், உண்மையான கத்தோலிக்கனாக இருந்தாலும் ஆதியில் செய்யப்பட்ட பாவமானது அவனை அலைக்கழிப்பதுபோல, மேலே சொல்லப்பட்ட குடும்பப் பின்னணி போன்ற விதிகளானது மக்கள் எல்லோரையும் ஆட்டிப்படைக்கிறது.

இப்போது எல்லாக் கருத்துகளையும் புரிந்து கொண்டேன். என் தந்தையின் தொழிலை என்னால் சரியாக ஞாபகப்படுத்திக்கொள்ள முடியவில்லையென்றாலும், சமையல்காரர்கள், வேலைக்காரர்கள், தாதிகள் முதலானோரின் உருவங்கள் மனதில் நிழலாடுகின்றன. இவர்கள் சுரண்டப்படும் வகைக்குள் வருபவர்கள். இதற்கு என்ன பொருள்? என்னுடைய கருமை நிறமும் தலைமயிரும் குடியானவர்களிடம் விரோதத்தை மூட்டியதுபோல், என்னுடைய சமூகப் பின்னணியானது, சோவியத்துடனான புது வாழ்வுக்கு முட்டுக்கட்டையாகிவிடுமோ?

படைப்பிரிவில் ஒருவனின் செயல்பாட்டுக்கும் பதவிக்கும் தகுந்தாற்போல், ராணுவமென்னும் ஏணியில் அவனுடைய நிலைமை தீர்மானிக்கப்படும். கட்சியில் தலைசிறந்து விளங்கும் ஒருவன், ராணுவத்தில் தன் தளபதியின் கட்டளைகளுக்குக் கீழ்ப்படிந்து நடக்க வேண்டும், அந்தத் தளபதி கட்சியின் உறுப்பினராகக் கூட இல்லாமல் இருக்கக்கூடும். பிற்பாடு கட்சிக் கூட்டத்தில், அவன், அதே தளபதியின் நடவடிக்கைகளை விமர்சனம் செய்யலாம். அந்தக் குற்றச்சாட்டுகளை இதர உறுப்பினர்களும் ஆமோதிக்கும் பட்சத்தில், அந்தத் தளபதி கீழ்நிலைக்குப் பதவி இறக்கம் செய்யப்படலாம். சில சமயம் இதற்கு நேர்மாறாகக்கூட விஷயம் நடக்கும். அந்தத் தளபதி, கட்சியைச் சேர்ந்த அதிகாரி ஒருவரைத் தண்டிக்கலாம், இதற்கு மேலாகக் கட்சியானது அதே அதிகாரியைக் கட்சியில் கீழ்நிலைக்குப் பதவி இறக்கலாம்.

எனக்குப் பெருத்த கவலையாகிவிட்டது. நான் வளர்ந்துவிட்ட பிறகு என்னவாக ஆவேன்? கட்சியின் எண்ணற்ற பார்வைகளில் நான் எவ்விதமாகத் தோற்றமளிப்பேன்? என்னுடைய ஆழ்மனதிற்குள் இருப்பது என்ன? என்னுடைய

ஆழ்மனது, புதிதான ஆப்பிள் போன்றதா அல்லது அழுகிப்போய்ப் புழுக்கள் முட்டையிடும் ப்ளம் பழம் போன்றதா?

உதாரணத்திற்கு, குழுவைச் சேர்ந்த மற்றவர்கள், ஆழ்நீரில் மூழ்குவதற்குத்தான் நான் தகுதியானவன் என்று தீர்மானித்துவிட்டால் என்ன நடக்கும்? ஒரு சமயம் நான் பனிக்கட்டிகளின் அடியில் மூழ்கியதால், ஒவ்வொரு சமயமும் நான் தண்ணீருக்குள் மூழ்கும்போதும் அச்சமடைவேன் என்ற உண்மை கணக்கிலெடுத்துக் கொள்ளப்படுமா? ஒருவேளை அக்குழுவானது, அச்சம்பவம் பிரமாதமான அனுபவம் என்ற அடிப்படையில் அத்தொழிலிலேயே என்னை ஈடுபடுத்தக்கூடும்.

ப்யூஸ்களைக் கண்டுபிடிப்பவனாக அல்லாமல், வாழ்நாள் முழுவதும், நீரில் மூழ்குபவனாக, தண்ணீரைப் பார்த்தாலே வெறுப்பாகி, ஒவ்வொருமுறையும் மூழ்கும்போது பீதியடைந்தபடி, வாழ்நாள் முழுவதையும் கழிக்கவேண்டியதுதான். இதுபோன்ற முரண்பாடுகளை எப்படி எதிர்கொள்வார்கள்? ஆனால் இதற்கு கேவரில்லா பலர் ஆராய்ந்து சொல்லும் தீர்ப்புக்கு எதிராக, தனிப்பட்ட ஒருவனின் கருத்து எந்த வகையில் மேலானதாக இருக்க முடியும் என்று கேட்டான்.

நான் கேவரில்லாவின் ஒவ்வொரு வார்த்தைகளையும் உள் வாங்கிக்கொண்டு, அவன் எனக்குத் தந்த பலகையில், பதில்கள் சொல்லப்படவேண்டிய கேள்விகளையெல்லாம் எழுதி வந்தேன். கூட்டங்கள் நடப்பதற்கு முன்பாகவும் அதன் பின்பாகவும் வீரர்கள் நடத்தும் உரையாடல்களையும் வெகு கவனமாகவும் கேட்டு வந்தேன். கூட்டங்கள் நடக்கும்போது கூடாரத்தின் பிளவுக்கிடையே ஒட்டுக்கேட்டும் வந்தேன்.

இந்த சோவியத் நாட்டில் வளர்ந்த மனிதர்களின் வாழ்க்கையானது அவ்வளவு சுலபமாக இல்லை. ஒருவேளை, நாடோடியாக உள்ளவன் கிராமம் கிராமமாக அலைவதுபோல அதுவும் கடினமாக இருக்கக்கூடும். வாழ்க்கை என்ற நாட்டில் எண்ணற்ற சாலைகளும் நெடுஞ்சாலைகளும் உள்ளன. ஒருவன் பலவிதமான அப்பாதைகளில் ஒன்றைத் தேர்ந்தெடுத்தாக வேண்டும். சில பாதை முட்டுச் சந்தாக முடிவுறும்; சில சதுப்பு நிலங்களுக்கும் சில பயங்கரமான கண்ணிகளுக்கும் அழைத்துச் சென்றுவிடும். கேவரில்லாவின் உலகைப் பொறுத்தவரை, கட்சி மட்டுமே சரியான பாதைகளையும் தூரங்களையும் அறியும்.

கேவரில்லா சொன்ன பாடங்களையெல்லாம் ஒரு வார்த்தைகூட விடாமல், ஞாபகத்தில் வைத்துக்கொள்ள முயற்சித்தேன். ஒருவன் சந்தோஷமாகவும் பயனுள்ளவனாகவும் இருக்க வேண்டுமெனில் உழைக்கும் மக்களோடு

ஒன்றுசேர்ந்துகொள்ள வேண்டுமென்பதை அவன் தொடர்ந்து வலியுறுத்தி வந்தான்.

மேலும் திட்டமிட்ட நடவடிக்கையில் தனக்கு ஒதுக்கப்பட்ட இடத்திலிருந்து நகராமல் அவன் இருக்கவேண்டும். அதேசமயம், சமுதாயத்தின் கீழ்மட்டத்தில் இருப்பது எவ்வளவு கேவலமானதோ, அதேபோல அதன் உயர்மட்டத்திற்குச் செல்வதும் மோசமானதாகும். இதனால் வெகு ஜனங்களிடம் உள்ள நெருக்கத்தை அவன் இழந்து, எல்லா விஷயங்களிலும் தரம் தாழ்ந்து சீர்குலைந்து போய்விடுவான். ஒவ்வொரு தடுமாற்றமும், மொத்தத் திட்டத்தின் முன்னேற்றத்தையும் தாமதப்படுத்தும், அதேபோல் மற்றவர்களினால் தடுக்கப்பட்டு வீழ்பவர்கள்...

17

மதியம் கழிந்து வெகுநேரமான பின்னர், கிராமங்களிலிருந்து குடியானவர்களின் கூட்டம் வந்தது. அவர்கள் பழங்களையும் காய்கறிகளையும் கொண்டுவந்திருந்தனர். அமெரிக்காவிலிருந்து செம்படைக்கு அனுப்பப்பட்ட கேனில் அடைக்கப்பட்ட உயர்தர பன்றிஇறைச்சி, ஷூக்கள் மற்றும் கால்சட்டைகள், மேல்சட்டை தைப்பதற்கான கேன்வாஸ் துண்டுகள் முதலானவற்றை அவர்கள் பண்டமாற்றாகப் பெற்றுக்கொள்வார்கள்.

தம்முடைய மதியக் கடமைகளை படைவீரர்கள் முடித்துவிட்டபிறகு, ஆங்காங்கே அக்கார்டியன் இசையும் பாடுகின்ற ஓசையும் கேட்கத் தொடங்கும். குடியானவர்கள் அப்பாடல்களை உன்னிப்புடன் கேட்பார்கள், ஆனால் வார்த்தைகளின் அர்த்தம் கொஞ்சம்தான் விளங்கும். வேறுசிலர் படுஎச்சரிக்கையாக, செம்படையின் மேல் திடீரென அன்பு காட்டும் அக்கம்பக்கத்தவர்களை சந்தேகத்துடன் பார்ப்பார்கள்.

கிராமங்களிலிருந்து வரும் குடியானவர்களோடு சேர்ந்துவரும் பெண்களின் எண்ணிக்கை கூடிக்கொண்டே போனது. அவர்கள், படை வீரர்களுடன் வெளிப்படையாகவே சரசமாடுவார்கள்; சிலஅடி தூரத்தில் வியாபாரத்திற்கென பேரம் பேசிக்கொண்டிருக்கும் கணவன் அல்லது சகோதரன் இருக்கும்போதே, அவ்வீரர்களைத் தன் வசப்படுத்த முற்படுவார்கள். சாம்பல் வண்ணத் தலைமுடியும் இளநிறக் கண்களும்கொண்ட அவர்கள், கிழிந்துபோன ரவிக்கைகளைக் கீழே இழுத்தபடியும், கந்தலான பாவாடையைக் காற்றின் சாக்குகொண்டு உயர்த்தியபடியும் இடுப்பை ஆட்டிக்கொண்டே நடந்தபடியும் இருப்பார்கள். படைவீரர்கள், தங்களின் கூடாரத்திலிருந்து அமெரிக்காவின் பன்றி மற்றும் மாட்டிறைச்சிகள் அடைக்கப்பட்ட பிரகாசமான கேன்கள், புகையிலை பாக்கெட்டுகள், சிகரெட் தயாரிப்பதற்கான தாள்கள் முதலானவற்றுடன் அவர்களை நெருங்குவார்கள். மற்றவர்களைப் பற்றி கவலைப்படாமல் அப்பெண்களின்

கண்களுக்குள் உற்றுப் பார்ப்பார்கள்; மார்பகங்களை உரசுவார்கள், உடல் மணத்தை நுகர்வார்கள்.

சிலசமயங்களில் படைவீரர்கள் அபூர்வமாக, முகாம்களிலிருந்து வெளியேறி, விவசாயிகளிடம் பண்டமாற்று செய்யவும் கிராமத்துப் பெண்களைச் சந்திக்கவும் கிராமங்களுக்குச் சென்று விடுவார்கள். படைப் பிரிவின் தலைமை வெகுஜனங்களோடு தொடர்புகொள்ள இவர்கள் போடும் ரகசிய நடவடிக்கைகளைத் தடுத்துநிறுத்த தன்னாலான வழிகளையெல்லாம் செய்து பார்த்தது. அரசியல் அதிகாரிகள் பிரிவுத் தளபதிகள், படைப் பிரிவின் அறிக்கைகள் எல்லாம், இதுபோல வெளியே சென்றுவருபவர்களைக் கடுமையாக எச்சரித்தன. சில பணக்கார விவசாயிகள் தேசியப் புரட்சிக்காரர்களின் ஆளுமையில் இருக்கிறார்களென்றும் அப்புரட்சியாளர்கள் சோவியத் ராணுவத்தின் உழைப்பாளர்களின் குடியானவர்களின் ஆட்சி வெற்றியைத் தாமதப்படுத்தவும் தடுத்து நிறுத்தவும் காடுகளில் சுற்றிக்கொண்டிருக்கிறார்கள் என்றும் அவர்கள் கூறினார்கள். மற்ற படைப் பிரிவுகளிலிருந்து இதுபோல வெளியே சென்றவர்கள் கடுமையாகத் தாக்கப்பட்டதையும் வேறுசிலர் காணாமல் போய்விட்டதையும் அவர்கள் எடுத்துரைத்தனர்.

இதையெல்லாம் மீறி, ஒருநாள் சில வீரர்கள் தண்டனை பற்றிக் கவலைப்படாமல் முகாமைவிட்டு வெளியேறினர். காவலாளிகள் இதைக் கண்டும்காணாததுபோல் இருந்துவிட்டனர். முகாம் வாழ்க்கையானது எப்போதும் ஒரேமாதிரியாக சலிப்பூட்டுவதாக இருக்க, ஒரு மாறுதலுக்காக, வேறுவிஷயங்களுக்காக வெளியே செல்வதில் படைவீரர்கள் பெரும் விருப்புடன் இருந்தனர். குயில் மிட்கா, தன் நண்பர்கள் இதுபோல அடிக்கடி வெளியேறுவதை நன்கு அறிவான். அவன் மட்டும் நொண்டியாக இல்லாமலிருந்தால், அவனும் சேர்ந்து போயிருப்பான். செம்படை வீரர்கள், உள்ளூர் மக்களுக்காகத் தம் உயிரையே பணயம் வைத்து, நாஜிக்களிடம் போராடியிருப்பதால் அம்மக்களுடன் தொடர்பு வைத்துக்கொள்வதில் எவ்விதத் தவறுமில்லை என்று அவன் அடிக்கடி கூறுவான்.

படைப்பிரிவின் மருத்துவமனையில் நான் சேர்க்கப்பட்ட நாள்தொட்டே, மிட்கா என்னைப் பார்த்துக்கொள்கிறான். அவன் கவனிப்பினால், நன்றாக உண்டு கொஞ்சம் குண்டாகிவிட்டேன். அவன் பெரிய அண்டாவிலிருந்து நல்ல கறித்துண்டுகளை எடுத்துத் தருவான், சூப்பிலிருக்கும் கொழுப்பையெல்லாம் எடுத்துப் போட்டுவிட்டுத் தருவான்.

வலிமிகுந்த ஊசி போடும்போது துணையாக இருப்பான். மருத்துவப் பரிசோதனைக்குச் செல்லும்முன்னர் தைரியம் ஊட்டுவான். ஒருமுறை அதிகமாக உண்டதின் காரணமாக, நான் வாந்தியெடுத்தபோதெல்லாம் இரண்டு நாட்களாக கூடவே இருந்து, தலையைப் பிடித்தும், முகத்தை ஈரத்துணியால் துடைத்தும் உதவி செய்தான்.

கட்சியின் செயல்பாடு முதலான கடினமான விஷயங்களை கேவரில்லா போதித்த அதேவேளையில் மிட்காவோ, கவிதைகளை எனக்கு அறிமுகம் செய்தான், தன்னிடமிருக்கும் கிட்டாரை மீட்டியபடி பாடல்கள் பாடிக் காட்டுவான். மிட்காதான் முதன்முதலாகப் படைப்பிரிவின் திரைப்படத்திற்கு அழைத்துச்சென்று அதைப்பற்றி விளக்கினான். ராணுவத்தின் சக்திவாய்ந்த டிரக்குகளின் என்ஜின்களை மெக்கானிக்குகள் பழுதுபார்க்கும் இடத்திற்கு அவற்றைக்காண மிட்காவுடன் செல்வேன். குறிதவறாமல் சுடுகின்ற பயிற்சி நடக்கும் இடத்திற்குக்கூட என்னை அழைத்துச் சென்றுள்ளான்.

அப்படைப் பிரிவில் மிகவும் சிறப்பானவர்களில் மரியாதைக் குரியவர்களில் ஒருவனாக மிட்கா விளங்கி வந்தான்.

போர்க்களத்தில் அவனுடைய சாதனைகள் ஏராளமானவை. ராணுவ விழா நடைபெறும் நாட்களில், அவனுடைய சாயம்போன சீருடையில் எக்கச்சக்கமான விருதுகள் தொங்கும். படைப்பிரிவும் துணைத் தலைமைகளும்கூட அவற்றைப் பார்த்து ஏங்கும். சோவியத் யூனியனின் கதாநாயகனாக மிட்கா திகழ்ந்தான். இருப்பதிலேயே உயர்ந்த ராணுவ விருதையும் பெற்றுள்ளான். மேலும் மொத்த டிவிஷனிலேயே அதிக விருது பெற்றவர்களில் இவனும் ஒருவன்.

குறிதவறாமல் சுடும் அவன் சாகசங்கள், குழந்தைகள் மற்றும் சிறுவர்களுக்கான புத்தகங்களிலும் செய்தித்தாள்களிலும் விவரமாகச் சொல்லப்பட்டிருக்கின்றன. அவைபற்றி பல செய்திப் படங்கள் உருவாக்கப்பட்டு அப்படங்கள் தொழிற்சாலைகளிலும் கூட்டுப் பண்ணைகளிலும் லட்சக்கணக்கான சோவியத் மக்களால் பார்க்கப்படுகின்றன. மிட்காவால் இந்தப் படைப் பிரிவுக்கே பெருமை அதிகம். டிவிஷனல் செய்திப் பிரிவுக்காக அவனைப் புகைப்படம் எடுத்திருக்கிறார்கள். மேலும் தொடர்பு அதிகாரிகளால் நேர்காணல் செய்யப்பட்டிக்கிறான்.

மாலைநேரங்களில், படைவீரர்கள் நெருப்புமூட்டிக் குளிர்காயும்போது, ஒரு வருடத்திற்குமுன்பு அவன் செய்த அபாயகரமான சாகசங்களைப் பற்றி அடிக்கடி

பேசிக்கொள்வார்கள். எதிரிப் படைக்கருகே அவன் செய்த வீரதீரச் செயல்களைப் பற்றி முடிவே இல்லாமல் உரையாடுவார்கள். எதிரிப் படையின் முகாமருகே அவன் தன்னந்தனியாக பாராசூட்டில் இறங்கி, வெகுதொலைவிலிருந்து, தன்னுடைய திறமையால் ஜெர்மானிய ராணுவ அதிகாரிகளை, தொடர்பாளர்களைச் சுட்டு வீழ்த்தினானாம். பிறகு அவ்விடத்திலிருந்து மிட்கா தப்பித்துவந்த தனித்தன்மையைப் பற்றி வியந்து பேசுவார்கள். பிறகு அதேபோன்ற காரியங்களுக்காகத் திரும்பவும் அவன் அனுப்பிவைக்கப்படுவானாம்.

இந்த உரையாடல்களின் போது பெருமையால் பூரித்துப் போய்விடுவேன். நான் மிட்காவின் பக்கத்தில் அமர்ந்துகொண்டு, அவனுடைய வலிமைவாய்ந்த கரத்தின்மேல் சாய்ந்தபடி, அவனுடைய வார்த்தைகளையோ அல்லது மற்றவர்களின் கேள்விகளையோ மிக உன்னிப்பாக ஒன்றுகூட விடாமல் கேட்பேன். நான் பெரியவனாக ஆகும்வரை, இந்தப் போரானது நீடிக்குமானால் ஒருவேளை, நானும் துல்லியமாக துப்பாக்கி சுடுபவனாகச் சேவை புரியலாம். மக்கள் எல்லோரும் உணவு உண்ணும்வேளையில் என்னைப்பற்றி பேசலாம்.

மிட்காவின் ரைபிளானது, மற்றவர்களுக்கு ஓர் அற்புதமான பொருளாக இருந்தது. எல்லோரின் வேண்டுகோளுக்கிணங்க, அவன் அதை உறையிலிருந்து எடுத்து, தென்படாத தூசிகளை வாயால் ஊதுவான். பலிபீடத்தருகே பணிவாகக் குனியும் பாதிரியார்போல, இளம்வீரர்கள் ஆர்வத்தால் உடல் நடுங்கியபடி அதை நோக்கிக் குனிவார்கள். வயதான வீரர்கள் முறுக்கேறிய கரங்களால், ஒரு தாய் தொட்டிலிருந்து குழந்தையைத் தூக்குவதுபோல, அதைத் தூக்குவார்கள். பிறகு மூச்சை இழுத்துப் பிடித்தபடி, பளிங்குபோலத் தெளிவுடன் இருக்கும் டெலஸ்கோப் லென்சுகளைக் கவனிப்பார்கள். இந்தக் கண்ணாடிவழியாகத்தான் மிட்கா எதிரிகளைக் கண்காணிப்பானாம். இந்த லென்சுகள், தேவையான இலக்குகளை அவன் கண்முன்னர் கொண்டுவந்து நிறுத்த, அவனால் எதிரிகளின் முகங்கள், அசைவுகள், சிரிப்பு எல்லாவற்றையும் காணமுடியும். ஜெர்மானியர்களின் துடிக்கும் இதயத்தை எவ்விதக் கஷ்டமுமின்றிக் குறிவைக்க இதுதான் உதவி செய்கிறது.

அவனுடைய ரைபிளை வீரர்கள் வியந்து பாராட்டுகின்றவேளையில், மிட்காவின் முகம் இருளடையும். அப்போது அவன் தன்னையறியாமலேயே விறைப்பாகி வலிமிகுந்திருக்கும் தன்னுடலின் பக்கவாட்டுப் பகுதியைத் தொட்டுப் பார்ப்பான். அந்தப் பகுதியில், தான் ஒரு

ஜெர்மானியனின் தோட்டாச் சிதறல்கள் ஊடுருவி நிரந்தரமாகத் தங்கிவிட்டன. ஒரு வருடத்திற்கு முன்பாக அந்தத் தோட்டா அவன் பணிக்கு முற்றுப்புள்ளி வைத்துவிட்டது. அது தினந்தோறும் அவனுக்கு நரக வேதனையைத் தருகிறது. அது குயில் மிட்கா என்ற பெயரை மாற்றிவிட்டது.

அவன் இன்னும்கூட, படைப்பிரிவின் துல்லியமாகச் சுடுவதற்கான பயிற்சியாளனாக இருக்கிறான். இளம் வீரர்களுக்கு அக்கலையைச் சொல்லித் தருகிறான். ஆனால் அவனுடைய உள்மன விருப்பம் அதுவல்ல. சிலசமயம், அவன் இரவுநேரங்களில் கூடாரத்தின் மேல்புறமிருக்கும் முக்கோண வடிவத் திறப்பு நோக்கி விரிந்த கண்களுடன் வெறித்திருப்பதைக் கண்டிருக்கிறேன். எதிரிகளின் முகாம்களிலிருந்து தூர விலகி, புதர்களிலும் இடிபாடுகளிலும் ஒளிந்துகொண்டு, ஓர் அதிகாரியை, செய்தி கொணர்பவனை, விமானியை அல்லது ஒரு டேங்க் ஓட்டுனரைச் சுடுவதற்காக, சரியான தருணத்தை எதிர்பார்த்திருந்த அந்த நாட்களை அல்லது இரவுப் பொழுதுகளை, அவன் திரும்பவும் வாழ்ந்து பார்த்துக் கொண்டிருக்கிறான்போலும். எத்தனைமுறை அவன் எதிரிகளின் முகத்தை உற்றுப் பார்த்திருப்பான்; அவர்களின் அசைவுகளைக் கவனித்திருப்பான்; தூரத்தைச் சரியாகக் கணக்கிட்டு, குறியைச் சரிசெய்திருப்பான். அவனது ஒவ்வொரு துல்லியமான தோட்டாவும் எதிர்ப்பக்கத்து அதிகாரிகளை தொலைத்துக்கட்டி, சோவியத் யூனியனைப் பலப்படுத்தியுள்ளது.

ஜெர்மானியர்களின் சிறப்புப் படைகள் பயிற்சி பெற்ற நாய்களுடன், அவன் மறைந்திருக்கும் இடங்களைத் தேடியிருக்கின்றன. பெரியளவில் அவனைச் சுற்றி வளைத்திருக்கின்றன. இந்தத் தடவை உயிருடன் திரும்பவேமாட்டேன் என்று அவன் எத்தனைமுறை நினைத்திருக்க வேண்டும். இவ்வளவு அபாயங்கள் இருந்தாலும், மிட்காவின் சந்தோஷமான காலம் அதுதான் என்பதை நானறிவேன். தானே நீதிபதியாகவும் தானே தண்டனையளிப்பவனாகவும் இருந்த அந்த நாட்களை, வேறு எதற்காகவும் மிட்கா பேரம் பேசமாட்டான்.

தன்னந்தனியாக இருந்தபடி, தன் ரைபிளின் டெலஸ்கோப் பார்வையினூடே, எதிரிகளில் தலைசிறந்து விளங்குபவனாகப் பார்த்து ஒழித்துக்கட்டுவான். ஆடை அலங்காரங்கள் அணிந்திருக்கும் விருதுகள், சின்னங்கள், சீருடை வண்ணங்கள் இவற்றின் மூலமாக அவர்களை அடையாளம் கண்டுகொள்வான்.

வண்ணம் பூசிய பறவை • 237

ரைபிளின் குதிரையைத் தட்டும் முன்னர், குயில் மிட்காவின் தோட்டாவால் சாவதற்கு இவன் அருகதை படைத்தவன்தானா என்று அவன் தன்னைத்தானே கேட்டுக்கொண்டிருப்பான். ஒருவேளை, அவன் சரியான நபருக்காகக் காத்துக்கொண்டிருந்திருக்கக் கூடும். ஒரு லெப்டினென்டுக்குப் பதிலாக ஒரு கேப்டன்; ஒரு கேப்டனுக்கு பதிலாக ஒரு மேஜர்; ஒரு டேங்க் கன்னருக்குப் பதிலாக ஒரு விமானி; ஒரு பிரிவு கமாண்டருக்குப் பதிலாக ஒரு அலுவல் அதிகாரி. அவன் சுட்ட ஒவ்வொரு தோட்டாவும் எதிரிக்கு மட்டுமல்ல, அவனுக்கும் மரணத்தைக் கொண்டுவந்திருக்கக்கூடும், பிறகு செம்படையின் தலைசிறந்த வீரர்களிலொருவன் செத்துப் போயிருக்கக்கூடும்.

இதையெல்லாம் நினைத்துப் பார்க்கும்போது, மிட்காவின்மேல் நான் கொண்டிருந்த மதிப்பு கூடிக்கொண்டே போனது. இதோ, சில அடி தொலைவில் படுக்கையில் படுத்திருக்கும் இவன், புதியதொரு, பாதுகாப்பான உலகை உருவாக்குவதற்காக ஆலயத்தில் பிரார்த்தனை செய்யவில்லை. மாறாக, தன் குறிதவறாத திறமையால் கடுமையாக உழைத்திருக்கிறான். மிட்காவுடன் ஒப்பிடும்போது, ஆதரவற்ற கைதிகளைக் கொல்வதில், என்னைப் போன்ற அற்பப்பூச்சிகளின் வாழ்வைத் தீர்மானிப்பதில் நேரத்தைச் செலவிட்டுக்கொண்டிருந்த, அந்தக் கருப்புச் சீருடையணிந்த ஜெர்மானிய அதிகாரி படுகேவலமாகத் தெரிந்தான்.

முகாமிலிருந்து வெளியேறி கிராமங்களுக்குச் சென்ற வீரர்கள் இன்னும் திரும்பாததைக் கண்டு, மிட்கா கவலைகொள்ள ஆரம்பித்தான். இரவுநேரச் சோதனைக்கான சமயம் நெருங்கிக்கொண்டே வர, அவர்கள் இல்லாத விஷயம் எந்த நேரத்திலும் கண்டுபிடிக்கப்படலாம். நாங்கள் அச்சமயம் கூடாரத்தினுள் அமர்ந்திருந்தோம். மிட்கா நிலைகொள்ளாமல் குழப்பத்துடன் கைகளைத் தேய்த்தபடி இருந்தான். அவர்கள் எல்லோருமே இவனுக்கு நெருங்கிய நண்பர்கள். அதில் கிரிஷா என்பவன் நல்ல பாடகன்; மிட்கா கார்டியனை இசைக்கும்போது அதனுடன் இழைந்து பாடுவான். இன்னொருவன் லோன்கா. அவனும் அதே நகரத்திலிருந்து வந்தவன்; ஆன்டன் என்பவன், கவிஞன்; மற்ற எல்லோரையும்விடக் கவிதைகளை பிரமாதமாகப் படிப்பான். மற்றொருவன் வான்கா; அவன், ஒருசமயம் மிட்காவின் உயிரைக் காப்பாற்றியவனாம்.

சூரியன் அஸ்தமனம் ஆக, காவலாளிகள் இடம் மாறிக்கொண்டிருந்தார்கள். போரின்போது கொள்ளைப்

பரிசாகக் கிடைத்த, ரேடியம் பூசப்பட்ட கைக்கடிகாரத்தை அடிக்கடி மிட்கா பார்த்துக்கொண்டே இருந்தான்.

திடீரென, வெளிப்புறத்திலிருந்த காவலாளிகளுக்கிடையே பரபரப்பு தோன்றியது. யாரோ ஒருவன் மருத்துவரை அழைக்கும்படி கத்த, ஒரு மோட்டார் சைக்கிள் தலைமை கட்டடத்தை நோக்கி முழுவேகத்தில் சீறிச் சென்றது.

மிட்கா என்னை இழுத்தபடி வெளியே ஓடினான். மற்றவர்களும் எங்களுக்குப் பின்னே ஓடிவந்தனர்.

முன்னமே நிறைய வீரர்கள் கூடிவிட்டிருந்தனர். சில வீரர்கள் ரத்தம் சொட்டச்சொட்ட, கீழே கிடத்தப்பட்டிருந்த நான்கு உடல்களைச் சுற்றியபடி நின்றுகொண்டும், மண்டியிட்டு அமர்ந்தும் இருந்தனர். அவர்கள் திக்கித்திணறியபடி சொன்னதிலிருந்து நாங்கள் தெரிந்துகொண்டது என்னவெனில், பக்கத்திலிருந்த கிராமத்தில் விருந்தொன்றில் கலந்துகொண்டபோது, வீட்டுப் பெண்களால் பொறாமையடைந்த சில குடியானவர்கள் குடிபோதையின் வெறியில் அவர்களைத் தாக்கிவிட்டார்கள். அவர்கள் எண்ணிக்கையில் அதிகமிருந்ததால் வீரர்களைச் சுலபமாக மடக்கி நிராயுதபாணிகளாக ஆக்கிவிட்டார்களாம். கோடாரிகளால் வெட்டப்பட்டு நான்கு வீரர்கள் செத்துப்போய்விட, மற்றவர்கள் படுகாயமடைந்து விட்டார்களாம்.

மற்ற உயர் அதிகாரிகள் பின்தொடர, டெபுடி கமாண்டர் அவ்விடத்திற்கு விரைந்து வந்தார். படைவீரர்கள் அவர்களுக்கு வழிவிட்டு அட்டென்ஷனில் நின்றனர். காயம்பட்டிருந்த வீரர்கள் கஷ்டப்பட்டு எழுந்துநிற்க முயன்றனர். நிலைமையைக்கண்ட கமாண்டர் முகம் வெளுத்துப்போனாலும் மிகுந்த கட்டுப்பாட்டுடன், காயம்பட்ட வீரன் சொன்னதையெல்லாம் கேட்டுக்கொண்ட பின்னர் கட்டளைகள் பிறப்பித்தார். காயம்பட்டவர்கள் உடனடியாக மருத்துமனைக்குக் கொண்டுசெல்லப்பட்டனர். சிலர் ஒருவரையொருவர் தாங்கியபடி, தம் முகத்திலும் தலையிலும் இருந்த ரத்தத்தைக் கைச்சட்டையால் துடைத்தபடி மெல்ல நடந்து சென்றனர்.

மிட்கா மெல்லத் நகர்ந்து சென்று, இறந்துகிடந்தவர்களின் காலடியில் அமர்ந்தபடி, சிதிலமான முகங்களை மௌனமாக வெறித்துப் பார்த்தான். மற்ற வீரர்கள் அமைதியிழந்து நின்றிருந்தனர்.

வான்கா மல்லாக்க இருக்க, மற்றவர்கள் பார்ப்பதற்காக அவன் முகம் திருப்பப்பட்டது. லேண்டன் விளக்கின்

மங்கிய ஒளியில், உறைந்த ரத்தம் மார்பெங்கும் இருந்ததைக் காணமுடிந்தது. லோன்காவின் முகம் கோடாரி வீச்சால் இரண்டாகப் பிளந்திருந்தது. கழுத்தில் தொங்கிக்கொண்டிருந்த சதைகளோடு, மண்டையோட்டின் சிதறல்கள் கலந்திருந்தன. கொடூரமாக சிதைக்கப்பட்டிருந்த மற்ற இருவருடைய முகங்களும் அடையாளம் காணப்படாத நிலையிலிருந்தன. ஆம்புலன்ஸ் ஒன்று வந்து நின்று சடலங்களை ஏற்றியபோது, மிட்கா என் கையைக் கோபத்துடன் பற்றிக்கொண்டான்.

இந்தப் பயங்கரச் சம்பவம் மாலை அறிக்கையில் குறிப்பிடப்பட்டிருந்தது. புதுப்புது உத்தரவுகள் அதில் பிறப்பிக்கப்பட்டிருந்ததைக் கண்டு, ராணுவத்தினர் எச்சில் முழுங்கினர். உள்ளூர் மக்களுடன் தொடர்புகொள்பவர்கள் கடுமையாகத் தண்டிக்கப்படுவார்கள் என அதில் சொல்லப்பட்டிருந்தது.

அன்றிரவு மிட்கா, தனக்குத்தானே ஏதோ முணுமுணுத்தபடி, தலையில் அடித்துக்கொண்டான். பிறகு ஆழ்ந்த யோசனையில் மூழ்கிவிட்டான்.

சிலநாட்கள் கழிந்தன. அப்படைப் பிரிவின் தினசரி நடவடிக்கைகள் சகஜநிலைமைக்குத் திரும்பிக்கொண்டிருந்தன. எல்லோரும் இறந்தவர்களைப் பற்றி பேசுவதும் குறைந்துகொண்டே வந்தது. அவர்கள் திரும்பவும் பாட்டுப் பாடவும் அவ்விடத்திலிருந்து திரைப்படத்திற்குப் போகவும் ஆரம்பித்தனர். ஆனால் மிட்காவின் உடல்நிலை சரியில்லாமல்போனது, பயிற்சி தருவதற்கு, அவனுக்குப் பதிலாக வேறு ஒருவன் அமர்த்தப்பட்டான்.

ஒருநாள் இரவு விடிவதற்கு முன்பாக மிட்கா என்னை எழுப்பினான். என்னை உடனே ஆடை அணிந்துகொண்டு தயாராகும்படி மட்டும் சொன்னான். நான் தயாரானதும் அவன் பூட்சுகளை அணிந்துகொள்ள உதவினேன். அவன் வலிமிகுதியால் முனகினாலும், காரியத்தை விரைவாகச் செய்தான். பிறகு தயாரானதும், எல்லோரும் தூங்கிக்கொண்டிருப்பதை உறுதிப்படுத்திக்கொண்டு, படுக்கையின் பின்புறமிருந்த ரைபிள் பெட்டியை எடுத்தான். பிறகு ரைபிளின் பிரவுன்நிறப் பெட்டியைத் திறந்து ஆயுதத்தைத் தோளில் தொங்கவிட்டுக்கொண்டான். பிறகு அந்தப் பெட்டியை மட்டும் படுக்கைக்குப் பின்புறம் வைத்து, அதனுள் ரைபிள் இருப்பதுபோல் தோற்றமளிக்க, அதனைப் பூட்டிவிட்டான். பிறகு டெலஸ்கோப்பையும் ரைபிளைத் தாங்கும் முக்காலித் தாங்கிகளையும் பாக்கெட்டினுள் போட்டுக்கொண்டான். பிறகு தோட்டா உறைகள் உள்ளதா என்று நிச்சயப்படுத்திக்கொண்ட

பின்னர், கொக்கியில் மாட்டியிருந்த பைனாகுலரை எடுத்து என் கழுத்தில் மாட்டிவிட்டான்.

நாங்கள் சப்தமின்றி கூடாரத்திலிருந்து வெளியேறி, அங்கிருந்த சமையல்கட்டை கடந்தோம். காவலுக்கு இருந்த ஆட்கள் அவ்விடத்திற்கு வந்தபோது, பக்கத்து நிலத்தூடே நடந்து புதர்களை நோக்கி விரைந்து, வெகுவிரைவில் முகாமுக்கு வெளியே வந்துவிட்டோம்.

கீழ்வானத்தில் இருளடர்ந்த பனி இன்னும் இருந்தது. நிலங்களுக்கு நடுவில், பனித் தொங்கல்களுக்கு நடுவில், வெளேரென்ற பாதை நீண்டுகிடந்தது.

நாங்கள் காட்டைநோக்கி விரைந்தபடி இருக்க மிட்கா, தன் கழுத்து வேர்வையைத் துடைத்துக் கொண்டான், இடுப்பு பெல்ட்டை உயர்த்தினான், என் தலையில் தட்டிக் கொடுத்தான்.

நாங்கள் எங்கே செல்கிறோம், எதற்காகச் செல்கிறோம் என்ற விவரம் எனக்குத் தெரியாது. ஆனால் மிட்கா தன்னிச்சையாக ஏதோ, செய்யக்கூடாத ஒன்றைச் செய்கிறான், அந்தச் செயல் அவன் ராணுவப் பதவிக்கும் மக்கள் செல்வாக்குக்கும் உலைவைக்கக்கூடியது என்பதை மட்டும் யூகம் செய்துகொண்டேன். எனினும், இந்த உண்மையை உணர்ந்தாலும், மிட்கா போன்ற ஒருவன் தனக்குத் துணையாக என்னைத் தேர்ந்தெடுத்ததில், சோவியத் நாடே போற்றும் கதாநாயகனான இவன் செய்யும் மர்மம் நிறைந்த காரியத்திற்கு உதவுவதில், எனக்கு மிகுந்த பெருமையே.

நாங்கள் வேகவேகமாக நடந்தோம். மிட்கா நொண்டிக்கொண்டே நடப்பதால் களைப்படைந்தது தெளிவாகத் தெரிந்தது. தவிர, அவ்வப்போது தோளிலிருந்து நழுவிய ரைபிளை சரிசெய்து கொண்டு வந்தான். ஒவ்வொருமுறையும் கால் தடுக்கும்போது, வழக்கமாக வீரர்களைத் திட்டுகின்ற கெட்டவார்த்தைகளை முணுமுணுத்துக்கொண்டான். அவற்றையெல்லாம் நான் காதில் வாங்கிக்கொண்டதை உணர்ந்ததும், உடனடியாக அவற்றை மறந்துவிடும்படி உத்திரவிட்டான். அதற்கு நான் 'சரி' என்று தலையாட்டினாலும் பெருமளவு முயற்சிக்குப்பின் பேசும்சக்தி திரும்பியதும், சாறு நிறைந்த ப்ளம் பழங்களைப் போல சுவாரஸ்யமான இந்த வார்த்தைகளைத் திரும்பவும் சொல்லிப் பார்ப்பேன்.

இப்போது, உறக்கத்திலாழ்ந்திருந்த கிராமமொன்றை வெகுஎச்சரிக்கையுடன் கடந்தோம். அவ்விடத்து வீட்டுப் புகைபோக்கிகளில் புகை எழும்பவில்லை. நாய்களும்

சேவல்களும் அமைதியாக இருந்தன. மிட்காவின் முகம் இறுகி, உதடுகள் உலர்ந்துபோயின. அவன் பிளாஸ்கை திறந்து, காபியை ஒரு மடக்கு விழுங்கி மீதியை எனக்குத் தந்தான். பிறகு விரைவாக நடந்தோம்.

நாங்கள் காட்டினுள் நுழைய ஆரம்பித்தபோது, பொழுது புலரத் தொடங்கியது. ஆனாலும் உள்ளே இருள் சூழ்ந்திருந்தது. அபசகுனத்தை அறிவிக்கும் கறுப்புடை அணிந்த மதகுருமார்கள்போல மரங்கள் விறைப்பாக நின்றபடி, கிளைகளை அகலவிரித்து வெட்டவெளிகளை மறைத்துக்கொண்டிருந்தன. ஓரிடத்தில் மரத்தின் உச்சியிலிருந்த சிறிய திறப்பூடே கதிரவனின் கதிரொன்று பாய்ந்துகொண்டிருந்தது.

கொஞ்சம் தேடலுக்குப்பின்னர் காட்டின் விளிம்பில், நிலங்களுக்கு அருகில், ஓங்கி வளர்ந்திருந்த ஒரு மரத்தை மிட்கா தேர்வுசெய்தான். அடிமரம் வழுக்கலாக இருந்தாலும், அதில் கணுக்களும் தாழ இருந்த கிளைகளும் இருந்தன. முதலில், நான் ஏறுவதற்கு மிட்கா உதவிசெய்தான். பிறகு நீள ரைபிள், பைனாகுலர், டெலஸ்கோப், முக்காலி தாங்கி ஆகியவற்றைத் தர, அவற்றை கிளையில் தொங்கவிட்டேன். இப்போது அவன் ஏற நான் உதவவேண்டும். பிறகு மிட்கா, முனகியபடி பலமாக மூச்சிரைத்தபடி வேர்வையால் உடல் நனைந்தபடி, என்னிடத்திற்கு வந்ததும் நான் அடுத்த கிளையில் ஏறிவிட்டேன். இவ்வாறு ஒருவருக்கொருவர் உதவியபடி, ரைபிள் மற்றும் இதர சாதனங்களுடன் ஏறத்தாழ மரத்தின் உச்சிக்கே சென்றுவிட்டோம்.

கொஞ்சநேர ஓய்வுக்குப்பின் மிட்கா, பார்வைக்கு இடைஞ் சலாயிருந்த கிளைகளை வளைத்தான்; சிலவற்றை வெட்டினான்; சிலவற்றை ஒன்றோடொன்று பிணைத்துவிட்டான். இப்போது மறைவாகவும் வசதியாகவும் அமர இடம் தயாராகிவிட்டது. இலைகளுக்குப் பின்னே, பறவைகள் பல படபடவென சிறகுகளை அடித்துக் கொண்டன.

அந்த உயரமானது கொஞ்சம் பழக்கப்பட்டதும், எங்களுக்கு முன்னாலிருந்த கிராமத்து வீடுகளின் விளிம்புகளை என்னால் தெளிவாகக் காணமுடிந்தது. புகைபோக்கிகளிலிருந்து கிளம்பிய முதல் புகையானது வானத்தைநோக்கிப் போய்க்கொண்டிருந்தது. மிட்கா டெலஸ்கோப்பை ரைபிளுடன் பொருத்திவிட்டு, பிறகு தாங்கியைத் தயார்செய்தான். பிறகு பின்னுக்கு நகர்ந்து அமர்ந்துகொண்டு, ரைபிளை தாங்கியின் மீது கவனமாக வைத்தான்.

பிறகு அவன் பைனாகுலரின்வழியே, கிராமத்தை நெடுநேரம் ஆராய்ந்தான். பிறகு அதை என் கைகளில் கொடுத்துவிட்டு, டெலஸ்கோப் பார்வையைச் சரிசெய்தான். பைனாகுலரின் மூலம் கிராமத்தை ஆராய ஆரம்பித்தேன். அவற்றின் உருவங்கள், ஆச்சரியமாக மிகப்பெரிதாகத் தெரிந்தன. வீடுகள் எல்லாம் எங்களின் முன்னால் இருப்பதுபோல் தோன்றின. அத்தோற்றமானது வெகுதுல்லியமாக, தெளிவாக இருக்க, வேயப்பட்ட கூரைகளிலிருந்த வைக்கோலைக்கூட என்னால் எண்ண முடிந்தது. வீடுகளின் வெளியே கோழிகள் மேய்ந்துகொண்டிருப்பதையும், நாயொன்று காலைச் சூரியனின் மெல்லிய கதிரொளியில் சோம்பல் முறிப்பதையும்கூடப் பார்க்கமுடிந்தது.

மிட்கா பைனாகுலரை தரும்படி சொன்னான். அதைத் தருவதற்குமுன்னர், கிராமத்தையே அவசரமாக ஒரு அலசு அலசினேன். ஒரு வீட்டிலிருந்து உயரமாக ஒருவன் வெளியே வருவதைக் கண்டேன். அவன் கைகளை நீட்டிக்கொண்டே கொட்டாவி விட்டான், மேகங்களற்ற வானத்தை அண்ணாந்து பார்த்தான். அவனுடைய சட்டைப் பொத்தான்கள் இடப்படாமல் திறந்திருந்ததையும் கால்சட்டையின் முட்டிப் பகுதியில் பெரிய ஒட்டுக்கள் போடப்பட்டிருப்பதையும் என்னால் காணமுடிந்தது.

மிட்கா, பைனாகுலரை வாங்கி அதை எனக்கு எட்டாததூரத்தில் வைத்துவிட்டான். பிறகு டெலஸ்கோப்வழியாக வெகுஉன்னிப்புடன் காட்சியை ஆராய்ந்தான். நான் கண்களைக் குறுக்கிப் பார்த்தேன். ஆனால் பைனாகுலர் இல்லாததால், எங்கோ தூரத்தில் சின்னஞ்சிறு தோற்றத்தில் மட்டுமே வீடுகள் தெரிந்தன.

ஒரு தோட்டா வெடித்துச் சீறியது. நான் திடுக்கிட, பறவைகள் படபடவென சிறகுகளை அடித்தன.

மிட்கா சிவந்தும், வியர்வை அரும்பியுமிருந்த முகத்தை உயர்த்தி ஏதோ முணுமுணுத்தான். நான் பைனாகுலரை எடுக்க முயன்றேன். ஆனால் அவன் மெல்லச் சிரித்தபடி என் கையைத் தடுத்துவிட்டான்.

மிட்கா மறுத்தது எனக்குக் கோபத்தைத் தந்தாலும், என்ன நடந்திருக்கும் என்பதை யூகித்துவிட்டேன். என் மனக்கண்ணில், அந்த விவசாயி அப்படியே முன்புறம் கவிழ்ந்து, தலைக்கு மேலே எதையோ பற்ற முயல்வதுபோலக் கைகளை உயர்த்தியபடி, வீட்டுக்கு முன்னால் தொப்பென்று விழும் காட்சியைக் கற்பனைசெய்து பார்த்தேன்.

பயன்படுத்தப்பட்ட தோட்டா உறையை சட்டைப்பைக்குள் வைத்துவிட்டு, ரைபிளில் புதுத் தோட்டாக்களை நிரப்பிய மிட்கா, வெகுஅமைதியாக, பைனாகுலரின் வழியாக கிராமத்தைப் பார்த்தபடி, இறுகியிருந்த உதடுகளூடே மென்மையாகச் சீழ்கையடித்தான்.

அவன் அங்கே என்ன பார்க்கிறான் என்பதை மனதிற்குள் காட்சியாகப் பார்க்க முயன்றேன். ஒரு வயதான பெண், பிரவுன் நிறக் கந்தலாடை உடுப்பில், வீட்டிலிருந்து வெளியேவந்து, வானத்தைப் பார்த்தபடி சிலுவைக்குறி இடுகிறாள். அதேசமயம், தரையில் விழுந்திருக்கும் அம்மனிதனைக் காண்கிறாள். பிறகு வாத்துபோல நடந்துசென்று அவன் முகத்தைத் திருப்பிப் பார்க்கும்போது, ரத்தம் வழிவதைக் கண்டு, ஓலமிட்டவாறு அண்ட வீடுகளை நோக்கி ஓடுகிறாள்.

அவளின் அழுகையால் திடுக்கிட்ட ஆண்கள், கால்சட்டைகளை இழுத்துவிட்டுக்கொண்டும் பெண்கள் பாதித்தூக்கத்திலும், வீட்டிலிருந்து வெளியே ஓடி வருகின்றனர். வெகுவிரைவில் அந்தக் கிராமமே அங்குமிங்கும் ஓடும் மக்கள் கூட்டத்தால் நிரம்பிவிடுகிறது. ஆண்கள் அச்சடலத்தை நோக்கிக் குனிந்தபடி, காட்டுத்தனமாக சைகைகள் செய்தபடி, எல்லாத் திசைகளிலும் தவிப்புடன் பார்க்கிறார்கள்.

மிட்கா சற்று நகர்ந்தான். அவன் கண்களை டெலஸ்கோப்பின்மேல் ஒட்டவைத்துக்கொண்டு, ரைபிளின் பின்புறக்கட்டைப் பகுதியைத் தோளின்மேலே அழுத்திக்கொண்டான். அவன் நெற்றியில் வியர்வைத் துளிகள் மின்னிக்கொண்டிருந்தன. அதிலொன்று தனியே பிரிந்து, அடர்ந்த புருவங்களில் ஓடி, மூக்கின் பக்கவாட்டில் வந்து, கன்னத்தில் தவழ்ந்து, முகவாய்க்கட்டையை நோக்கிப் பயணித்தது. அது மேற்கொண்டு நகர்ந்து அவன் உதடுகளை அடையும் முன்னரே, மிட்கா மேலும் மூன்றுமுறை வெற்றிகரமாகச் சுட்டான்.

நான் கண்களை மூடிக்கொண்டு, மூன்று சடலங்கள் கிடந்த அந்தக் கிராமத்தைப் பார்க்க ஆரம்பித்தேன். உயிருடனிருந்த குடியானவர்கள், தூரத்திலிருந்து சுடப்படும் ஓசையைக் கேட்கமுடியாமல் பீதியில் சிதறுகின்றனர். பயத்தால் சுற்றிலும் பார்க்கின்றனர், தோட்டாக்கள் எங்கிருந்து வருகின்றனவென்று ஆச்சரியப்படுகின்றனர்.

கிராமமே பயத்தில் ஆழ்கிறது. செத்துப்போனவர்களின் குடும்பத்தினர், அடக்கமுடியாத தேம்பலுடன், தங்களின் வீடுகளை, களஞ்சியங்களை நோக்கி, சடலங்களின் கால்களைப் பற்றி இழுத்தபடி செல்கின்றனர். குழந்தைகளும் முதியவர்களும்

நடப்பது என்னவென்று புரியாமல் அங்குமிங்கும் திரிகின்றனர். சில நொடிகளில் எல்லோரும் காணாமல் போய்விடுகின்றனர். ஜன்னல்கள்கூட சாத்தப்பட்டுவிட்டன.

மிட்கா மீண்டும் கிராமத்தை ஆராய்ந்தான். அவ்விடத்தில் யாருமே வெளியில் வரவில்லை என்பது நிச்சயமாகத் தெரிந்தது. ஏனெனில், அவன் வெகுநேரமாக அங்கேயே பார்த்துக்கொண்டிருந்தான். திடீரென அவன் பைனாகுலரை வைத்துவிட்டு ரைபிளை பற்றினான்.

நான் புரியாமல் விழித்தேன். ஒருவேளை, யாரோ ஒரு வாலிபன் வீடுகளுக்கிடையே பதுங்கியபடி எட்டிப் பார்த்துக்கொண்டிருக்க வேண்டும். துப்பாக்கிச் சூட்டிலிருந்து தப்பித்து, தன் குடிசைக்கு விரைய முயற்சித்துக்கொண்டிருக்க வேண்டும். தோட்டாக்கள் எங்கிருந்து வருகின்றன என்ற திகைப்பில், அவ்வப்போது நின்று வெறித்துக்கொண்டிருக்க வேண்டும். அவன், காட்டு ரோஜாப் புதர்களை அடைந்தபோது, மிட்கா மறுபடியும் சுட்டான்.

அந்த மனிதன் தரையோடு சேர்த்து ஆணியடித்தாற் போன்று அப்படியே நின்றுவிட்டான். அவன் ஒரு கால்முட்டியை மடக்கி, மற்றொரு முட்டியை மடக்க முயன்று, அப்படியே ரோஜாப் புதர்களின்மீது விழுந்தான். அப்புதர்கள் தடதடவென குலுங்கின.

மிட்கா ரைபிளின்மீது கை ஊன்றியபடி ஓய்வெடுத்தான், குடியானவர்கள் எல்லோரும் வீடுகளுக்குள் பதுங்கிக் கொண்டனர். வெளியில் வருவதற்கு யாருக்கும் தைரியமில்லை.

மிட்காமீது எனக்குப் பொறாமைதான் உண்டானது. அவனுடனிருந்த வீரர்களில் ஒருவன் பேசிக்கொண்ட விஷயமொன்று, இப்போது சட்டென்று புரிந்தது. மனிதஉயிர் என்பது பெருமைப்படக்கூடிய விஷயம் என்று அவன் சொன்னான். ஒவ்வொரு மனிதனும் தன்னுள்ளே, தனக்கு மட்டுமே சொந்தமான போரொன்றைக் கொண்டிருக்கிறான்.

அவன் மட்டுந்தான் அதை நடத்தவோ அதில் தோல்வி அல்லது வெற்றிபெறவோ முடியும்; அவனுடைய சொந்தத் தீர்ப்பின்பேரில், தன்னந்தனியான நடவடிக்கையின்பேரில், மற்றவர்களின் அபிப்பிராயத்தைப் பற்றி கவலைப்படாமல், தன் ராணுவப் பதவியையும் சோவியத் கதாநாயகன் பட்டத்தையும் பணயம்வைத்து, தன் நண்பர்களின் மரணத்திற்கு அவன் பழிதீர்த்துக் கொண்டுவிட்டான். தன் நண்பர்களின் சாவுக்கு அவன் பழி தீர்க்காமல் போனால், இத்தனைநாட்களாக கண்ணையும் கையையும் மூச்சையும் பழக்கப்படுத்தி,

துப்பாக்கி சுடுவதில் நிபுணத்துவம் அடைந்ததில் என்ன பயனிருக்கமுடியும்?

மிட்காவின் பழிவாங்கலில் வேறொரு நுணுக்கமான விஷயமும் உள்ளது. ஒருவன் எவ்வளவுதான் பிரபலமாக இருந்தாலும் மற்றவர்களால் வணங்கப்பட்டாலும் அவன் தனக்காக மட்டுந்தான் வாழ்கிறான். அவன் தனக்குத்தானே அமைதியாக இல்லாமல், தான் செய்யாத ஏதோ ஒன்றால் நெருடல் அடையும்போது, அவன் தன்னைத்தானே கொடுமைப்படுத்திக் கொண்டால், அம்மனிதன் ஒரு மகிழ்வற்ற பூதம்; அலைகின்ற ஆவி; பாவிகளின் உலகத்தின்மேலே அலைபவன்.

நான் வேறொரு விஷயத்தையும் புரிந்துகொண்டேன். உயரத்தை அடையப் பல்வேறு பாதைகள் உள்ளன. ஆனால் ஒரு மனிதனால், ஒரேஒரு நண்பனின் துணையைக் கொண்டு, நானும் மிட்காவும் மரத்தில் ஏறியதுபோல, உச்சியை அடையலாம். அது முற்றிலும் வேறானது, உழைக்கும் வர்க்கத்தினர் அறியாதது.

ஒரு அன்புகலந்த சிரிப்புடன், பைனாகுலரை அவன் என்னிடம் தந்தான். ஆர்வம் மேலோங்க கிராமத்தை அலசினேன். ஆனால் இறுக்கமாக மூடப்பட்ட குடிசைகளைத் தவிர்த்து வேறொன்றையும் காணமுடியவில்லை. அங்கொன்றும் இங்கொன்றும் கோழிகளும் வான்கோழிகளும் நடைபோட்டுக் கொண்டிருந்தன. நான் பைனாகுலரை திருப்பித் தர முயன்ற வேளையில் பெரியதொரு நாயொன்று வீடுகளுக்கிடையே வந்ததைக் கண்டேன். அது வாலை ஆட்டியபடி பின்னங்காலால் காதைச் சொறிந்துகொண்டது. எனக்கு ஜீடாஸின் ஞாபகம் வந்தது. நான் கொக்கியில் தொங்கியவேளையில் அதுகூட, இதைப்போலத்தான் செய்தது.

நான் மிட்காவின் கையைத் தொட்டு, கிராமத்தைத் தலையால் சுட்டிக்காட்டினேன். ஜனங்கள் வெளியே வந்திருப்பதைத்தான் நான் சொல்கிறேனென்று அவன் டெலஸ்கோப்பில் பார்த்தான். யாரும் தென்படாததால், என்னைக் கேள்விக்குறியுடன் பார்த்தான். நான் சைகைகளின் மூலம் அந்த நாயைச் சாகடிக்க வேண்டுமென்று அவனுக்கு உணர்த்தினேன். அவன் ஆச்சரியப்பட்டான். ஆனால் மறுத்துவிட்டான். திரும்பவும் அவனைத் தூண்டினேன். ஆனால் அவன் மாறுபாடான பார்வையால் என்னைப் பார்த்தபடி மறுத்துவிட்டான்.

நாங்கள், இலைகளின் சலசலப்பைக் கேட்டபடி அமைதியாக அமர்ந்திருந்தோம். பிறகு மிட்கா மறுபடியும் கிராமத்தைத் துருவிப் பார்த்தபின், தாங்கியை மடக்கி, டெலஸ்கோப்பை அவிழ்த்தான். நாங்கள் மெல்ல இறங்க ஆரம்பித்தோம். சிலநேரம் கீழே ஏதேனும் பிடிப்பைப் பற்றுவதற்காக மிட்கா கையைத் தொங்கவிடும்போது வலியால் முனகினான்.

பயன்படுத்தப்பட்ட உறவுகள் அவன் மண்ணுக்கடியில் புதைத்துவிட்டு, நாங்களிருந்த அடையாளங்களை அழித்தான். பிறகு நாங்கள் முகாம் நோக்கி நடந்தோம். மெக்கானிக்குகள் சோதித்துக்கொண்டிருந்த இன்ஜின்களின் சப்தம் கேட்டது. பிறகு யாருமறியாமல் திரும்பி வந்துவிட்டோம்.

மதியநேரத்தில், மற்றவர்கள் வேலையில் இருந்தபோது, மிட்கா சட்டென்று ரைபிளையும் டெலஸ்கோப்பையும் சுத்தம் செய்து, உறைப்பெட்டிக்குள் வைத்துவிட்டான்.

அன்று மாலை அவன் பழையபடி அமைதியானவனாகவும் உற்சாகமானவனாகவும் மாறிவிட்டான். அவன் ஓடெஸ்ஸாவின் அழகைப்பற்றியும் மகன்களைப் போரில் இழந்த தாய்மார்களுக்காகப் பழிதீர்க்கும் துப்பாக்கி வீரர்களைப் பற்றியும் உணர்ச்சிகரமான குரலில் நாட்டுப் பாடல்களைப் பாடினான்.

மற்ற வீரர்கள் அருகே அமர்ந்து, சேர்ந்து பாடத் தொடங்கினர். அவர்களுடைய குரல் ஓங்கித் தெளிவாக ஒலித்தது. அந்தக் கிராமத்திலிருந்து ஈமச்சடங்குகளுக்கான மணியோசை மங்கி, அதேசமயம் தொடர்ந்து ஒலித்துக்கொண்டும் இருந்தது.

18

கேவரில்லா, மிட்கா மற்றும் படைப் பிரிவின் மற்றநண்பர்களை விட்டுப் பிரியவேண்டும் என்ற அதிர்ச்சியிலிருந்து மீள்வதற்குச் சிலநாட்கள் பிடித்தது. ஆனால் கேவரில்லா, வெகு உறுதியான குரலில் போரானது முடிவுக்கு வந்துகொண்டிருக்கிறதென்றும், என்னுடைய நாடு ஜெர்மனியிடமிருந்து முழுவதுமாக விடுதலை அடைந்துவிட்டதென்றும் விதிகளின்படி தொலைந்துபோன குழந்தைகள் யாவரும், அவர்களின் பெற்றோர்கள் உயிருடன் இருக்கின்றார்களா, இல்லையா என்று உறுதிப்படுத்தும் சிறப்பு மையங்களில் இருக்க வேண்டுமென்றும் என்னிடம் எடுத்துக் கூறினான்.

அவன் இதையெல்லாம் சொன்னபோது நான் கண்ணீரை அடக்கிக்கொண்டே அவனுடைய முகத்தையே பார்த்துக் கொண்டிருந்தேன். கேவரில்லாவுக்கும் துக்கம்தான். அவனும் மிட்காவும் என்னுடைய எதிர்காலத்தைப் பற்றி விவாதித்திருப்பார்கள். சரியான வழி ஏதேனும் இருந்தால் அவர்கள் அதைக் கண்டுபிடித்திருப்பார்கள் என்பதை நானறிவேன்.

போர் முடிந்து மூன்று மாதங்களுக்குள் உறவினர் யாரும் என்னை அழைத்துப் போகாவிட்டால் தானே பொறுப்பெடுத்துக்கொண்டு, திரும்பவும் பேசுவதற்குக் கற்பிக்கும் பள்ளிக்கு என்னை அனுப்புவதாகக் கேவரில்லா உறுதி கூறினான். இடைப்பட்ட காலத்தில் தைரியமாகவும் அவனிடமிருந்து கற்றதையெல்லாம் நினைவுபடுத்திக்கொள்ளுமாறும் சோவியத் நாளிதழான பிராவ்தாவை தினசரி படிக்கும்படியும் அவன் கூறினான்.

வீரர்களிடமிருந்து ஒரு பை நிறையப் பரிசுப் பொருட்களும் கேவரில்லா மற்றும் மிட்காவிடமிருந்து புத்தகங்களும் எனக்குக் கிடைத்தன. படைப்பிரிவு தையல்காரர் எனக்காகவே பிரத்யேகமாகத் தைத்த சோவியத் ராணுவச் சீருடையை அணிந்துகொண்டேன். அதன் பைக்குள் ஒரு பக்கம் ஸ்டாலின்

படமும் மற்றொருபக்கம் லெனின் படமும் பொறிக்கப்பட்ட, சின்னஞ்சிறு கட்டையாலான பிஸ்டல் ஒன்றையும் கண்டேன்.

பிரிகின்ற வேளையும் வந்தது. என்னுடன் சார்ஜண்ட் யூரியும் வருகிறான். அவனுக்கு ராணுவ சம்பந்தமான ஏதோ வேலையொன்று அவ்விடத்தில் முடிக்கவேண்டியிருந்தது. தொலைந்துபோன குழந்தைகளுக்கான மையம் அங்குதானிருந்தது. அந்தத் தொழில் நகரந்தான், நாட்டிலேயே மிகப் பெரியது.

போருக்கு முன்னர் நான் அங்குதான் வசித்து வந்தேன்.

தேவையான பொருட்களெல்லாம் உள்ளதா, என்னைப்பற்றிய விவரங்கள் அடங்கிய கோப்பு சரியாக உள்ளதா என்று கேவரில்லா உறுதிசெய்துகொண்டான். என் பெயர், வசித்த வீடு, பெற்றோர்களைப் பற்றி, வீடிருந்த நகரம்பற்றி, உறவினர், நண்பர்பற்றி நான் நினைவுபடுத்திச் சொன்னதையெல்லாம் அவன் அதில்தான் தொகுத்து வைத்திருக்கிறான்.

ஓட்டுநர் இன்ஜினை இயக்கித் தயாரானான். மிட்கா தோளில் தட்டிக்கொடுத்தபடி, செம்படையின் மரியாதையைப் பேணும்படி சொன்னான். கேவரில்லா என்னை அன்புடன் அணைத்துக்கொண்டான். மற்ற வீரர்கள், வளர்ந்தவன்போல என் கைகளைப் பிடித்துக் குலுக்கினர். எனக்கோ அழவேண்டும்போலிருந்தது. ஆனால் முகத்தை நேராக, வீரர்களின் பூட்சுகள் லேஸ் கயிறால் இறுக்கிக் கட்டப்பட்டதைப் போல இறுக்கமாக வைத்துக்கொண்டேன்.

நாங்கள் ஸ்டேஷனை அடைந்தோம். அந்த ரெயிலில் வீரர்களும் மக்களும் அடைந்திருந்தனர். அது அடிக்கடி சிக்னல் கிடைக்காததில் ஆங்காங்கே நின்றபடி பயணித்தது. திரும்பவும் ஸ்டேஷன்களில் நின்றது. நாங்கள் குண்டுகளால் தரைமட்டமான நகரங்களையும் ஆளரவமற்ற கிராமங்களையும் கைவிடப்பட்ட கார்கள், டேங்குகள், துப்பாக்கிகள் மற்றும் இறக்கைகள் நொறுங்கிப்போன விமானங்கள் ஆகியவற்றையும் கடந்துபோனோம். பெரும்பாலான ஸ்டேஷன்களில் கந்தலாடை மனிதர்கள், வண்டியோடு ஓடிவந்து உணவுக்கும் சிகரெட்டுக்கும் கெஞ்சினார்கள். அரைநிர்வாண வெள்ளைக் குழந்தைகள் பிளந்த வாயுடன் ரெயிலை வெறித்தன. நாங்கள் செல்லவேண்டிய இடத்தை அடைய இரண்டு நாட்கள் பிடித்தது.

எல்லா இருப்புப்பாதைகளுமே ராணுவத்தினராலும் செஞ்சிலுவையினராலும் தளவாடங்கள் நிரப்பப்பட்டிருந்த

திறந்த பெட்டிகளாலும் பயன்படுத்தப்பட்டுக்கொண்டிருந்தன. பிளாட்பாரத்தில் சோவியத் வீரர்களும் விடுவிக்கப்பட்ட கைதிகளும் பல்விதச் சீருடைகளுடன், பஞ்சத்தால் அடிபட்டிருந்த பொதுமக்களுடன் கலந்திருந்தனர். குருடர்கள் கையிலிருந்த கேனில் தட்டிக்கொண்டிருந்தனர். அங்கேயும் இங்கேயுமாக தாதிகள், வரிபோட்ட ஆடையில் மெலிந்துபோயிருந்தவர்களை வழிநடத்திக்கொண்டிருந்தார்கள். படைவீரர்கள் சட்டென்று அமைதியாகி அவர்களைப் பார்த்தனர். அவர்கள் எல்லோரும் உலைக்களத்திலிருந்து காப்பாற்றப்பட்டவர்கள், கொலைக்களத்திலிருந்து தப்பி வாழ வந்திருப்பவர்கள்.

நான் யூரியின் கைகளைப் பிடித்துக்கொண்டு, அவர்களின் சாம்பல் வண்ண முகங்களை உற்றுப் பார்த்தேன். நீறுபூத்த நெருப்பில் பளபளக்கும் உடைந்த கண்ணாடிபோல அவர்களின் கண்கள் எரிந்துகொண்டிருந்தன.

பக்கத்தில் நீராவி என்ஜினொன்று பளபளக்கும் ரயில் பெட்டியைத் தள்ளியபடி ஸ்டேஷனுக்கு நடுவில் வந்து நின்றது. அயல் நாட்டு ராணுவப் பிரதிநிதிகள் வண்ணவண்ணச் சீருடைகள் மற்றும் பதக்கங்களுடன் உள்ளிருந்து வந்தனர். உடனே மரியாதை நிமித்தம் குழு ஒன்று தயாராகி, பேண்டு வாத்தியங்களுடன் தேசியகீதம் பாடி அவர்களை வரவேற்றது. அந்த அழகான சீருடை அணிந்த அதிகாரிகளும் கொலைக்களத்திலிருந்து மீண்ட, கோடுபோட்ட உடையணிந்த மனிதர்களும் அந்தக் குறுகலான பிளாட்பாரத்தில் ஒரு வார்த்தைகூடப் பேசாமல் சிலஅடி இடைவெளியில் ஒருவரையொருவர் கடந்தனர்.

பிரதான ஸ்டேஷன் கட்டடத்தில் புதிய கொடிகள் பறந்துகொண்டிருந்தன. ஒலிபெருக்கிகளில் இசை முழங்கியது. இடையிடையே அது நிறுத்தப்பட்டு கரடுமுரடான பேச்சும் வரவேற்பும் அவற்றில் ஒலித்தன. யூரி, தன் கைக்கடிகாரத்தைப் பார்த்தான். நாங்கள் வெளியேறும் வழிநோக்கி விரைந்தோம்.

ராணுவ ஓட்டுநர்களில் ஒருவன் அனாதை விடுதிக்கு எங்களை அழைத்துச்செல்ல ஒப்புக்கொண்டான். அந்நகரத்தின் தெருக்கள் முழுவதும், பாதுகாப்புப் படையாலும் வீரர்களாலும் சூழப்பட்டிருக்க, அவற்றின் இருபக்கங்களிலும் ஜனங்கள் கூட்டங்கூட்டமாக நடந்தனர். ஒரு பக்கவாட்டுத் தெருவில், சில பழைய வீடுகளைக்கொண்ட அனாதை இல்லம் இருந்தது. எண்ணற்ற குழந்தைகள் அவற்றின் ஜன்னல்களிலிருந்து எட்டிப் பார்த்துக்கொண்டிருந்தனர்.

நாங்கள் ஒருமணி நேரம், வரவேற்பறையில் அமர்ந்திருந்தோம். யூரி, செய்தித்தாளைப் படித்துக்கொண்டிருக்க, நான் வித்தியாசமாக இருப்பதுபோல் பாசாங்கு செய்தேன். கடைசியாக, இல்லத்தின் பெண் முதல்வர் அங்கே வந்து எங்களை வரவேற்றாள். பிறகு என் தஸ்தாவேஜுக்கள் அடங்கிய ஃபைலை யூரியிடமிருந்து பெற்றுக்கொண்டாள். சில பேப்பர்களில் கையெழுத்திட்டு யூரியிடம் தந்தபின்னர், என் தோளில் கை வைத்தாள். நான் விருட்டென அதைத் தள்ளிவிட்டேன். விருதுகள்கொண்ட சீருடையானது ஒரு பெண்மணியின் கைகளால் தொடப்படக்கூடாது.

பிரியும் நேரம் வந்தது. யூரி, உற்சாகமாக இருப்பதுபோலக் காட்டிக்கொண்டான். அவன் நகைச்சுவையாகப் பேசியபடி, என் தலையிலிருந்த தொப்பியை நோக்கினான். என் அக்குளில் வைத்திருந்த மிட்காவும் கேவரில்லாவும் தந்த புத்தகங்களின் மேலிருந்த நூலை இறுகக் கட்டினான். பிறகு இருவரும் பெரியவர்களைப் போல கட்டியணைத்துக் கொண்டோம். முதல்வர் பக்கத்தில் நின்றிருந்தாள்.

என்னுடைய இடப்புற மார்புப் பகுதியில் தொங்கிக்கொண்டிருந்த சிவப்பு நட்சத்திரத்தைப் பற்றினேன். லெனின் முகம் பொறிக்கப்பட்ட அது, கேவரில்லா பரிசாகத் தந்தது. உலகம் முழுவதும் லட்சக்கணக்கான உழைப்பாளிகளை அவர்களின் இலக்கை நோக்கி அழைத்துச் செல்லும் இந்த நட்சத்திரம் எனக்கும் அதிர்ஷ்டத்தைத் தரும் என்று நம்பிக்கைகொண்டேன். இப்போது முதல்வரைப் பின்தொடர்ந்தேன்.

கட்டடத்தின் நெரிசலாகயிருந்த நடைபாதைகளில் நடந்து, பாடங்கள் நடத்தப்பட்டுக் கொண்டிருந்த, கதவுகள் திறந்திருந்த பல வகுப்பறைகளைக் கடந்துபோனோம். அங்கேயும் இங்கேயுமாக பல குழந்தைகள் சண்டை போட்டுக்கொண்டும் கத்திக்கொண்டும் இருந்தன. சில பையன்கள் என் சீருடையைக் கண்டு, கையால் சுட்டிக்காட்டியபடி சிரித்தனர். நான் முகத்தைத் திருப்பிக் கொண்டேன். ஒருவன் சாப்பிட்டு மீதமிருந்த ஆப்பிளை என்மேல் வீசி எறிந்தான். நான் குனிந்துகொள்ள அது முதல்வரின் மேலே விழுந்தது.

முதல் சிலநாட்கள் நான் அமைதியற்று இருந்தேன். அந்த முதல்வர், நான் என் சீருடையைத் தந்துவிட்டு, பன்னாட்டு செஞ்சிலுவைச் சங்கத்தால் குழந்தைகளுக்கு அனுப்பப்பட்ட சாதாரண உடைகளை அணியவேண்டும் என்று கூறிவிட்டாள். ஒரு தாதி, என் ஆடையைக் கழற்ற முயன்றபோது அவளைத்

தலையில் அடித்துவிட்டேன். நான் தூங்கும்போது, அவற்றை மடித்துப் படுக்கைக்கடியில் பாதுகாப்பாக வைத்துவிடுவேன்.

கொஞ்சநாட்களில் துவைக்கப்படாத என் ஆடை, நாற்றமடிக்கத் தொடங்கியது. ஆனால் ஒருநாள்கூட அது இல்லாமல் முடியாது என்று மறுத்துவிட்டேன். என்னுடைய பிடிவாதத்தால் கடுப்பாகிப்போன முதல்வர், இரண்டு தாதிகளை அழைத்து, வலுக்கட்டாயமாக அதை அவிழ்க்கும்படி உத்திரவிட்டாள். பையன்களின் கூட்டமொன்று வெகுமகிழ்வுடன் போராட்டத்தைக் காணக் குவிந்துவிட்டது.

நான் எப்படியோ, அப் பெண்களின் பிடியிலிருந்து நழுவி தெருவில் இறங்கி ஓடினேன். அங்கே அமைதியாக நடந்துபோய்க்கொண்டிருந்த நான்கு சோவியத் வீரர்களை அணுகினேன். பிறகு சைகைகளின் மூலம் நானொரு ஊமை என்பதை அவர்களுக்கு உணர்த்தினேன். உடனே அவர்கள் துண்டு பேப்பரொன்றைத் தர அதில் நான் "நான் போரின் முன்னணியில் இருக்கும் சோவியத் அதிகாரியின் மகன் என்றும் அனாதை விடுதியில் அவருக்காகக் காத்திருக்கிறேன் என்றும் எழுதினேன். பிறகு வெகுகவனமுடன் அனாதை விடுதியின் முதல்வர், ஒரு பண்ணையாரின் மகளென்றும் அவள் செம்படையை வெறுப்பவளென்றும் அவளும் அவளால் மனம் மாற்றப்பட்ட இரண்டு தாதிகளும் என்னுடைய சீருடையின் காரணமாகத் தினமும் உதைக்கிறாள்" என்றும் எழுதினேன்.

எதிர்பார்த்ததுபோல, நான் எழுதிய சங்கதி, அந்த இளம் வீரர்களைத் தூண்டிவிட்டது. அவர்கள் என்னைப் பின்தொடர்ந்து உள்ளே நுழைந்தனர். அவர்களில் ஒருவன் முதல்வரின் அறைக்குள் நுழைந்து பூச்சாடிகளையெல்லாம் அடித்து நொறுக்க, மற்றவர்கள் அங்கிருந்த தாதிகளைத் துரத்தி முகத்தில் அறைந்தனர். பிருஷ்டத்தில் கிள்ளினர். பயந்துபோன பெண்கள் ஓலமிட்டனர், ஓவென்று அழுதனர்.

இந்த நிகழ்ச்சிக்குப்பின்னர் யாருமே என்னைக் கண்டுகொள்வதில்லை. ஆசிரியர்கள்கூட, தாய்மொழியில் எழுதவோ அல்லது படிக்கவோ நான் மறுத்ததை அலட்சியப்படுத்தினர். சுரண்டல் இல்லாத, ஆசிரியர்கள் மாணவர்களைக் கொடுமைப்படுத்தாத நாட்டின் பாஷையான ரஷ்ய மொழியே என்னுடைய தாய்மொழியென்று அவ்விடத்துக் கரும்பலகையில் சாக்குக்கட்டியால் எழுதிக் காட்டினேன்.

என்னுடைய படுக்கைக்கு மேலே பெரியதொரு நாட்காட்டி தொங்கிக்கொண்டிருந்தது. அதில் ஒவ்வொருநாளையும் சிவப்புப் பென்சிலால் குறுக்காக அடித்துக்கொண்டே வந்தேன்.

ஜெர்மனியில் நடைபெறும் இப்போர் முடிவதற்கு இன்னும் எத்தனை நாட்கள் உள்ளன என்பது தெரியவில்லை. ஆனால் செம்படையானது, இப்போரை முடிவுக்குக் கொண்டுவரத் தன்னாலான முயற்சிகளை வெகுசிறப்பாகச் செய்கிறது என்ற நம்பிக்கை எனக்கு உண்டு. தினமும் அனாதை விடுதியிலிருந்து வெளியே நழுவி, கேவரில்லா எனக்குத் தந்த பணத்திலிருந்து, பிராவ்தா நாளிதழை வாங்குவேன். சமீபத்தில் கிடைத்திருக்கும் வெற்றிகளைப் பற்றிய செய்திகளை விரைவாகப் படித்துவிட்டு, ஸ்டாலினின் புதிய புகைப்படங்களைப் பார்ப்பேன். ஸ்டாலின் இளமையாக, உற்சாகமாக உள்ளார். எல்லாம் நன்றாகவே நடக்கிறது. இந்தப் போர் விரைவில் முடிவுக்கு வந்துவிடும்.

ஒரு நாள் மருத்துவப் பரிசோதனைக்கு நான் அழைக்கப்பட்டேன். சீருடையை அலுவலகத்தின் வெளியேவைக்க மறுத்துவிட்டு, பரிசோதனை நடக்கும்போதுகூட அதைக் கையில் வைத்திருந்தேன். பரிசோதனை முடிந்தது. ஏதோவொரு சமூக சேவகர்களின் குழுவால் விசாரிக்கப்பட்டேன். அதன் உறுப்பினர்களில் ஒருவன் வயதான மனிதன், என் சம்பந்தப்பட்ட விஷயங்களை வெகுகவனமாகப் படித்தான். பிறகு அவன் நட்புடன் என்னை நெருங்கினான். அவன் என் பெயரைச் சொல்லி அழைத்து, என்னுடைய பெற்றோர்கள் என்னைப் பிரியும்போது, எங்கே செல்லத் திட்டமிட்டிருந்தார்கள் என்பதுபற்றி ஏதேனும் தெரியுமா என்று கேட்டான். நான் புரியாததுபோலப் பாசாங்கு செய்தேன். வேறொருவன், அக்கேள்வியை ரஷ்ய மொழியில் மொழிபெயர்த்துச் சொன்னான். மேலும், போர் தொடங்குவதற்குமுன்பு, என் பெற்றோரை அம்மனிதன் அறிந்தாற்போல் தோன்றுவதாகவும் சொன்னான். நான் எதையும் கண்டுகொள்ளாமல் என் தாய், தந்தையர் குண்டுவீச்சில் கொல்லப்பட்டுவிட்டதாக, பலகையில் எழுதிக்காட்டினேன். சமூகக் குழுவின் உறுப்பினர்கள் என்மீது சந்தேகப் பார்வைகளை வீசினார்கள். நான் விறைப்பாக சல்யூட் அடித்துவிட்டு அறையிலிருந்து வெளியேறினேன். துருவித் துருவிக் கேட்ட அம்மனிதன் என்னை நிலைகுலையச் செய்துவிட்டான்.

அந்த அனாதை இல்லத்தில் நாங்கள் மொத்தம் ஐநூறு பேர் வரை இருந்தோம். நாங்கள் பல குழுக்களாகப் பிரிக்கப்பட்டு, நெரிசலான சிறுசிறு வகுப்பறைகளில் பாடம் பயின்றோம். எங்களில் பல பையன்களும் பெண்களும் முடமாகவும் விநோதமாகவும் இருந்தனர். எல்லா வகுப்பறைகளிலும் கூட்டம் அதிகமாக இருந்தது. மேஜைகள் மற்றும் கரும்பலகைகளின் எண்ணிக்கை குறைவாக இருந்தது. நான், என் வயதொத்த

பையனுக்குப் பக்கத்தில் அமர்ந்திருந்தேன். அவன் எப்போது பார்த்தாலும் என் அப்பா எங்கே? என் அப்பா எங்கே என்று தொடர்ந்து முனகிக்கொண்டே இருந்தான். அவன் தந்தை மேஜைக்கடியிலிருந்து எழுந்துவந்து, வியர்வை அரும்பிய அவன் நெற்றியைத் தட்டிக்கொடுப்பார் என்று எதிர்பார்ப்பதுபோலச் சுற்றும்முற்றும் பார்த்துக்கொண்டே இருந்தான். எங்களுக்கு நேர் பின்னால், வெடி விபத்தொன்றில் தன் எல்லா விரல்களையும் இழந்துபோன சிறுமி ஒருத்தி இருந்தாள். மற்ற குழந்தைகளின், புழுப்போல நெளிந்துகொண்டிருந்த விரல்களை அவள் வெறிப்பாள். அதை அறிந்ததும் அவளின் விழிக்குப் பயந்தாற்போல், அவர்கள் தங்களின் கைகளை மறைத்துக்கொள்வார்கள். கொஞ்சதூரத்தில் முகவாய்க்கட்டையின் ஒரு பகுதியையும் ஒரு கையையும் இழந்த பையனொருவன் இருந்தான். மற்றவர்கள்தான் அவனுக்கு ஊட்டிவிட வேண்டும். அவன் காயத்திலிருந்து நாற்றமடிக்கும் சீழ் வழிந்துகொண்டே இருந்தது. தவிர, பலபேர் பாதி உடல் செயலிழந்த நிலையில் இருந்தனர்.

நாங்கள் எல்லோருமே ஒருவரிடமொருவர் பயமும் வெறுப்பும் கொண்டிருந்தோம். அடுத்தவன் எப்போது என்ன செய்வான் என்று இன்னொருவனுக்குத் தெரியாது. வகுப்பறையில் பெரும்பாலான பையன்கள் என்னைவிட வயதில் பெரியவர்களாகவும் பலசாலிகளாகவும் இருந்தனர். என்னால் பேச முடியாதென்பதை அவர்கள் அறிவார்கள். இதன்காரணமாக, நானொரு கயவன் என்றும் அவர்கள் நினைத்தனர். என்னைப் பலவிதமான பெயர்கள் கொண்டு அவர்கள் கூப்பிடுவார்கள், சிலநேரம் உதைக்கவும் செய்வார்கள். கூட்டம்நிறைந்த அறையில், இரவு முழுவதும் தூக்கமின்றித் தவித்த பின்னர், மறுநாள் காலை வகுப்பறைக்கு வரும்போது, நடுக்கத்தாலும் அச்சத்தாலும் சுற்றிவளைக்கப்பட்டு மாட்டிக்கொண்டதைப் போல உணர்வேன். என்ன நடக்குமோ என்ற பயம் அதிகரித்துக்கொண்டே வந்தது. கவண் வில்லில் இழுக்கப்பட்ட எலாஸ்டிக்போல நான் விறைப்பாக இருக்க, ஒரு சிறிய சம்பவம்கூட என்னை நிலைகுலையச் செய்துவிடும். மற்ற பையன்களால் பலமாகத் தாக்கப்படுவதை தவிர்த்துக்கொண்டே வந்தேன். ஏனெனில், தற்காப்புக்காக அவர்களைக் கடுமையாக அடித்துவிடுவேன் என்ற கவலை எனக்கிருந்தது. அனாதை விடுதியில் சொல்லப்படுவதைப்போல, பிற்பாடு நான் ஜெயிலுக்குப் போகவேண்டியதுதான். அதன்பிறகு கேவரில்லாவிடம் திரும்பிச் செல்லும் விஷயத்தை மறந்துவிட வேண்டியதுதான்.

அடிதடி நடக்கும்போது என் செயல்பாட்டை என்னாலேயே கட்டுப்படுத்த முடியவில்லை. என்னுடைய கைகளுக்குத் தனியே உயிர் வந்தாற்போலிருக்க, எதிராளியின் மீதிருந்து அவற்றை விலக்க முடியவில்லை. தவிர, சண்டை போட்ட பின்னர் நெடுநேரம்வரை, அமைதி நிலைக்கு வர இயலவில்லை. அச்சமயம் நடந்தது என்ன என்று சிந்திப்பேன். உடனே திரும்பவும் வெறிகொண்டு விடுவேன். அப்பால் ஓடுவதென்பது என்னால் இயலாமல் போய்விட்டது.

பையன்களின் கூட்டம் ஒன்று என்னைநோக்கி வந்தால் அப்படியே நின்றுவிடுவேன். பின்னாலிருந்து தாக்கப்படுவதைத் தவிர்க்கிறேன் என்றும் எதிரியின் நோக்கத்தையும் வலிமையையும் எடை போடுகிறேனென்றும் என்னை நானே சமாதானப்படுத்திக் கொள்வேன். ஆனால் உண்மைக் காரணம் என்னவென்றால், அவசியம் இருந்தும் என்னால் தப்பித்து ஓடமுடியவில்லை என்பதே. அந்தச் சமயத்தில் என் கால்கள், தொடை, கெண்டைககால் யாவும் எடைமிகுந்து கனத்துவிடும். ஆனால் முட்டிகள் மட்டும் மென்மையான தலையணைபோலத் தொளதொளவென எடையற்றுத் தோன்றும். எத்தனைமுறை வெற்றிகரமாக தப்பித்திருக்கிறேன். அந்த அனுபவங்களெல்லாம் கைகொடுக்கவில்லை. ஒரு மர்மமான இயக்கம் என்னைத் தரையோடு சேர்த்து அழுத்தித் வைத்திருப்பதைப்போல் தோன்றும். நான் அப்படியே நின்று எதிராளிகளுக்காக ஆயத்தமாகுவேன்.

எல்லா நேரங்களிலும் மிட்கா சொல்லித்தந்த பாடங்களையெல்லாம் அசைபோட்டுக்கொண்டே இருப்பேன். "ஒரு மனிதன் எப்போதுமே பிறர் தன்னை மோசமாக நடத்தும்படி விட்டுவிடக்கூடாது. அவ்வாறானால், அவன் தன் சுயமரியாதையை இழந்துவிடுவான். அவன் வாழ்க்கைக்கும் அர்த்தமிருக்காது. அவனுடைய சுயமரியாதையையும் கௌரவத்தையும் காப்பாற்ற வேண்டுமெனில், 'அவமான'ப்படுத்தியவர்களை அவன் பழிவாங்க வேண்டும்." ஒருவன், ஒவ்வொரு தவறான செயலுக்கும் அல்லது அவமானத்திற்கும் பதில் நடவடிக்கை எடுக்க வேண்டும். இவ்வுலகில் எக்கச்சக்கமான அநீதிகள் நடக்கின்றன, அவற்றையெல்லாம் ஆராய்ந்து தீர்ப்பளிப்பதென்பது நடவாத காரியம். எனவே ஒருவன், தன் துன்பத்தையெல்லாம் ஆராய்ந்து, அவற்றுக்குத் தகுந்தாற்போல பழிவாங்க வேண்டும்.

தண்டனை தருவதில் மட்டுமே, எதிரிபோலவே பலம் வாய்ந்திருப்பதால் ஒன்றுக்கு இரண்டாகத் திருப்பித் தருவது மட்டுமே, ஒருவனை உயிர்வாழ வைக்கும்

என்று மிட்கா சொல்லியுள்ளான். ஒருவன், தன்னுடைய இயல்புக்கேற்றாற்போலப் பழிவாங்க வேண்டும். இதன் ஆதார விதி மிகவும் சுலபமானது. ஒருவன் உன்னிடம் கேவலமாக நடந்துகொள்கிறான், அது சவுக்கடியைப் போல் துன்பம் தருகிறது என்றால், உண்மையில் சவுக்கடி வாங்கியதைப்போல அவனுக்குத் தண்டனை தரவேண்டும். ஒருவன் உன் கன்னத்தில் அறையும்போது, அது ஆயிரம் குத்துக்களுக்கு ஈடான வலியைத் தந்தால், நீயும் ஆயிரம் குத்துக்களுக்கு ஈடாகப் பழிவாங்க வேண்டும். எதிராளியின் நடவடிக்கையால் ஏற்படும் வலி, துக்கம், அவமானத்திற்கேற்றாற்போல எதிர் நடவடிக்கையில் ஈடுபட வேண்டும். கன்னத்தில் அறைவதென்பது ஒருவனுக்கு அதிக வலியின்றி இருக்கலாம்; அதேசமயம், மற்றவனுக்கு அந்த அறையானது நூறு நாட்களுக்குத் தொடர்ந்து உதைவாங்கியதற்கு ஈடான துன்பத்தைத் தரக்கூடும். முதலாமவன் அதை எளிதில் மறந்துவிடலாம். ஆனால் இரண்டாமவன் பல வாரங்களுக்கு அந்த ஞாபகத்தால் தீராத் துயரை அனுபவிப்பான்.

இதற்கு நேர்மாறான விதியும் உள்ளது. ஒருவன் பிரம்பால் உங்களை அடிக்கும்போது, அந்த அடி கன்னத்தில் அடித்த வலிக்கு ஈடாக இருந்தால், நீங்களும் பதிலுக்கு அறைந்து பழிதீர்த்துக் கொள்ளுங்கள்.

அனாதை விடுதியின் வாழ்க்கையே, எதிர்பாராத தாக்குதல்கள், சண்டைகள் எனப் போய்க்கொண்டிருந்தது. ஏறத்தாழ எல்லாருக்கும் ஒரு புனைப்பெயர் இருந்தது. என் வகுப்பறையில் 'டேங்க்' என்று பெயர்வைக்கப்பட்டிருந்த பையன் இருந்தான். அப்பெயருக்குக் காரணம், தன் வழியில் நிற்பவர்களை முஷ்டியால் சரமாரியாக குத்துவான். இன்னொருவனின் பெயர் 'பீரங்கிக் குழல்'. அவன் கனமான பொருட்களை மற்றவர்களின்மேல் எவ்விதக் காரணமுமின்றி எறிவான். இன்னொருவன் 'பட்டாக்கத்தி'. அவன் கையைக் கத்திபோல் வைத்து, தன் எதிராளியை நொறுக்கி விடுவான். 'விமானம்' என்றொன்று தரையில் தள்ளி முகத்தில் எட்டி உதைக்கும். இன்னொன்று 'ரைபிள்'. தூரத்திலிருந்து கல்லெறியும். இன்னொன்று 'நெருப்பு' வீசி, மெல்ல எரியும் தீக்குச்சிகளை கொளுத்தி உடையின் மேலும் ஜோல்னா பைக்குள்ளும் போட்டுவிடும்.

பெண்களுக்கும் புனைப்பெயர்கள் இருந்தன. 'கையெறி குண்டு' எனப்படும் ஒருத்தி, உள்ளங்கையில் மறைத்துவைத்திருக்கும் ஆணியால் எதிராளிகளின் முகத்தைத் கிழித்துவிடுவாள். இன்னொருத்தி, சிறு தோற்றங்கொண்டவள், 'புரட்சிக்காரி' என்று பெயர். அவள் தரையோடு தவழ்ந்துசென்று,

நடந்து வருபவனின் காலை இடறிக் கீழே விழவைத்துவிடுவாள். அவளின் துணைப் படையான நீர்மூழ்கிக் கப்பலில் பயன்படுத்தப்படும் ஏவுகணையான டோர்பிடோ என்ற பெயர் கொண்டவள், விழுந்தவன் மேலே, உறவுகொள்வதைப் போல படுத்துக் கட்டியணைத்துக் கொண்டு, கால் முட்டியால் அவனுடைய மர்மஸ்தானத்தைத் தாக்குவாள்.

ஆசிரியர்களாலும் வேலையாட்களாலும் இவர்களை வைத்து தாக்குப்பிடிக்க முடியவில்லை. சில வலிமையான பையன்களுக்குப் பயந்து, பெரும்பாலான சமயங்களில் சண்டை நடக்கும்போது விலகியே இருப்பார்கள். சிலசமயம் விஷயம் விபரீதமாகிவிடும். தன்னை முத்தமிட மறுத்த ஒரு சிறுமியின் மேல், பீரங்கிக் குழல் கனமான பூட்ஷை தூக்கி எறிந்துவிட்டான். அவள் சில மணி நேரத்தில் இறந்துவிட்டாள். மற்றொரு முறை, நெருப்பு வீசி, மூன்று பையன்களின் ஆடைகளைப் பற்றவைத்து அவர்களை வகுப்பறையொன்றில் போட்டுப் பூட்டிவிட்டான். அவர்களில் இரு பையன்கள் பலத்த நெருப்புக் காயங்களுடன் மருத்துவமனைக்குக் கொண்டுசெல்லப்பட்டனர்.

ஒவ்வொரு சண்டையிலும் ரத்தம் சிந்தப்பட்டது. பையன்களும் பெண்களும் தாங்கள் வாழ்வதற்காக அடிதடியில் ஈடுபட அவர்களை விலக்கிவிடுவதென்பது இயலாமல் போனது. இரவிலோ, விஷயங்கள் இன்னும் மோசமாக இருக்கும். இருளடர்ந்த நடைபாதையில் பையன்கள் பெண்களைத் தாக்குவார்கள். ஒரு நாளிரவு சில பையன்கள் ஒன்றுசேர்ந்து, கட்டடத்தின் அடித்தளத்தில் வைத்து ஒரு தாதியை வன்புணர்ச்சி செய்தனர். அவர்கள் பல மணி நேரம்வரை அவளை அங்கேயே பிடித்துவைத்து, மற்ற பையன்களையும் வரவழைத்து, போரின்போது பல்வேறு இடங்களில் தாங்கள் கற்ற நுணுக்கமான வழிகளைக் கையாண்டு, அப்பெண்ணுக்கு மேலும் மேலும் கிளர்ச்சியை ஊட்டினர். கடைசியில், அவள் ஒருவிதமான பிரமையில் வீழ்ந்து, கட்டுக்கடங்காத வெறிகொண்டுவிட்டாள். ஆம்புலன்ஸ் வந்து அவளைத் தூக்கிக்கொண்டு போகும்வரை, இரவு முழுவதும் அவள் கூச்சலிட்டபடி இருந்தாள்.

பெண்களும் மற்றவர்களின் கவனத்தைத் தங்கள்பக்கம் இழுப்பார்கள். அவர்கள் அவிழ்த்துப் போட்டுவிட்டு, தங்களைத் தொடும்படி பையன்களைக் கேட்பார்கள். போரின்போது ஆண்கள் தங்களிடம் ஆடிய காமக் களியாட்டங்களைப் பற்றி ஒளிவுமறைவின்றி விவாதிப்பார்கள். அவர்களில் சிலர், ஆண் துணையின்றித் தங்களுக்குத் தூக்கம் வராது என்று

கூறுவார்கள். அவர்கள் இரவுநேரத்தில், பூங்காக்களுக்குச் சென்று குடிபோதையிலிருக்கும் வீரர்களுடன் உறவாடுவார்கள்.

பல பையன்களும் பெண்களும் எவ்வித அசைவுமின்றி மந்தமாக இருப்பார்கள். அவர்கள் சுவரருகே நின்றபடி, பெரும்பாலும் அமைதியாக, சிரிப்போ அழுகையோ இன்றி, தங்களால் மட்டுமே காணமுடிந்த ஒன்றை வெறித்துக் கொண்டிருப்பார்கள். அவர்களில் சிலர், யூத அடைப்பிடத்திலோ அல்லது கொலை முகாம்களிலோ இருந்தவர்கள் எனச் சொல்லப்படுகிறது. அந்த இடங்களுக்கு மட்டும் முடிவுகட்டப்படாமல் இருந்தால், இவர்கள் எல்லோரும் எப்போதோ இறந்திருப்பார்கள்.

வேறுசிலர் பேராசையும், கொடூரமும் படைத்த தத்துப் பெற்றோர்களிடம் சிறு தவறுக்குக்கூடப் பயங்கரமான கொடுமைகளை அனுபவித்தவர்கள். ஒருசிலருக்கு, கடந்தகாலம் என்பதே இல்லை. அவர்கள் ராணுவத்தினராலோ அல்லது காவலர்களாலோ அனாதை விடுதியில் சேர்ப்பிக்கப்பட்டவர்கள். அவர்களின் பரம்பரையைப் பற்றி, பெற்றோர்களின் இருப்பிடத்தைப் பற்றி, போர் நடக்கும்போது அவர்கள் இருந்த இடம் பற்றி யாருக்கும் தெரியாது. அவர்கள் தங்களைப் பற்றி எதுவும் சொல்ல மறுத்துவிட்டனர். ஏதேனும் கேள்விகள் கேட்டால், தெளிவற்ற வாக்கியங்களைப் பாதிச் சிரிப்புடன் உளறலாகச் சொல்லி கேட்பவனைக் குழப்பிவிடுவார்கள்.

நான் இரவில் நன்றாக ஆழ்ந்து தூங்குவதற்குகூட பயந்தேன். ஏனெனில், பையன்கள் ஒருவருக்கொருவர் கொடூரமான விளையாட்டுகளில் ஈடுபடுவதில் பேர்போனவர்கள். நான் என் சீருடையில் ஒரு பையில் கத்தியும் மற்றொரு பையில் முஷ்டி வளையமும் வைத்தபடி தூங்கினேன்.

ஒவ்வொருநாள் காலையும் நாட்காட்டியில் அந்நாளை குறுக்காக அடித்துக்கொண்டே வந்தேன். நாஜிக்களின் முக்கிய மையத்தை செம்படை முன்னமே அடைந்துவிட்டதாக 'பிராவ்தா' அறிவித்தது.

இப்போது மௌனி என்றழைக்கப்பட்ட ஒரு பையனுடன் படிப்படியாக தோழமை கொண்டுவிட்டேன். அவன் ஊமைபோல நடந்துகொண்டான். அவன் இந்த விடுதிக்கு வந்ததிலிருந்தே அவன் குரலை யாருமே கேட்டிருக்கவில்லை. அவனால் பேசமுடியும் என்றும் ஆனால் போரின் ஒரு கட்டத்தில் பேசுவதில் ஒரு அர்த்தமும் இல்லை என்ற முடிவுக்கு அவன் வந்துவிட்டானென்றும் கூறப்படுகிறது. மற்ற பையன்கள், வலுக்கட்டாயமாக அவனைப் பேசவைக்க

முயன்றனர். ஒருமுறை, ரத்தம் வருமளவுக்குகூட அவனை அடித்துப் பார்த்தனர். ஆனால் ஒரு வார்த்தைகூட அவன் வாயிலிருந்து வரவில்லை.

அந்த மௌனி என்னைவிட வயதில் மூத்தவனாகவும் பலசாலியாகவும் இருந்தான். முதலில் நாங்கள் ஒருவரையொருவர் தவிர்த்தபடி இருந்தோம். பேசவேமுடியாத என்னைப்போன்ற பையன்களைக் கிண்டலடிக்கவே அவன் பேச மறுக்கிறான் என்று நினைத்தேன். அந்த மௌனி ஊமை அல்லன்; அவன் பேசக்கூடாது என்ற முடிவில் இருந்ததால் மற்ற பையன்கள், நான்கூட பேச மறுக்கிறேன், தேவைப்பட்டால் பேசமுடியும் என்று நினைக்கக்கூடும். அவனுடன் நான்கொண்ட நட்பு, என்னுள் உதித்த இந்த எண்ணத்திற்கு மேலும் வலுவூட்டியது.

ஒருநாள் அந்த மௌனி, எதிர்பாராதவேளையில் எனக்கு உதவியாக வந்து, என்னை அடித்துக்கொண்டிருந்த பையனைத் தாக்கி வீழ்த்தினான். அடுத்தநாள் வகுப்பு இடைவெளியின்போது, நடந்த சண்டையில் செய்த உதவிக்குக் கைமாறாக அவன்பக்கம் நான் இருந்தேன்.

அதற்குப்பிறகு நாங்கள் இருவரும் வகுப்பறையின் கடைசியிலிருந்த மேஜையில் ஒன்றாக அமர்ந்துகொள்ள ஆரம்பித்தோம். முதலில் ஒருவருக்கொருவர் எழுதித் தொடர்புகொண்டோம். பிறகு சைகைகளின்மூலம் பேசக் கற்றுக்கொண்டுவிட்டோம். ரயில்வே ஸ்டேஷனுக்கு மௌனியும் என்னுடன் வர ஆரம்பித்தான். அவ்விடத்தில் வெளியூர்ப் பிரயாணம் செய்யப்போகும் சோவியத் வீரர்களுடன் நாங்கள் தோழமை கொண்டோம். நாங்கள் இருவரும் சேர்ந்து ஒரு குடிகாரத் தபால்காரனின் சைக்கிளை திருடிக்கொண்டு, நகரத்தின் பக்கத்திலிருந்த பூங்காவுக்குச் சென்றோம். அதில் இன்னும்கூட கண்ணிவெடிகள் இருந்தன. மேலும் பொதுமக்கள் நுழையத் தடைசெய்யப்பட்டிருந்தது. அவ்விடத்திலிருந்தபடி, பொதுக்குளியலறையில் பெண்கள் உடையவிழ்ப்பதையும் கண்டோம்.

மாலைவேளைகளில், விடுதியிலிருந்து நழுவி பக்கத்திலிருக்கும் சதுக்கங்கள், வீட்டு முற்றங்களுக்குச் செல்வோம். உடலுறவுகொண்டிருக்கும் ஜோடிகளை விரட்டுவோம், திறந்திருக்கும் வீட்டு ஜன்னல்களில் கல்லெறிவோம். ஏதுமறியா வழிப்போக்கர்களைத் தாக்குவோம். என்னைவிட உயரமாகவும் வலிமையாகவும் இருந்த மௌனிதான் முதல் தாக்குதலைத் தொடுப்பான்.

ஒவ்வொருநாள் காலையும், அருகாமையில் வரும் ரயில் சப்தத்தில் விழித்துக்கொள்வோம். அந்த ரயிலில்தான் குடியானவர்கள் தாங்கள் உற்பத்திசெய்த பொருட்களை நகரத்துச் சந்தையில் விற்கவருவார்கள். மாலைவேளையில் அதே ரயில் திரும்பவும் கிராமங்களை நோக்கிப் பயணிக்கும். மரங்களுக்கிடையே தெரியும் அதன் விளக்கொளி வீசும் ஜன்னல்கள், வரிசையாக நிற்கும் மின்மினிப் பூச்சிகளென மின்னும்.

வெயில் நாட்களில் நானும் மௌனியும் தண்டவாளத்தின்மேல், அதன் குறுக்குக்கட்டைகளை மிதித்தபடி நடப்போம். சிலசமயம், சரளைக்கற்களின் கூரான முனை எங்களின் வெற்றுப் பாதங்களைக் காயப்படுத்தும். சிலசமயம், அக்கம்பக்கத்தில் தங்கியிருக்கும் பையன்களும் பெண்களும் இருப்புப்பாதையருகே போதுமான எண்ணிக்கையில் விளையாடிக்கொண்டிருந்தால், ஒரு பிரமாதமான நிகழ்ச்சியை நடத்திக்காட்டுவோம். ரயில் வருவதற்குச் சில நிமிடங்களுக்குமுன் நான் தண்டவாளங்களுக்கிடையில், கைகளைத் தலையின் பின்புறம் கட்டியபடி குப்புறப்படுத்து, முடிந்த வரை தரையோடு ஒட்டிக்கொள்வேன்.

நான் பொறுமையுடன் காத்திருக்கும்வேளையில், இக்காட்சியைக் காண்பதற்காக, கூட்டத்தை மௌனி கூட்டிவிடுவான். ரயிலானது நெருங்கிக்கொண்டே வர, தண்டவாளம் மற்றும் குறுக்குக் கட்டைகளில், சக்கரங்கள் உருளும் தடதடவென்ற சப்தத்தை என்னால் கேட்கமுடியும், உணரமுடியும். பிறகு அவ்வோசைக்கு ஏற்றாற்போல் என் உடலும் ஆடும். நீராவி என்ஜின் ஏறத்தாழ என்மேலே வரும்போது, நான் இன்னும் தரையோடு அழுந்தி, எதுவும் நினைக்காமலிருக்க முயற்சிப்பேன். நீராவி என்ஜினின் அடுப்பிலிருந்து சூடான வெப்பம் என்மேல் பரவ, அந்த ராட்சஸ என்ஜின், படுபயங்கரமாக என் முதுகின்மேலே கடந்துபோகும். பிறகு, அதன் தொடர்ச்சியாக ரயில் பெட்டிகளும் சீராகச் செல்ல, கடைசிப்பெட்டி கடந்துசெல்லும் வரை காத்திருப்பேன். இதேபோன்று கிராமங்களில் விளையாடியதை நினைவுகூர்வேன். ஒருமுறை, இதேபோல் ஒரு பையன் படுத்திருக்க, நீராவி என்ஜின் அவனைக் கடக்கும்போது, அதிலிருந்த என்ஜினியர் தணல் கங்குகளைத் திறந்துவிட்டுவிட்டான். அந்த ரயில் போனபின்னர், அந்தப் பையன் செத்துப்போயிருந்ததைக் கண்டோம். அவனுடைய முதுகும் தலையும் நெடுநேரம் வேகவைக்கப்பட்ட உருளைக்கிழங்குபோலிருந்தன. சம்பவத்தை நேரில்பார்த்த சில பையன்கள், ரயில் என்ஜினியர் தூரத்திலிருந்தே அப்பையனைப்

பார்த்துவிட்டானென்றும், வேண்டுமென்றேதான் அவன் நெருப்பள்ளிப் போட்டுவிட்டானென்றும் கூறினார்கள். இன்னொரு சம்பவம்கூட நினைவில் உதிக்கும். ரயிலின் கடைசிப்பெட்டியில் தொங்கிக்கொண்டிருந்த இணைப்புச் சங்கிலி வழக்கத்தைவிட நீளமாக இருக்க அது, இருப்புப்பாதையில் படுத்திருந்த பையனின் மண்டையைப் பதம்பார்க்க அது, சிதைக்கப்பட்ட பூசணிக்காய்போல நொறுங்கிவிட்டது.

இதுபோன்ற பயங்கரங்கள் நினைவுக்கு வந்தாலும், மேலே ரெயில் ஓடும்போது தண்டவாளத்தில் படுத்திருப்பதில் ஏதோ ஒரு சுவாராஸ்யம் இருக்கத்தான் செய்கிறது. நீராவி என்ஜினிலிருந்து கடைசிப்பெட்டி வரை என்னைக் கடக்கும்வரை அந்த நொடிகளில், துணியால் வடிகட்டப்பட்ட சுத்தமான பாலைப்போல என்னுள்ளே வாழ்வை உணர்கிறேன். ஒருவனை ரயில் கடக்கும் அந்தக் குறைவான நேரத்தில், உயிருடனிருக்கும் அந்த எளிமையான சங்கதிக்கு நிகராக வேறொன்றும் கிடையாது. அச்சமயத்தில், நான் எல்லாவற்றையும் மறந்துபோவேன். அனாதை இல்லம், ஊமைத்தனம், கேவரில்லா, மௌனி. இந்த அனுபவத்தின் அடியாழத்தில் அடிபடாமல் தப்பும் மாபெரும் சந்தோஷத்தை அப்போது உணர்வேன்.

ரயில் கடந்துபோனதும் கைகள் நடுங்க, கால்கள் பலமிழந்திருக்க, நான் மெல்ல எழுந்து ஆழ்ந்த திருப்தியுடன் சுற்றிலும் பார்ப்பேன். என்னுடைய எதிரிகளில் ஒருவனைச் சரிக்குச் சரியாக பழிவாங்கியதில் ஏற்படும் உணர்ச்சியைக் காட்டிலும் அதிக திருப்தி என்னுள் ஏற்படும்.

உயிருடன் இருப்பதை உணர்த்தும் அந்த உணர்வை, அனுபவத்தை, எதிர்காலத்திற்காக அப்படியே வைத்துக்கொள்ள முயற்சிப்பேன். பயமும் வலியும் உண்டாக்கும்நேரத்தில் அது எனக்குத் தேவைப்படலாம். ஓடிவரும் ரயிலை எதிர்கொள்ளும் நேரத்தில் என்னுள் நிரம்பும் பயத்தோடு ஒப்பிடும்போது, மற்ற பயங்கரங்களெல்லாம் ஒன்றுமே இல்லை.

நான் மணல் மேட்டிலிருந்து கீழிறங்கி, சலிப்புற்றவன்போல நடப்பேன். மௌனி, பாதுகாப்பவன்போல, அதேசமயம் சாவகாசமாகக் காட்டிக்கொண்டு என்னை நெருங்குவான். என் உடையில் ஒட்டிக்கொண்டிருந்த சரளைக் கற்களின் துணுக்குகள், சிறுசிறு கட்டைத் துணுக்குகள் ஆகியவற்றைத் தட்டுவான். பிறகு கை, கால்கள் மற்றும் வாயோர நடுக்கம், படிப்படியாகக் குறையும். சுற்றி நின்றிருந்தவர்கள் வியப்பில் ஆழ்ந்துபோயிருப்பார்கள்.

பிற்பாடு நானும் மௌனியும் விடுதிக்குத் திரும்புவோம். நான் மிகவும் பெருமையடைவேன், அவனும் என்னைப்பற்றி பெருமிதம் கொண்டிருக்கிறான் என்பதையும் அறிவேன். நான் செய்ததைச் செய்ய, பையன்களில் எவனுக்கும் துணிவில்லை. பிற்பாடு அவர்கள் எனக்குத் தொந்தரவுதருவதைப் படிப்படியாக நிறுத்திவிட்டார்கள். ஆனால் இந்தச் சாகசம் சிலநாட்களுக்கு ஒருமுறை நிகழ்த்தப்படவேண்டுமென்பதையும் அறிவேன். அதுபோலச் செய்யவில்லையென்றால், யாரேனும் ஒருவன், நான் செய்ததில் அவநம்பிக்கை கொண்டு என் தைரியத்தைப் பற்றி சந்தேகப்படுவான். நான் சிவப்பு நட்சத்திரத்தை மார்போடு அழுத்திப் பிடித்து, இருப்புப்பாதை மேட்டில் வீர நடை போட்டு, ரயிலின் இடிமுழக்கத்திற்காகக் காத்திருப்பேன்.

நானும் மௌனியும் இருப்புப்பாதையில் நேரம்போவதே தெரியாமல் இருப்போம். ரயில்கள் போவதைக் கவனித்தவாறு. சிலசமயம், கடைசிப்பெட்டியின் படிக்கட்டில் தொற்றிக்கொண்டு, ரயிலின் வேகம் க்ராஸிங்கில் குறையும்போது இறங்கிவிடுவோம்.

ரயில்வே கிராஸிங், நகரத்திலிருந்து சில மைல்கள் தள்ளி இருந்தது. ரொம்ப காலத்திற்குமுன் ஒருவேளை, போருக்கு முன்பாகக்கூட இருக்கலாம். ரயில் பயணத்தைத் துரிதப்படுத்த வேறொரு தண்டவாளத்தைப் போட ஆரம்பித்து அதை முடிக்காமல் விட்டுவிட்டார்கள். ஸ்விட்ச் பாயிண்டுகள் பயன்படுத்தப்படாததால் துருப்பிடித்து பாசிகள் அடர்ந்திருந்தன. அந்த முடிவுறாத பாதையானது சில நூறு அடிகள் தூரத்தில் ஒரு மலை உச்சியருகே முடிகிறது. அவ்விடத்திலிருந்து ஒரு பாலத்தைக் கட்டி, அப்பாதையை விரிவுபடுத்த உத்தேசித்திருந்தார்கள். நாங்கள் அந்த ஸ்விட்ச் பாயிண்டுகளை வெகுகவனமாக சிலதடவை ஆராய்ந்தபின்னர், லீவரை அசைக்க முயன்றோம். ஆனால் சிக்கிக்கொண்டிருந்த லீவர் கம்பி அசைய மறுத்தது.

அனாதை விடுதியில் ஒருநாள், பூட்டு பழுதுபார்ப்பவன், திறக்காத பூட்டொன்றை எண்ணெயில் தோய்த்து வெகு இலகுவாகத் திறந்துவிட்டதைக் கண்டோம். அடுத்தநாள், சமையலறையிலிருந்து ஒரு பாட்டில் எண்ணெயை மௌனி திருடிவிட்டான். அன்று மாலை, அதை ஸ்விட்ச் பேரிங்குகளில் ஊற்றினோம். எண்ணெய் ஊறுவதற்காகக் கொஞ்சநேரம் காத்திருந்தபின்னர், எங்கள் உடல் எடையை மொத்தமாகப் பயன்படுத்தி லீவரை பிடித்துத் தொங்கினோம். உட்புறத்தில் கிறீச்சென்ற சப்தத்தோடு லீவர் அசைய, தண்டவாளம் வேறொரு பாதையில் போய் இணைந்தது. எதிர்பாராத இந்த வெற்றியால் பயந்துபோய் லீவரைப் பின்னுக்கிழுத்துவிட்டோம்.

இந்தச் சம்பவத்திற்குப் பிறகு, நானும் அவனும் அவ்விடத்தைக் கடக்கும்போதெல்லாம் அர்த்தம் பொதிந்த பார்வையைப் பரிமாறிக்கொள்வோம். எங்களின் ரகசியம் இதுதான். ஒவ்வொருமுறையும் மரநிழலில் அமர்ந்துகொண்டிருக்கும் வேளையில், தொடுவானத்தருகே தோன்றும் ரயிலைக் காணும்போது, எனக்குள் ஒரு சர்வசக்தி உருவாகுவதில் உணர்ச்சிவசப்பட்டுவிடுவேன். அந்த ரயிலில் வரும் மக்களின் வாழ்வெல்லாம் என் கைகளில் உள்ளது. நான் செய்யவேண்டியது லீவரை இழுத்துப் பாதையை மாற்றவேண்டியதுதான். பிறகு அந்த ரயில், நேராக மலை உச்சியை நோக்கிச் சென்று, ஆற்றுக்குள் விழுந்துவிடும். ஆக, லீவரை மட்டும் அசைத்துவிட்டால்போதும்.

மக்களை கேஸ் சேம்பர்களுக்கும், உலைக்களத்துக்கும் கொண்டுசென்ற ரயில்களை நினைவுகூர்ந்தேன். இந்தப் பயங்கர நிகழ்வுகளுக்கு உத்தரவிட்டு அவற்றைச் செயல்படுத்திய மனிதர்கள்கூட ஒருவேளை இதுபோன்ற பரிபூர்ண சக்தியின் ஆனந்தத்தை அனுபவித்திருக்கக்கூடும். இந்த மனிதர்கள் லட்சக்கணக்கான மக்களின் விதிகளைக் கட்டுப்படுத்தியிருக்கிறார்கள். அவர்களின் பெயரையோ, முகத்தையோ அல்லது தொழிலையோகூட இவர்கள் அறிந்திருக்கமாட்டார்கள். ஆனால் அவர்களை வாழவிடுவதும் அல்லது உயிரை காற்றில் பறக்கவிடுவதும் இவர்களின் கைகளில் இருந்தது. அவர்கள் உத்தரவு மட்டும் பிறப்பித்தால்போதும், உடனே பயிற்சிபெற்ற படைகளும் காவலர்களும் எண்ணற்ற கிராமங்களையும் நகரங்களையும் சுற்றிவளைத்து, அம்மக்களை கொலைக்களத்துக்கு அனுப்பிவிடுவார்கள். ஆயிரக்கணக்கான இருப்புப்பாதைகளின் இலக்கை, வாழ்வை அல்லது சாவை நோக்கித் திருப்பும் சக்தி அவர்களுக்கிருந்தது.

எண்ணற்ற மனிதர்களின் விதியைத் தீர்மானிக்கும் வல்லமை படைத்தவன், அதைப் பெரிதான சந்தோஷமாகக்கூட உணராமல் இருக்கக்கூடும். இந்த மாபெரும் இன்பம், அந்தச் சக்தியைக் கொண்டிருப்பதிலா அல்லது அதைப் பயன்படுத்துவதிலா என்பது நிச்சயமாக எனக்குத் தெரியவில்லை.

சில வாரங்கள் போனபின்னர் நானும் மௌனியும் உள்ளூர்ச் சந்தைக்குச் சென்றோம். அக்கம்பக்கத்து கிராமங்களைச் சேர்ந்த குடியானவர்கள், உற்பத்திப் பொருட்களையும் கைவினைப் பொருட்களையும் வாரத்திற்கு ஒருமுறை விற்பனைக்காக அவ்விடத்திற்கு எடுத்துவருவார்கள். நாங்கள் வழக்கமாக, ஒன்றிரண்டு ஆப்பிள்கள் அல்லது கொத்துக் கேரட்டுகளை யாருமறியாமல் எடுத்துவிடுவோம்

அல்லது மதமதப்பாக இருக்கும் குடியானவப் பெண்களைப் பார்த்து இளித்தபடியே டம்ளர் கீரிமைக்கூட எடுத்துவிடுவோம்.

சந்தையெங்கும் மக்கள் கூட்டம் நிரம்பி வழிந்தது. விவசாயிகள், தங்களின் பொருட்களுக்காகக் குரல் கொடுத்தார்கள். பெண்கள் வண்ணவண்ணப் பாவாடை ரவிக்கைகளில் எதற்கோ முயற்சி செய்தனர். பயந்துபோன இளம்பசுக்கள் கத்தின; பன்றிகள் கீறிச்சிட்டபடி கால்களுக்கிடையே ஓடின.

ஒரு ராணுவ வீரன் ஓட்டிவந்த பளபளவென்றிருந்த சைக்கிளைப் பார்த்தபடியே, உயரமான மேஜையில் தடுக்கி அதிலிருந்த பால் பொருட்களைச் சாய்த்துவிட்டேன். பல பக்கெட் பால், கூஜாக்களில் இருந்த க்ரீம் மற்றும் மோர், எல்லாமே கீழே கொட்டிவிட்டன.

உடனே நான் தப்பித்து ஓடும் முன்னர், கோபத்தால் சிவந்துபோன முகத்துடன் உயரமாக இருந்த ஒரு விவசாயி, முஷ்டி பிடித்து என் முகத்தில் குத்தினான். நான் கீழே விழுந்து, ரத்தத்தைத் துப்ப அதோடு சேர்ந்து மூன்று பற்கள் வெளியே வந்து விழுந்தன. அவன் என் கழுத்தில் கட்டியிருந்த துணியைப் பற்றி ஒரு முயலைத் தூக்குவதுபோலத் தூக்கி, அவன் சட்டையில் ரத்தம் தெறிக்கும் வரை என்னை அடித்துக்கொண்டே இருந்தான். பிறகு கூடியிருந்த கூட்டத்திற்குப் பக்கமாக என்னைத் தள்ளிக்கொண்டு போய், முட்டைக்கோசுகளை ஊறுகாய் போட உதவும் காலிப் பீப்பாய்க்குள் என்னைத் திணித்து, குப்பை மேட்டை நோக்கி அதை உதைத்து உருட்டினான்.

கொஞ்சநேரத்திற்கு என்ன நடந்தது என்றே புரியவில்லை. குடியானவர்கள் சிரிக்கும் சப்தம் கேட்டது. அடிபட்டதால், பீப்பாய் ஊருளுவதால் தலை சுழன்றது. மூச்சுத் திணறியபடி ரத்தத்தைத் துப்பினேன். முகம் வீங்கிகொண்டு வருவதையும் உணர்ந்தேன்.

திடீரென மௌனியைப் பார்த்துவிட்டேன். முகம் வெளுத்து, உடல் நடுங்க, என்னை அவன் வெளியில் இழுக்க முயற்சித்தான். குடியானவர்கள் என்னை ‘நாடோடி நாயெ’ன்று கூப்பிட்டபடி, அவனுடைய முயற்சியைக் கண்டு சிரித்தனர். மேற்கொண்டு ஏதேனும் தாக்குதல் நடக்கும் என்ற பயத்தில், அருகிலிருந்த செயற்கை நீர்ஊற்றை நோக்கி, பீப்பாயுடன் என்னை உருட்டிச் சென்றான். சில கிராமத்துப் பையன்கள் அதை அவனிடம் இருந்து கிளப்ப முயன்றார்கள். நாங்கள் அவ்விடத்தை அடையும் வரை, அவன் தடியொன்றால் அப்பையன்களை விரட்டிக்கொண்டே வந்தான்.

நான் ரத்தத்தாலும் நீராலும் நனைந்து, மரச்சில்லுகள் முதுகிலும் கையிலும் ஒட்டியிருக்க, பீப்பாயிலிருந்து மெல்லத் தவழ்ந்து வெளியேவந்தேன். நான் தடுமாற, மௌனி தன் தோள்களில் என்னைத் தாங்கிப் பிடித்தான். மிகவும் கஷ்டப்பட்டு நாங்கள் இருவரும் அனாதை விடுதியை அடைந்தோம்.

மருத்துவன், கன்னத்திலும் வாயிலும் ஏற்பட்ட காயங்களுக்குத் தையலிட்டு மருந்திட்டான். மௌனி, கதவுக்கு வெளியே காத்திருந்தான். மருத்துவர் போனபின்னர் அவன் கிழிக்கப்பட்ட என் முகத்தை நெடுநேரம் பார்த்திருந்தான்.

இரண்டு வாரங்களுக்குப் பின்னர், விடிவதற்குமுன்பே மௌனி என்னை எழுப்பினான். அவன் மேலெங்கும் புழுதி படிந்திருக்க, சட்டை வேர்வையில் நனைந்து உடலோடு ஒட்டிக்கொண்டிருந்தது. அவன் இரவு முழுவதும் வெளியில் சென்றிருக்க வேண்டுமென்பதை உணர்ந்துகொண்டேன். தன்னைப் பின்தொடரும்படி அவன் சைகை செய்தான். நான் உடனே ஆடை அணிந்துகொள்ள, யாருமறியாமல் நாங்கள் வெளியே வந்தோம்.

அவன் ஆளரவமற்ற குடிசை ஒன்றுக்கு அழைத்துச் சென்றான். அது, நாங்கள் ஸ்விட்ச் பாயிண்டுக்கு எண்ணெய் விட்ட கிராஸிங்கிலிருந்து சிறிது தொலைவில்தானிருந்தது. நாங்கள் கூரையில் ஏறினோம். வழியில் கண்டெடுத்த சிகரெட்டை பற்றவைத்துக்கொண்ட மௌனி, காத்திருக்கும்படி எனக்குச் சைகை காட்டினான். இதெல்லாம் எதற்காக என்று புரியவில்லை, ஆனால் செய்யக்கூடியதும் ஒன்றுமில்லை.

சூரியன் உதயமாகும் நேரம் வந்தது. தார் பேப்பர்க் கூரையிலிருந்த பனித்துளிகள் ஆவியாக, மழைநீர் வடிகாலிலிருந்து பிரவுன்நிறப் புழுக்கள் வெளியே ஊர்ந்துவரத் தொடங்கின.

ரயில் வரும் சப்தம் கேட்டது. மௌனி விறைப்பாகிக் கையை முன்னே நீட்டிக் காட்டினான். அந்த ரயில் தூரத்தில் தோன்றி, மெதுவாக அருகில் வந்துகொண்டிருப்பதைக் கவனித்துக் கொண்டிருந்தேன். இன்று சந்தை கூடும் தினம். அதனால் விடிவதற்குமுன்பே பல கிராமங்கள்வழியாக வரும் இந்த முதல் வண்டியில் எண்ணற்ற குடியானவர்கள் வந்துகொண்டிருந்தனர். எல்லாப் பெட்டிகளும் நிரம்பி வழிய, ஜன்னல்கள் வழியாகக் கூடைகள் நீட்டிக்கொண்டிருந்தன. படிக்கட்டில் கொத்துக்கொத்தாக ஜனங்கள் தொங்கிக்கொண்டிருந்தனர்.

மௌனி என்னை அவனுக்காய் இழுத்துக்கொண்டான். அவனுடலில் வேர்வை அரும்ப, கைகள் ஈரமாயிருந்தன. அடிக்கடி வறண்டுபோன உதடுகளை நாவால் நக்கிக்கொண்டான். தலைமுடியை பின்னுக்குத் தள்ளிவிட்டுக் கொண்டான். ரயிலை வெறித்துக்கொண்டிருந்த அவன் தடாலென்று வயதானவன்போலக் காட்சியளித்தான். ரயிலானது கிராஸிங்கை நெருங்கிக்கொண்டிருந்தது.

குடியானவர்கள் ஜன்னல்களில் நெரிசலாக நீட்டிக்கொண்டிருக்க, அவர்களின் பொன்னிறத் தலைமுடி காற்றில் பறந்துகொண்டிருந்தது. திடீரென மௌனி, என் கையை அழுத்தமாகப் பிசைய, நான் திடுக்கிட்டுத் துள்ளினேன். அதேசமயம், நீராவி என்ஜினானது கண்ணுக்குப் புலனாகாத சக்தியால் இழுக்கப்பட்டாற்போல, பக்கவாட்டில் திசைதிரும்பிப் போனது.

அதோடு சேர்ந்து, முதல் இரண்டு பெட்டிகள் மட்டுமே போயின. மற்ற பெட்டிகள், மிரண்ட குதிரைகள்போல ஒன்றோடு ஒன்று மோதி மேலே கவிழ்ந்து மண்மேட்டில் சரிந்து விழுந்தன. அந்தப் பயங்கர நொறுங்கல் குழப்பமும் சப்தமும் நிறைந்ததாயிருக்க, நீராவி வெள்ளமென வானத்தில் பரவி எல்லாவற்றையும் மறைத்தது. கீழிருந்து கத்தல்களும் அழுகைகளும் கேட்கத் தொடங்கின.

நான் ஸ்தம்பித்துப் போய், கல்லால் தாக்கப்பட்ட தொலைபேசி ஒயர்போல ஆடிக்கொண்டிருந்தேன். மௌனியோ அப்படியே தொய்ந்துபோனான். நடக்க மறுத்த தன்னிரு முட்டிகளையும் இறுகப் பிடித்தபடி, அடங்கிக்கொண்டிருந்த தூசிக்குவியலைப் பார்த்தான். பிறகு என்னை இழுத்தபடி படிக்கட்டுகளை நோக்கிப் பாய்ந்தான். விபத்தைக் காணக்கூடிய மக்களின் கூட்டத்தைத் தவிர்த்துவிட்டு, வெகுவிரைவில் அனாதை விடுதிக்கு வந்துவிட்டோம். தூரத்தில் ஆம்புலன்ஸ் வண்டிகளின் மணியடிக்கும் சப்தம் கேட்டது.

அனாதை விடுதியில் எல்லோரும் தூங்கிக் கொண்டிருந்தார்கள். அறைக்குத் திரும்பும் முன்னர், மௌனியின் முகத்தை ஆழமாகப் பார்த்தேன். அதில் கவலையோ, குழப்பமோ தென்படவில்லை. அவன் என்மீது பார்வையை வீசி, மென்மையாகச் சிரித்தான். என்னுடைய முகத்திலும் வாயிலும் பேண்டேஜ் இல்லாமலிருந்திருந்தால் நான்கூடச் சிரித்திருப்பேன்.

அடுத்த சிலநாட்களுக்குப் பள்ளியிலிருந்த ஒவ்வொருவரும் ரயில் விபத்தைப் பற்றியே பேசிக்கொண்டிருந்தனர்.

செய்தித்தாள்கள் கறுப்புநிறத் தலைப்புகளில், செத்தவர்களின் பெயர்களைப் பட்டியலிட்டது. பழைய குற்றங்களில் சம்மந்தப்பட்ட அரசியல் நாசகாரிகளைக் காவல்துறை சந்தேகப்பட்டது. தண்டவாளப் பாதையில் கிரேன் இயந்திரங்கள், ஒன்றோடொன்று பின்னி உருக்குலைந்துபோன பெட்டிகளைத் தூக்கிக்கொண்டிருந்தன.

அடுத்த சந்தை தினத்தன்று மௌனி என்னை அவசர அவசரமாக அங்காடிக்கு அழைத்துச் சென்றான். நாங்கள் கூட்டத்தை விலக்கியபடி நடந்தோம். பெரும்பாலான விற்பனை இடங்கள் வெறுமையுடன் இருக்க, அவ்விடத்தில் கறுப்புச் சிலுவை வரையப்பட்ட அட்டைகள், கடை முதலாளியின் மரணத்தைத் தெரிவித்தன. அவற்றையெல்லாம் கண்ட மௌனி, தன்னுடைய சந்தோஷத்தை என்னிடம் வெளிப்படுத்தினான். என்னை வதைத்தவனின் கடையிருந்த பக்கம் நாங்கள் விரைந்தோம்.

நான் திடீரென நிமிர்ந்தேன். பழக்கப்பட்ட கட்டை தாங்கி அங்கிருக்க அதன் மேலே பால், கிரீம் கூஜாக்கள், துணியால் சுற்றப்பட்ட வெண்ணெய்க் கட்டிகள் மற்றும் கொஞ்சம் பழங்கள் இருந்தன. அதன் பின்னாலிருந்து, பொம்மலாட்ட நிகழ்ச்சிபோல, பற்களைக் கழற்றி என்னைப் பீப்பாய்க்குள் திணித்த ஆளின் தலை எட்டிப் பார்த்தது.

நான் கடுந்துயரத்துடன் மௌனியை வெறித்தேன். அவனோ, காட்சியை நம்பமுடியாமல் அம் மனிதனையே வெறித்துக் கொண்டிருந்தான். பிறகு என் பார்வையை உணர்ந்ததும் கைகளைப் பற்ற நாங்கள் சந்தையைவிட்டு வெளியேறினோம். நாங்கள் சாலையை அடைந்ததும், அவன் புல்லின்மேலே விழுந்து, கடும்வலி வந்தவன்போல அழுதான். அவனுடைய வார்த்தைகளைத் தரையானது அமுக்கிவிட்டது. அவனுடைய குரலை நான் கேட்டது அப்போது மட்டும்தான்.

19

ஒருநாள் காலை, ஆசிரியர்களில் ஒருவர் என்னை வெளியில் வரும்படி அழைத்தார். என்னை முதல்வரின் அலுவலகத்திற்குச் செல்லும்படி கூறினார். முதலில் கேவரில்லாவிடமிருந்து ஏதேனும் செய்தி வந்திருக்கும் என்றுதான் நினைத்தேன். இருப்பினும் வேறு சந்தேகமும் உள்ளே எழுந்தது.

முதல்வர் தன்னுடைய அலுவலகத்தில் போருக்குமுன்பு என் பெற்றோரை அறிந்த ஞாபகம் உள்ளதாகச் சொன்ன சமூகக் குழுவின் உறுப்பினருடன் எனக்காகக் காத்திருந்தார். அவர்கள் என்னைக் கனிவுடன் வரவேற்று அமரும்படி சொன்னார்கள். அவர்களிருவரும் படபடப்பாக இருப்பதையும், அதை அவர்கள் மறைக்க முயல்வதையும் கண்டேன். நான் கவலையுடன் சுற்றிலும் நோக்கினேன். அலுவலகத்தை ஒட்டியிருந்த அறைக்குள்ளிருந்து குரல்களையும் கேட்டேன்.

சமூகக் குழுவிலிருந்து வந்தவன், பக்கத்து அறைக்குச் சென்று யாருடனோ பேசினான். பிறகு கதவை அகலத் திறந்தான். உள்ளே ஓர் ஆணும் பெண்ணும் நின்றிருந்தனர்.

அவர்கள் கொஞ்சம் பழக்கப்பட்டாற்போல் தோன்ற, என் சீருடையின் நட்சத்திரத்துக்கு அடியில் இதயம் அடித்துக்கொள்வதை உணர்ந்தேன். ஆனால் முகத்தை வேறுமாதிரியாக வைத்துக்கொண்டு அவர்களின் முகங்களை ஆராய்ந்தேன். இவர்களை முன்பே பார்த்திருக்கிறேன். இவர்கள், என் பெற்றோர்களாக இருக்கக்கூடும். நான் நாற்காலியை அழுத்திப் பிடித்துக்கொள்ள, என் மனதில் எண்ணங்களானது, தரையில்பட்டுச் சிதறும் தோட்டாக்கள்போல ஓடின. என்னுடைய பெற்றோர்கள்தான். என்ன செய்வது என்று தெரியவில்லை. அவர்களைத் தெரிந்துகொண்டதை ஒப்புக்கொள்வதா அல்லது இல்லையென்று நடிப்பதா?

அவர்கள் என்னை நெருங்கி வந்தனர். அந்தப் பெண்மணி என்னருகே குனிந்தாள். அவள் முகத்தில் திடீரென கண்ணீர் தோன்றியது. அந்த மனிதன் படபடப்புடன், ஈரமூக்கின்

மேலே கண்ணாடியைச் சரிசெய்தபடி அவளை தன் கைகளில் தாங்கிக் கொண்டான். அவன்கூட தேம்பல்களால் குலுங்கிக் கொண்டிருந்தான். ஆனால் உடனே சமாளித்துக்கொண்டு என்னை விளித்தான். பிறகு ரஷ்ய மொழியில் என்னுடன் பேச ஆரம்பித்தான். அவனுடைய உச்சரிப்பு கேவரில்லாவைப் போல சரளமாகவும் அழகாகவும் இருப்பதைக் கவனித்தேன். சீருடைப் பொத்தானை அவிழ்க்கும்படி அவன் கூறினான். என் இடப்புற மார்பில் ஒரு அடையாளம் இருக்குமாம். அதுபோன்ற அடையாளம் இருப்பது எனக்குத் தெரியும். நான் கொஞ்சம் தயங்கினேன். அதைக் காட்டத்தான் வேண்டுமா என்று யோசித்தேன். அதை வெளிப்படுத்திவிட்டால், எல்லாமே பாழாகிவிடும்.

நான் அவர்களின் மகன் என்பதில் எவ்விதச் சந்தேகமும் இருக்காது. சில நிமிடங்களுக்கு யோசனையில் இருந்தேன். ஆனால் அழுதுகொண்டிருந்த அந்தப் பெண்ணின்மீது கொண்ட பரிதாபத்தால், பொத்தானை மெதுவாக அவிழ்த்தேன்.

ஒருவனின் பார்வை எப்படி இருந்தாலும் சரி, இதுபோன்ற சூழ்நிலையிலிருந்து அவனால் தப்பிக்கவே முடியாது. கேவரில்லா அடிக்கடி சொன்னதுபோல், பெற்றோருக்குத் தம் குழந்தைகளின்மீது உரிமை உண்டு. நான் இன்னும் வளரவில்லை; பனிரெண்டு வயதுதான் ஆகிறது. விருப்பம் இல்லை என்றாலும்கூட, தம்முடன் என்னை அழைத்துச் செல்வது அவர்களின் கடமையாகும்.

நான் திரும்பவும் அவர்களை நோக்கினேன். கண்ணீரால் திட்டுதிட்டாகத் தெரிந்த பவுடர் முகத்தோடு அப் பெண் என்னைக் கண்டு சிரித்தாள். அந்த மனிதனோ உணர்ச்சிப்பெருக்கில் கைகளை ஒன்றொடொன்று தேய்த்துக்கொண்டான். என்னை இவர்கள் கொடுமைப்படுத்துவார்கள் போன்று தெரியவில்லை. மாறாக, அவர்கள் பலவீனமும் நோயும் கொண்டிருந்தவர்கள் போலத் தோன்றியது.

சீருடை விரிந்துகொள்ள, பிறப்பு அடையாளம் பளிச்சென தெரிந்தது. உடனே அவர்கள் குனிந்து அழுதனர்; அணைத்தனர்; முத்தமிட்டனர். திரும்பவும் நான் முடிவுக்கு வரமுடியாத நிலைக்கு வந்துவிட்டேன். எப்போது வேண்டுமானாலும் ஓடிவிட முடியும் என்பதெனக்குத் தெரியும். நெரிசலான ரயிலில் ஏறி, எவராலும் கண்டுபிடிக்க முடியாத தூரத்திற்கு என்னால் சென்றுவிட முடியும். ஆனால் கேவரில்லா என்னைக் காணவேண்டும். ஆக, ஓடுவதென்பது அறிவுடைமை ஆகாது. ஆனால் என்னுடைய பெற்றோர்களுடன் திரும்பவும்

சேர்ந்துகொள்வதென்பது, மக்களின் நிறங்களை மாற்றும் ப்யூஸ்களைக் கண்டுபிடிக்கும் விஞ்ஞானியாக ஆகும் கனவுகளுக்கு, நாளையே இன்றாக இருக்கும் கேவரில்லா மிட்காவின் பூமியில் பணியும் புரியும் ஆசைகளுக்கு முற்றுப்புள்ளி வைப்பதாகும்.

ஒரு குடியானவனின் வீட்டுப் பரண்போல, என் உலகானது குறுகிக்கொண்டே வருகிறது. ஒரு மனிதன், எல்லாச் சமயங்களிலும் தன்னை வெறுத்துக் கொடுமைப்படுத்த விரும்புபவர்களின் கைகளிலோ அல்லது தன்னை ஆதரித்து அன்பு செலுத்துபவர்களின் கைகளிலோ விழுந்துவிடுகிறான்.

திடீரென ஒருவரின் உண்மை மகனாக ஆகும் நிஜத்தை, அன்பு செலுத்துவதை, அன்பு செலுத்தப்படுவதை, அவர்களுக்கு நான் பணிந்து நடக்கவேண்டும். காரணம், அவர்கள் வலிமையானவர்கள், என்னைக் கொடுமைப்படுத்துவார்கள் என்பதற்காக அல்ல; மாறாக, அவர்கள் என் பெற்றோர். யாராலும் பறிக்கமுடியாத உரிமைகொண்டவர்கள் போன்ற நிஜங்களை என்னால் சட்டென்று ஏற்றுக்கொள்ள முடியவில்லை.

ஒருவன் சிறுவயதுக் குழந்தையாக இருக்கும்போது பெற்றோர் தேவை என்பது உண்மைதான். ஆனால் என் வயதொத்த பையன், எவ்விதக் கட்டுப்பாடுகளுமின்றிச் சுதந்திரமாக இருக்க வேண்டும். யாரைப் பின்பற்ற வேண்டும், எவரிடமிருந்து கற்க வேண்டும் என்ற தேர்வுகளை அவனே முடிவுசெய்ய வேண்டும். இருப்பினும் நான் ஓடிவிட விரும்பவில்லை. என் அம்மாவான கண்ணீர் வழியும் அந்தப் பெண்ணையும், என் அப்பாவான நடுங்கிக்கொண்டிருந்த அந்த ஆணையும் பார்த்தேன். அவர்கள், என் தலையைக்கோதி தோளில் தட்டிக்கொடுப்பார்களா என்பதும் நிச்சயமாகத் தெரியவில்லை. ஏதோ ஒரு உள்சக்தி, தப்பித்துப் போகவிடாமல் என்னை அங்கேயே தடைசெய்துகொண்டிருந்தது. திடீரென கண்ணுக்குப் புலனாகாத சக்தியால் தன் இனத்தை நோக்கிச் செலுத்தப்படும் லேக்கின் வண்ணப்பறவைபோல என்னை உணர்ந்தேன்.

அறையில் என்னுடன் அம்மா மட்டும் இருந்தார். மற்ற விஷயங்களைக் கவனிப்பதற்காக அப்பா வெளியே சென்றுவிட்டிருந்தார். நான் பெற்றோருடன் சந்தோஷமாக வாழலாமென்றும் விருப்பப்பட்டதைச் செய்யலாமென்றும் அம்மா கூறினார். இப்போது அணிந்திருப்பதைப் போலவே சீருடை ஒன்று தைத்துக் கொடுப்பதாகவும் சொன்னார்.

இதையெல்லாம் கேட்டபொழுது, ஒருமுறை மக்கர் பொறிவைத்துப் பிடித்த முயலொன்று ஞாபகத்திற்கு வந்தது. அது ஒரு அழகான பெரிய விலங்கு. அதன் ராட்சஸத் துள்ளல்களையும் விளையாட்டுத்தனத்தையும் திமிறல்களையும் காண்பவர்கள், அதன் சுதந்திர உணர்வை எளிதில் உணர்ந்துகொள்ளலாம். கூண்டில் அடைக்கப்பட்டபின்னர் அது கோபத்துடன் கால்களை உதைத்தது, சுவரில் மோதிக்கொண்டது. சிலநாட்கள் கழிந்தபிறகும், அதன் போக்கைக் கண்டு கோபங்கொண்ட மக்கர், கனமான போர்வையால் அதை மூடிவிட்டான். அந்த முயல் அதனுள் கடுமையாகப் போராடியது, பிறகு அமைதியாகிவிட்டது. பிற்பாடு அது பழக்கப்பட்டு, என் கையாலேயே உணவுண்ண ஆரம்பித்தது. ஒருநாள் குடிபோதையிலிருந்த மக்கர் கூண்டுக் கதவைத் திறந்து விட்டுவிட்டான். அந்த முயல் உள்ளிருந்து வெளியேறி புல்தரையை நோக்கி ஓடியது. உயர்ந்திருந்த புற்களுக்குள் ஒரே தாவலில் குதித்து, அப்படியே காணாமல் போய்விடும் என்று நினைத்தேன். ஆனால் தரையில் அமர்ந்து, காதுகளை உயர்த்திக்கொண்டு, சுதந்திரத்தை மதிப்பிடுகிறாற்போலிருந்த தூரத்து நிலங்களிலிருந்தும் காடுகளிலிருந்தும் அம்முயலால் மட்டுமே கேட்கமுடிந்த, புரிந்துகொள்ளமுடிந்த சப்தங்களும் அந்த விலங்கால் மட்டுமே முகர்ந்து அனுபவிக்கமுடிந்த வாசனைகளும் வந்துகொண்டிருந்தன. இப்போது எல்லாமே அதற்குச் சொந்தம். அது கூண்டைவிட்டு வெளியேறிவிட்டது.

திடீரென்று அதனிடம் ஏதோ ஒரு மாற்றம் தோன்றியது. உயர்ந்த காதுகள் மடங்கிப்போக, அது தொய்ந்து சுருங்கிவிட்டது. அது ஒருமுறை பாய்ந்தது. அதன் வாயும் மூக்கும் அடித்துக்கொண்டன, ஆனால் அது ஓடிப்போகவில்லை. அது விடுதலையாகிவிட்டது என்ற நம்பிக்கையில் சீழ்கையொலி எழுப்பினேன். ஆனால் அதுவோ வயதாகி, சுருங்கினாற்போல தொய்வாகத் திரும்பி கூண்டைநோக்கி வந்தது. வரும்போது திடீரென நின்று, காதுகளை உயர்த்தித் திரும்பவும் ஒருமுறை பார்த்தது. பிறகு தன்னைப் பார்த்துக்கொண்டிருந்த மற்ற முயல்களைக் கடந்து கூண்டுக்குள் போய்விட்டது. அவசியம் இல்லைதான், இருப்பினும் கூண்டுக்கதவை நான் மூடிவிட்டேன். இப்போது அந்த முயல் தன்னுள்ளேயே ஒரு கூண்டைச் சுமந்துகொண்டுள்ளது. அது, அதன் மூளையை, இதயத்தை, நாடிநரம்புகளைச் செயலிழக்கவைத்துவிட்டது.

துவண்டுபோன மற்ற முயல்களைத் தவிர்த்துவிட்டு இதற்குச் சுதந்திரம் அளித்தாலும், நசுங்கிப்போய் காய்ந்துபோன புல்லிலிருந்து கிளம்பும் மணத்தைக் காற்று அடித்துக்கொண்டு

போய்விடுவதைப் போல, அச்சுதந்திரம் அவ்விலங்கிடமிருந்து பறிபோய்விட்டது.

என் தந்தை திரும்பிவந்தார். அவரும் என் அம்மாவும் என்னை அணைத்துக் கொண்டனர். என்னைப்பற்றி ஏதோ பேசிக்கொண்டனர். அனாதை விடுதியைவிட்டு நீங்கும் சமயம் வந்துவிட்டது. விடைபெற்றுக்கொள்வதற்காக மௌனியைப் பார்க்கப் போனோம். அவன், என் பெற்றோரை சந்தேகமாகப் பார்த்தான்; பிறகு தலையாட்டினான், ஆனால் அவர்களை வரவேற்க மறுத்துவிட்டான்.

நாங்கள் தெருவில் இறங்கி நடந்தோம். என்னுடைய புத்தகங்களை அப்பா தூக்கிக்கொண்டு வந்தார். எங்கு பார்த்தாலும் ஒரே குழப்பமாகத் தெரிந்தது. கிழிந்த ஆடைகளுடன் அழுக்கான, தளர்வுற்றுக் காணப்பட்ட ஜனங்கள், முதுகில் சாக்குப் பைகளுடன் வீடுகளுக்குத் திரும்பும்வழியில், போரின்போது தங்களை வேலைக்கு வைத்துக்கொண்டவர்களோடு சண்டைபோட்டுக் கொண்டிருந்தார்கள். நான் பெற்றோருக்கு நடுவில் நடந்தேன். அவர்களின் கைகள், என் தோளின் மேலும் தலையின் மேலும் இருக்க, அன்பாலும் அரவணைப்பாலும் திக்குமுக்காடினேன்.

அவர்கள் அடுக்குமாடிக் குடியிருப்பொன்றுக்கு என்னை அழைத்துச் சென்றார்கள். தங்களின் மகனுடைய அடையாளங்களை ஒத்த ஒரு பையன் உள்ளூர் அமைப்பில் இருப்பதாகவும், அவனைச் சந்திக்கலாமென்றும் கேள்விப்பட்டவுடனே, அவர்கள் பெருங்கஷ்டப்பட்டு இந்த வீட்டை வாடகைக்கு எடுத்திருக்கிறார்கள். வீட்டில் எனக்கொரு ஆச்சரியம் காத்திருந்தது. அவர்களுக்கு நான்கு வயதில் இன்னொரு மகனும் இருந்தான். அவனொரு அனாதையென்றும் பெற்றோர்களும் மூத்த சகோதரியும் கொல்லப்பட்டுவிட்டார்களென்றும் என் பெற்றோர் விளக்கிச் சொன்னார்கள். அப் பையனை, அவன் தன் வயதான தாதி காப்பாற்றி, போர் தொடங்கி மூன்றாவது வருடத்தின்போது, எங்கோ சஞ்சரித்துக் கொண்டிருந்த என் தந்தையிடம் ஒப்படைத்துவிட்டாளாம். அவர்கள், அவனைத் தத்தெடுத்துக் கொண்டார்களாம். என் பெற்றோர் அவன்மேல் பெருத்த அன்புடன் இருப்பதை என்னால் காணமுடிந்தது.

இந்த நிகழ்ச்சி, என்னுடைய சந்தேகங்களை மேலும் உறுதிப்படுத்தியது. என்னுடைய சொந்த தயவிலே நானிருந்தபடி, கேவரில்லாவுக்காகக் காத்திருப்பது உசிதமல்லவா? மேலும் அவனே என்னைத் தத்தெடுத்துக்கொள்ளக்கூடும். இவை

எல்லாவற்றையும்விட, அடுத்து என்ன நிகழக்கூடும் என்பதை அறியாமல், ஒரு கிராமத்திலிருந்து மற்றொன்றுக்கு, ஒரு நகரத்திலிருந்து மற்றொன்றுக்கு அலைந்து திரிவதையே விரும்புகிறேன். இங்கோ, அடுத்து நிகழப்போவதெல்லாம் முன்கூட்டியே தெரிந்துவிடுகிறது.

அந்தக் குடியிருப்பு மிகவும் சிறியது. அதில் ஒரு அறை, ஒரு சமையலறை மட்டுமே இருந்தது. படிக்கட்டருகே குளியலறை இருந்தது. அந்த இடமே நெரிசலாகக் கூட்டமாக, அடிக்கடி ஒருவர்மேல் ஒருவர் இடித்துக் கொள்ளுமளவுக்கு இருந்தது. என் அப்பாவுக்கு இதயவலி இருந்தது. ஏதேனும் ஒன்று அவரைப் பாதித்தால், உடனே அவரின் முகம் வெளுத்து வேர்வை கொட்ட ஆரம்பித்துவிடும். பிறகு அவர், சில மாத்திரைகளை விழுங்குவார். என்னுடைய தாயார் காலையிலேயே கிளம்பி, உணவுக்காக முடிவில்லா வரிசையில் காத்திருப்பார். அவர் திரும்பிவந்ததும் உணவு சமைக்கத் தொடங்குவார்.

அந்தச் சிறுவன் பெரும் தொல்லையாக இருந்தான். செம்படையின் வெற்றிகளை நான் செய்தித்தாளில் படிக்கும்போதுதான், விளையாட வரும்படி அவன் வற்புறுத்துவான். அவன், என் கால்சட்டையைப் பிடித்து இழுப்பான். புத்தகங்களைத் தட்டிவிடுவான். ஒருநாள், அவன் சேட்டை தாங்கமுடியாதளவுக்குப் போக, நான் அவன் கையைப்பற்றி பலமாக அழுத்தினேன். ஏதோ நொறுங்க, அவன் பைத்தியம்போலக் கத்தினான். என் தந்தை மருத்துவரை அழைத்து வந்தார்;

கை எலும்பு முறிந்துவிட்டதாம். அன்றிரவு, அச்சிறுவன் கையில் கட்டுப்போட்டபடி படுக்கையில் இருக்க, மெதுவாகத் தேம்பியபடி என்னை பயங்கொண்ட பார்வையுடன் பார்த்தான். என் பெற்றோரோ, ஒரு வார்த்தைகூட பேசாமல் இருந்தனர்.

நான் அடிக்கடி, ரகசியமாக வெளியேறி மௌனியைச் சந்தித்து வந்தேன். ஒருநாள் சொன்ன நேரத்திற்கு அவன் வரவில்லை. பிற்பாடு அனாதை விடுதியில் சென்று கேட்டதில், அவன் வேறொரு நகரத்திற்கு அனுப்பப்பட்டுவிட்டதாகக் கூறினார்கள்.

வசந்த காலமும் வந்தது. மே மாதத்து மழை நாளொன்றில், போர் முடிந்துவிட்டதாகச் செய்தி வந்தது. மக்கள் தெருக்களில் கூத்தாடினார்கள்; ஒருவரையொருவர் கட்டிப்பிடித்து முத்தமிட்டுக் கொண்டார்கள். அன்று மாலை ஆம்புலன்சுகளின் சப்தம் கேட்டது. அதிகமாகக் குடித்துவிட்டுச் சண்டையில் காயம்பட்ட ஜனங்களை அவை அள்ளிப்போட்டுக்கொண்டு

சென்றன. பிறகு வந்த நாட்களில், கேவரில்லா அல்லது மிட்காவிடமிருந்து கடிதங்களை எதிர்பார்த்து, அனாதை விடுதிக்கு அடிக்கடி சென்றேன். ஆனால் ஒன்றுகூட வரவில்லை.

நான் செய்தித்தாள்களை வெகுகவனமாகப் படித்து, உலகத்தில் என்ன நடக்கிறது என்பதை உணர முயன்றேன். போர் முடிந்துவிட்டாலும் எல்லா ராணுவத்தினரும் வீடு திரும்ப இயலாது. ஏனெனில் ஜெர்மனி ஆக்கிரமிக்கப்பட வேண்டும். கேவரில்லாவும் மிட்காவும் திரும்புவதற்குப் பல வருடங்கள்கூட ஆகலாம்.

அந்த நகரத்து வாழ்க்கை நாளுக்குநாள் கடுமையாக மாறிக்கொண்டே வந்தது. தொழில் நகரமான இவ்விடத்தில் வாழ்க்கை சுலபமாக இருக்கும் என்ற எதிர்பார்ப்பில், தாங்கள் இழந்ததையெல்லாம் விரைவாகச் சம்பாதித்துவிடலாம் என்ற நம்பிக்கையில், நாட்டின் மற்ற பகுதிகளில் வசிக்கும் மக்கள் கூட்டங்கூட்டமாக வந்துகொண்டே இருந்தனர். ஆனால் வேலையோ, வீடோ கிடைக்காமல் கலவரமடைந்த அவர்கள், தெருக்களில் முரட்டுத்தனமாக நடந்தனர்; பேருந்துகளிலும் உணவு விடுதிகளிலும் இடங்கிடைக்க போராடினர். அவர்கள் பயந்துபோய், சட்டென்று கோபப்படுகிறவர்களாகவும் சண்டைபோடுகிறவர்களாகவும் இருந்தனர். போரில் உயிர்பிழைத்த காரணத்தால், விதி தங்களைத் தேர்வுசெய்திருக்கிறதென்றும், அதனாலேயே தாங்கள் மரியாதை செய்யப்பட வேண்டுமென்றும் இவர்கள் நினைத்துக் கொண்டிருக்கிறார்கள் என்று தோன்றுகிறது.

ஒருநாள் மதியம் என் பெற்றோர், சினிமாவுக்குச் செல்ல கொஞ்சம் பணம் தந்தார்கள். அது ஒரு சோவியத் திரைப்படம். போர் முடிந்த முதல் நாளன்று, சரசமாடுவதற்காக ஆறு மணிக்குச் சந்திக்கப் போகும் ஓர் ஆண், பெண்ணைப் பற்றிய கதை அது.

சீட்டு வாங்கும் இடத்தில் பெரிய கூட்டம் நிற்க, சிலமணி நேரம் பொறுமையுடன் நின்றிருந்தேன். கடைசியில் என்முறை வந்தபோது, சில்லறையிலொன்று காணாமல்போய்விட்டதை உணர்ந்தேன். சீட்டுக் கொடுப்பவன் நானொரு ஊமை என்பதைக் கண்டதும், என்னுடைய சீட்டை தனியாக எடுத்துவைத்துவிட்டு, மொத்தப் பணத்தையும் தந்துவிட்டு, அதைப் பெற்றுக்கொள்ளும்படி கூறினான். நான் வீட்டைநோக்கி விரைந்தேன். பிறகு அரைமணி நேரம்கூட ஆகியிருக்காது. அதற்குள் பணத்தை எடுத்துக்கொண்டு, சீட்டுத் தரும் இடத்தை

நோக்கிச் சென்றேன். அங்கிருந்த உதவியாளன் ஒருவன், திரும்பவும் வரிசையில் நிற்கும்படி கூறினான்.

எழுதிக்காட்டுவதற்குப் பலகை இல்லாததால் சைகைகளின் மூலம், நான் முன்னரே வரிசையில் நின்றிருந்தேன், என்னுடைய சீட்டு தனியாக எடுத்துவைக்கப்பட்டிருக்கிறது என்ற விவரங்களை அவனுக்கு விளக்க முயன்றேன். ஆனால் அவனோ, விளங்கிக்கொள்ள முயற்சிக்காமல் மற்ற ஜனங்களை வியப்பிலாழ்த்த, என் காதைப் பிடித்து தரதரவென்று இழுத்து கீழே தள்ளினான். நான் தடுமாறி கல்லின் மேலே விழ, மூக்கிலிருந்து ரத்தம் வழிந்து சீருடையின்மேல் சிந்தியது. உடனே வீடு திரும்பிவிட்டேன். பனிக்கட்டியை மூக்கின்மேலே வைத்துக்கொண்டபடி பழிவாங்கும் திட்டமொன்றை மனதிற்குள் உருவாக்கிவிட்டேன்.

மாலையில், என் பெற்றோர்கள் படுக்கைக்குச் செல்லத் தயாராகிக்கொண்டிருக்க, நானோ உடையணிந்துகொண்டேன். அவர்கள் மிக்க கவலையுடன் எங்கே போகிறாயென்று கேட்டார்கள். நான் சைகைகளின் மூலம், ஒரு நடை நடந்துவிட்டு வருகிறேன் என்று சுருக்கமாகச் சொன்னேன். இரவில் வெளியே செல்வது அபாயகரமானது என்று என்னைத் தடுக்கப் பார்த்தார்கள்.

நான் நேராக தியேட்டருக்குச் சென்றேன். சீட்டு வாங்கும் இடத்தில் கூட்டம் குறைந்திருக்க, என்னைத் தள்ளிவிட்ட உதவியாளன் சோம்பேறித்தனமாக நடந்துகொண்டிருந்தான். தெருவிலிருந்து இரண்டு பெரிய செங்கற்களை எடுத்துக்கொண்டு, சினிமா தியேட்டரை ஒட்டியபடி இருந்த கட்டடத்தினுள் நழுவினேன். உள்ளே படியேறி மூன்றாவது தளத்திலிருந்து ஒரு பாட்டிலைக் கீழே போட்டேன். நான் எதிர்பார்த்ததுபோல, அந்த உதவியாளன் பாட்டில் விழுந்த இடத்தை நோக்கி விரைந்து வந்தான். அந்த இடத்தை ஆராய அவன் குனிந்தபோது, இரண்டு கல்லையும் போட்டேன். பிறகு படியிறங்கித் தெருவில் ஓடி வந்துவிட்டேன்.

இந்தச் சம்பவத்திற்குப்பிறகு நான் இரவில் மட்டுமே வெளியில் செல்லத் தொடங்கினேன். என்னுடைய பெற்றோர் எதிர்ப்புத் தெரிவித்தும் நான் அதை சட்டைசெய்யவில்லை. பகல்பொழுதெல்லாம் தூங்கிவிட்டு இரவுநேரத்தில் என் தேடுதலை ஆரம்பிப்பேன்.

எல்லாமே இருட்டில் ஒன்றுதான் என்று பழமொழி சொல்கிறது. ஆனால் இது மனிதர்களுக்குப் பொருந்தாது. அவர்களைப் பொறுத்தவரை, இதற்கு நேர்எதிரானதுதான்

பொருந்தும். நாள் பொழுதில், சொல்லிவைத்தாற்போல எல்லோரும் ஒரேமாதிரியாக நடந்துகொள்கிறார்கள். இரவிலோ, முற்றிலும் வேறாக மாறிவிடுகிறார்கள். ஆண்கள் தெருவில் சுற்றித் திரிகிறார்கள் அல்லது ஒரு விளக்குக் கம்பத்தின் நிழலிலிருந்து மற்றொன்றுக்கு வெட்டுக்கிளியெனத் துள்ளுகிறார்கள், எப்போதாவது உடைக்குள்ளிருந்து பாட்டிலை எடுத்துக் குடிக்கிறார்கள். இருளடர்ந்த கதவுக்குள்ளே, திறந்த ரவிக்கையும் இறுக்கமான பாவாடையுமாய்ப் பெண்கள் நிற்கிறார்கள். ஆண்கள் தள்ளாடியபடியே அவர்களை அணுக, இருவரும் இருளில் காணாமல் போய்விடுகிறார்கள். பித்தம்பிடித்த நகரத்தின் குத்துச்செடிப் புதர்களுக்குப் பின்னால், ஜோடிகள் உறவுகொள்ளும் ஓசைகளையும் கேட்கலாம். தைரியமாகத் தன்னந்தனியே வந்த ஒரு பெண்ணை, குண்டு விழுந்து சிதிலமாகி இருந்த வீட்டுக்குள் வைத்துச் சில பையன்கள் கற்பழிக்கிறார்கள். தூரத்துச் சந்து முனையில் ஒரு ஆம்புலன்ஸ் கிரீச்சென்று டயர் தேயும்படி வந்து நிற்கிறது. பக்கத்து உணவு விடுதியில் சண்டை ஆரம்பமாக, கண்ணாடி நொறுங்கும் சப்தம் கேட்கிறது.

வெகுவிரைவில் இரவு நேரத்து நகரம் எனக்குப் பழக்கமாகிவிட்டது. என்னைவிட சின்னப் பெண்கள் என் தந்தையைவிட வயதான ஆண்களுடன் கூத்தடிக்கும் ஆளரவமற்ற சந்துகள் இருக்கும் இடத்தை நானறிவேன். அழகாக உடை உடுத்தி, தங்கக் கைக்கடிகாரம் அணிந்த மனிதர்கள் ஒருவிதமான பொருளை விற்கும் இடங்களையும் அறிவேன். அந்தப் பொருளை வைத்திருந்தாலே போதும், பல வருடங்களுக்குச் சிறைத் தண்டனை கிடைத்துவிடும். இளம் வாலிபர்கள் துண்டு அறிக்கைகளையும் சுவரொட்டிகளையும் வைத்திருக்கும் மறைவான வீடொன்றையும் கண்டேன். இவற்றை அவர்கள் அரசாங்கக் கட்டடங்களில் ஒட்டுவார்கள். உடனே குடிப்படைகளும் ராணுவ வீரர்களும் அவற்றைக் கோபத்துடன் கிழித்தெறிவார்கள். குடிப்படைகள் யாரையோ தேடி அலைவதையும், ஆயுதந்தாங்கிய பொதுமக்கள் ஒரு ராணுவ வீரனைக் கொல்வதையும் கண்டேன். நாட்பொழுதில் உலகம் அமைதியுடனிருக்க, இரவிலோ சண்டை தொடர்ந்து நிகழும்.

ஒவ்வொருநாள் இரவும், நகரத்தின் விளிம்பிலிருந்த மிருகக்காட்சி சாலைக்குப் பக்கத்திலிருக்கும் பூங்காவுக்குச் செல்வேன். ஆண்களும் பெண்களும் அவ்விடத்தில் கூடி வியாபாரம் பேசுவார்கள்; குடிப்பார்கள்; சீட்டாடுவார்கள்; எளிதில் பெறமுடியாத சாக்லெட்டுகளை அவர்கள் எனக்குத்

தருவார்கள்; அதோடு, கத்தி எறிவதற்கும் ஒருவனின் கையிலிருந்து எப்படி அதைப் பறிப்பது என்பதையும் கற்றுத் தந்தார்கள். இதற்குப்பதிலாக அவர்கள் தரும் சிறுபொட்டலங்களைப் பல்வேறு முகவரிகளில் நான் சேர்ப்பிக்க வேண்டும். அதேசமயம், குடிப்படைகள் மற்றும் மப்டியில் திரியும் ஆசாமிகளிடம் மாட்டிக்கொள்ளக்கூடாது. இந்தக் காரியங்களை முடித்துவிட்டுத் திரும்பியதும் அப்பெண்கள், வாசனைத் திரவியங்கள் மணக்கும் தங்களின் உடல் அழுந்த என்னை அணைத்துத் தங்களுடன் படுக்கவைத்துக்கொண்டு, எவ்காவிடம் நான் கற்ற வழிகளில், நடந்துகொள்ள உற்சாகப்படுத்துவார்கள். இருளில் முகங்களில்லா இந்த மனிதர்களுக்கிடையே இருப்பதில் ஒருவித சுகத்தை உணர்ந்தேன். நான் யாரையும் துன்புறுத்தவில்லை, யார் வழியிலும் குறுக்கிடவில்லை. இதுபோன்ற காரியங்களைச் செய்யும்போது நான் ஊமையாக இருப்பதுதான் வசதியாக உள்ளதாக அவர்கள் கூறுவார்கள்.

ஆனால், ஒருநாள் இரவு இவையெல்லாமே முடிவுக்கு வந்துவிட்டன. மரங்களுக்குப் பின்னாலிருந்து, கண்ணைக் குருடாக்கும் விளக்கொளிகள் பளிச்சிட்டன. காவலர்களின் விசில் சப்தங்கள் அமைதியைக் குலைத்தன. அந்தப் பூங்காவே குடிப்படைகளால் சுற்றி வளைக்கப்பட்டு நாங்கள் எல்லோரும் சிறைச்சாலைக்குக் கொண்டுசெல்லப்பட்டோம். போகும்வழியில் நான் அணிந்திருந்த சிவப்பு நட்சத்திரத்தைக்கூட மதிக்காமல், என்னை முரட்டுத்தனமாகத் தள்ளிய ஒரு குடிப்படை அதிகாரியின் கைவிரலை ஏறத்தாழ ஒடித்தேவிட்டேன்.

அடுத்தநாள் காலை என்னை விடுவிக்க, என்னுடைய பெற்றோர்கள் வந்தனர். ஒரு தூக்கமில்லாத இரவுக்குப் பின்னர், அழுக்காகிக் கந்தலாகிப் போன சீருடையோடு என்னை வெளியில் கொண்டுவந்தனர். இரவு ஜனங்களான என் நண்பர்களைப் பிரிவதில் எனக்கு மிகவும் வருத்தந்தான். என் பெற்றோர்கள் என்னை புதிருடன் பார்த்தார்கள். ஆனால் ஒன்றும் சொல்லவில்லை.

20

நான் மிகவும் மெலிந்து வளர்ச்சியடையாமல் இருந்தேன். மருத்துவர்கள், மலைப்பிரதேசத்து சீதோஷ்ண நிலையையும், எக்கச்சக்க உடற்பயிற்சிகளையும் சொன்னார்கள். இந்த நகரம், எனக்கு நன்மை பயக்காது என்று ஆசிரியர்களும் அறிவுரை சொன்னார்கள். பனிக்காலத்தில், நாட்டின் மேற்குப் பகுதியிலிருந்த மலைப்பிரதேசத்தில் என் தந்தைக்கு வேலை கிடைத்துவிட, நாங்கள் நகரத்திலிருந்து வெளியேறினோம். பனிப்பொழிவு தொடங்கியவுடன் நான் மலைக்கு அனுப்பப்பட்டேன். ஒரு வயதான பனிச்சறுக்குபவன் என்னை கவனித்துக்கொள்ளச் சம்மதித்தான். நான் மலையிலிருந்த புகலிடத்தில் அவனோடு சேர்ந்துகொண்டேன். என்னுடைய பெற்றோர், வாரத்திற்கு ஒருமுறைதான் என்னை வந்து பார்த்தார்கள்.

தினந்தோறும் விடியற்காலையிலேயே நாங்கள் எழுந்துகொள்வோம். பயிற்சியாளன் மண்டியிட்டுப் பிரார்த்தனை செய்ய, ஒன்றும் பேசாமல் அவனையே பார்ப்பேன். இதோ ஒரு வளர்ந்த மனிதன், நகரத்தில் கல்வி பயின்றவன், ஒரு சாதாரண குடியானவன்போல நடந்துகொள்கிறான். இந்த உலகத்தில்தான் ஒரு தனி ஆள், எவரிடமிருந்தும் தன்னால் உதவிபெற முடியாது என்பதை இவனால் ஒப்புக்கொள்ளமுடியாது. நாம் எல்லோருமே தன்னந்தனிமையில்தான் இருக்கிறோம். கேவரில்லாக்கள், மிட்காக்கள், மௌனிகள் முதலிய எல்லோருமே ஒருகட்டத்தில் போய்விடுவார்கள் என்பதை எவ்வளவு விரைவில் உணர்கிறானோ அந்தளவுக்கு அவனுக்கு நன்மை விளையும். இதில் ஊமையாக இருந்தால் கொஞ்சம் சிக்கல். எல்லோருமே மோதிக்கொள்கிறார்கள், அன்பு செலுத்துகிறார்கள், அணைத்துக் கொள்கிறார்கள், இடறிவிடுகிறார்கள். ஆனால் ஒவ்வொருவனும் தன்னை மட்டுந்தானறிவான். தடிமனான நாணற்புற்கள் ஆற்றிலிருந்து கரையை மறைப்பதுபோல ஒருவனின் உணர்ச்சிகள், நினைவுகள், உணர்வுகள் யாவும் சேர்ந்து அவனை மற்றவர்களிடமிருந்து வேறுபடுத்தி

விடுகின்றன. சுற்றிலும் இருக்கும் மலைச்சிகரங்கள்போல ஒருவரையொருவர் பார்த்துக் கொள்கிறோம். அந்தச் சிகரங்கள், பள்ளத்தாக்குகளால் பிரிக்கப்பட்டிருக்கின்றன. அவை வெகுஉயரமாக இருப்பதால் யாராலும் கவனிக்கப்படாமல் இருக்கமுடியாது. வெகுதாழ்வாக இருப்பதால் சொர்க்கத்தைத் தொடமுடியாது.

மலைப்பாதைகளில் பனிச்சறுக்குவதிலேயே என் நாட்கள் கழிந்தன. அந்தப் பிரதேசம் ஆளரவமற்றிருந்தது. தங்குமிடங்கள் தீக்கிரையாக்கப்பட்டிருக்க, பள்ளத்தாக்குகளில் தங்கியிருந்த மக்கள் வேறுஇடங்களுக்கு அனுப்பப்பட்டுவிட்டனர். புதிய குடியேற்றங்கள் இப்போதுதான் நிகழத்தொடங்கியுள்ளன. பயிற்சியாளன் அமைதி நிறைந்த, பொறுமையான மனிதன். அவனிடம் பணிவாக நடந்துகொள்ள முயற்சித்தேன். இதனால் அவன், என்னை சற்றே பாராட்டினாலும் அதில் மகிழ்ச்சியடைந்தேன்.

ஒருநாள் திடீரென பனிப்புயல் உருவாகி, சிகரங்களையும் பக்கவாட்டுப் பகுதிகளையும் பனிச்சுழலால் மூட ஆரம்பித்தது. பயிற்சியாளனைக் காணாமல், நானே என் முயற்சியில் செங்குத்தான சரிவில் இறங்கி, வசிப்பிடத்தை விரைவாகச் சென்றடைய முயற்சித்தேன். என்னுடைய பனிச்சறுக்குச் சாதனம் கட்டியான பனிக்கட்டிகளின்மேல் பட்டு எகிற, அதிகரித்துவந்த வேகத்தால் என்னால் மூச்சுக்கூட விடமுடியவில்லை. திடீரென, ஆழமான நீரிறங்கும் பள்ளமொன்றைக் கண்டேன். ஆனால் என்னால் விலகமுடியவில்லை.

ஏப்ரல் மாதத்துச் சூரியவொளி அறையை நிரப்பிக்கொண்டிருந்தது. நான் தலையை அசைத்துப் பார்த்ததில் வலியேதும் ஏற்படவில்லை. நான் கைகளை ஊன்றி எழுந்து, திரும்பவும் படுக்கும்வேளையில் தொலைபேசி மணி அடித்தது. தாதி முன்பே சென்றுவிட்டாள். ஆனால் அது விடாப்பிடியாக திரும்பத் திரும்ப ஒலித்தது.

நான் மெல்ல எழுந்து மேஜையருகே சென்றேன். தொலைபேசியின் ரிசீவரை எடுத்து ஆண் குரலொன்றைக் கேட்டேன். ரிசீவரை காதில் வைத்தபடி, அவனுடைய பொறுமையிழந்த வார்த்தைகளைக் கேட்டேன். எங்கோ ஓரிடத்தில் தொலைபேசியின் மறுமுனையில் யாரோ ஒருவனுக்கு என்னுடன் பேசவேண்டுமாம். நான் பேசவேண்டும் என்ற ஆசையை அதீதமாக உணர்ந்தேன்.

நான் வாயைத் திறக்க தொண்டைக்குள்ளிருந்து சப்தம் கிளம்பியது. நான் மிக்க கவனத்துடன் அந்த சப்தங்களைத்

திருத்தி வார்த்தைகளாகவும், வாக்கியங்களாகவும் மாற்றினேன். காயிலிருந்து பட்டாணிகள் உருளுவதைப் போல வார்த்தைகள், ஒன்றன்பின் ஒன்றாகக் குதித்துக்கொண்டே வெளியேவந்தன. நான் ரிசீவரை கீழே வைத்துவிட்டேன். இது நடக்கக்கூடியதா என்பதை என்னால் நம்பமுடியவில்லை. நான் மிட்காவின் பாடல்களிலிருந்து வார்த்தைகளையும் வாக்கியங்களையும் உச்சரித்துப் பார்த்தேன். எங்கோ தொலைதூரக் கிராமத்து தேவாலயத்தில் தொலைந்துபோன குரல், மீண்டும் என்னைக் கண்டுபிடித்து இந்த அறையெங்கும் ஒலிக்கிறது. நான் மீண்டும் மீண்டும் குடியானவனைப் போல, நகரத்தில் வசிப்பவனைப்போல உரக்க, படுவேகமாக பேசிப் பார்த்தேன். என்னுள்ளிருந்து உதிர்த்த வார்த்தைகள் நீரால் நனைந்த கனமான பனித்துகள்போல அர்த்தங்களால் ஆனது. நான் மீண்டும் மீண்டும் பேசி, என்னுடைய பேசும் சக்தியானது, திறந்திருக்கும் பால்கனி கதவுவழியாகத் திரும்பவும் தப்பித்துப் போய்விடாது என்று பலமுறை உறுதிப்படுத்திக் கொண்டேன்.

***